அர்ச்சுனன் தபசு
மாமல்லபுரத்தின் இமயச் சிற்பம்

அர்ச்சுனன் தபசு
மாமல்லபுரத்தின் இமயச் சிற்பம்

சா. பாலுசாமி (பி. 1958)

சென்னைக் கிறித்துவக் கல்லூரித் தமிழ்த் துறையில் இணைப் பேராசிரிய ராகவும் துறைத் தலைவராகவும் பணியாற்றியவர். ஆசியாவின் கிறித்துவ உயர் கல்விக்கான ஒன்றிய வாரியத்தின் உதவியுடன் சென்னை – மாமல்லபுரம் இடையிலான கிழக்குக் கடற்கரை மீனவர் வழக்காற்றியல், தாம்பரம் மற்றும் அதன் சுற்றுப்புறங்களில் உலகமயமாக்கலின் தாக்கம் ஆகிய ஆய்வுத் திட்டங்களையும், ஃபோர்டு நிதி நல்கையுடன் தமிழகச் சுவரோவியங்கள் ஆவணத் திட்டத்தையும் நிறைவேற்றியுள்ளார்.

இலக்கியம், ஓவியம், சிற்பம், நாட்டுப்புறவியல் துறைகளில் ஈடுபாடு கொண்ட இவர் பாரதிபுத்திரன் என்னும் புனைபெயரில் படைப்பிலக்கியமும் திறனாய்வுக் கட்டுரைகளும் எழுதிவருகிறார்.

மின்னஞ்சல் : nayakarts@gmail.com

அலைபேசி : 9444234511

ஆசிரியரின் பிற நூல்கள்:

மாரிக்கால இரவுகள் (கவிதைத் தொகுப்பு)

மிளகுக் கொடிகள் – மலையாளக் கவிதைகள் மொழிபெயர்ப்பு
 (இணை ஆசிரியர்)

கொல்லிமலை மக்கள் பாடல்கள் (பதிப்பாசிரியர்)

தம்பி! நான் ஏது செய்வேனடா? (பாரதி பற்றிய நேர்காணல்)

நாயக்கர் காலக் கலைக் கோட்பாடுகள் (*Aesthetic Principles of the Age of the Nayaka*)

சித்திர மாடம் – தமிழகச் சுவரோவியம் குறித்த கட்டுரைத் தொகுப்பு
 (தொகுப்பாசிரியர்)

மாமல்லபுரம் புலிக்குகையும் கிருஷ்ண மண்டபமும்

சித்திரக்கூடம் – திருப்புடைமருதூர் ஓவியங்கள்

சா. பாலுசாமி

அர்ச்சுனன் தபசு
மாமல்லபுரத்தின் இமயச் சிற்பம்

காலச்சுவடு பதிப்பகம்

- **அன்பார்ந்த வாசகருக்கு,**

வணக்கம்.

காலச்சுவடு நூலை வாங்கியமைக்கு நன்றி.

நூலின் உள்ளடக்கம், உருவாக்கம், அட்டைப்படம் இன்ன பிற அம்சங்கள் பற்றிய உங்கள் கருத்துகளையும் ஆலோசனைகளையும் காலச்சுவடு வரவேற்கிறது. தகவல், எழுத்து, வாக்கியப் பிழைகள் தென்பட்டால் கட்டாயம் தெரிவித்து உதவுங்கள். நூல் தயாரிப்பில் கடும் குறைபாடு இருப்பின் மாற்றுப் பிரதி உங்களுக்குக் கிடைக்கக் காலச்சுவடு ஏற்பாடு செய்யும்.

மின்னஞ்சல்: **publisher@kalachuvadu.com**

காலச்சுவடு நாகர்கோவில் தலைமையகத்துக்கும் கடிதம் அனுப்பலாம்.

தங்கள்
எஸ்.ஆர். சுந்தரம் (கண்ணன்)
பதிப்பாளர் — நிர்வாக இயக்குநர்

அர்ச்சுனன் தபசு (மாமல்லபுரத்தின் இமயச் சிற்பம்) ◆ ஆய்வு நூல் ◆ ஆசிரியர்: சா. பாலுசாமி ◆ © சா. பாலுசாமி ◆ முதல் பதிப்பு: டிசம்பர் 2009, ஏழாம் பதிப்பு: ஜூலை 2023 ◆ வெளியீடு: காலச்சுவடு பப்ளிகேஷன்ஸ் (பி) லிட்., 669 கே.பி. சாலை, நாகர்கோவில் 629001 ◆ புகைப்படங்கள்: ந. தியாகராசன் மற்றும் பா. சிவக்குமார்

arccunan tapasu ◆ Monograph on Mahabalipuram Sculpture ◆ Author: Sa. Balusamy ◆ © Sa.Balusamy ◆ Language: Tamil ◆ First Edition: November 2009, Seventh Edition: July 2023 ◆ Size: Royal ◆ Paper: 18.6 kg maplitho ◆ Pages: 416

Published by Kalachuvadu Publications Pvt. Ltd., 669 K.P. Road, Nagercoil 629001, India ◆ Phone: 91-4652-278525 ◆ e-mail: publications@kalachuvadu.com ◆ Cover Design: K. Kalaiselvan ◆ Printed at Clicto Print, Jaleel Towers, 42 KB Dasan Road, Teynampet Chennai 600018

ISBN: 978-81-89359-90-4

07/2023/S.No. 335, kcp. 4541, 18.6 (7) uss

நிலத்தினும் பெரிதே வானினும் உயர்ந்தன்று
நீரினும் ஆர்அள வின்றே சாரல்
கருங்கோல் குறிஞ்சிப் பூக்கொண்டு
பெருந்தேன் இழைக்கும் நாடனொடு நட்பே

— குறுந்தொகை

சிற்பமொழி கற்பித்துக் குருபீடம் அமர்ந்த
முனைவர் **ப. தயானந்தன்**
அவர்களின்
எல்லையற்ற அன்பிற்கு
ஓர் எளிய காணிக்கை

உள்ளடக்கம்

அணிந்துரை	11
சுருக்கக் குறியீட்டு விளக்கம்	14
நன்றியுரை	15
நூன்முகம்	19
இயல் 1 அறிமுகம்	23
இயல் 2 விளக்கம்	61
இயல் 3 உரையாடல்	307
துணைநூற் பட்டியல்	357
பின்னிணைப்புகள்	369
சொல்லடைவு	405

அணிந்துரை

உலகக் கலை வல்லோரால் உச்சிமிசை வைத்துப் போற்றப் பெறுகின்ற பெருஞ்சிறப்பு மாமல்லையில் உள்ள ஒரு பாறைச் சிற்பக் காட்சிக்கு உண்டு. ஏறத்தாழ இருநூறு ஆண்டுகளாக அறிஞர் பெரு மக்கள் இக்காட்சி பற்றிய தங்கள் கருத்துகளைத் தொடர்ந்து பதிவு செய்துவந்துள்ளனர். இங்குக் காட்சிப்படுத்தப்பெற்றிருப்பது அர்ச்சுனன் தவமா? பகீரதன் தவமா? அல்லது இரண்டையுமே இணைத்துக் காட்டும் ஒரு படைப்பா? என வேறுபட்ட கோணங் களில் அவர்தம் கருத்துகள் இருந்தன. ஆனால் 'அர்ச்சுனன் தபசு' என்ற இந்நூல் வாயிலாக முனைவர் சா. பாலுசாமி அவர்கள் இதுவரை யாரும் நோக்காத பார்வையில் அச்சிற்பக் காட்சியினை அங்குலம் அங்குலமாகப் பல்லாண்டுகள் ஆராய்ந்து அவற்றின் வெளிப்பாடுகளைத் துல்லியமாகக் காட்டியுள்ளார்.

நுண்மாண் நுழைபுலம், ஆழங்கால்படுதல் என்ற சொற்களுக்கு உரிய சான்றுகளோடு விளக்கம் கூறவேண்டுமெனின் இந்நூல் கூறும் செறிவுடைய கருத்துகள், ஆய்வு நுட்பம், விருப்புவெறுப்பற்ற நடு நிலை பிறழாத அணுகுமுறை, அறிஞர்தம் கருத்துகளைக் காய்தல் உவத்தல் இன்றிக் காணும் பண்பு, தொன்மங்கள் குறித்த ஆழமான பார்வை, எல்லா மொழிகளையும் நேசித்து உண்மை காணும் திறம், கலையியல் கோட்பாடுகளின் வெளிப்பாடு, ஜடமென உலகவர் பார்வை யில் திகழும் பாறையினை நம்மோடு பேசவைத்துள்ள பாங்கு ஆகியவைதாம் என்றால் அவை மிகையாகா.

நூலாசிரியர் இச்சிற்பக் காட்சியை அணுஅணுவாக ஆராய்வ தற்கு எடுத்துக்கொண்ட கருவி 'மகாபாரதம்' எனும் பெருநூலே. மாமல்லையின் குன்றத்தின்மீது காணப்பெறும் இக்கோலக் காட்சி யினை இதுகாறும் ஆராய்ந்த பேரறிஞர்கள் யாரும் மகாபாரதத் தினையோ அல்லது பதினெண் புராணங்களையோ இவர் எடுத்தாண்ட அளவுக்கு, அவர்கள்தம் கட்டுரைகளில் கைக்கொள்ளவில்லை என்ப தும் மறுக்க முடியாத உண்மையாகும். இந்நூலிற்கு 'அர்ச்சுனன் தபசு' எனத் தலைப்பும் 'மாமல்லபுரத்தின் இமயச் சிற்பம்' எனத் துணைத்தலைப்பும் இட்டிருப்பதன் வாயிலாக, இச்சிற்பத் தொகுதியி

லுள்ள தபசி 'அர்ச்சுனனே' என்பதையும் இதன் மையப்பொருண்மை 'இமயமே' என்பதையும் அவர் நிறுவியிருப்பது தெற்றென விளங்கு கிறது. அக்கருத்து நிலைபெறுவதற்கு அவர் கையாண்டுள்ள உத்தியோ உன்னதமானதாகும். மாமல்லையில் இச்சிற்பக் காட்சியை வடித்த சிற்பி இக்குன்றத்தினை எந்த மலையாகக் கண்டான்? என்பதைக் காணுவதே அவர்தம் குறிக்கோளாக அமைந்துள்ளது. இமயமா? கயிலையா? என்ற வினாக்களைத் தொடுத்த ஆசிரியர், இரு வேறு மலைகளிலும் இன்று நாம் காணும் காட்சிகள், தொன்மங்கள் அவை பற்றிக் கூறிடும் செய்திகள், மாமல்லை சிற்பக்காட்சியில் புலப்படும் உண்மைகள் என்ற மூன்று நிலை களில் அவற்றை நமக்குக் காட்டி, இமயம், கயிலை என்பனவற்றுள் எந்த மலையின் காட்சியாக மாமல்லைக் குன்றமும் அங்குத் திகழும் சிற்பங் களும் விளங்குகின்றன என்பதை விவரித்துள்ளார். அம்மலை பற்றிய சங்க இலக்கியக் குறிப்புகளும் அறிவியல் கூற்றுகளும் அவர்தம் கருத்துக்குத் துணைநின்று அணிசெய்கின்றன. இந்நூலைப் படிப்போர் அனைவர்க்கும் 'இமயமலையே' என்ற அவர் கண்ட முடிவினை ஏற்பதில் எந்த மாறுபாடும் இருக்க வாய்ப்பில்லை.

ஒவ்வொரு சிற்பமாக எடுத்துக்கொண்டு அதன் செவ்வியல் திறன் பேசும் ஆசிரியர், ஒட்டுமொத்தமாக இக்காட்சித்தொகுதியின் மைய வெளிப் பாடாக அமைவது கங்கையை மையமாகக்கொண்ட இமயக் காட்சியே என நிறுவும் அவரது கூற்றைக் கலைரசனையுள்ள ஒவ்வொருவரும் ஏற்பர் என்பதில் எள்ளளவும் ஐயமில்லை. இமயம் குறித்த சங்கப்பாடல்களின் கூற்றுகள், காளிதாசனின் வருணனைகள் எனப் பல்வேறு சான்றுகளை மாமல்லைக் காட்சிகளோடு ஒப்பிட்டுப் பேசும் நூலாசிரியர், அக்காட்சியில் திகழும் திருமால் கோயிலினை வதரியாசிரமம் என்னும் வைணவக் கோயிலாக (வட புலத்து திவ்யதேசமாக) மகாபாரதத்தின் துணைகொண்டு கண்டு கொண்டதோடு, திருமங்கையாழ்வாரின் பாசுரங்களை மேற்கோள் காட்டியுள்ள பாங்கு போற்றுதற்குரியதாகும். சிவனார் திருவுருவம் தொடங்கி தவசிகள், சந்திர சூரியர், கந்தர்வர், நாகர், கின்னரர், கிம்புருடர், சித்தர், சாரணர், இருடிகள், கிராதர் எனப் பல்லோர் உருவ அமைதி பற்றிப் பேசும் ஆசிரியர், மானுட இயலையும் ஆய்ந்து அவர்களுள் சிலரை அறிவியல் அடிப்படையில் இன்ன மரபினர் என வகைப்படுத்திக் காட்டியிருப்பது சிந்திக்கத்தக்கதாகும். விலங்குகள், பறவைகள், பலா, ஞெமை, நமேரு போன்ற மரங்கள் பற்றிய செய்திகளைக் கலையியலோடு இயைபுபடுத்திக் காட்டியிருப்பது இந்நூலுக்கு மேலும் அணி சேர்க்கிறது.

மல்லைப் பாறையில் இடைவரை மட்டும் அரையுருவாகச் சித்திரிக்கப் பெற்றுள்ள ஓர் ஆடவனுருவைப் பரசுராமர் எனக் காட்டியிருக்கும் நுட்பம் போற்றுதற்குரியதாகும். பாரதத்தின் வனபர்வத்தின் தீர்த்தயாத்திரைப் படலத்தில் கூறப்பெற்றுள்ள கருத்துகள் எவ்வாறு இச்சிற்பக் காட்சியோடு ஒத்துத் திகழ்கின்றன என விவரிக்கும் நூலாசிரியர், சிற்பத்தில் காணப் பெறும் அன்னப்பறவைகள் எவ்வகைப்பாட்டுக்குரியவை என்பதை அறிவி யல் அடிப்படையில் எடுத்துக்காட்டி, பரசுராமர் அவ்வன்னங்களுக்காக இமய

மலையில் செய்த குகைவழிப் பாதையமைப்புப் பற்றியும் விவரித்து அக்காட்சியையே இங்கு நாம் காண்கிறோம் என்பதை நிறுவியுள்ள பாங்கு வியப்புக்குரியது.

மாமல்லையில் திகழும் ஒரேயொரு சிற்பக்காட்சியினை மட்டும் எடுத்துக்கொண்டு அதனை ஒத்த மேலும் இரு முழுமைபெறாத காட்சி களோடு ஒப்பிட்டுக்காட்டி, பல்லவர் கலையின் மாட்சிமையை ஒரு பெரு நூலாக வடித்துக்காட்ட இயலும் என்பதனைச் சாத்தியமாக்கிய இம் முயல்வு, தமிழகக்கலை வரலாற்றில் ஒருசாதனையே. ஆய்வு நெறிமுறை களினின்றும் சற்றும் பிறழாதவாறு நூலினைப் படைத்த ஆசிரியருக்கு முதுமுனைவர் பட்டம் வழங்கிக் கௌரவிக்கலாம். அது அப்பல்கலைக் கழகத்திற்குக் கௌரவமாக அமையும். மாமல்லையின் பிற சிற்பக்காட்சி களுக்கும் இவர் நூல்களை உருவாக்குவாராயின் தமிழகக் கலை வரலாற்றின் மேலும் ஒரு பகுதி ஒளி கூடித் திகழும் என்பது திண்ணம்.

18.07.2008   குடவாயில் பாலசுப்ரமணியன்

சுருக்கக் குறியீட்டு விளக்கம்

அகம்.	–	அகநானூறு
கலித்.	–	கலித்தொகை
குறுந்.	–	குறுந்தொகை
நற்.	–	நற்றிணை
பதி.ஆ.	–	பதிப்பாசிரியர்
பதிற்.	–	பதிற்றுப்பத்து
பரி.	–	பரிபாடல்
பா.எ.	–	பாடல் எண்
புறம்.	–	புறநானூறு
பெரும்.	–	பெரும்பாணாற்றுப்படை
மு.நூ.	–	முற்கூறிய நூல்
மேற்.நூ.	–	மேற்குறிப்பிட்ட நூல்
மே.ஸ.	–	மேகஸந்தேச காவ்யம்

நன்றியுரை

சென்னைக் கிறித்துவக் கல்லூரி புள்ளியியல் துறைத் தலைவர் பேரறிஞர் கிப்ட் சிரோமணி அவர்கள் முனைவர் ப. தயானந்தன், முனைவர் மைக்கேல் லாக்வுட், முனைவர் ஏ. விஷ்ணு பட், முனைவர் எஸ். கோவிந்தராசு என்று ஒரு மாமல்லை ஆய்வுப் பாரம்பரியத்தைத் தோற்றுவித்தார். மாமல்லை குறித்து அறியவும் பயிலவும் அதுவே பலருக்கும் எனக்கும் இங்குக் களமமைத்துத் தந்தது. தமிழகக் கலைவரலாற்றிற்குப் பங்களிப்புச் செய்த அவ்வறிஞர் பெருமக்கள் என்றும் நன்றியுடன் நினைவுகூரத்தக்கோராவர்.

பேராசிரியர் முனைவர் நிர்மல் செல்வமணி அவர்களும் முனைவர் து. நரசிம்மன் அவர்களும் கலையியல் ஆய்வில் எனக்கு எண்ணற்ற உதவிகளைச் செய்து வருவோராவர். அவ்வுதவிகளுக்கு நன்றி கூறுதல் எளிதன்று.

என் ஆய்வுப் பணிக்கு ஊக்கம் நல்கும் கவிஞர் பழமலய், கலை விமர்சகர் இந்திரன், கவிஞர் ஈரோடு தமிழன்பன், அறிஞர் கோவை ஞானி ஆகியோரின் அன்பிற்கு நன்றி பாராட்டுதல் கடமை.

சென்னைப் பல்கலைக்கழகத் தமிழிலக்கியத் துறைத் தலைவர் பேராசிரியர் முனைவர் வீ. அரசு, முனைவர் ய. மணிகண்டன், மொழித்துறை முன்னாள் தலைவர் வ. ஜெயதேவன், முனைவர் ஆ. துரைசாமி ஆகியோரின் ஆதரவு என்னை மேலும் உந்துவதாகும்.

இவ்வாய்விற்கான ஆங்கில மேற்கோள்களை மொழிபெயர்ப்பதில் பேருதவி புரிந்தும், ஆய்வுப் பொருண்மை குறித்து வினாக்களை எழுப்பிச் சிந்திக்கச் செய்தும் துணைநின்றவர் என் பேராசிரியப் பெருந்தகை முனைவர் கோ. ஜெயராமன் ஆவார். எந்நேரத்தில் அணுகினும் மறுப்பின்றி அன்போடு உதவிய அவருக்கு என் நெஞ்சார்ந்த நன்றிகள் என்றும் உரியன.

இந்நூலில் இடம்பெற்றுள்ள மகாபாரத மேற்கோள்களுக்கான சமஸ்கிருத மூலங்களைத் தேடித்தந்தும் மொழிபெயர்த்தும் உளம் நெகிழும் உதவிகளைச் செய்தவர் சென்னைக் கிறித்துவக் கல்லூரி சமஸ்கிருதப் பேராசிரியர் பி. கோபாலகிருஷ்ணன் ஆவார். அவருக்கும்

பிழைதிருத்தம் செய்துதவிய பேராசிரியர் எஸ். ரங்கநாத சர்மா அவர்களுக்கும் நன்றிகள் உரியன.

வைணவம் தொடர்பாகப் பல்வேறு தகவல்களைக் கூறியும் முழுசுப் படியை நகலெடுத்து அனுப்பியும் உதவியவர் 'வைணவச் சுடராழி' ஆ. எதிராஜ் அவர்களாவார். நேரில் அறிமுகமில்லா நிலையிலும் அவர் முன்வந்து செய்த உதவிகள் எண்ணி மகிழத்தக்கன.

தாவரங்கள் தொடர்பான பல தகவல்களைத் தந்துதவிய முனைவர் ஜெ. சௌந்தரபாண்டி அவர்களையும் ஜி.பி. குப்தாவின் நூலைத் தில்லியி லிருந்து படியெடுத்து வழங்கிய நண்பர் எம்.வி. சீனிவாசன் அவர்களையும் நன்றியுடன் நினைவுகொள்கிறேன்.

அரிய பல நூல்களைக் கொடுத்துதவியும் இதனை முழுதும் படித்து விவாதித்தும் புகைப்படங்களைத் தேர்வு செய்வதில் உதவியும் பல்வேறு வகையில் துணைநின்ற குடந்தை அரசினர் கவின்கலைக் கல்லூரிப் பேராசிரியர் திரு. பி. சிவராமகிருஷ்ணன் அவர்கள் நன்றியோடு நினைவு கூரத்தக்கவராவார். மேலும் அக்கல்லூரிப் பேராசிரியர் திரு. இரவி அவர் களும் பேராசிரியர் அருளரசன் அவர்களும் செய்த உதவிகள் மகிழ்வோடு எண்ணத்தக்கன.

இதனை எழுதி முடித்ததும் பேராசிரியர் எஸ். கோவிந்த ராசு, பேராசிரியர் 'சுதர்சனம்' சுவாமிநாதன், தொல்லியல் அறிஞர் பு.சு. ஸ்ரீ ராமன் ஆகியோரிடம் கொடுத்துக் கருத்துரைகள் பெறப்பட்டன. மதிப்பு மிக்க கருத்துகள் கூறிய அவர்களுக்கும் தொல்லியல் அறிஞர் ர. பூங்குன்றன், கல்வெட்டியல் அறிஞர் முனைவர் சு. இராசவேலு ஆகியோர்க்கும் என் றென்றும் நன்றியுடையேன்.

இந்தியத் தொல்லியல் துறை (சென்னை மண்டலம்) முன்னாள் கண்காணிப்பாளர் முனைவர் தியாக. சத்தியமூர்த்தி அவர்கள் இதனை ஆழ்ந்து படித்து அரிய கருத்துகளை வழங்கினார்கள். அவர்தம் அறிவுரை யின்படி, பல்வேறு தகவல்கள் இணைக்கப்பட்டன. அவரது பேரன்பிற்கும் பரிவிற்கும் என் நெஞ்சார்ந்த நன்றிகள் உரியன.

ஜவகர்லால் நேரு பல்கலைக்கழக வரலாற்றுத் துறை முன்னாள் பேராசிரியர் முனைவர் ர. செண்பகலட்சுமி அவர்கள் இதனை வாசித்துக் கருத்துரை நல்கினார்கள். மாமல்லையின் உருவாக்கம் குறித்து எழுதப் பட்டிருந்த முதல் இயல், அவர்களது அறிவுரைப்படியே தற்போது நூலில் உள்ளது போல் மாற்றியெழுதப்பட்டது. மாமல்லையின் கலை வரலாற்றுத் தொடர்ச்சியை நுட்பமாக உணர அவர்தம் வழிகாட்டுதல் எத்தகையதொரு பயன்பாட்டைத் தருகிறதென்பதைத் தற்போது உணர இயல்கிறது. அவர் களது ஈடற்ற அன்பிற்கு நன்றிகள் உரியன.

கலையியல் அறிஞர் திரு. ஜோப் தாமஸ் அவர்கள் இவ்வாய்வினைக் கண்ணுற்றும் ஆய்வுச் சுருக்கத்தைக் கேட்டறிந்தும் இதனை வெளியிட

ஊக்கப்படுத்தினார்கள். அறிஞர் பெருந்தகை திரு. தியடோர் பாஸ்கரன் அவர்கள் இதனை மதிப்பீடு செய்து அரிய கருத்துகளை வழங்கினார்கள். அவ்விருவருக்கும் நெஞ்சார்ந்த நன்றிகள் உரியன.

தமிழகக் கலைவரலாற்றியல் அறிஞர்களில் தலைசிறந்த ஒருவரான பேரறிஞர் குடவாயில் பாலசுப்ரமணியன் அவர்கள் இதற்கோர் அரிய அணிந்துரை வழங்கியுள்ளார்கள். அன்பு ததும்பும் அத்தாயுள்ளத்திற்கு என்றும் கடன்பட்டுள்ளேன்.

இந்நூலிலுள்ள அனைத்து மல்லைச் சிற்பங்களைப் புகைப்படங்களாக எடுத்தவர் இளம் கலைஞர் திரு. ந. தியாகராசன் அவர்களாவார். உளமார்ந்த கலை ஈடுபாட்டுடன் அவர் என்றும் வழங்கிவரும் ஒத்துழைப்பு எண்ணி மகிழத்தக்கதாகும்.

இமயமலையில் கங்கோத்திரிக்கு மேலும் பயணம் செய்து, விலங்குகள், பறவைகளை நேரடியாகக் களத்தில் புகைப்படப் பதிவு செய்த இயக்குநர் பா. சிவகுமார் அவர்களின் ஈடுபாட்டிற்கு என்றென்றும் நன்றியுடையேன்.

களப்பணியில் உதவியும் திருமால் கோயில் வரைபடத்தை வரைந்தும் இவ்வாய்வில் பங்கெடுத்துக்கொண்ட மல்லைச் சிற்பக் கலைஞர் திரு. ஜெ. இரஞ்சித் அவர்களுக்கும், கோட்டோவியம் வரைந்த இளம் ஓவியர் திரு. பால சண்முகம் அவர்களுக்கும் நன்றிகள் என்றும் உரியன.

என் களஆய்வுப் பணிகளில் உடனிருந்து அனைத்து நிலைகளிலும் ஒத்துழைப்பு நல்கிய திரு. எஸ். பசுபதி அவர்களின் ஆழ்ந்த அன்பிற்கு என்றும் நன்றியுடையேன்.

களஆய்வு முதல் கணினியில் இதனை அச்சிட்டதுவரை உடனிருந்து உதவியவர் திரு. கோ. உத்திராடம் அவர்களாவார். இந்நூல் வெளிவர அவர் தம் தளரா முயற்சியே அடிப்படையாகும்.

இவ்வாய்வு சிறந்தமுறையில் நூலாக்கம் பெற வேண்டும் என்பதில் பேரீடுபாடுகொண்டு காலச்சுவடு பதிப்பகத்திற்கு ஆற்றுப்படுத்தியோர் அறிஞர் முனைவர் க.பஞ்சு அவர்களும் இதழியலாளர் திரு. சுந்தரபுத்தன் அவர்களுமாவர். இருவரின் நெஞ்சார்ந்த அன்பிற்கும் வழிகாட்டுதலுக்கும் நன்றிகள் உரியன. தமிழ்ப்படைப்புலகிலும் நூல்வெளியீட்டிலும் சிறந்த மாற்றங்களை நிகழ்த்திவரும் காலச்சுவடு பதிப்பகம் மூலம் இந்நூல் வெளிவருவது பெருமையளிக்கிறது.

என் ஆய்வு முயற்சிகளுக்கு ஒத்துழைப்பு நல்கும் துணைவி பா. தமிழ்ச் செல்வத்திற்கும் மகன் பா. ஞானபாரதிக்கும் நன்றி.

சென்னை கன்னிமாரா நூலகம், உ.வே.சா. நூலகம், திருமயிலை குப்புசாமி சாஸ்திரி ஆய்வு நூலகம், மறைமலையடிகள் நூலகம், சென்னைக் கிறித்துவக் கல்லூரி நூலகம் ஆகியவற்றிற்கும் அவற்றின் பணியாளர்களுக்கும் என் நன்றிகள் உரியன.

சா. பாலுசாமி

நூன்முகம்

1993ஆம் ஆண்டு டாக்டர் தயா எங்களை மாமல்லைக்கு அழைத்துச் சென்றார். அங்கிருந்த ஒவ்வொரு சின்னத்தையும் ஆய்வு நோக்கில் அவர் விவரித்தபோது ஏற்பட்ட கலையறிவும் கலை யனுபவமும் எல்லையற்ற பரவசத்தை ஏற்படுத்தின. கலைச் சின்னங் களை அணுகவேண்டிய முறையும் புரிந்தது. பின்னர் அவருடனும் மாணவர்களுடனும் பன்முறை மல்லைக்குச் சென்றுவரும் வாய்ப் பால் பல்லவக்கலை குறித்துப் பயிலும் ஆர்வம் தொடர்ந்தது.

இதுவரை அறிஞர்கள் விளக்கியுள்ள பகுதிகளும் ஐயம் தெரிவித்த பகுதிகளும் மேலும் தொடர்ந்து தேடுதலை மேற் கொள்ளச் செய்தன. மாமல்லையில் மேலும் விளக்கம் பெற வேண்டிய புதிர்கள் ஆர்வக் கிளர்ச்சியை ஏற்படுத்தின. அவற்றுள் ‘அர்ச்சுனன் தவம்’ முதன்மையானது.

உலகக் கலை வெளியில் எங்கும் காணக்கிடைக்காத ஒப்பற்ற அப்படைப்பால் ஈர்க்கப்படாத அறிஞர்களோ, கலை ஆர்வலர் களோ இல்லை. அச்சிற்பம் தரும் கலையின்பம், ஈடுபாடுமிக்க அனை வருக்கும் ஒன்றுபோலவே இருந்திருக்கும். ஆயினும், அச்சிற்பம் எதனை உணர்த்துகிறது என்பதில் அனைவருக்கும் ஒத்த கருத் தில்லை; பல்வேறு விளக்கங்கள் முன்னிருத்தப்பட்டுள்ளன. ஒவ் வொரு கருத்திற்கும் சில சான்றுகள் காட்டப்பட்டுள்ளன.

இருந்தபோதிலும் அவ்விளக்கங்களால் நிறைவுபெறாத மன நிலை தொடர்ந்து தேடச் செய்தது. ஆயினும், நம்பத்தகுந்த உறுதி யான முடிவுக்குப் பல்லாண்டுகளாக வரஇயலவில்லை. இருப்பினும் கடந்த இரண்டாண்டுகளாக ஒரு தீவிர மனநிலையோடு தொடர்ந்து தேடியதில், பல்வேறு கருதுகோள்கள் எழுந்து, மாறி, இறுதியாக ஒன்றை உறுதி செய்து, விளக்க முடிந்தது.

இச்சிற்பத்தொகுதியின் நிகழ்ச்சிக்கான மூலம், களம், காலம், பொருண்மை ஆகியன எவை என்பதைக் கண்டறிய இயன்றது.

மூலம்

இச்சிற்பத்தொகுதி உணர்த்தும் நிகழ்ச்சிக்கான மூலநூல் மகாபாரதமே ஆகும். ஏனெனில் தேவகணத்தினர், வேடர்கள், திருமால் திருப்பதி, நான்கு தந்தங்களை உடைய யானை மற்றும் அதன் கூட்டம், போலித்தவம் இயற்றும் பூனை, பாசுபதத்திற்கான தவ நிகழ்ச்சி ஆகியன வற்றிற்கான வருணனைகள் மகாபாரத வனபர்வத்தில் இடம்பெற்றுள் ளன.

களம்

இச்சிற்பத்தொகுதியில் இடம்பெற்றுள்ள நிகழ்ச்சிகள் நிகழும் இடம் இமயமலை ஆகும். இமயத்தின் நெடிதுயர்ந்த மலைகளும் சிகரங்களும் ஆழ்ந்த பள்ளத்தாக்குகளும் கங்கை முதலிய ஆறுகளும் அருவிகளும் மரங்கள், விலங்குகள், பறவைகளுமே இங்குச் சித்திரிக்கப்பட்டுள்ளன.

காலம்

இமயமலையில் இந்நிகழ்ச்சிகள் நிகழும் பெரும்பொழுதும் சிறு பொழுதும் சிற்பத்தொகுதியில் குறிப்பாக உணர்த்தப்பட்டுள்ளன. இவை நிகழும் சிறுபொழுது, நண்பகல்வேளை என்பதை அறிஞர்கள் முன்னரே சுட்டிக்காட்டியுள்ளனர். ஆயினும் இந்நிகழ்ச்சிகள் நிகழும் பெரும் பொழுது, முதிர்கோடைக்காலம் என்பது இவ்வாய்வில் கண்டறியப் பட்டுள்ளது.

பொருண்மை

அர்ச்சுனன் தவம் அல்லது பகீரதன் தவமே இச்சிற்பத்தொகுதியின் மையப்பொருண்மை என்ற கருத்தே பெரும்பாலான அறிஞர்களால் இது வரை முன்வைக்கப்பட்டுள்ளது. ஆனால், தவநிகழ்ச்சி ஒன்று சித்திரிக்கப் பட்டுள்ள அதேவேளையில், ‘இந்து சமயத்தின்’ இறையுணர்வு, கோயில் வழிபாடு, யோகம், தர்மசாத்திரங்கள் கூறும் சமய நடைமுறைகள், நம்பிக்கை கள் முதலியன உணர்த்தப்பட்டு ‘புனித நீராடல்’ எனும் நம்பிக்கை மையப்படுத்தப்பட்டுள்ளதாக உணர முடிகிறது.

இந்தியாவில் உள்ள ஆறுகள், நீர்நிலைகள், அருவிகள், திருக்கோயில் குளங்கள் எனப் பலவும் புனித நீராடலுக்கு உரியன. எனினும் சிற்பத் தொகுதியில் இமயமும் அதிலுள்ள ஆறுகளுமே மையப்படுத்தப் பட்டுள்ளன.

இத்தகைய புரிதல்களை மெய்ப்பிக்க இலக்கியங்களிலிருந்து சான்றுகள் காட்டப்பட்டுள்ளன. வியாசரின் மகாபாரதம் முதன்மை ஆதார மாகக் கொள்ளப்பட்டு, அதிலிருந்து சான்றுகள் முன்வைக்கப்பட் டுள்ளன. மேலும் இமயத்தின் தன்மைகளையும் நிகழ்வுகளையும் உணர சங்க இலக்கியங்களும் மகாகவி காளிதாசரின் ஆக்கங்களும் பெரிதும் துணையாகின்றன. அர்ச்சுனன் தவமிருந்த இமயம், பகீரதன் தவமிருந்த

கைலாயம் ஆகிய இரண்டில் இங்குச் சித்திரிக்கப்பட்டுள்ளது எது என்பதற்குப் புராணங்கள் தரும் வருணனைகள் எடுத்துக்காட்டப்பட்டுள்ளன. ஆதலால் அவை துணைமை ஆதாரங்களாக அமைகின்றன.

இதில் பரசுராமர் காட்டப்பட்டுள்ளார் என்பதற்கும் அதற்கான காரணத்திற்கும் மகாபாரதம் மற்றும் காளிதாசரின் படைப்புகளிலிருந்து சான்றுகள் முன்வைக்கப்பட்டுள்ளன. அதற்கு அன்னங்களும் அவற்றின் இயல்புகளும் இயற்கையியல் அறிஞர்களின் ஆய்வு முடிவுகளுடன் இணைத் தெண்ணப்பட்டு, இச்சிற்பத் தொகுதியின் நிகழ்ச்சிக்களம் இமயமலை ஆகுமேயன்றி கைலாயமாகாது என்பது உறுதி செய்யப்பட்டுள்ளது.

களம், காலம் ஆகியனவற்றின் தெளிவோடும் உணர்வோடும் இச்சிற்பத் தொகுதியை நோக்கும்போது, இதிலுள்ள தேவகணத்தினர், மனிதர்கள், இயற்கைப்பொருட்கள் ஆகியனவற்றின் நிலைகளும் செயல்களும் புதிய விளக்கங்களைப் பெறுகின்றன.

இவற்றின் அடிப்படையிலேயே இதுவரையிலும் அறிஞர் பெருமக்கள் முன்வைத்துள்ள கருத்துகள் இதில் விவாதிக்கப்பட்டுள்ளன.

இச்சிற்பத்தொகுதியில் உள்ள பலவகையான பொருட்களின் இயல்புகளையும் வரலாற்றினையும் விரிவாக அறிந்துகொள்வது, இதனை உணர்வதற்கு மட்டுமன்றிப் பிற சிற்பங்களை உணர்வதற்கும் பயன்படும் என்ற எண்ணத்தில் விவரிக்கப்பட்டுள்ளது. மாமல்லபுரத்தில் ‘அர்ச்சுனன் தவம்’ என உணரத்தக்க மூன்று சிற்பத்தொகுதிகளுள் மிக முழுமையற்றிருக்கும் முதலாம் தொகுதியும் மூன்றாம் தொகுதியும் விரிவாக விவரிக்கப்படவில்லை. உலகப்புகழ் பெற்றதும் அறிஞர்களால் ஆய்வுக்கு எடுத்துக்கொள்ளப்பட்டதும் பெருமளவு முழுமைபெற்றதுமான இரண்டாம் சிற்பத் தொகுதியே விரிவாக விவரிக்கப்பட்டுள்ளது.

இதிலுள்ள கந்தர்வர், தேவமகளிர், கின்னரர், கிம்புருடர், நாகர்கள், சித்தர், சாரணர், இருடிகள், கங்கைக்கரையிலுள்ள மனிதர்கள் முதலியோர் குறித்த பல்வேறு வரலாற்றுத் தகவல்களும் கலை இலக்கியங்கள், தர்ம சாத்திரங்கள் ஆகியவற்றில் உள்ள தகவல்களும் எடுத்துரைக்கப்பட்டுள்ளன. குறிப்பாக, கிராதர்கள் என்னும் இமயமலை வேடர்களின் தோற்றமும் வரலாறும் நமக்குப் பல்வேறு உண்மைகளை வழங்குகின்றன. அவர்களது வாழ்வியலை அறிவது சிற்பத்தொகுதியில் அவர்கள் காட்டப்பட்டுள்ள இடம் சூழல் குறித்து ஆழ்ந்து நுட்பமாக உணரப் பயன்படுகிறது.

இச்சிற்பத்தொகுதியிலுள்ள மரங்கள், விலங்குகள், பறவைகள் முதலியனவற்றை இமயத்துடன் இணைத்து அடையாளம் காணும் முயற்சி மேற்கொள்ளப்பட்டுள்ளது. ஆதலால் ஒவ்வொரு பொருளைக் குறித்த விவரிப்பு இதில் இடம்பெற்றுள்ளது. இயற்கையியலாளர்கள் உணர்த்தும் முறையில் அவற்றின் வாழ்வையும் இயல்புகளையும் அறிவது, சிற்பத்தை மேலும் நுட்பமாக உணரப் பயன்படுகிறது என்பதில் ஐயமில்லை.

உயிர்த்துடிப்புள்ள இயங்கு சிற்பமாக இது அமைந்துள்ள பான்மையை அறிஞர்கள் எடுத்துக்காட்டியுள்ளனர். சிற்பத்தொகுதி அமைந்துள்ள பாறை யின் மேற்பரப்பையும் கீழுள்ள தொட்டியினையும் மையப்பொருண்மை யோடு இணைத்து இவ்வாய்வு எண்ணிப்பார்க்கிறது.

Penance Panel என்று ஆய்வாளர்களால் இச்சிற்பம் சுட்டப்பட்டு வந்துள்ளது. *Panel* என்ற சொல்லுக்கு இணையாகச் 'சிற்பத்தொகுதி' எனும் சொல் இவ்வாய்வில் வழங்கப்பட்டுள்ளது.

இந்தியச் சமய வரலாறு குறித்த அறிஞர்களின் கருத்துகளை அடி யொற்றி முதல் இயல் அமைக்கப்பட்டுள்ளது.

புரிசை நடாதூர் கிருஷ்ணமாசாரியார், திருக்கள்ளம் நரஸிம்ஹராகவா சாரியார் ஆகிய இருவரும் தமிழில் மொழிபெயர்த்த 'ஸ்ரீமஹாபாரதம்' (ஸ்ரீந்ருஸிம்ஹப்ரியா வெளியீடு, சென்னை) என்ற நூலே இவ்வாய்விற்கு முதன்மை ஆதாரமாக அமைந்துள்ளது. அதிலிருந்து எடுக்கப்பட்ட மேற்கோள்களுள் இன்றியமையாதனவற்றிற்கு வடமொழி மூலமும் அவற்றுக்கான தமிழ் மொழிபெயர்ப்பும் பொருளும் கொடுக்கப்பட் டுள்ளன. ஒரு மேற்கோள் தவிர்த்து, மற்ற அனைத்து மேற்கோள்களும் அவர்தம் நூலிலிருந்தே எடுத்தாளப்பட்டுள்ளன.

மகாகவி காளிதாசரின் மேகஸந்தேச காவ்யம், ரகுவம்ச மஹா காவ்யம், குமார சம்பவம் ஆகியனவற்றிற்கு திரு. வே.ஸ்ரீ. வேங்கட ராகவாச் சாரியார் செய்துள்ள தமிழ் மொழிபெயர்ப்பு நூல்கள் (தி லிட்டில் ப்ளவர் கம்பெனி, சென்னை) இவ்வாய்வில் பயன்படுத்தப்பட்டுள்ளன.

இயல் 1 அறிமுகம்

இந்தியச் சமய வரலாற்றுப் பின்புலத்தில் கடல் மல்லைச் சின்னங்கள்	25
அர்ச்சுனன் தபசுச் சிற்பத்தொகுதிகள்	34
இமயத்தின் இயற்கை	46
இமயம் குறித்த இலக்கிய வருணனைகளும் சிற்பத்தொகுதியும்	51

இந்தியச் சமய வரலாற்றுப் பின்புலத்தில் கடல் மல்லைச் சின்னங்கள்

இந்தியச் சமய வரலாற்றில் கி.மு.6 ஆம் நூற்றாண்டு முக்கிய மான ஒன்றாகும். அந்நூற்றாண்டில் தோன்றிய புத்தரும் வர்த்தமான மகாவீரரும் பௌத்த, சமண மதங்களை மக்களிடையே பரப்பினர். அவற்றிற்குமுன் வேத மதமே செல்வாக்குடன் திகழ்ந்தது. வேள்வி செய்வதை முன்னிருத்திய வேதசமயம், பல்வேறு கடவுளர்களையும் தேவர்களையும் கொண்டிருந்தது. ஆயினும் கோயில் வழிபாடு, பூசை ஆகியவை ஆரிய மதமாகிய வேதமதத்தில் இல்லை. வேள்வியில் உயிர்ப்பலியிடல் முதலாகிய ஆகுதிகளைக் கடவுளர்களுக்கு வழங்கு தலும் அவர்களது அருள்வேட்டலுமே அச்சமயத்தின் வழிபாட்டுச் சடங்காகப் பெரிதும் விளங்கியது.

இந்நிலையில் உயிர்ப்பலியிடலை எதிர்த்தும் வேள்வி செய்தலை மறுத்தும் அடிப்படையில் கடவுட் கோட்பாட்டினையே புறக்கணித்தும் எழுந்த புத்த, சமண சமயங்கள் மக்களிடையே வரவேற்பைப் பெற்றன. அவ்விரு சமயங்களும் அறநெறிக் கருத்துகளால் மக்கள் நல்வழிப் படுதலையும் ஒழுக்கம்மிக்க வாழ்வு மேற்கொள்ளுதலையும் அவற்றின் மூலம் ஆன்ம ஈடேற்றமுற்று முக்தி பெறுதலையும் முன்னிருத்தின. அகிம்சை வழியில் அமைதியான வாழ்வை மேற்கொள்வதை விரும்பிய பண்டைச் சமுதாயம் அவ்விரு சமயங்களையும் பெரிதும் சாரத் தலைப்பட்டது. அன்றிருந்த அரசர்களில் பலர் அச்சமயங்களின் வளர்ச்சிக்கு உதவினர்; அச்சமயங்களைத் தாங்களும் ஏற்றனர்.

இவற்றின் செல்வாக்கு மேலோங்கியதால் பின்னடைவுக்கு உள்ளான வேதமதம் தன்னுடைய இருப்பிற்கான போராட்டத்தில் ஈடுபட வேண்டியதாயிற்று. சமண – பௌத்த மதங்களின் செல் வாக்கினைக் குறைத்து, தன்னை வளர்த்துக் கொள்ளும் போராட் டத்தில், பல்வேறு அரச மரபுகளைத் தனக்கு ஆதரவாக மாற்றி அமைத்தது. அவ்வாறு செய்து அரச ஆதரவு பெற்றதன்மூலம் தன்னைத் தற்காத்துக்கொண்டது.

வேதமதம் என்னும் ஆரிய சமயத்தில் இருவகைப் போக்குகள் காணப்பட்டன. வேத வேள்வியைச் செய்து சடங்குகளை நிறைவேற்று வதன்மூலம் கடவுளரைக் கட்டுப்படுத்தலாம் என்பது ஒன்று. மற்றொன்று வேதகாலத்தின் பிற்காலத்தில் தோன்றிய மெய்யியல் ஆராய்ச்சிப் போக்காகும். இருக்கு வேதகால சமயம் சடங்குகளை அடிப்படையாகக் கொண்டிருந்தது. கடவுளர்களைச் சடங்குகள் மூலம் வழிபடுவதை அது வலியுறுத்தியது.

இருக்கு வேதகால ஆரியர்கள் தங்களைச் சூழ்ந்துள்ள இயற்கைச் சக்திகளுக்குத் தெய்வத்தன்மை கற்பித்து ஆண், பெண் வடிவங்களில் அவற்றை உருவகப்படுத்தினர். பிருதிவி (நிலம்) சூரியன் உஷாஸ் (சூரிய உதயம்) அக்கினி (நெருப்பு) சோமா (ஒருவகைச் செடி) இந்திரன் (இடி) ருத்ரன் (மின்னல்) வாயு (காற்று) வருணன் (மழை) போன்று உருவகப் படுத்திப் பெயரிட்டு வழிபட்டனர். இக்கடவுளர்களை அவர்கள் மூவகைப் படுத்தினர். பிருதிவி, அக்னி, சோமா போன்றவை மண்சார்ந்த கடவுளர்கள் என்றும் இந்திரன், ருத்ரன், வாயு போன்றவை வளிமண்டலக் கடவுளர் என்றும் டயாஸ், வருணன், உஷாஸ் போன்றவை வானுலகக் கடவுளர் என்றும் கொண்டனர்.

தொடக்கத்தில் டயாஸ், பிருதிவி ஆகிய கடவுளர் பெற்றிருந்த முதன்மை யைப் பின்னாளில் இந்திரனும் வருணனும் பெற்றனர். இந்திரனுக்கு அடுத்தஇடம் அக்னிக்கு வழங்கப்பட்டது. சூரியன் பல்வேறு வடிவங்களில் வழிபடப்பட்டான். நன்மை பயக்கும் இக்கடவுளரைத் திருப்திப்படுத்த பால், நெய், தானியங்கள், இறைச்சி, சோமபானம் போன்றவை வேள்வித்தீயில் இடப்பட்டன. அவை அவர்களைச் சேர்வதாக நம்பப்பட்டது.

கடவுளர்கள் மனிதர்களாக உருவகப்படுத்தப்பட்ட போதிலும் இருக்கு வேத காலத்தில் உருவ வழிபாடு வழக்கில் இருக்கவில்லை. கடவுளர் களுக்குக் கோயில் உருவாக்கும் முறையும் வழக்கிலில்லை.

இருக்கு வேதகாலத்தில் எளிய நிலையிலிருந்த இச்சமயம், நாளடைவில் சிக்கல்கள் நிறைந்த சடங்குகளை அதிகரித்துக்கொண்டது. சில சடங்குகள் ஆண்டுக்கணக்கில் நடைபெற்றன. இராசசூயம், வாஜபேயம், அசுவமேதம், புருஷமேதம் போன்ற பெருவேள்விகள் செய்யப்பெற்றன. வேத விற் பன்னர்கள் மற்றும் சமயக் குரவர்களின் தேவை அதிகரித்தது. உலகியல் வெற்றிக்காகவும் சொர்க்க இன்பத்திற்காகவும் நிகழ்த்தப்பட்ட சடங்குகளில் ஏராளமான பிராணிகள் உயிர்ப்பலியாகக் கொல்லப்பட்டன.

சமண – பௌத்த சமயங்கள்

வேத சமயத்தின் கருத்தியலையும் வேள்வி மற்றும் சடங்குகளையும் எதிர்த்து சமண, பௌத்த சமயங்கள் தோன்றின. கொல்லாமை முதலான பல்வேறு அற ஒழுக்கங்களைப் போதித்த இவ்விரு சமயங்களும் மக்களால் பெருமளவு ஏற்கப்பட்டன. அரசர்களின் ஆதரவைப் பெற்றன. கலை,

இலக்கியங்களும் தத்துவ நூல்களும் இயற்றப்பெற்று விரைவும் நிலைப் பேறுமிக்க வளர்ச்சியை உற்றன. வேதங்களுக்கும் சமஸ்கிருதத்திற்கும் முக்கியத்துவம் வழங்காமல் மக்கள் மொழியிலேயே இச்சமயங்கள் வளர்ந்தன. பௌத்தமத நூல்கள் பாலி மொழியிலும் சமண சமயநூல்கள் சமஸ்கிருத, பிராகிருத மொழிகளிலும் இயற்றப்பட்டன.

வேதமத எழுச்சி

கி.மு.2ஆம் நூற்றாண்டிற்கும் கி.பி.3ஆம் நூற்றாண்டிற்கும் இடைப்பட்ட காலத்தில் கங்கைச் சமவெளியில் கங்கர்களும் அவர்களுக்குப் பின்னர் கன்வர்களும் ஆண்டனர். தென்னிந்தியாவில் சாதவாகனர் சிறப்புற்றனர்.

இந்தியச் சமூக, பண்பாட்டு வரலாற்றில் கங்கர்களின் ஆட்சி சிறப்பான பங்களிப்புச் செய்துள்ளது. அவர்தம் ஆட்சி பிராமணீயத்தின் மீட்சிக்கும் பாகவத சமயத்தின் வளர்ச்சிக்கும் வித்திட்டது.

மௌரியப் பேரரசின் மாமன்னர் அசோகரால் (கி.மு.273 – 232) தடை செய்யப்பட்டிருந்த வேதகாலச் சடங்குகள் பிராமணர்களான கங்கர்களின் ஆட்சியில் மீண்டும் பொலிவுடன் வளரத் தலைப்பட்டது. வேதகால வேள்விகளான அசுவமேதம், வாஜபேயம் ஆகியன புதுப்பிக்கப்பட்டுப் பின்பற்றப்பட்டன. அரசர்கள் மட்டுமன்றி பொதுமக்களும் கூட வேள்வி களை மேற்கொண்டனர். கங்கர்களைப் போலவே ஆந்திரப் பகுதியில் ஆட்சிபுரிந்த சாதவாகன மன்னர்களும் (கி.மு.235 – கி.பி.220) வேள்விகளை மிக்க ஈடுபாட்டுடன் செய்தனர். சாதவாகன மரபின் தலைசிறந்த அரசராகக் கருதப்படும் கௌதமபுத்ர சதகர்ணி இரண்டு இராயசூய வேள்விகளைப் புரிந்தார்.

கி.பி. முதல் நூற்றாண்டிலிருந்து நான்காம் நூற்றாண்டு வரை ஆண்ட குஷாணர்களின் ஆட்சியிலும் பிராமணீய வேள்விகள் மேற்கொள்ளப் பட்டன. கங்கர்களும் கன்வர்களும் வடமொழியைப் போற்றி வளர்த்தனர்.

குப்தர்காலம் : மலர்ச்சி பெற்ற இந்துமதம்

குஷாணர்களுக்குப் பிறகு, கி.பி.மூன்றாம் நூற்றாண்டு முதல் கி.பி.ஆறாம் நூற்றாண்டு வரை ஆண்ட குப்தர்களின் ஆட்சிக்காலம் 'பொற்காலம்' எனப் பல வரலாற்றறிஞர்களால் புகழப்படுகிறது. வடஇந்தியப் பகுதி முழுவதையும் இருநூறு ஆண்டுகளுக்கு மேல் அவர்கள் ஆட்சி செய்தனர். பொருளாதாரம், கலை, இலக்கியம் ஆகிய பல்துறைகளிலும் இக்காலத்தில் பெரும் வளர்ச்சி ஏற்பட்டது.

குப்தர் காலத்தில் சமயத்துறையில் ஏற்பட்ட மாற்றங்களும் வளர்ச்சி களுமே பின்னர் எழுந்த எல்லாக் காலப்பகுதிகளிலும் ஊன்றி வளர்ந்து ஒரு நிறைவான பண்பாட்டு மலர்ச்சி பெறக் காரணமாயின.

குப்தர்கள் காலத்தில் சமணசமயம் மட்டும் மாற்றம் எதையும் பெற வில்லை. ஆனால் பௌத்தமதம் மகாயானத்தைப் பின்பற்றிப் பெரும் மாறுதலைப் பெற்றது.

இந்து சமயம் பழைய, புதிய கோட்பாடுகளை இணைத்து மகத்தான மாறுதலை உற்றது.

குப்தர் காலத்தில் வேள்விக் கோட்பாட்டை முன்னிருத்திய பண்டைய வேதகாலச் சமயமும் வேதங்கள் கூறிய கடவுளர்களும் பின்னடைவுற்றன. புதிய கடவுள் வழிபாட்டு மரபு மேலெழுந்தது.

பிரம்மா, விஷ்ணு, மகேஸ்வரன் ஆகிய மூன்று தெய்வங்களும் சிறந்த கடவுளர்களாகக் கருதப்பட்டனர். மூவரும் 'மும்மூர்த்திகள்' என ஒன் றிணைத்து அழைக்கப்பட்டனர். இம்மூவருள்ளும் பிரம்மாவைவிட சிவனும் விஷ்ணுவும் முதன்மை கொடுத்து வழிபடப்பட்டனர். இக்காலச் சமய வளர்ச்சியின் உயிர்நாடியான கூறுபாடு 'பக்தி' ஆகும். இறைவனைச் சரண்புகுந்து பக்தி செய்வதே வீடுபேற்றிற்கான வழி எனும் கருத்து வலிவுற்றது. சைவ, வைணவ சமயங்கள் பக்தியை இயக்கமாக வளர்த் தெடுத்தன. ஏராளமான கோயில்கள் உருவாக்கப்பட்டன. அவற்றில் உருவ வழிபாடு முதன்மை பெற்றது. ஆண்டு முழுதும் பல்வேறு திருவிழாக்கள் கொண்டாடப்பெற்றன.

வைணவ சமயம் குப்தர்கள் காலத்தில் மிக வேகமாகப் பரவியது. விஷ்ணு, காத்தல் தொழிலியற்றும் கடவுளாகக் கருதப்பட்டார். உலகில் துயர்கள் மிகும்போது, பூமியில் அவதாரம் செய்து அறத்தை நிலைநிறுத்துப வராக அவர் எண்ணப்பட்டார். அவர் எண்ணற்ற அவதாரங்கள் எடுத்துள்ள தாகவும் அவற்றுள் பத்து அவதாரங்கள் முதன்மையானவை என்றும் கருத்துக் கூறப்பட்டது. புத்தரும் விஷ்ணுவின் அவதாரம் என்று கூறப்பட்டார். வைணவத்தைப் பின்பற்றிய அரசர்களும் தங்களைப் 'பரமபாகவதன்' என்று பெருமையுடன் கூறிக் கொண்டனர்.

சிந்துவெளித் திராவிட மக்களின் வழிபடு கடவுளர்களாகக் கருதப் படும் சிவன் வழிபாடு பெரும் எழுச்சியுற்றது. ஏராளமான சிவாலயங்கள் கட்டப்பட்டன. இலிங்க வழிபாடு முதன்மையுற்றது.

திராவிடப் பழங்குடியினரின் முக்கிய தெய்வமான தேவி வழிபாடு, குப்தர் காலத்தில் சிறப்புற்றோங்கியது. தேவி மூலசக்தியாகப் போற்றப் பெற்றாள்.

வேள்விக் கோட்பாட்டை முன்னிருத்திய வேதமதம் மக்களால் புறக்கணிக்கப்பட்டது. வேள்விகளில் செய்யப்பட்ட உயிர்ப்பலிகளை மக்கள் வெறுத்தனர். சமண, பௌத்த மதங்களும் அவ்வுணர்ச்சியை வளர்த்தன. அதனால் பிராமணர்கள் தங்களை பக்தி மார்க்கத்திற்குத் தகவமைத்துக் கொண்டனர். திருக்கோயிலில் பூசை செய்யும் உருவ வழிபாட்டு முறையினை ஏற்றனர். தொடக்ககாலத்தில் தாங்கள் வெறுத்த இலிங்க வழிபாட்டினையும் ஏற்றனர்.

அறிஞர் பலர் தோன்றி ஸ்மிருதிகள், புராணங்கள், இதிகாசங்கள் ஆகியனவற்றைப் புதுக்கியும் புதிதாக இயற்றியும் வழங்கினர். புராணங்கள் பலவும் திரும்பவும் எழுதப்பெற்றன. கதை வடிவான தத்துவ உள்ளடக்கங் களை மக்கள் விரும்பி ஏற்றனர். இராமாயணமும் மகாபாரதமும் மக்கள் வாழ்வில் இரண்டறக் கலந்தன. சமயக் கவிஞர்களும் காளிதாசன் போன்ற பெரும்புலவர்கள் இயற்றிய பாடல்களும் இலக்கியங்களும் இச்சமயப் பரவலுக்குப் பெருந்துணைபுரிந்தன. வடமொழியை அரசர்கள் போற்றினர். வடமொழி இலக்கியங்களை ஆதரித்தனர். சமுத்திர குப்தன், மகேந்திர வர்மன் போன்ற அரசர்களும் வடமொழியில் இலக்கியங்கள் படைத்தனர்.

பிராகிருதம் முதலான பண்டைய மொழிகளில் இருந்த நூல்கள் வடமொழியில் மாற்றி எழுதப்பெற்றன. குப்தர்களின் காலம் வடமொழி இலக்கியத்தின் பொற்காலம் ஆனது.

கோயில் கலையில் பெருமாற்றம் ஏற்பட்டது. காந்தாரக் கலையும் அதன் தொடர்ச்சியாக மதுரா, சாரநாத் முதலிய இடங்களிலும் எழுந்த மரபு அழிந்து, இந்தியத் தன்மைகளை அடிப்படைகளாகக் கொண்ட கலைமரபு மலர்ந்தது. அழியும் பொருட்களைக் கொண்டு கட்டப்பட்டிருந்த கோயில்கள் கருங்கல், செங்கல் முதலிய நிலைத்ததன்மைமிக்க ஊடகங் களால் கட்டப்பட்டன.

ஓங்கியுயர்ந்த கோயில்கள் சிற்பக் கருவூலங்களாக மாறின. மகா பாரதம், இராமாயணம் முதலிய இதிகாசங்களிலிருந்தும் சிவபுராணம், விஷ்ணுபுராணம், தேவிபாகவதம், பாகவதபுராணம் முதலான பல்வேறு புராணங்களிலிருந்தும் கருக்கள் பெறப்பட்டு ஒப்பற்ற சிற்பங்கள் உருவாக்கப் பட்டன. பல்வேறு தெய்வங்களின் எண்ணற்ற வடிவங்கள், கோயிலின் அனைத்து உறுப்புகளிலும் இடம்பெற்றன. ஏராளமான சிற்பங்கள் கல்லிலும் சுதையிலும் உலோகங்களிலும் உருவாக்கப்பெற்றன. தெய்வ உருவங்களும் புராண, இதிகாசக் கதைகளும் எழிலார்ந்த ஓவியங்களாகத் தீட்டப் பெற்றன. இசைக்கலையும் நடனக்கலையும் செழித்தன. இவற்றைத் தொகுத்துச் சுட்டுவதாயின், தொன்றுதொட்டு இந்நிலப்பகுதியில் வழங்கிய சிவன், திருமால், கொற்றவை, சூரியன் முதலிய தெய்வங்களுடன் பிரம்மா, கார்த்திகேயன், கணபதி போன்ற தெய்வ மரபுகள் ஒன்றிணைந்தன.

தொல்பழங்காலக் கதைகளாக இருந்த இராமாயணமும் மகாபாரதமும் தத்தம் பழங்குடிப் பண்பாட்டு வரலாறுகளுடன் சமகாலப் பண்பாட்டு மரபுகள் ஒன்றிணைக்கப்பட்டு விரிவாக்கம் செய்யப்பெற்றன. தனிமனித ஒழுகலாறுகளுக்கும் சமுதாய நடைமுறைகளுக்கும் அரச முறைமைகளுக்கும் தேவையான விதிகளைக் கூறும் தர்மசாத்திரங்கள் என்னும் நூல்கள் உருவாக்கப்பட்டன.

பழங்குடிச் சமுதாயத்தின் வரலாற்றுப் படிவுகளாகத் திகழ்ந்தவை புராணங்கள் ஆகும். அவை இப்பொழுது நம்பிக்கைகள், தத்துவங்கள், சடங்குகள், பிற சமூகத் தேவைகள் ஆகியவற்றை நோக்கிப் புதிதாகப் புத்துருவாக்கம் செய்யப்பெற்றன.

வேதக் கடவுளர் பலர், இம்மரபில் இணைந்தும் திசை தெய்வங்களாக மாறியும் போயினர். பல தெய்வங்கள் வழிபாடற்றும் குன்றின. வேள்விகளே சமயத்தின் பெரும் சடங்காக இருந்த நிலை முற்றிலும் மாறுபட்டு அவை கோயில் வழிபாட்டுடன் இணைந்தன.

திருக்கோயில்கள் எழுந்து, உருவ வழிபாடும் பூசைமுறையும் முதன்மை பெற்றன. தத்துவ உள்ளடக்கத்துடன் தெய்வ உருவங்களும் புராணக் கதைகளும் இதிகாசங்களும் உருவாக்கப்பட்டன. அவை சிற்பம், ஓவியம், இசை, நாடகம், இலக்கியம் என அனைத்துக் கலைகளிலும் பரிணமித்தன.

நாட்டின் பல்வேறுபட்ட சிந்தனைமரபுகளும் கலைகளும் வட மொழிக்குக் கொண்டு சேர்க்கப்பட்டு வளமாக்கப்பட்டது. ஏறத்தாழ அரசுமொழியாக அது வளர்த்தெடுக்கப்பட்டது. பக்தி இயக்கம் வேகம் கொண்டது. தலயாத்திரை, தீர்த்தயாத்திரை, சடங்குகள் செய்தல், விழாக்கள் கொண்டாடுதல், நோன்பு நோற்றல் முதலியன மக்களின் சமய வாழ் வாயிற்று.

குப்தர்களின் ஆட்சிக்குப் பின்வந்த ஹர்ஷரின் ஆட்சியிலும் இராஜ புத்திரர்கள் ஆட்சிக்காலத்திலும் இந்துமதம் சிறந்து வளர்ந்தது. இக்காலப் பகுதியில் சடங்குகள் மிகுதிப்பட்டன. மக்கள் தாந்திரீகத்தில் நம்பிக்கை வைத்தனர். சக்தி வழிபாடு மிகவும் செல்வாக்குப் பெற்றது.

சாளுக்கியர் – இராட்டிரகூடர்

கி.பி. ஐந்தாம் நூற்றாண்டு முதல் கி.பி. எட்டாம் நூற்றாண்டு வரை தென்னிந்தியாவில் ஆட்சிபுரிந்த சாளுக்கிய அரசர்களும் கி.பி.ஏழாம் நூற்றாண்டு முதல் கி.பி. ஒன்பதாம் நூற்றாண்டுவரை இராட்டிரகூடர்களும் இந்துசமய வளர்ச்சிக்கு உறுதுணை புரிந்தனர். அவர்களால் சைவமும் வைணவமும் போற்றி வளர்க்கப்பெற்றன. பாதாமி, பட்டடக்கல், அய்ஹோளே, எல்லோரா போன்ற இடங்களில் மாபெரும் கோயில்களை உருவாக்கினர். சாளுக்கிய அரசர்கள் 'பரம பாகவதன்' என்ற பட்டத்தையும் சூடிக் கொண்டனர். சிவ விஷ்ணுவைத் தவிர கார்த்திகேயனுக்கும் துர்க்கைக்கும் முன்னுரிமை வழங்கி வழிபட்டனர். கோயில்கள் எடுப்பித்தனர். கீழைச் சாளுக்கியர்கள் சைவ சமயத்தில் ஆழ்ந்த பற்றுக்கொண்டிருந்தனர். இரண்டாம் விஜயாதித்யன் தான்பெற்ற வெற்றிகளுக்காக 108 சிவன் கோயில்களைக் கட்டியதாகக் கூறப்படுகிறது. பௌத்த சமயத்தின் புனிதத் தலங்களாகப் புகழ்பெற்ற அமராமம், அமராவதி பீமபுரம், தாகரேமி, பாலாகாலறு, திராட்சாராமம் ஆகிய ஐந்தும் இந்து சமயப் புனிதத்தலங் களாக மாற்றப்பட்டன. புத்தர், விஷ்ணுவின் அவதாரமாக மக்களால் வழிபடப்பட்டார்.

பல்லவர் காலச் சமய எழுச்சி

இந்துசமயத்தின் இத்தகையதொரு உருவாக்கம் மற்றும் வளர்ச்சி குறித்த வரலாற்றுப் பார்வையுடன் பல்லவர்காலத்தைக் காணும்போது,

அக்காலத்தின் பல்வேறு போக்குகள் தெளிவுபடுகின்றன. (காண்க: பின்னிணைப்பு – 1)

பல்லவர்கள் காலத்தில் இந்துசமயம் மாபெரும் எழுச்சியைக் கண்டது. மூன்றாம் நூற்றாண்டு முதல் ஆறாம் நூற்றாண்டுவரை ஆண்ட முற்காலப் பல்லவர்கள் வேத சமயத்தைப் போற்றி வளர்த்தனர். அசுவமேதம், வாஜ பேயம், சோமயாகம் ஆகிய வேள்விகளைச் செய்தனர். சிம்மவர்ம பல்லவன் நூறு வேள்விகளைச் செய்தவன் எனப் போற்றப்படுகிறான். அக்னிஷ்டோம், அசுவமேதம், வாஜபேயம், தாசஸ்வமேதம், பகுஸ்வர்ணம் ஆகிய வேள்வி களையும் ஹிரண்யகர்ப்பம், துலாபாரம் ஆகியவற்றையும் பல்லவ மன்னர்கள் செய்தனர்.

இடைக்கால, பிற்காலப் பல்லவர்கள் புத்துருவாக்கம் பெற்ற இந்து சமயத்தைப் போற்றினர்; மிகச்சிறந்த வைணவ அடியார்களாகத் திகழ்ந் தனர். கிடந்த, அமர்ந்த, நின்ற ஆகிய மூன்று நிலைகளில் திருமாலை வழி பட்டனர். வராக, திரிவிக்கிரம, நரசிம்ம அவதாரங்கள் அவர்களிடம் செல்வாக்குப் பெற்றன. கண்ணனைப் பல்வேறு நிலைகளில் போற்றினர். திருமகளை கஜலட்சுமி வடிவிலும் வழிபட்டனர்.

வைணவ சமயம் போன்றே சிவன் வழிபாடு உன்னதநிலையில் இருந்தது. இரண்டாம் நரசிம்மன் எனப்படும் இராசசிம்மன் காலத்தில் சிவவழிபாடு உயர்நிலையுற்றது. மாமல்லை, காஞ்சி, பனைமலை ஆகிய இடங்களில் சிவனுக்குப் புகழ்வாய்ந்த கற்றளிகள் உருவாக்கப்பெற்றன. சிவனின் கங்காதரர், திரிபுராந்தகர், பைரவர், கங்காளர் முதலிய வடிவங் களும் முதன்மைபெற்றன. காபாலிகம், காளாமுகம், பாசுபதம் ஆகிய சைவப் பிரிவுகளும் பின்பற்றப்பட்டன. அறுவகைச் சமயப்பிரிவுகள் விளங்கின. போர்க்கடவுளான கார்த்திகேயனும் கணபதியும் வழிபடப் பட்டனர். சப்தமாதர்கள் வழிபாடு சிறந்திருந்தது. சாமுண்டி மற்றும் சேட்டை எனும் ஜேஷ்டா வழிபாடும் இருந்தன.

பல்லவர் காலத்தில் மிகச் சிறப்புற்றிருந்த மற்றொரு வழிபாடு துர்க்கை வழிபாடாகும். குறிப்பாக, மகிடனைச் செற்ற அன்னையின் வடிவம் சிறப்பாக வழிபடப்பெற்றது.

பல்லவர் காலத்தில் பக்தி இயக்கம் வீறுகொண்டது. சமண, பௌத்த மதங்களை எதிர்த்த சைவ – வைணவர்கள் அரசர்களின் ஆதரவை இந்து சமயம் நோக்கித் திருப்பினர்; அவர்களைச் சமய மாற்றமும் செய்தனர். சைவ சமய நாயன்மார்களில் அப்பரும் ஞானசம்பந்தரும் சுந்தரரும் இக் காலத்தினராவர். முதலாழ்வார்கள், திருமழிசையாழ்வார், திருமங்கை யாழ்வார் முதலிய ஆழ்வார்களும் இக்காலத்தவரே. இவர்கள் இறைவன் மீது பக்தி பெருகும் அருட்பாக்களைப் பாடினர். இவர்களது இடையறாத பணியால் கோயில்கள் உருவாயின. பண்டைய கோயில்கள் புத்துயிர் பெற்றன. விழாக்கள், சடங்குகள் நிகழ்ந்தன. மக்கள் பக்தி இயக்கத்தால் பெரிதும் ஈர்க்கப்பட்டனர். கோயில் வழிபாடு சிறந்தது. வடமொழி செல் வாக்குப் பெற்றது. ஏராளமான வடமொழி இலக்கியங்களும் உருவாயின.

இத்தகைய வரலாற்றுப் பின்புலத்தில் மாமல்லபுரத்துச் சின்னங்களைக் காணும்போது, அது புத்தெழுச்சி பெற்ற இந்துசமயத்தின் கட்டட, சிற்ப, ஓவிய வெளிப்பாடாகத் திகழ்வதை ஆழமாக உணர இயலுகிறது.

இங்குள்ள அனைத்துக் குகைக்கோயில்களும் ஒற்றைக் கற்றளிகளும் கட்டுமானக் கோயில்களும் சிவன், திருமால், துர்க்கை, கார்த்திகேயன் முதலான முதன்மை தெய்வங்களுக்காகவே எடுக்கப்பட்டிருப்பதை அறிய முடிகிறது.

அவற்றுள் சிவன் முதன்மை பெறுவதையும் சோமாஸ்கந்தர், சந்திர சேகரமூர்த்தி, தட்சிணாமூர்த்தி, யோகதட்சிணாமூர்த்தி, அர்த்தநாரீச்சுரர், பைரவர், இராவண அனுகிரகமூர்த்தி, திரிபுராந்தகர், தாண்டவர், நந்தி அனுகிரகர், விருக்ஷபாந்திகமூர்த்தி, சண்டேசாந்திகர், கங்காதரர், அரியரர், பாசுபதர் ஆகிய சிவவடிவங்கள் வடிக்கப்பெற்றுள்ளமையையும் அரவணைத் துயில்வோன், திருமால், கஜேந்திர அனுகிரகர், கருடாந்திகர், வராகர், திரிவிக்கிரமர், நரசிம்மர், கேசியைக் கொன்றவர், காளியமர்த்தனர், கோவர்த்தனதாரி முதலிய திருமால் வடிவங்கள் மற்றும் அவதாரச்சிற்பங்கள் வடிக்கப் பெற்றுள்ளமையையும் மேலும் மகிடாசுரமர்த்தினி குகை, வராக குகை, ஆதிவராக குகை போன்ற எட்டு இடங்களில் கொற்றவையின் உருவம் காணப்படுவதையும் திருமகள், பிரம்மா, சுப்பிரமணியன் ஆகியோர் உருவங்கள் பல இடங்களில் வடிக்கப்பட்டுள்ளதையும் காணமுடிகிறது.

இக்கடவுளர்களின் பல்வேறு செயல்பாடுகள் சிவபுராணம், விஷ்ணு புராணம், பாகவதம், தேவிபாகவதம் ஆகிய புராண நூல்களிலிருந்து எடுத்துச் சிற்பங்களாக வடிக்கப்பெற்றுள்ளன.

இதிகாசங்களில் மகாபாரதமே பல்லவர்காலத்தில் பெரிதும் போற்றப் பட்டுள்ளதைப் பல்வேறு சான்றுகள் எடுத்துரைக்கின்றன.

பாரத மண்டபம் அமைத்தும் பாரதம் படிக்க மானியங்கள் விடுத்தும் பல்லவர்கள் பாரதக் கதையை மக்களிடம் பரப்பினர். சங்ககாலம் முதலாகவே பாரதக் கதை தமிழ்மக்களுக்கு அறிமுகமான ஒன்றாய் இருந்தபோதிலும், பல்லவர் காலத்தில் அது மக்கள் வாழ்வோடு ஒன்றிணைந்தது.

பிற்காலத்தில் திரௌபதி, அம்மனாக உயர்த்தப்பட்டு, ஏராளமான கோயில்கள் அமைக்கப்பட்டதன்மூலம் திரௌபதி அம்மன் வழிபாடு மக்களின் சமயத்தோடும் ஆன்மீக நம்பிக்கையுடனும் இணைந்து வாழ்விய லாகப் பரிணமிக்கத் தொடங்கியது.

பல்லவர் காலத்திலேயே இதிகாசங்கள், குறிப்பாக மகாபாரதம் மக்களது வாழ்வில் ஒன்றிணைந்து, புராணங்கள் வாயிலாகத் தெய்வ நம்பிக்கைகள் ஊன்றி வளர்க்கப்பெற்று, தர்ம சாத்திரங்கள் மூலமாக சமூக நடைமுறைகளும் அரச நீதிகளும் மக்களின் சமய நம்பிக்கைகளும் அன்றாட வாழ்வியலும்கூட வடிவமைக்கப்பட்ட நிலையை உணரமுடிகிறது. பிறப்பு முதல் இறப்பு வரையிலான வாழ்வின் அனைத்து நிகழ்வுகளும்

சமய நம்பிக்கைகளுடன் இணைக்கப்பட்டு ஆசாரங்களும் சடங்குகளும் உருவாக்கப்பட்ட பான்மையை அறியவியலுகிறது.

மலர்ச்சிபெற்ற வைதிகக் கருத்தியல்களின் வெளிப்பாடாகத் திகழும் சின்னங்களின் இடையில், தனித்தன்மைகள் பலகொண்டதாகவும் ஒப்புயர் வற்ற படைப்பாகவும் திகழும் அர்ச்சுனன் தபசு சிற்பத்தொகுதியை இத்தகைய தொரு இந்திய சமய வரலாற்றுப் புரிதலுடன் அணுகும்போது, புதிய விளக்கங்களைப் பெறமுடிகிறது. அவை பின்வரும் இயல்களில் விவரிக்கப் பெறுகின்றன.

இக்கட்டுரையாக்கத்திற்குத் துணைநின்ற நூல்கள்:

1. Ramkrishna Gopal Bhandarkar, *Vaisnavism, Saivam and Minor Religious Systems.*
2. D.K.Gupta, *Society and Culture in the Time of Dandin.*
3. Major C.H.Bukk, *Faiths, Fairs and Festivals of India.*
4. S.Abid Husain. *The National Culture of India.*
5. எச்.ஆர். கோஸால், பொ. இராஜாராம் (தமிழாக்கம்) *இந்திய மக்களின் வரலாற்றுச் சித்திரம்.*
6. ந.சி.கந்தையாப்பிள்ளை, *இந்துசமய வரலாறு.*
7. சுவாமி பரமேசுவரானந்த, *ஹிந்து தர்ம பரிசயம்.*
8. M.K.வெங்கடராம சாஸ்திரிகள் முதலியோர், *ஸங்க்ஷேப தர்ம சாஸ்திரம்.*
9. மகாவித்துவான் கே. ஆறுமுக நாவலர், *இந்துமத இணைப்பு விளக்கம்.*
10. ... *பல்லவர் செப்பேடுகள் முப்பது.*
11. P.R. Rao, *Indian Heritage and Culture.*
12. D.R.Bhandarkar, *Some Aspects of Ancient Indian Culture.*

○

அர்ச்சுனன் தவச் சிற்பத்தொகுதிகள்

கடல்மல்லையில் திறந்தவெளிப் புடைப்புச் சிற்பத்தொகுதி களாக நான்கு தொகுதிகள் அமைந்துள்ளன. அவற்றுள் கிருஷ்ண மண்டபத்தின் உள்ளே காணப்படும் கோவர்த்தன மலையைக் கண்ணன் குடையாகத் தாங்கி நிற்கும் காட்சித் தொகுதி தவிர்த்து, ஏனைய மூன்றும் அர்ச்சுனன் தவம் என்னும் ஒரே பொருள் பற்றி எழுந்தவை எனக் கருதத்தக்கன.

தெற்கிருந்து வடக்காகப் பார்த்துவரும்போது ஐந்து ரதத்தி லிருந்து வரும் பாதையைப் பேருந்து நிலையத்திலிருந்து அருங்காட்சி யகம் வழியாக வரும்பாதை சந்திக்கும் இடத்தில் கிழக்குமுகமாக, இரண்டாகப் பிளவுண்டுள்ள பாறையில் சிற்பத்தொகுதி காணப்படு கிறது. இது 72 அடி நீளமும் ஏறத்தாழ 30 அடி உயரமும் உள்ள பாறையில் அமைந்துள்ளது. இதனை முதலாம் சிற்பத்தொகுதி எனக் கொள்ளலாம்.

இம்முதலாம் சிற்பத்தொகுதி முற்றுப்பெறாமல் உள்ளது. உருவங் களைச் செதுக்குதல் மிகத் தொடக்க நிலையிலேயே நின்று போயுள்ளன. பல உருவங்கள் தெளிவற்றுக் காணப்படுகின்றன. 'அர்ச்சுனன் தவக் காட்சியைச் செதுக்க இவ்விடத்தை முதலில் தேர்ந்தெடுத்து முனைந்த சிற்பிகள், பின்னர் ஏதோ ஒரு காரணத்தால் இதனைவிடுத்து, தற் போது பஞ்சபாண்டவர் மண்டபத்தருகிலுள்ள அர்ச்சுனன் தபசுச் சிற்பத்தொகுதியைச் செய்தனர்' என்று சிலர் கருதுவது எந்த அளவிற்கு உண்மையெனத் தெரியவில்லை.

தல சயனப் பெருமாள் கோயிலின் பின்புறம், பஞ்சபாண்டவர் மண்டபத்தின் வடபுறம் செதுக்கப்பட்டுள்ள 'அர்ச்சுனன் தபசு', இரண்டாம் சிற்பத்தொகுதியாகும். இத்தொகுதியும் மல்லைக் குன்றின் கிழக்குப் பக்கம் செதுக்கப்பட்டுள்ளது. இயற்கையாகவே இரண்டாகப் பிளவுபட்டுள்ள பாறை தேர்ந்தெடுக்கப்பட்டு ஒரே பொருண்மை கொண்ட சிற்பத்தொகுதியாகச் செதுக்கப்பட்டுள்ளது. இத்தொகுதியை நான்காகப் பகுத்துக்கொண்டால் தென்புறப்பாறையின் அடிப்பகுதிப் பாறை மட்டும் உருவங்கள் ஏதுமின்றிக் காணப்படுகிறது.

அர்ச்சுனன் தவம் – முதலாம் சிற்பத்தொகுதி

திரிமூர்த்தி குடைவரையின் பின்புறம் காணப்படும் சிற்பத் தொகுதியை மூன்றாவதாகக்கொள்ளலாம். முன்னைய இரண்டுடன் ஒப்பிடும்போது, இது அளவில் சிறிய சிற்பத்தொகுதியாக *(Minor Panel)* அமைந்துள்ளது. ஏனையவற்றில் காணப்படும் காட்சிகளுள் யானைக் கூட்டத்தை மட்டுமே சித்திரிப்பதாக உள்ளது.

இனி, இம்மூன்று தொகுதிகளையும் விரிவாக அறிமுகம் செய்து கொள்ளலாம்.

அர்ச்சுனன் தவம் – முதலாம் சிற்பத்தொகுதி

முதலாம் சிற்பத்தொகுதியின் இடதுபுறப் பாறையில் மேற்பகுதியில் நீள்வட்ட வடிவில் *(Oval shape)* பாறை பிளவுண்டு, தாய்ப்பாறையிலிருந்து விடுபட்டு, முன்துருத்தி நிற்கிறது. இப்பாறைப் பரப்பில் சிவபெருமானும் தபசியும் நிற்கின்றனர்.

நான்கு கரங்களுடன் நிற்கும் சிவபிரானது வலது முன்கை வரத முத்திரை காட்டுகிறது. வலது பின்கையில் அக்கமாலை உள்ளது. இடது முன்கை இடையின்மீது வைக்கப்பட்டுள்ளது. இடது பின்கையில் மழு வாயுதம் உள்ளது. இடையிலுள்ள ஆடை பாதம்வரை நீண்டு தொங்கு கிறது. இடப்பக்கத்தில் மூன்று தலைகளையுடைய நாகமொன்று படமெடுத்த வண்ணம் வளைந்து மேல்நோக்கிய நிலையிலுள்ளது. மார்பில் பூணூல் காணப்படுகிறது. வலதுகாதில் பத்ர குண்டலமும் இடதுகாதில் மகர குண்டலமும் காணப்படுகின்றன. தலையின்மீது ஜடாமகுடம் காணப்படு கின்றது.

அவர் முன்னர் நிற்கும் தபசி, ஒற்றைக்காலில் நின்றவண்ணம் கைகளைத் தலைக்குமேல் உயர்த்தி, விரல்களைக் கோத்துள்ளார். மார்பில் எலும்புகள் துருத்திக் காணப்படுகின்றன. இடையில் ஒரு சிறு ஆடை உள்ளது. முகம் மிக மேல்நோக்கியுள்ளதால் நேர்பார்வைக்கு மீசையும் தாடியுமாக வாய்ப் பகுதி மட்டுமே பெரிதாகத் தெரிகின்றது.

சிவபெருமானின் இடப்புறம் முழந்தாள் அருகில் குள்ளபூதமொன்று, தலையில் ஏதோ ஒரு பொருளைச் சுமந்தவண்ணம் நிற்கிறது. அது நிற்கும் நிலை இடைவரையே காட்டப்பட்டுள்ளது.

சிவனது தலைக்கு இடப்புறம் குள்ளபூதத்திற்கு மேலாகக் கந்தருவன் ஒருவனது உருவம் உள்ளது. பிளவுண்டு நிற்கும் அப்பகுதியைக் கடந்து, மேலே சந்திரன் உள்ளான். சந்திரனுக்குக் கீழ் கந்தர்வ இணையொன்று பறந்து செல்கிறது. அவர்களுக்குக் கீழாக எட்டு அன்னப்பறவைகள் உள்ளன. அவற்றுள் சில நின்றும் சில இறகுலர்த்தியும் காணப்படுகின்றன.

அவற்றிற்கும் கீழாக மேகக் கூட்டங்கள் சித்திரிக்கப்பட்டுள்ள வான் பரப்பில் இடது கையை உயர்த்தியவண்ணம் தனியாய் ஒரு கந்தர்வரும் ஆண் – பெண் இணையாகக் கந்தர்வரும் கின்னர இணையும் உள்ளனர்.

அடுத்தவரிசையில், இடதுகோடியில் ஒரு சிங்கம் நிற்க, ஒரு சிங்கம் படுத்துள்ளது. இரண்டிற்குமிடையே பன்றி திரும்பிப் பார்க்கிறது. அதன் வாயில் வளைந்த தந்தம் காணப்படுகிறது. அம்மூன்றிற்கும் கீழாக, பன்றி ஒன்று நின்றவண்ணம் காட்சியளிக்கிறது. அதன் வாயிலும் வளைந்த தந்தம் காணப்படுகிறது.

அதே வரிசையில், முதலில் ஒரு கந்தவர்வ இணையும் அடுத்து ஒரு கந்தர்வ இணையும் உள்ளனர். இவ்விணைகளுக்கு இடையேயும் அடுத்தும் தனித்துச் செல்லும் கந்தர்வர்கள் காணப்படுகின்றனர். அடுத்து, சித்தரும் சாரணரும் செல்கின்றனர். அடுத்து குள்ளபூதமொத்த உருவமொன்று காணப்படுகிறது. மார்பில் பூணூல் உள்ளது. தலையில் மகுடம் காணப் படுகிறது.

இவர்களுக்குக் கீழுள்ள வரிசையில் வேடர்கள் காணப்படுகின்றனர். முதலில் தன் இருதோள்மீதும் கழியொன்றினைச் சுமந்து வேடர் ஒருவர் வருகிறார். அதில் உடும்புகள் கட்டித் தொங்கவிடப்பட்டுள்ளன. ஐந்து வேடர்களும் வேடுவச்சியும் வருகின்றனர். இடமிருந்து மூன்றாவதாக உள்ளவரும் கழியில் காய்கள் போன்ற பொருட்களைச் சுமந்து வருகிறார். இறுதியாய் நிற்பவர் வலதுகரத்தினை உயரத்தூக்கித் தலைமீது வைத்துள்ளார். இடதுகரம் வயிற்றுப்பகுதியில் வைக்கப்பட்டுள்ளது. அவர் தவம் மேற் கொண்டவராகக் கருதவும் இடமுள்ளது.

அடுத்து, கீழ்வரிசையில் நான்கு யானைகள் மிக விரைந்து ஓடி வருகின்றன. முன்னுள்ள யானை துதிக்கை நீட்டிப் பிளிறியவண்ணம் ஓடுகின்றது. அதன் முன்னர் ஆடு ஒன்றும் விரைவாக ஓடுகின்றது. ஆட்டின் முன்னர் கழி சுமந்து வேடர் செல்கிறார். அவருக்குமுன் இரண்டு ஆடுகள் ஓடுகின்றன.

வலப்புறப் பாறையின் உச்சியில் சூரியன் உள்ளான். அவனுக்குக் கீழுள்ள வரிசையில் இரண்டு கந்தர்வ இணைகளும் இடையில் முனிவர் ஒருவர் உருவமும் காணப்படுகின்றன. அவர்கள் ஐவருக்கும் கீழ் பத்து அன்னங்கள் வரிசையாகப் பறக்கும் பாவனையில் இறக்கை விரித்துள்ளன.

அன்னங்களுக்குக் கீழாக உள்ள வரிசையில் கின்னர இணையும் அடுத்தாற்போல் கந்தர்வ இணையும் உள்ளனர். அவர்களை அடுத்து இரு ஆடவர்கள் செல்லுகின்றனர்.

அவர்களுக்குக் கீழாக மூன்று மயில்கள் நிற்கின்றன. அடுத்துள்ள வரிசையில் முதலில் குள்ளபூதம் போன்ற உருவம் காணப்படுகிறது. அடுத்து சித்தர் ஒருவரும் அவருக்கு இருபுறமும் சாரணர்களும் வருகின்றனர். அவர்களை அடுத்துக் கந்தர்வ இணையும் தோளில் ஏதோ ஒரு பொருளினைச் சுமந்த உருவமும் காணப்படுகின்றன.

இறுதியாக விலங்குகள் மற்றும் பறவைக் கூட்டங்கள் காணப்படு கின்றன. திரும்பிப் பார்க்கும் சிங்கத்தினை அடுத்து நாரையும் வாத்தும் உள்ளன. அடுத்து, இரு மயில்களும் இரு மான்களும் உள்ளன. கீழே ஒரு

மானும் இரண்டு சிங்கங்களும் உள்ளன. சிங்கத்தின் கீழாக நாரையொன்று நிற்கின்றது.

இச்சிற்பத் தொகுதியில் உள்ளவை:

கடவுள்	–	1
தேவகணங்கள்	–	36
மனிதர்	–	9
யானைகள்	–	4
காட்டுப்பன்றிகள்	–	2
சிங்கங்கள்	–	5
ஆடுகள்	–	3
மான்கள்	–	3
நாரைகள்	–	2
வாத்து	–	1
அன்னங்கள்	–	20
மயில்கள்	–	5
மொத்தம்	–	91

உருவங்கள் பல தெளிவற்றும் பாறையின் மேற்பரப்புப் பொரிந்தும் காணப்படுவதால் சில உருவங்களை அடையாளப்படுத்துவதிலும் எண்ணிக்கையிலும் சிறு மாற்றங்கள் இருக்கலாம்.

அர்ச்சுனன் தவம் – இரண்டாம் சிற்பத்தொகுதி

மூன்று தொகுதிகளிலும் இந்த இரண்டாம் சிற்பத்தொகுதியே பெரியதும் உலகப்புகழ் பெற்றதுமாகும்.

இது 75.5 அடி நீளமும் 36 அடி உயரமும் உடையது. பாறை இடையில் பிளவுபட்டு இரண்டு பகுதிகளாகக் காணப்படுகிறது. இடதுபக்கப் பாறையின் மேல்வரிசையில், இடப்பக்கக் கோடியில் முதலில் படுத்த வண்ணம் தலையுயர்த்திப் பார்க்கும் யாளி ஒன்றுள்ளது. அடுத்து சிங்க மொன்று படுத்துள்ளது. அவற்றினை அடுத்து கிம்புருட இணையொன்று அமர்ந்துள்ளது. தலையில் குடுமியுடன் ஒருவர் நிற்கின்றார். அவரையடுத்து சந்திரன் உள்ளான். அவனது தலையின் பின்புறம் ஒளிவட்டம் காணப்படு கிறது.

அதற்கு அடுத்துக் கீழுள்ள வரிசையில் கந்தர்வ இணை வருகின்றது. அடுத்து, கின்னர மிதுனம் உள்ளது. பின்னர் கந்தர்வ இணையொன் றுள்ளது. மேல்வரும் கந்தர்வர்களுக்கு அடுத்து, கின்னர இணை ஒன்றுள்ளது.

கீழுள்ள மூன்றாம் வரிசையில் முதலில் ஒரு வனப்பகுதி காட்டப் பட்டுள்ளது. சிங்கமொன்று பாய்கிறது. அடுத்து பலாமரத்தின் நிழலில்

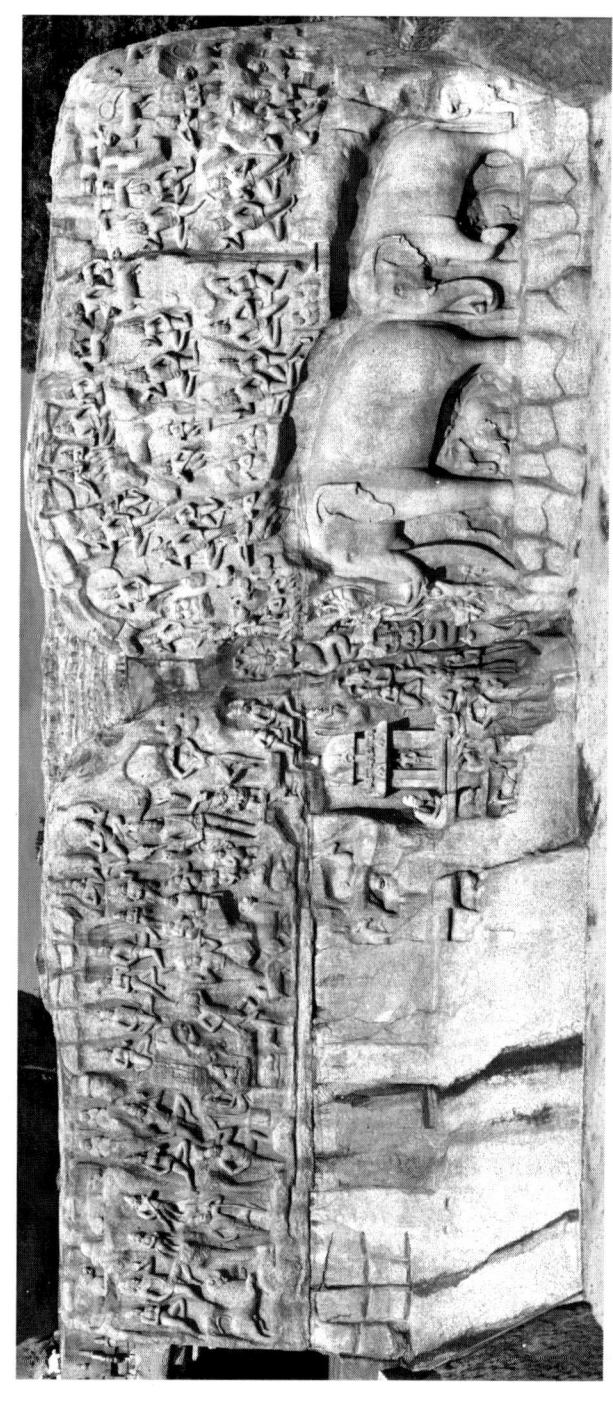

அர்ச்சுனன் தவம் – இரண்டாம் சிற்பத்தொகுதி

வில்லினை ஊன்றி நிற்கும் வேடனுக்கும் அடுத்துள்ள வேடனுக்குமிடையே மரமொன்று நிற்கிறது. அதன் அருகிலுள்ள வேடன் ஏதோ ஒன்றினைக் கழியில் கட்டிச் சுமந்து வருகிறான். அவனை அடுத்து வாலினை உயர்த்திய வண்ணம் வானரமொன்று அமர்ந்துள்ளது. அதனைத் திரும்பிப் பார்த்த படி முயலொன்று காணப்படுகிறது. முயலுக்கு மேலே பல மரங்கள் கொண்ட தோப்பொன்று சித்திரிக்கப்பட்டுள்ளது. முயலுக்கு முன்புள்ள மரத்தின் கிளையில் பறவையொன்று அமர்ந்துள்ளது. அதனைப் பற்றச் செல்வதுபோல் உடும்பொன்று, உடல் நெளிய, மரத்தில் ஏறுகின்றது. அம்மரத்திற்குக் கீழ் சிங்கமொன்று படுத்துள்ளது. அதன் முன்னர் மான் ஒன்று நிற்கிறது. அதற்கு எதிராக நின்று, ஒரு பன்றி திரும்பிப் பார்க்கிறது. அதனை அடுத்துத் தன் இரண்டு குட்டிகளுக்குப் பால் கொடுத்த வண்ணம் சிம்மம் நிற்கிறது. மானுக்கும் பன்றிக்கும் மேலாக வேடர்கள் இருவர் நிற்கின்றனர். ஒருவர் வலதுகையில் வில்லினைத் தாங்கி, இடது தோளில் பலாப்பழம் ஒன்றினைச் சுமந்து கொண்டு நிற்கின்றார். அவரது முகம் தெற்கு நோக்கியுள்ளது. அடுத்து நிற்கும் வேடர், கழியினைத் தோளில் தாங்கி எவற்றையோ சுமந்து செல்கிறார்.

இவர்களை அடுத்துக் கிம்புருட இணையொன்று அமர்ந்துள்ளது. அவர்களை அடுத்துச் சிவபிரான் நின்றுள்ளார். அவருக்கு வலப்புறம் மூன்று பூதகணங்களும் இடக்கைக்குக் கீழ் ஒரு பூதகணமுமாக நான்கு பூதகணங்கள் உள்ளன. சிவனது பூதகணங்களுக்குக் கீழாக ஆமை ஒன்றும் மான் ஒன்றும் விரைகின்றன. சிவனுக்கு எதிரில் ஒற்றைக் காலில் நின்று, கைகளைத் தலைமீது தூக்கி, விரல்களைப் பிணைத்தவண்ணம் தவமுனி யொருவர் காணப்படுகிறார்.

தவமுனியின் இடதுகைப் பக்கம் இரு அன்னங்கள் செல்கின்றன. துறவியின் காலருகே கந்தர்வ இணையொன்று பறந்து செல்கிறது. அக்கந்தர் வரின் காலுக்குக் கீழாக வானரம் ஒன்று வாலுயர்த்தி அமர்ந்துள்ளது.

வானரத்தின் கீழ், நாக இணையொன்று உள்ளது. மூன்று தலைகள் கொண்ட நாகம், நாகர் தலையின் பின் காட்டப்பட்டுள்ளது. அருகிலுள்ள நாகினி கைகளைக் கூப்பிக் கங்கையை வணங்குகிறாள்.

அவர்களுக்குப் பின்புறம் நின்றகோலத்தில் நான்கு கரங்கள் கொண்ட திருமால் உள்ள திருக்கோயிலொன்று உள்ளது. அதன் முன்பாக முதிய துறவியொருவர் அமர்ந்துள்ளார். மேலும் மூன்று துறவியர் அமர்ந்துள்ளனர். அவர்தம் தலைகள் முற்றிலும் சிதைவுற்றுள்ளன.

ஆற்றங்கரையில் நால்வர் நிற்கின்றனர். அவர்கள் நீராடியும் ஆடை தூய்மை செய்தும் சூரிய வழிபாடு இயற்றியும் கங்கையை வணங்கியும் நிற்கின்றனர்.

யோகப்பட்டம் அணிந்துள்ள துறவிக்குக் கீழாக இரு மான்கள் படுத்துள்ளன. அவற்றுள் முன்னுள்ள ஆண்மான் தன் பின்காலால் மூக்கினைச் சொறிந்து கொள்கிறது. அவற்றிற்கும் மேலாகச் சிங்கமொன்று

படுத்துள்ளது. அவற்றிற்கு முன்பாக ஆமையொன்று விரைகிறது. திருமால் கோயிலுக்குத் தென்புறம் மூன்று சிங்கங்களும் இரு மான்களும் உள்ளன. மேலே மான் ஒன்று படுத்துள்ளது. அதற்குக் கீழே குகையில் சிங்கமொன்று படுத்துள்ளது. அதன் தென்புறம் மான் ஒன்று குகையிலிருந்து வருகிறது. இவற்றின் கீழ் இரு சிங்கங்கள் துயில்கின்றன.

இவ்விலங்குகளுக்குத் தென்புறம், வனக்காட்சியின் கீழாக, பாறையின் ஒரு பெரிய பரப்பு, சிற்பம் ஏதுமின்றி வெறுமையாக விடப்பட்டுள்ளது. அவ்வாறுள்ள மொத்தப் பரப்பும்கூட, இரண்டாகப் பிரிக்கப்பட்டு மேற் பரப்பில் சமப்படுத்தும் வேலைகள் தொடங்கப்பெற்றும் கீழுள்ள பகுதி எவ்வித மாற்றமின்றியும் விடப்பட்டுள்ளன.

மேற்பரப்பு மூன்றாகப் பகுக்கப்பட்டுள்ளது. இடதுகோடியில் பாறை மிகத் தொடக்கநிலையில் சதுரங்களாக வெட்டியெடுக்கும் முயற்சியோடு நிற்கிறது. எட்டாகப் பகுத்துத் தட்டியெடுக்க முயற்சி தொடங்கப்பட்ட நிலையில் அது காணப்படுகிறது. ஒரு தூணளவிற்கான இடம்விடப்பட்டு அடுத்த சதுரப்பகுதி சீர்செய்யத் தொடங்கப்பட்டுள்ளது. அது சிறிது உள்ளே குழியாக வெட்டும் முயற்சியைக் காட்டி நிற்கிறது. அதனை அடுத்து, தூணளவான பாறைவிடப்பட்டு அடுத்த சதுரப்பரப்பு அமைந் துள்ளது. அது ஓரளவு நன்கு சமன் செய்யப்பட்ட நிலையில் உள்ளது. முற்றுப்பெறாமல் விடுபட்டுள்ள இப்பரப்பில் எத்தகைய காட்சி சித்திரிக்கப் பட இருந்தது என்று முடிவுக்கு வருவது எளிதன்று.

பாறையின் இடைப்பிளவு மேலிருந்து கீழாகக் குறுகிச் செல்கிறது. மேலே ஏழு தலைகளைக் கொண்ட நாகம் பின்புறம் இருக்க, நாக அரசன் ஒருவர் கைகூப்பி நிற்கிறார். அவருக்குக் கீழ் மூன்று தலைகள் கொண்ட நாகம் தலையின் பின்புறமிருக்க, நாக அரசி ஒருவர் உள்ளார். அவருக்குக் கீழ் ஒற்றைத் தலையுடன் நாகமொன்று காணப்படுகிறது.

வலப்புறம் பாறையின் மேல் வரிசையில் சூரியன் இருக்கிறான். வலது கரத்தினை உயர்த்தியுள்ள அவனுடைய தலைக்குப் பின்னால் ஒளிவட்டம் காணப்படுகிறது. அவனை அடுத்து இரு கந்தர்வ இணைகளும் அவர்களுக்கு நடுவே ஒரு கின்னர இணையும் உள்ளன. கந்தர்வ இணையை அடுத்து இருமான்களும் அவற்றை அடுத்து, மற்றொரு கந்தர்வ இணையும் உள்ளன. கந்தர்வருக்குக் கீழ் இரண்டு சிங்கங்களும் அவற்றை அடுத்து, இரு ஆடுகளும் அவற்றின் மேல்புறம் படுத்துள்ள சிங்கமொன்றும் பின்புறம் கால் உயர்த்தி முழங்கும் யாளியொன்றும் இறுதியாக மானொன்றும் உள்ளன.

சூரியனுக்குக் கீழ் சற்று முன்பாக, கந்தர்வர் ஒருவர் உள்ளார். அவருக்கு இடப்புறம் கிம்புருட இணையொன்று உள்ளது. அதனை அடுத்து மூன்று கந்தர்வ இணைகள் உள்ளன. முதலாம் இணையை அடுத்தும் மூன்றாம் இணையை அடுத்தும் கின்னர இணைகள் உள்ளன. இறுதியில் சிங்கமொன்று காணப்படுகிறது.

அடுத்த வரிசையில் கந்தர்வர் ஒருவர் உள்ளார். அவரையடுத்து நான்கு பறவைகள் உள்ளன. பறவைகளுக்குக் கீழ் கின்னர இணையொன்று உள்ளது. யானையின் தலைக்கு மேலாகக் கின்னர இணையொன்று பறந்து வருகிறது. அடுத்துள்ள கிம்புருட இணைகளைத் தொடர்ந்து இரு கந்தர்வ இணைகள் வருகின்றன. இரண்டாவது இணைக்குக் கீழ் கிம்புருட இணையொன்று அமர்ந்துள்ளது. அவர்களுக்கு இடதுபுறம் இரண்டு இருடிகளும் அவர்களுக்குப் பின் சித்தரும் சாரணரும் வருகின்றனர். இறுதியில் சிங்கமொன்று நிற்கின்றது.

அடுத்து, பெரிய யானைக்கு முன்பாகக் குரங்கு இணையொன்று அமர்ந்துள்ளது. அவற்றின் கீழ் நாகஇணை காணப்படுகிறது. நாகர் தலையின் பின்புறம் மூன்று தலைகளைக்கொண்ட நாகம் காணப்படுகிறது. அவர் கைகூப்பிக் கங்கையைத் தொழுகிறார்.

யானையின் துதிக்கை முன்பாகப் பூனையொன்று தவக்கோலத்தில் நிற்கிறது. அதனைச் சூழ்ந்து பதினைந்து எலிகள் உள்ளன. அடுத்து, யானைக் கூட்டமொன்று காணப்படுகிறது. நான்கு தந்தங்களைக் கொண்ட பெரிய யானை முன் நிற்க, பின்னால் ஒரு யானை வருகிறது. இரண்டின் அடிவயிற்றின் ஊடாகவும் முன், பின்புறங்களிலும் எட்டு யானைகள் நீரருந்தும் காட்சி காட்டப்பட்டுள்ளது.

இச்சிற்பத் தொகுதியில் உள்ளவை:

கடவுள்	–	1
கோயில்	–	1
தேவகணத்தினர்	–	64
மனிதர்	–	13
(தபசி, வேடர், கோயில் முன் துறவியர், ஆற்றில் நீராடுவோர்)		
யானைகள்	–	10
சிங்கங்கள்	–	16
(குட்டிகள், யாளிகளுடன்)		
மான்கள்	–	9
ஆடுகள்	–	2
ஆமைகள்	–	2
முயல்	–	1
பன்றி	–	1
பூனை	–	1
எலிகள்	–	13
பறவைகள்	–	7
குரங்குகள்	–	4
உடும்பு	–	1
மரங்கள்	–	8
(தோப்பாகத் தென்படுவனவுடன்)		
மொத்தம்	–	154

அர்ச்சுனன் தவம் – மூன்றாம் சிற்பத்தொகுதி

இதில் இரண்டாவது சிற்பத்தொகுதியில் உள்ள யானைப்பகுதி மட்டும் காட்டப்பட்டுள்ளது. பெரிதாக ஒரு யானையும் அதன் மேலாக ஒரு குரங்கும் ஒரு மயிலும் துதிக்கை நீட்டும் மற்றொரு யானையின் தலையும் காட்டப்பட்டுள்ளன. நிற்கும் யானையின் துதிக்கைக்கும் முன்னங் கால்களுக்குமிடையே ஒரு யானையும் வயிற்றுக்குக்கீழ் மற்றொரு யானையும் உள்ளன. நிற்கும் பெரிய யானையின் முன்னுள்ள பாறையில் மேலும் சிற்பங்கள் செய்யத் தொடக்கப்பட்டதற்கான தடயங்களைக் காணமுடிகிறது.

இச்சிற்பத் தொகுதியில் உள்ளவை:

யானைகள்	–	4
குரங்கு	–	1
மயில்	–	1
மொத்தம்	–	6

முதலாவது சிற்பத்தொகுதிக்கும் இரண்டாவது சிற்பத்தொகுதிக்கும் பல ஒற்றுமைகளும் வேற்றுமைகளும் காணப்படுகின்றன.

1. முதலாவது தொகுதியில், தவம் செய்கின்ற முனி எதிரில் நிற்கின்ற சிவன் கையில் ஆயுதம் காணப்படவில்லை. குள்ளபூதம் ஒன்று மட்டும் நிற்கிறது. இரண்டாவது தொகுதியில் சிவன் கையில் பெரிய ஆயுதமும் நான்கு பூதகணங்களும் உள்ளன.
2. தேவர்களின் உருவங்கள் முழுமையாகக் காட்டப்படாமல் பெரும்பாலும் அரை அல்லது முக்கால் பங்கே காட்டப் பட்டுள்ளன. பெரும்பாலானோர் கைகளில் மலர்கள் காணப்படு கின்றன. இரண்டாம் தொகுதியில் அனைத்து உருவங்களும் (ஆடுகளுக்கு மேலுள்ள கந்தர்வ இணை உட்பட) முழுமை யாகவே காட்டப்பட்டுள்ளன.
3. முதல் தொகுதியில் வேடர்களுக்கு அருகில் மரங்கள் காட்டப் படவில்லை. தோப்புக் காட்டப்படவில்லை. ஊர்ந்து செல்லும் உடும்பு காட்டப்படவில்லை. அவர்கள் விலங்குகளையும் பிற பொருட்களையும் சுமந்து செல்லுவது மட்டும் காட்டப்பட் டுள்ளது.
4. யானைகளும் ஆடுகளும் விரைவாக ஓடும் நிலையில் காட்டப் பட்டுள்ளன. இரண்டாம் தொகுதியில் ஆடுகள் நின்றும் படுத்தும் உள்ளன. யானைகள் மெல்ல நடக்கின்றன அல்லது நிற்கின்றன.
5. முதல் தொகுதியில் இரண்டு பன்றிகள் காட்டப்பட்டுள்ளன. இரண்டாம் தொகுதியில் ஒரு பன்றி மட்டும் காட்டப்பட் டுள்ளது.

அர்ச்சுனன் தவம் – மூன்றாம் சிற்பத்தொகுதி

6. முதலாம் சிற்பத்தொகுதியில் குரங்குகள் காணப்படவில்லை. இரண்டாம் தொகுதியில் நான்கு குரங்குகள் உள்ளன.

7. முதலாம் தொகுதியில் பாறைப் பிளவில் நாகங்கள் மற்றும் கரையில் நிற்கும் நாக இணைகள் காட்டப்பெறவில்லை. திருமால் கோயிலும் துறவிகளும் கங்கையில் நீராடும் மனிதர்களும் இல்லை. ஆற்றங்கரைப் பூனைக்காட்சியும் காட்டப்பெறவில்லை. கிம்புருட இணைகள் இருப்பதாகத் தெரியவில்லை.

8. வானச்சாரிகளுடன் குள்ள உருவமொன்று காட்டப்பட்டுள்ளது. இரண்டாவது தொகுதியில் அஃது இல்லை.

9. முதலாவது தொகுதியில் மயில்களும் நாரை முதலிய நீர்வாழ் பறவைகளும் மேலே வானில் வரிசையாக அன்னங்களும் காட்டப் பட்டுள்ளன. இரண்டாவது தொகுதியில் இரண்டு அன்னங்கள் நான்கு காட்டுக்கோழிகள் மட்டும் காட்டப்பட்டுள்ளன. மயில்கள் மற்றும் நீர்வாழ் பறவைகள் காட்டப்படவில்லை.

இவ்வாறு பல்வேறு வேற்றுமைகள் காணப்படுகின்றன. இரண்டாம் தொகுதியில் முற்றுப்பெறாத நிலையில் மீதமுள்ள – சிற்பம் செய்யாத – பகுதிகளில் என்னென்ன உருவங்கள் தீட்டப்பட இருந்தன என உய்த் துணர்வது கடினமானது. இருப்பினும் இரண்டு தொடர்களையும் ஒப்பிட்டுப் பார்க்கும்போது, இரண்டாவது தொகுதியின் இடதுபுறப் பாறையில் கீழ்ப்பகுதியில் மயில் முதலிய பறவைகளும் நீர்வாழ் பறவைகளும் சித்திரிக்கப் பட இருந்திருக்கலாம் என்று எண்ணிப்பார்க்க முடிகிறது. ஏனெனில் முதலாம் தொகுதியில் உள்ளவற்றில் அவை மட்டும் இரண்டாம் தொகுதியில் முழுமையாக விடுபட்டுள்ளன.

குறிப்பு

கடற்கரைக்கோயில் சிற்பத்தொகுதி – காண்க :

பின்னிணைப்பு –2.

இமயத்தின் இயற்கை

சிவபெருமானிடம் பாசுபதம் பெறுவதற்காக அர்ச்சுனன் செய்த தவம் அல்லது வானிலிருந்து விழும் கங்கையின் வேகத்தைத் தாங்கும்படி சிவனை வேண்டி பகீரதன் செய்த தவம் ஆகியன வற்றுள் ஒன்றினையே குறிக்கிறது என்று கருதிப் பெரும்பாலான கலை வல்லுநர்கள் இச்சிற்பத்தொகுதியை விவரித்துள்ளனர்.

இத்தொகுதி அர்ச்சுனன் தவத்தையோ பகீரதன் தவத்தையோ மட்டும் காட்டாமல் அவர்கள் தவம் மேற்கொண்ட களத்தினை மிக விரிவாகச் சித்திரிக்கின்றது. சிவனை நோக்கி அர்ச்சுனனும் கங்கையை நோக்கிப் பகீரதனும் தவம் மேற்கொண்ட இடமாகக் குறிக்கப்பெறுவது இமயமலையாகும். ஆதலால் இமயமலையின் உண்மையான இயற்கை அமைப்புகளும் இலக்கியம் மற்றும் புராணங் களில் இது குறித்த வருணனைகளும் எவ்வாறு அமைந்துள்ளன என்பதை அறிவது சிற்பத்தொகுதியை நுட்பமாக அறிந்துகொள்ள வழிவகுப்பதாகும்.

ஆசியாவின் மிகப்பெரிய மலைத்தொடரான இமயமலைத் தொடர் உலகத்தின் மிக உயரமான மலைகளைத் தன்னகத்தே கொண்டுள்ளது. இமயத்தின் 110க்கும் அதிகமான சிகரங்கள் கடல் மட்டத்திலிருந்து 24,000 அடி (7,300 மீட்டர்) உயரமுள்ளவை. 29,035 அடி (8,850 மீட்டர்) உயரமான, உலகின் மிக உயர்ந்த எவரெஸ்ட் சிகரம் அவற்றுள் ஒன்று... 'ஹிமம்' என்ற வடமொழிச் சொல் 'பனி' என்னும் பொருளையும் 'ஆலயம்' என்ற சொல் 'உறைவிடம்' என்ற பொருளையும் கொண்டவை. ஆதலால் 'இமாலயா' என்பதற்குப் 'பனி உறையும் மலை' என்பது பொருளாகும்.

ஜம்மு – காசுமீரிலுள்ள நங்க பருவதத்திற்கும் திபெத் பீடபூமியி லுள்ள நாம்சா பருவதத்திற்கும் இடையில் *1550 மைல் நீளத்திற்கு*, இடையே உடைவின்றி, நெடுஞ்சுவர்போல் இமயமலைத் தொடர் வளர்ந்து நிற்கிறது. இந்த விரிந்த பகுதியில் மேற்கு முனைக்கும் கிழக்கு முனைக்கும் இடையே நேபாளமும் பூடானும் இமயமலை அரசுகளாக அமைந்துள்ளன. வடமேற்கில் இந்துகுஸ், காரகோரம்

மலைத்தொடர்களும் வடக்கில் திபெத் பீடபூமியும் எல்லைகளாக உள்ளன. இமயமலைத் தொடரின் அகலம் 125 முதல் 250 மைல் வரை பரந்து விரிந்து கிடக்கிறது. இதன் மொத்தப்பரப்பு 2,29,500 சதுர மைல்களாகும். (5,94,400 சதுர கிலோ மீட்டர்கள்)

இந்தியா, நேபாளம், பூடான் ஆகிய நாடுகள் இமயத்தின் பெரும் பகுதியில் இறையாண்மை கொண்டிருந்தாலும் பாகிஸ்தான், சீனா ஆகியனவும் இதன் ஒரு பகுதியைத் தம்மகத்தில் கொண்டுள்ளன.

இமயத்தின் சிறப்புத் தன்மைகளாக,

1. உயர்ந்த சிகரங்கள்
2. செங்குத்தாக வரும் கரடுமுரடான மலைச்சரிவுகள்
3. பள்ளத்தாக்குகள்
4. உறைபனிப்படலம் மூடிய மடிப்பு மலைகள்

ஆகியன கூறப்படுகின்றன.

அளவிட முடியாதது என்று தோன்றும் ஆழ்ந்த ஆற்றுப்படுகைகள், சிக்கலான நிலவியல் அமைப்பு, மற்றும் தொடரான மேட்டுப்பகுதித் தொடர்கள் ஆகியனவற்றை இதன் நில அமைப்புக் கொண்டுள்ளது. இவற்றில் வெவ்வேறான சுற்றுச்சூழல் அமைப்புகள் கொண்ட தாவரங்கள், பிற உயிரினங்கள் மற்றும் தட்பவெப்ப நிலைகள் உள்ளன. தெற்கிலிருந்து பார்க்கும்போது இமயமலைத்தொடர், மிகப்பெரிதாக வளர்ந்தோங்கி நிற்கும் பிறைநிலா போல, கிழக்கிலிருந்து மேற்கு நோக்கி முகடு உயர்ந்து செல்லும் வகையில் காணப்படுகின்றது. மடிப்புமலைப் பனிப்பகுதிகள், அவற்றிலிருந்து வரும் பனிச்சரிவுகள் ஆகியன இமயமலை ஆறுகள் அனைத்தும் தோன்றுவதற்குக் காரணமாக அமைந்துள்ளன.

மேற்கிலிருந்து கிழக்காக இமயமலைத் தொடரை மேற்குப்பகுதி, நடுப்பகுதி, கிழக்குப்பகுதி என மூன்று பெரும்பகுதிகளாகப் பிரிக்கலாம்.

மேற்கில் கண்கவர் வனப்புக் கொண்ட காசுமீரப் பள்ளத்தாக்கு அமைந்துள்ளது. இது, வடகிழக்கிலிருந்து தென்கிழக்காக 100 மைல் நீளமும் 50 மைல் அகலமும் கொண்டு சராசரியாகக் கடல்மட்டத்திலிருந்து 5100 அடி உயரத்தைக் கொண்டுள்ளது. ஊலர் (wular) என்ற பெரிய ஏரியிலிருந்து தோன்றும் ஜீலம் நதி இந்தப் பள்ளத்தாக்கில் வளைந்து, வளைந்து பெரும் பகுதியைத் தொட்டுச் செல்கிறது.

இமயத்தின் முதுகெலும்பு என்று சொல்லக்கூடிய நெடிதுயர்ந்த மலைத்தொடரின் பனி மூடிய சிகரங்கள் வானளாவி நிற்கின்றன. உலகிலேயே மிக உயர்ந்த பதினான்கு சிகரங்களில் ஒன்பது சிகரங்கள் இப்பகுதியில் அமைந்துள்ளன. ஒவ்வொன்றும் கடல்மட்டத்திலிருந்து 26,000 அடிக்கு மேல் உயரமுள்ளது. மேற்கிலிருந்து கிழக்காக அவை:

தவளகிரி *(Dhaulagiri)*, அன்னபூர்ணா – 1 *(Annapurana)*, மானஸ்லு – 1 *(Manslu)*, சோ ஓயு *(Cho Oyu)*, ஜீயாச்சங் காங் *(Gyachung kang)*, எவரெஸ்ட் சிகரம் *(Mount Everest)*, லோத்சே *(Lhotse)*, மகாலு – 1 *(Makalu)* மற்றும் கஞ்சன்சங்கா *(Kanchenjunga)*.

இதன்பிறகு, சிக்கிமை உள்ளடக்கிய பகுதியில் இந்த மலைத்தொடர் வடகிழக்குத் திசையிலிருந்து கிழக்குத் திசைநோக்கி வளைந்து செல்லுகிறது. இதிலிருந்து மேலும் 260 மைல் தொலைவு பூடான், கிழக்கு அருணாசலப் பிரதேசம் வழியாகச் சென்று வடகிழக்குத் திசைக்குத் திரும்பி நாம்சா பர்வதத்தில் *(Namcha Barwa)* முடிகிறது.

ஆறுகள்

இமயமலையின் நீர்ப்பிடிப்பு, பத்தொன்பது ஆறுகள் மூலம் வடிந்து செல்கிறது. அவற்றுள் சிந்துவும் பிரம்மபுத்திராவும் மிகப்பெரியன. ஜீலம், சீனாப், ரவி, பியாஸ் மற்றும் சட்லெஜ் ஆகிய ஐந்து ஆறுகளும் சிந்துக் குழுமத்தைச் சார்ந்த துணை ஆறுகளாகும்.

கங்கை, யமுனை, இராமகங்கை, காளி (சாரதா), கர்ணாலி, ராப்பதி, கண்டகி, பாக்மதி மற்றும் காசி ஆகிய ஒன்பது ஆறுகளைக் கொண்டது கங்கையாற்றுப் பகுதி.

சிந்துநதியும் அதன் கிளை நதிகளும் மலைகளின் ஊடாகப் பாய்ந்து செல்லும்போது, வடமேற்குத் திசையை நோக்கிச் செல்லுகின்றன. கங்கை, பிரம்மபுத்திரா நதிக்குழுமம் மலைகளின் ஊடாகச் செல்லும்போது, கிழக்குத் திசை நோக்கியே பாய்கின்றன.[1]

காடுகள்

மிகவும் வேறுபட்ட காடுகள் இமயத்தில் காணப்படுகின்றன. பருவ மழைக்காடுகளிலிருந்து உயர்மலைக்குரிய *(Alpine)* காடுகள் வரை இங்குக் காணலாம். இங்குப் பரவலாகக் காணப்படுவது சால் மரமாகும் *(Shorea robusta)*. இது மர வேலைப்பாடுகளுக்கு மிகவும் உகந்ததாகும். வெப்ப மண்டல அகன்ற இலைக்காடுகள், ஒருவகைச் செண்பகமரமான மேக்னோலியா *(Magnolia)*, ஓக் *(Oak)* மற்றும் செஸ்நட் *(Chestnut)*, உள்ளூரில் முக்கியத்துவம் பெறும் அரசமரம் *(Pipal)* ஆகியனவற்றை அளிக்கின்றன. இவை நடுமலைத்தொடரின் சரிவுகளில், இடைப்பகுதியில் உள்ளன. ஓக் *(Quercus incana)* மற்றும் ரோடோடென்டிரான் ஆர்போரேம் *(Rhododendron arboreum)* போன்ற மரங்களையுடைய மித வெப்பக்காடுகள் 2000 மீட்டர் உயரத்திற்கு மேல் காணப்படுகின்றன. மேற்குப்பகுதியில் உள்ள மித வெப்பக் காடுகள் பொருளாதார முக்கியத்துவமுள்ள ஒருவகை ஊசியிலை மரங்களான பினஸ் வாலாக்கியானா *(Pinus wallichiana)* மற்றும் குப்ரஸ்ஸஸ் டோருலோசா *(Cupressus torulosa)* போன்ற மரங்களை அளிக்கின்றன. ஈரப்பதம் அதிகமுள்ள குறைந்த வெப்பக்காடுகளும் குளிர்மிகுந்த காடுகளும் நடுப்பகுதியிலும் கிழக்குப் பகுதியிலும் ஏராளமான மூங்கில் வகைகளைக்

கொண்டுள்ளன. ஒருவகைப் பைன் மரம், ஸ்புரூஸ் (*Spruces*), பர் (*Firs*) மற்றும் ஜூனிபர்ஸ் (*Junipers*) ஆகியவை மேல் குளிர்மண்டல, துணை வெப்பமண்டலப் பகுதிகளில் காணப்படுகின்றன. இவை பனி மண்டல அளவிற்குப் பரவியுள்ளன. ஊசியிலைக் காடுகளும் தேவதாரு (*Cedrus deodara*) வில்லோஸ் (*Willous*) மற்றும் பர்ச்ஸ் (*Birches*) மரங்களும் இந்த உயரத்தில் வளர்கின்றன. மொத்தத்தில் இமயத்தில் 52 விழுக்காட்டுப் பகுதி காடுகளால் மூடப்பட்டுள்ளது.[2]

விலங்குகள்

இமயத்தின் அடிவாரக் குன்றுகளில் இந்தியக் காண்டாமிருகங்கள் ஒரு காலத்தில் காணப்பட்டன. இப்பொழுது ஏறக்குறைய அழியும் நிலையில் அவை உள்ளன. கஸ்தூரிமான், காசுமீரிமான் (*Orhangul*) ஆகியனவும் தற்போது முற்றிலும் அழியும் நிலையில் உள்ளன. கறுப்புக்கரடி, மேகவண்ணச் சிறுத்தை, நீண்டவால் குரங்கு இவற்றோடு பூனைகளும் இமயக் காடுகளில் காணப்படுகின்றன. இமயத்தில் ஆடுகளும் வரையாடுகளும் (*tahr*) காணப்படுகின்றன.

பறவைகள்

பறவை இனங்கள் ஏராளமாகக் காணப்படுகின்றன. மேற்குப் பகுதியை விடக் கிழக்குப் பகுதியில் அவை அதிகமாக உள்ளன. நேபாளத்தில் மட்டும் 800 பறவையினங்கள் கண்டறியப்பட்டுள்ளன. வழக்கமாகக் காணப்படும் பறவைகளுடன் இமயத்தில் வேறுபட்ட வகைகளான மேக் பை (*Mag pie*) பறவைகளும் கருஞ்செவிப் பருந்து மற்றும் பண்டைய வகையைச் சார்ந்த கழுகுகளும் காணப்படுகின்றன.

மக்கள்

காசுமீர் இமாலயத்தின் வடமேற்குப் பகுதியில் சம்பா (*Champa*) இலடாக்கிகள் (*Ladakhi*), பால்திகள் (*Bathi*) மற்றும் டார்டுகள் (*Dard*) ஆகியோர் வாழ்கின்றனர். டார்டுகள் இந்தோ – ஐரோப்பியர்கள், ஏனையோர் திபத்தோ – பர்மியக் கலப்பினத்தவர். நேபாளத்தில் இந்தோ – ஐரோப்பிய இனத்தைச் சார்ந்த பகாரிகளே (*Pahari*) மக்கள் தொகையில் பெரும்பான்மையவர் ஆவர். ஆயினும் திபெத் – பர்மிய இனத்தவர் நாடு முழுவதும் காணப்படுகின்றனர். நீவார் (*Newar*) டாமங்கு (*Tamang*) குருங் (*Gurung*), மாகர் (*Magar*) செர்பா (*Sherpa*) மற்றும் ஏனையோரும் இக்குழுவில் அடங்குவர். காத்மாண்டு பள்ளத்தாக்கின் மிகத் தொல்பழங்குடியினர் கிராடுகள் (*Kirat*) ஆவர். அதுபோல் நீவார்களும் நேபாளத்தின் மிகப் பழங்குடியினர் ஆவர். வடமேற்கு, வடக்கு மற்றும் கிழக்கு காத்மாண்டு பள்ளத்தாக்கின் உயர்பகுதிகளில் டாமங்குகள் உறைகின்றனர். அன்னபூர்ணா மலைப்பகுதியின் தென்புறத்தில் 12,000 அடி உயர்ந்த பகுதிகளில் தங்கள் கால்நடைகளுடன் குருங்குகள் வாழ்கின்றனர். நேபாளத்தின் மேற்குப் பகுதியில் வாழ்ந்தபோதிலும் மாகர்கள் நாட்டின் பிற பகுதிகளுக்குப்

பருவத்திற்கேற்ப இடம் பெயர்ந்து செல்கின்றனர். மலையேறிகளாகப் புகழ்பெற்ற செர்பாக்கள், எவரெஸ்ட் மலையின் தெற்குப் பகுதியில் வாழ்கின்றனர் எனக் கலைக்களஞ்சியம் குறிப்பிடுகிறது.[3]

இத்தகவல்களுடன் இமயமலையின் மக்கள் குறித்து டேவிட் ஜூரிக் மற்றும் ஜல்சன் பேசகோ ஆகிய இருவரும் குறிப்பிடும் மற்றொரு தகவல் கவனத்தில் கொள்ளத்தக்கது.

கிறித்துவிற்கு 2000 ஆண்டுகளுக்கு முன்னதாகவே, மத்திய ஆசியப் புல்வெளிப் பகுதியிலிருந்து ஆரியர்கள் இடம்பெயர்ந்து, இமயமலையின் மேற்குப் பகுதியில் குடியேறியிருக்கலாம் எனக் கருதப்படுகிறது. ஆரியர்கள் முதலில் சிந்துநதி சார்ந்த மலைப்பகுதிகளிலும் காசுமீர்ப் பள்ளத்தாக்கிலும் குடியேறினர். பின்னர் அவர்கள் வடஇந்தியச் சமவெளிக்குப் பரவினர். அவர்களால் வெற்றிகொள்ளப்பட்ட மக்களைப் பற்றி அதிகம் தெரிய வில்லை. ஆனால் மொழியியல் சான்றுகள் மிகத் தொல்பழங்குடியினரான அவர்கள், தென்னிந்தியாவிலுள்ள திராவிட சமுதாயத்திலிருந்து தோன்றி யிருக்கலாம் என்று ஊகிக்க இடமளிக்கின்றன. ஆரியர்களால் வெற்றி கொள்ளப்படுவதற்கு முன்னர் அவர்கள் தன்னாட்சி கொண்டோராக, வேட்டையாடியும் உணவு சேகரித்தும் வாழ்ந்து வந்தனர். அவர்கள் மேற்கொண்ட, சிறு அளவிலான மலை வேளாண்மையும் அவர்கள்தம் உணவுத் தேவைக்கு உறுதுணையாக இருந்திருக்கக்கூடும். இருக்கு வேதக் குறிப்புகளின்படி, இந்தோ – ஆரிய நாகரிகம் கி.மு.2000 க்கும் கி.மு.1200 க்கும் இடையே தோன்றியது. மேற்கு இமயப்பகுதி, நடுஇமயப்பகுதி ஆகியன வற்றில் வாழ்ந்த பிற்காலச் சமுதாயங்களின் வரலாறு புராணங்கள், மகா பாரதம் போன்றவற்றில் பதிவாகியுள்ளது.[4]

குறிப்புகள்

1. *The New Encyclopedia Britannica,* Vol.14, p.174-176.
2. David Zurick & Julsun Pacheco, *Illustrated Atlas of the Himalaya,* p.112.
3. மேற். நூ., ப.178.
4. மேற். நூ., ப.70.

இமயம் குறித்த இலக்கிய வருணனைகளும் சிற்பத்தொகுதியும்

இதிகாசங்களுக்கும் புராணங்களுக்கும் இலக்கியங்களுக்கும் இமயம் என்றென்றும் ஒரு பாடுபொருளாக இருந்திருக்கிறது. கதை நிகழும் களமாகத் திகழும்போதும் தெய்வ வழிபாட்டின்போதும் தனியாகவும் இமயத்தின் எழில் பலவாறாக அவற்றுள் வருணிக்கப் பட்டுள்ளது. அம்மலையின் சிகரங்களும் ஆறுகளும் மரங்களும் விலங்குகளும் பறவைகளும் நுட்பமாக அவற்றுள் வருணிக்கப்பட் டுள்ளன. அவ்வருணனைகளை அறிவது, அர்ச்சுனன் தபசுச் சிற்பத் தொகுதியின் பல்வேறு கூறுபாடுகளை விளங்கிக்கொள்ள வாய்ப்பளிப்ப தாகும்.

புராண இலக்கியங்களில் பலவாறு விரியும் இமய வருண னையை எஸ்.எம். அலி திரட்டித் தந்துள்ளார் :

> கயிலாயத்திற்குத் தென்பகுதியில் இமயமலைத் தொடர் அமைந்துள்ளது. அங்குப் பல தோட்டங்களும் அருவிகளும் குகைகளும் உள்ளன. கணக்கிடமுடியாத சிகரங்களும் சம வெளிகளும் கணவாய்களும் அமைந்துள்ளன. இமய மலைத் தொடர் கிழக்குக் கடலிலிருந்து மேற்குக் கடல்வரை பரந்து விரிந்து கிடக்கிறது. இமயத்தின் நடுவிலுள்ள சிகரங்களில் கின்னர நகரங்கள் ஒரு நூறு உள்ளன. கின்னரர்கள் அவற்றில் வாழ்ந்து வருகின்றனர். இந்த நகரங்களில் ஆண்களும் பெண்டிரும் செல்வச்செழிப்புடனும் என்றும் இன்பமாகவும் நிறைந்த உடல் நலத்துடனும் வாழ்கின்றனர். துருமன் (Durma) சுக்ரீவன் (Sugriva) சையன்யன் (Sainya) பாகதத்தன் (Bhagadatta) போன்ற நூறு அரசர்கள் ஆற்றல்மிக்க கின்னரர் களின் அரசர்களாவர். இந்த மலையில்தான் மகாதேவ னாகிய ருத்திரன் உமாதேவியை மணந்தான். உமாதேவி இங்குத்தான் கடுந்தவம் புரிந்தாள். வேடவடிவில் வந்த மகாதேவர் இங்குப் பல திருவிளையாடல்கள் புரிந்தார். மகாதேவரும் உமையும் இங்கிருந்துதான் சம்புத்தீபம் முழு

வதையும் பார்த்தனர். விந்தையான மலர்களும் கனிகளும் நிறைந் ததும் மிக வேறுபட்ட பேய்கள் நிறைந்ததுமான பகுதியே ருத்திர னின் விளையாடல்களுக்கு ஆடுகளம். இம்மலைகளிலும் குகை களிலும் அழகிய, அகன்ற கண்களை உடைய மகிழ்ச்சிமிக்க கின்னரிகள் வசிக்கின்றனர். இங்கு யட்சர்களும் நல்ல தோற்ற முள்ள கந்தர்வர்களும் அழகின் வடிவான அப்சரஸ்களும் எப் பொழுதும் இன்பமாக வாழுகின்றனர். சங்கரர் தன் உடலில் பாதி ஆணாகவும் பாதி பெண்ணாகவும் ஆக்கிய, புகழ்பெற்ற உமவான் இங்குத்தான் உள்ளது. கார்த்திகேயன் பிறந்த சரவணப் பொய்கை உள்ளதும் இங்குத்தான். அவர் இங்குத் தான் கிரௌஞ்ச மலையை அழிக்க வேண்டும் என்ற தன் எண்ணத்தை வெளி யிட்டார். கொடியால் அணி செய்யப் பெற்ற தன் தேரினை இங்குத்தான் அவர் பெற்றார்... தேவர்கள் இந்திரன் முதலானோர் கார்த்திகேயரைச் சேனாபதியாக்கியதும் இங்குத்தான்... கார்த்தி கேயருக்குரிய பல இடங்கள் இங்குள்ளன. அவற்றில் பேய்கள் முதலியன நிறைந்துள்ளன. பாண்டு சைலா (Pandu sila) என்ற பெயர்பெற்ற கார்த்திகேயரின் ஆடுகளம் இங்குத் தான் உள்ளது. கலாபாக்கிரமா (Kalapagrama) என அறிஞர்களால் அழைக்கப் பட்ட பகுதி அதன் கிழக்கில் உள்ளது. மார்கண்டேயர், வசிட்டர், பரதர், விசுவாமித்திரர், உத்தாலகர் முதலிய முனிவர்களின் ஆசிரமங்கள் மட்டுமன்றி நூற்றுக்கணக்கான முனிவர்களின், சாதுக்களின் வாழிடங்களும் இங்குப் பரவிக்கிடக்கின்றன. யட்சர் களும் கந்தர்வர்களும் மகிழ்வோடு சுற்றித் திரிகின்றனர். பல்வேறு தாழ்ந்த வகுப்பைச் சார்ந்த மக்களும் இங்கு வாழ்கின்றனர். இம்மலைப் பகுதி உலோக வளம் நிறைந்தது. பலவகை உயிரிகள் இங்கு வாழ்கின்றன. இந்த மலையிலிருந்து ஆயிரக்கணக்கான ஆறுகள் பாய்ந்து வருகின்றன.[1]

சங்க இலக்கியங்களில் இமயத்தின் பல இயல்புகள் தோன்ற நுட்பமான வருணனைகள் இடம்பெற்றுள்ளன.

புறநானூற்றில் மாறோக்கத்து நப்பசலையார்,

... ஓங்கிய
வரையளந் தறியாப் பொன்படு நெடுங்கோட் டிமயம்...

(புறம்.39:13-15)

என, 'உயர்ந்த எல்லையளந்தறியப்படாத பொன்படுகின்ற நெடிய இமய மலையின் சிகரங்களை'க் குறிப்பிடுகிறார்.

மழையண் ணாப்ப நீடிய நெடுவரைக்
கழைவள ரிமயம்...

(புறம்.166: 32-34)

என, 'இமயத்தில் எப்போதும் மழைவளம் சுரப்பதையும் உயர்ந்த நெடிய பக்கமலைகள் நிறைந்திருப்பதையும், மூங்கில் காடுகள் செழித் திருப்பதை'யும் ஆவூர் மூலங்கிழார் குறிப்பிடுகிறார்.

. . . பாடான்
றெழிலி தோயு மிமிழிசை யருவிப்
பொன்னுடைய நெடுங்கோட் டிமயம் . . . (புறம்.369:22–24)

என்று ஓசை நிறைந்து, முகில்கள் படியும், 'ஓசையையுடைய அருவிகள் பொருந்திய, பொன்னின் நிறம் பொருந்திய நெடிய உச்சியை உடைய இமயம்' எனப் பரணர் சித்திரிக்கின்றார்.

கவிர்ததை சிலம்பிற் துஞ்சங் கவரி
பரந்திலங் கருவியொடு நரந்தங் கனவும்
ஆரியர் துவன்றிய பேரிசை யிமயம் . . . (பதிற்.11:21–23)

'முள்முருக்க மரங்கள் அடர்ந்த பக்கமலைச் சாரலிலே படுத்துறங்கும் கவரிமானானது, பகற்காலத்தே தான் காட்டிடையே சென்று மேய்ந்த நரந்தம் புல்லையும் பருகிய அருவி நீரையும் தன் கனவிலும் கண்டு இன்புற்றபடி இனிதாக உறங்கும் பெரும்புகழ் கொண்ட இமயம்' எனவும்

கடவு ணிலைய கல்லோங்கு நெடுவரை
வடதிசை யெல்லை யிமயம் . . . (பதிற்.43:6–7)

'வடதிசையில் உள்ள இமயம் ஓங்கி உயர்ந்த மலைகளில் கடவுள் நிலைபெற்று உறைவது' எனவும் பதிற்றுப்பத்துக் கூறுகிறது.

மடநடை மாயினம் அந்தி யமையத்
திடன்விட் டியங்கா இமையத் தொருபால்
இறைகொண் டிருந்தன்ன . . . (கலித்.92:17–19)

என, 'அன்னங்கள் தன்னிடத்தே விட்டுப்போகாத இமயமலையில் ஒரு பக்கத்தே அழகிய விசும்பிலே இரை கவர்ந்த இளைப்பால் ஓய்ந்து பறக்கும் மடப்பத்தையுடைத்தாகிய நடையினையுடைய அன்னத்திரள் அந்திக் காலத்தே தங்கியிருக்கும்' காட்சியைக் கலித்தொகை சித்திரிக்கிறது.

இமயத்திலுள்ள திருப்பிரிதி என்னும் திருமால் திருப்பதியைத் திருமங்கையாழ்வார் மங்களாசாசனம் செய்துள்ளார். அப்போது இமயத்தின் பல்வேறு இயல்புகளை வருணித்துள்ளார்.

'இமயமலையானது, ஏலம் நாறும் தடம் பொழில்கள் நிறைந்தது; முகடேறிப் பீலி மாமயில் நடனம் செய்வது; வடிவில் மலை போன்றனவாய் மிடுக்கொடு பொருந்திய, மிக்கசினத்தை உடையனவாய் இருக்கும் யானைகள் துன்புறும்படி முழைஞ்சுகளில் வாள்போலும் பற்களை உடைய சிங்கங்கள் வாழ்வது ; வண்டுகள் இசைபாடக் கேட்டவண்ணம் வேழங்கள் பிடியோடு உறங்குவது ; பன்றிகள் தலைதாழ்ந்து வளைந்த கொம்புகளாலே மணி மலைகளைப் பிளப்பது; மேகம் இருக்கும் இடம்வரை வளர்ந்த வேங்கை மரங்கள், சுற்றும் அமைந்த தாழ்வரைகளில் மிளகின் வளர்ந்த கொடிகள் நெருங்கியிருப்பது; கொல்லை நிலங்களிலுள்ள சிறுமலைகளில் உறையும், போர் விரும்பிப் புறப்படும் வேங்கைப் புலிகளைக் கொண்டது; இரவுப் பொழுதை விஞ்சிவிடுகின்ற இருள் நிறைந்திருக்கும் முழைஞ்சுகளில் பாம்புகள்

பசியாலே பெருமூச்சுவிடும் சோலைகளோடு கூடிய ஏறுதற்கரிய தாழ்வரை
களை உடையது; அசோக மரங்கள் நிறைந்தது; பெரிய மலைப்பாம்புகள்
மலைகளைப்போல் அசைவது' என்று குறிப்பிட்டுள்ளார்.

> கலங்க மாக்கடல் அரிகுலம் பணிசெய,
>   அருவரை அணைகட்டி,
> இலங்கை மாநகர் பொடிசெய்த அடிகள்தாம்
>   இருந்தநல் இமயத்து,
> விலங்கல் போல்வன விறல்இரும் சினத்தன
>   வேழங்கள் துயர்கூரப்
> பிலம்கொள் வாள்எயிற் றரியவை திரிதரு
>   பிரிதிசென் றடைநெஞ்சே!
>   *(பெரிய திருமொழி, முதல்பத்து – இரண்டாம் திருமொழி – 2)*

என அமைந்துள்ள பாசுரம்போல் பலவும் இமயத்தின் பல்வேறு தன்மைகளை
இயல்பாகவும் புனைந்தும் சித்திரிக்கின்றன.

காளிதாசர் தனது மேக சந்தேச காவியத்தில் இமயமலையைப் பலவாறு
வருணித்துப் பாடுகிறார்:

'இமயமலை பனிக்கட்டிகளால் வெண்மை நிறம் அடைந்திருக்கும்.
அங்குப் பாறைகளில் கஸ்தூரி மான்கள் படுத்திருப்பதால் அவற்றின் நாபி
யிலுள்ள கஸ்தூரி படிந்து அப்பாறைகள் மணமுடையனவாக இருக்கும்
(பா.எ. 52); சரளமரங்கள் காற்றில் உராய்ந்து தீப்பிடித்து, சமரம் என்னும்
மான்களின் அடர்ந்த வாலை அழிக்கும் (பா.எ. 53); சரபம் என்னும்
விலங்குகள் இருக்கும் (பா.எ. 54); காற்று நிரம்பிய துளையுள்ள மூங்கில்கள்
இனிதே ஒலிக்கும்; அவை புல்லாங்குழலின் ஒலி போலிருக்கும்; கின்னரப்
பெண்கள் ஒன்றுசேர்ந்து இனிய குரலில் சிவபெருமான் திரிபுரம் எரித்த
வரலாற்றைப் பாடுவர்' (பா.எ. 56) என இமயத்தின் இயல்புகளைச் சுட்டி
யுள்ளார்.

'இமயத்தின் குகைகளில் சிங்கங்கள் இருந்தன (பா.எ. 72); காற்றினால்
மூங்கில்கள் இனிய இசை எழுப்பின (பா.எ. 73); நமேரு மரங்களின் கீழுள்ள
பாறைகளில் கஸ்தூரிமான்கள் படுத்திருந்தன; அதனால் அப்பாறைகள்
கஸ்தூரி மணமுடையவாயின' (பா.எ. 74). என ரகுவம்ச மகாகாவியத்தில்
காளிதாசர் இமயத்தை வருணித்துள்ளார்.

மகாபாரத வனபர்வத்தில் இடம்பெறும் இமய வருணனைகள் மிக
இன்றியமையாதன.

பாண்டவர்கள் வனவாசத்தின்போது, பலகாலம் இமயத்தில் தங்கி
யிருந்தனர். அப்போது முனிவர்களின் ஆசிரமங்களில் உறைந்தனர். புனித
நதிகளில் நீராடினர். அர்ச்சுனன் தவமியற்றித் தேவர்களையும் சிவனையும்
கண்டு ஆயுதங்கள் பெற்றதும் இந்திர உலகம் சென்றதும் இக்காலப்
பகுதியில் இமயத்தில் நிகழ்ந்தன. கதையின் இப்பகுதிக்குக் களமே இமய
மாதலால் அதுகுறித்து விரிவான வருணனைகள் ஏராளமாக இடம்

பெற்றுள்ளன. அவற்றில் முதன்மையானவற்றை அறிவது சிற்பத் தொகுதியை அறிவதற்குப் பயன்படுவதாகும்.

இராசரிஷியான விருஷபர்வாவைச் சந்தித்த பாண்டவர்கள் அவர் கூறிய வழியாக இமயத்தில் செல்கின்றனர்.

> அந்த மார்க்கத்தில் பல நீர்நிலைகளும் ரத்தினம், பொன் நிறைந்த அழகிய பலவகைக் கொடுமுடிகளும் உள்ள மலையையும் பல குகைகளையும் அருவிகளையும் கற்பிளவுகளால் விசாலமாக இருப்பதும், கொடிகளாலும் மரங்களாலும் நெருங்கியதுமான அழகிய இமயமலையின் தாழ்வரையையும் மேலும் பலவிதமான இடங்களையும் ஸுலபமாகவே தாண்டிச் சென்றனர் . . . மால்ய வான் என்ற பெரிய மலையை அடைந்தார்கள். அந்த மலையைச் சுற்றிப் பெருங்காடுகள் இருந்தன. ஓடைகளும் அருவிகளும் வாபீகூப தடாகாதிகளும் அங்கு இருந்தன. நீர்நிலைகளில் செங்கழு நீர், ஆம்பல் முதலிய புஷ்பங்கள் நிறையக் காணப்பட்டன. மிருகங்களும் பக்ஷிகளும் ஒலித்த வண்ணம் இருந்தன . . . குரங்குகள் மரக்கிளைகளில் தாவிக்குதித்துக் கொண்டிருந்தன. இப்படி ரம்யமான மால்யவான் என்ற பர்வதத்தைப் பார்த்த பிறகு கின்னரர், கிம்புருஷர், ஸித்தர், சாரணர், அப்ஸரஸ்திரிகள் வஸிக்கும் இடமாகவும் சிங்கம், யானை, கரடி, புலி முதலிய மிருகங்கள் நிறைந்து சரபங்களின் பேரொலியினால் முழங்கப் பட்டதுமான மலையைக் கண்டார்கள். அங்குள்ள நந்தவனம் போன்றதும், மனத்தையும் கண்களையும் ஆனந்திக்கச் செய்வதும், வாஸம் செய்யத்தக்கதும் அழகிய சோலைகள் உள்ளதுமான கந்தமாதன வனத்தில் பாண்டவர்கள் பிரவேசித்தார்கள்.
>
> அங்கு எல்லா ருதுக்களிலும் உண்டாகிற கனிகளாலும் மலர் களாலும் மரங்கள் அழகாகக் காட்சியளித்தன. அங்கு மா, அம்ராதகம், தென்னை, திந்துகம், முஞ்சாதகம், ஆஞ்சீரம், மாதுளை, கொய்யா, பலா, எலுமிச்சை, வாழை, பேரீந்து, புளி, வஞ்சி, கருங்காலி, சண்பகம், மனத்திற்கு இன்பத்தைத் தருகிற கடம்பு, வில்வம், விளா, நாவல், காம்மரி இலந்தை, இறலி, அத்தி, ஆல், அரசு, க்ஷீரிகம், சேமரம், நெல்லி, கடுமரம், தான்றி, புன்கு, கரமர்த்தம், அதிகமான பழங்களுள்ள திந்துகம் ஆகிய மரங்கள் நிறைந்திருக்கின்றன. அவற்றிலுள்ள பழங்கள் அமுதம்போல் ருசி யுள்ளவையாக இருந்தன. அந்த மரங்களில் வலியன் குருவிகள், கிளிகள், குயில்கள், ஊர்க்குருவிகள், பச்சைக் குருவிகள், ஜீவ ஜீவிகப் பறவைகள், வல்லூறுகள், சாதகப்பக்ஷிகள் மற்றும் பல விதமான பக்ஷிகள் வசித்துக்கொண்டு இனிமையாகச் சப்தித்தன.
>
> அங்குள்ள தடாகங்கள் நான்கு பக்கங்களிலும் மனத்தைக் கவரும் அல்லி, புண்டரீகம், கோகனதம், கருநெய்தல், செங்கழுநீர், கமலம் ஆகிய மலர்கள் நிறைந்து காணப்பட்டன. கலஹம்ஸம், சக்ர வாகம், அன்றில், நீர்கோழி, காரண்டவம், வாத்து, அன்னம்,

கொக்கு, நாரை முதலிய நீர்வாழ்ப்பறவைகளும் தடாகங்களில் காணப்பட்டன . . .

கொடிகள் அடர்ந்த புதர்களின்மீது பெண்மயில்களோடு சேர்ந்திருப்பவையும் மேகமாகிய தூர்யவாத்யத்தின் சப்தத்தினால் விருத்தியடைந்திருக்கின்ற மன்மத விகாரத்தினால் மிகவும் மனங்கலங்கியவையும் இனிய குரலுடன் 'கேகா' என்ற த்வனியினால் மதுரமான பாடல்களைப் பாடிக்கொண்டே பல வண்ணத் தோகைகளை விரித்துக்கொண்டு விலாஸத்துடன் கூடியவையும் ஸந்தோஷத்துடன் நடமாடுகிறவையுமான மயில்களைக் கண்டார்கள். சில மயில்கள் பிரியமான பேடுகளோடு சேர்ந்து விளையாடுவதையும் சில மயில்கள் சிறு கொடிகளாலும் பெருங்கொடிகளாலும் நெருக்கமாகச் சுற்றப்பட்ட வேட்பாலை மரங்களிலுள்ள பொந்துகளில் அழகாக வீற்றிருப்பதையும் சில மயில்கள் கிளைகளில் அதிக மதங்கொண்டும் சில மயில்கள் தோகைகளின் அழகிய ஆடம்பரங்களால் கவரப்பட்டும் மரங்களுக்குக் கிரீடம் போல் வீற்றிருப்பதையும் பார்த்தார்கள்.[2]

இவ்வாறு கந்தமாதன வனம் பாரதத்தில் வருணிக்கப்படுகிறது. இவ்வனத்தின் எல்லையற்ற அழகில் ஈடுபட்ட தர்மர் அவற்றின் சிறப்புகளைத் தன் சகோதரர்களுக்கு எடுத்துரைத்தார். அவர் பீமனை நோக்கி,

. . . பீம! எங்கும் தேவர்களுக்கு உத்யான வனங்களான மங்களகரமான இடங்களைப் பார் . . . மலையருவிகளும், பசுமையும் சிவப்பு நிறமுள்ள புல்தரைகளின் பக்கத்திலும் ஸாரஸ பக்ஷிகள் காண்கின்றன. பிருங்கராஜங்களும் வல்லூறுகளும் போத்துக்களும் எல்லாப் பிராணிகளுடைய மனத்தையும் கவரும் ஒலிகளை வெளியிட்டுக் கூவுகின்றன. நான்கு கொம்புகளும் தாமரை மலர் போன்ற நிறமுள்ளவையுமான இந்த யானைகள் பெண் யானைகளுடன் வந்து, வைடூர்ய நிறம் வாய்ந்த பெரிய குளத்தைக் கலக்குகின்றன . . .

விருகோதர! பயங்கரமான பராக்கிரமமுள்ள கந்தர்வர்கள் மலையுச்சிகளில் இஷ்டப்படி நாயகிகளுடனும் கிம்புருஷர்களுடனும் விளையாடிக் கொண்டிருப்பதைப் பார். எல்லாப் பிராணிகளுடைய மனத்தையும் கவரும் ஸமமான தாளங்களுடன் கூடின கானங்கள் ஸாமங்கள் ஆகியவை பலவாறு பாடப்படுவதைக் கேட்கிறாயா? மங்கலங்களை உண்டுபண்ணக் கூடியதாய், கலஹம் ஸங்களின் கூட்டம் எழிலுடன் செல்ல, ரிஷிகள், கின்னரர், கந்தர்வர், கிம்புருஷர் முதலியவர்களால் அடையப்பட்ட புண்ணிய தேவநதியான மகாகங்கையைப் பார்ப்பாயாக. பகைவர்களை அடக்குகின்றவனே! எல்லாப் பக்கங்களிலும் தாதுக்களுடனும் நதிகளுடனும் கின்னரர்களுடனும் மிருகங்களுடனும் பறவைகளுடனும் கந்தர்வர்களுடனும் அழகிய காடுகளுடனும் நூறு

தலையுள்ள ஸர்ப்பங்களுடனும் கூடிய உயர்ந்த மலையைக் காண்பாயாக![3]

என்று உதிட்டிரர் அன்புடன் சொன்னார்.

கந்தமாதன வனத்திலிருந்து ஆர்ஷ்டிஷேணரின் ஆசிரமத்திற்கும் பாண்டவர்கள் சென்றார்கள். அவர்களுடன் உரையாடிய அவர்,

தர்மபுத்திர! இந்த மலை மிகவும் பாவனமானது. உத்யான வனங்கள் நிறைந்துள்ளது. காண்பதற்கு மிகவும் ரம்யமானது. அவரவர் அபிஸந்திக்கேற்ப இங்கு வஸிக்கிறார்கள். ஜலத்தையும் காற்றையும் ஆஹாரமாக உடைய மகரிஷிகள் ஆகாசமார்க்கமாகப் பறந்து வந்து பர்வஸந்திகளில் இந்த மலையை அடைகிறார்கள். காதல்கொண்ட கிம்புருஷர்கள் தங்கள் காதலிகளுடன் மலையின் உச்சியில் காணப்படுகிறார்கள். அவ்விடத்தில் அழுக்கில்லாத பட்டாடைகள் உடுத்திய கந்தர்வரும் அப்ஸரஸ்ஸுகளும் கூட்டம் கூட்டமாகக் காணப்படுகின்றனர். மாலைகளை அணிந்த வித்யாதரர், மகாநாகர், ஸுபர்ணர், சாரணர் முதலானவர்களும் கூட்டம் கூட்டமாக வஸிக்கிறார்கள்.[4]

என்று இமயம் குறித்துக் குறிப்பிடுகிறார்.

தௌம்யர் எனும் மகரிஷி தர்மனுக்குக் கிரகங்களின் செயல்முறைகளை விவரிக்கின்றார். அப்போது,

சாச்வதமாக இருக்கின்ற இந்த மேருவைச் சூரியனும் சந்திரனும் தினந்தோறும் வலமாகச் சுற்றிவருகின்றனர் ... சந்திரன் நக்ஷத்திரங்களோடு கூடக் காலங்களைப் பலவாறு வகுத்துக்கொண்டு, பர்வஸந்திகளில் செல்லுகிறான் ... சூரியனுடைய சக்தி ஓய்வில்லாதது. இவன் ஒருபோதும் நிற்பதில்லை. இவன் எப்போதும் சுற்றி வரும்போது பகலும் இரவும் மாறி மாறி வருகின்றன.[5]

என்று குறிப்பிடுகின்றார்.

மேலும் தௌம்யர்,

கந்தர்வ, யக்ஷ, ராக்ஷஸ, கின்னர, கிராத, அப்ஸரஸ்ஸுகள் வசித்துவரும் மலையைக் கங்கை தன் வேகத்தினால் இரண்டாகப் பிளந்தது. அது கங்காத்வாரம் எனப்படுகிறது. கங்காத்வாரம் மிகவும் புண்ணியமானது என்று கருதிப் பிரம்மரிஷிகள் யாவரும் அங்கே வாஸம் செய்கிறார்கள். ஸனத் குமாரர் கனகலத்தைப் புண்ணியமானது என்கிறார். புரூரவ மகாராஜன் வசித்த புரு என்ற பிரஸித்த மலையும் அங்கு இருக்கிறது. ப்ருகு மகரிஷி தவம்செய்த ப்ருகுதுங்கம் என்ற பர்வதம் இருக்கிறது. பூத, பவிஷ்யத், வர்த்தமான ரூபமாக இருப்பவர் – முக்காலத்தில் இருப்பவர் – நாராயணர். அவர் பிரபு, விஷ்ணு, சாச்வதர், புருஷோத்தமர். மிக்க புகழுடைய அவரது புண்ணியாச்ரமம் புண்ணியமான விசாலை என்ற பதரியின் அருகில் இருப்பதாகச் சொல்வர்.

முற்காலத்தில் விசாலை என்ற பதரியின் ஸமீபத்தில் கங்கை உஷ்ண ஜலமுள்ளதாகவும் குளிர்ந்த ஜலமுள்ளதாகவும் ஸ்வர்ண மயமாகவும் மணமுள்ளதாகவும் ஓடியது. அந்த இடத்தில் தேவர்களும் ரிஷிகளும் பிரபு பரமாத்மா நாராயணரை ஸேவித்துத் துதிக்கிறார்கள். ஸநாதனரான அந்த நாராயணன் இருக்கும் இடத்தில் எல்லா உலகங்களும் தீர்த்தங்களும் புண்ணிய ஸ்தலங்களும் இருக்கின்றன. சாஸ்திரங்களைக் கண்ணாகக்கொண்டிருக்கும் வித்வான்கள் எதை அறிந்தபின் சோகத்தை அடைவதில்லையோ அது புண்ணியமானது; அது பரப்பிரம்மம்; அது தீர்த்தம்; அது தபோவனம்; அது சிரேஷ்டமானது. அது சிறந்த தெய்வம், பிராணிகளுக்கெல்லாம் அதிபதி. அது சாச்வதமாக உள்ளது. எல்லாவற்றிலும் சிறந்தது. உலகத்தைக் காப்பது. அது சிறந்த ஸ்தானம். மதுஸூதனர் வசிக்கும் அந்த ஸ்தானமே புண்ணிய க்ஷேத்திரங்களுக்குள் புண்ணியமான க்ஷேத்திரம்.[6]

என்று வடதிசையிலுள்ள தீர்த்தங்களைக் குறித்துப் பாண்டவர்களுக்கு எடுத்துச் சொல்கிறார்.

பகீரதன் கங்கையைக் கொணரத் தவம்செய்ய இமயமலைக்குச் செல்லும்போது, பலவித தாதுக்கள் நிறைந்த சிகரங்களால் அலங்கரிக்கப்பட்டதும் காற்றின் வழியே செல்லுகின்ற மேகங்களால் நாற்புறமும் நனைக்கப்பட்டதும் சில இடங்களில் பொன்போன்றும் சில இடங்களில் வெள்ளி போன்றும் சில இடங்களில் மை போன்றும் இருக்கின்ற இமயமலையை அடைந்தான்.

அங்கே ஜலஜந்துக்களுடன் கூடின அநேக நதிகள் ஓடுகின்றன. புதர்கள் தாழ்வரைப் பிரதேசங்கள், குகைகள் நிறைந்திருக்கின்றன. சிங்கம், புலி, கரடி, யானை, மான், பன்றி, எருமை முதலிய மிருகங்கள் ஸஞ்சரிக்கின்றன. மயில், குயில், நீர்க்காக்கை, ஹம்ஸம், கருடன் முதலான பக்ஷிகள் ஆங்காங்கே சப்தித்துக் கொண்டிருக்கின்றன. வண்டினம் முரலும் சோலைகள் நிறைந்துள்ளன. தாமரைகள் நிறைந்த தடாகங்களில் இனிய சப்தங்கள் ஒலித்துக்கொண்டு இருக்கின்றன. கின்னரர், கிம்புருஷர், வித்தியாதரர், அப்ஸரஸ்ஸுக்கள், கந்தர்வர் யாவரும் வஸிக்கின்றனர்.[7]

என இமயத்தின் காட்சிகள் சித்திரிக்கப்பட்டுள்ளன.

புராணங்கள், இலக்கியங்கள் ஆகியவனவற்றில் இமயமலையின் பல்வேறு கூறுகள் அழகுற வருணிக்கப்பட்டுள்ளன என்பதை அறியமுடிகிறது. ஒவ்வொரு புராணமும் தாம் போற்றும் கடவுளரின் கதையுடன் தொடர்பு பெறும் தன்மையில் இமயத்தைப் பேசுகின்றன. அவை அனைத்தும் மிகத் துல்லியமான சித்திரிப்புகளாக வியக்கத்தக்க வகையில் அமைந்துள்ளன.

இருந்தபோதிலும் மகாபாரதம் தரும் வருணனைப் பகுதிகளை ஆழ்ந்து நோக்கும்போது, இச்சிற்பத் தொகுதி அவ்வருணனைகளுக்கு ஏற்ப அமைந்துள்ளதெனக் கண்டுணர முடிகிறது.

1. உயர்ந்த சிகரங்கள், தாழ்வரைகள்.
2. பனி மூடிய மலைகளில் உருகிவரும் ஆறுகள்.
3. அடர்ந்து செழித்துள்ள வனங்கள்.
4. தன் பாய்ச்சலால் இமயத்தை இரண்டாக்கிய கங்கைப் பேராறு.
5. வலம்வரும் சந்திர சூரியர்கள்.
6. தெள்ளிய நீர் நிறைந்த தடாகங்கள்.
7. தடாகங்களில் மலர்ந்துள்ள நீர்ப்பூக்கள்.
8. தடாகங்களில் வாழும் நீர்ப்பறவைகள்.
9. மரங்களிலும் புழைகளிலும் வசிக்கும் அழகிய மயில்கள்.
10. பறந்து செல்லும் ஹம்சங்கள் என்னும் அன்னப்பறவைகள்.
11. விளையாடும் வானரங்கள், பன்றிகள், மான்கள்.
12. மலையெங்கும் முழங்கும்படி கர்ஜித்தும் குகைகளில் படுத் துறங்கியும் வாழும் சிங்கங்கள்.
13. சரபம் போன்ற விந்தையான விலங்குகள்.
14. நான்கு கொம்புகளைக் கொண்டதும் தன் கூட்டத்துடன் வந்து நீரருந்தி விளையாடுவதுமான யானைகள்.
15. தன் இணைகளுடன் பறந்துவரும் கந்தர்வர்கள்.
16. இன்னிசை இசைத்து மகிழும் கின்னர்கள்.
17. இணைகளுடன் காதல்கொள்ளும் கிம்புருடர்கள்.
18. காற்றையும் நீரையும் உண்டு, வான்வெளியில் வலம்வரும் மகரிஷிகள், சித்தர்கள், சாரணர்கள்.
19. வில்லினைத் தாங்கிய கிராதர்கள் என்னும் மலை வேடர்கள்.
20. கங்கைக் கரைக்கு இணைகளோடு வரும் நாகர்கள், ஸுபர்ணர் கள், உரகர்கள், பண்ணகர்கள்.
21. திருமால் நிலைகொண்ட வதரியாச்சிரமம்.

என அமையும் வருணனையின் பகுதிகள் ஒவ்வொன்றும் சிற்பத்தொகுதியில் உயிரோட்டமுடன் சித்திரிக்கப்பட்டுள்ளதைக் கண்டுணர முடிகிறது.

குறிப்புகள்

1. S.M.Ali, *Geography of the Puranas,* pp.56 - 57.
2. *வனபர்வம், யக்ஷயுத்த பர்வம், பக்.10 – 12.*
3. மேலது, *பக்.12 – 13.*
4. மேலது, *ப.15.*
5. மேலது, *பக்.30 – 31.*
6. மேலது, தீர்த்தயாத்ரா பர்வம், *பக்.10 – 12.*
7. மேலது, *ப. 317.*

இயல் 2 விளக்கம்

சிற்பத்தொகுதியில் இமயத்தின் இயல்புகள்	63
கங்கைப் பேராறு	70
சிவனும் தபசியும்	77
வதரியாசிரமம்	83
சந்திர - சூரியர்	96
பரசுராமர்	101
தேவகணத்தினர்	106
கந்தர்வர் – தேவமகளிர்	106
நாகர்கள்	119
கின்னரர்	129
கிம்புருடர்	137
சித்தர் – சாரணர்	142
இருடிகள்	145
கிராதர்கள்	149
கங்கைக்கரைக் காட்சி	164
விலங்குகள்	170
யானைகள்	170
யாளிகள்	177
சிங்கங்கள்	180
வானரங்கள்	184
மான்கள்	190
ஆடுகள்	198
பன்றி	201
முயல்	204

உடும்பு	207
ஆமைகள்	210
பறவைகள்	212
அன்னங்கள்	212
கோழிகள்	215
பருந்து	218
மரங்கள்	221
பலா	221
ஞெமை	224
நமேரு	227
வனம்	230
பொய்த்தவப் பூனையும் எலிகளும்	234
தபசி – யார்?	239
மையப் பொருண்மை	260
மதிப்பீடு	274
தொகுப்புரை	302

சிற்பத்தொகுதியில் இமயத்தின் இயல்புகள்

உலகின் உயர்ந்த சிகரங்களையும் அழகிய பள்ளத்தாக்கு களையும் அடர்ந்த வனங்களையும் வற்றாத ஆறுகளையும் பறவை களையும் விலங்குகளையும் கொண்ட இமயத்தின் இயற்கை, மல்லைச் சிற்பத்தொகுதியில் மிக நுட்பமாக வடிக்கப்பெற்றுள்ளது.

தேவகணத்தினரும் மனிதர்களும் வாழும் இமயமலையைக் கங்கை தன் வேகத்தால் இரண்டாகப் பிளந்தது என்னும் மகாபாரதத் தின் வருணனைக்கேற்ப, இயற்கையாகவே நடுவில் பெரும்பிளவு கொண்டிருந்த பாறை இமயமாகத் தேர்ந்துகொள்ளப்பட்டுள்ளது. அது இருபகுதிகளிலும் பல உருவங்கள் வடக்கிலிருந்து தெற்காகவும் தெற்கிலிருந்து வடக்காகவும் மேலிருந்து கீழாகவும் சேருவனவாக ஒத்திசைவு செய்யப்பெற்று, ஒரே பொருண்மை *(theme)* கொண்ட பெரும் காட்சித் தொகுதியாக உருவாக்கப்பட்டுள்ளது.

பாறையின் மேற்பரப்பு மேடுபள்ளங்களுடன் இயற்கையாகக் காட்டப்பட்டுள்ளது. இதன் மேற்பரப்பு ஒரே சீராகச் சமப்படுத்தப் படாமல் மேடுபள்ளங்களுடன் பயன்படுத்தப்பட்டிருப்பதை எளிதில் கண்டுணர முடியும். ஒவ்வொரு மேடும் பள்ளமும் மலைகளையும் சிகரங்களையும் பள்ளத்தாக்குகளையும் குகைகளையும் உணர்த்தி, இமயமலையின் மாபெரும் தோற்றத்தை மனதில் விரியச் செய்வதை உணரமுடிகிறது.

இடதுபுறப் பாறையின் மேல் முதல்வரிசையில் யாளிக்கும் சிங்கத்திற்கும் மேலாக ஐந்து பாறைக்கட்டடங்களும் இரண்டிற்கு மிடையே பெரிய பாறைத்துண்டும் கின்னரர்களுக்கு மேலாக இரண்டும் இடப்பக்கம் பாறைத்துண்டு ஒன்றும் விடப்பட்டுள்ளன. இவற்றை மலைப்பகுதிகளாகவும் குன்றுகளாகவும் சிகரங்களாகவும் கருதுதல் எளிது.

இவற்றுக்குக் கீழ் கந்தர்வ இணைகளும் கின்னர மிதுனமும் நிற்கும் பகுதிக்கு மேலாக, சிங்கங்கள் படுத்துள்ள இடத்திற்குக்கீழ்

சமனோ ஒழுங்கோ இல்லாத பாறைகள் காட்டப்பட்டுள்ளன. அவற்றை மலைச்சரிவுகளின் மேடு, பள்ளங்களாக உணரமுடிகிறது. கீழே சிங்கமும் வேடர்களும் நிற்கும் வனப்பகுதியின் கீழாக சிங்கத்தின் முன்கால் வைத்துள்ள இடமும் வேடர்கள் கால் வைத்துள்ள நிலப்பரப்பும் மேடு களாகவும் பள்ளங்களாகவும் காட்டப்பட்டுள்ளன. அவையும் மலைக் காட்டு நிலப்பரப்பின் சமனற்ற தன்மையை உணர்த்துகின்றன.

மேல்வரிசையில் கந்தர்வ இணைகளும் கின்னர மிதுனமும் நிற்கும் இடத்திற்கு மேலாக எட்டுப் பாறைத்துண்டுகள் காட்டப்பட்டுள்ளன. கீழே வேடர்களும் கிம்புருடர்களும் இருக்கும் இடத்தையும் இதேபோன்று மலைப்பகுதிகளாக உணரமுடிகிறது. கந்தர்வ இணைகள் பல்வேறு சிகரங்களுக்கிடையே பறந்து வருவதாகவும் கின்னரர்களும் கிம்புருடர்களும் சிறுபாறைகளின் மீதோ பாறைக் குன்றுகளின் மீதோ அமர்ந்து, தங்கள் இனிய கானங்களை இசைத்து மகிழ்வதாகக் கற்பனை செய்தல் சுவையானது.

வனப்பகுதியில் முன்திரும்பிப் பெரியதாகத் தோன்றும் முயலின் தலைப்பகுதிக்குப் பின்னால் குறுகியுள்ள உடற்பகுதி, அது புதரிலிருப்பதையும் அதற்குக் கீழேபாதி உடல் தெரியப்படுத்துள்ள விலங்கு, குகையில் துயில் வதையும் உணர்கிறோம்.

கீழே கோயிலுக்குத் தென்புறமுள்ள விலங்குகளை மேலிருந்து கீழாகப் பார்க்கும்போது, மலைப்பாறையின் ஓரம் மிரட்சியுடன் பதுங்கி நிற்கும் மான், தலையும் முன் கால்களும் மட்டுமே தெரியும்வண்ணம் பாறை மறைவு அல்லது புதரிலிருந்து வெளிவரும் மான், குகையில் ஒரு காலைக் கீழே தொங்கவிட்டு ஓய்வாகப் படுத்திருந்து தலை நிமிர்த்திப் பார்க்கும் சிங்கம், ஆழ்ந்த துயிலிலிருந்து விழித்து, குகைக்கு வெளியே எட்டிப்பார்த்து, உறுமலை வெளிப்படுத்தும் சிங்கம் ஆகியனவற்றை மலையின் முப்பரிமாணத் தன்மையுடன் உணரமுடிகிறது.

கோயிலுக்கு மேலாக, வானரம் தனியானதொரு மேட்டில் அமர்ந் துள்ளது. மேல்வரும் கந்தர்வ இணையையும் கீழுள்ள நாக இணையையும் பொருட்படுத்தாமல் அமர்ந்திருக்கும் அதனது தன்மை கூட, அது நிகழும் இடவேறுபாட்டைச் சுட்டுவதாகக் கருதலாம். கோயிலின் முன் அமர்ந்துள்ள நால்வரில் வடபுறத்திலுள்ள இருவரும் ஒருசமதளத் தரையிலும் அவர்களுக்கு முன் யோகபட்டத்துடன் உள்ளவர் அதற்கும் சற்று கீழான தரைப்பகுதி யிலும் அமர்ந்துள்ளனர். கோயிலின் முன்னால் அமர்ந்துள்ள வயதான துறவி உள்ள இடம், கோயில் கருவறையை நேர்கொண்டதாக, சிறிது கீழானதாக உள்ளது. துறவிக்குக் கீழே மலைக்குகையில் துயில்கின்ற சிங்கம் காட்டப்பட்டுள்ளது. ஆகவே, இவை அனைத்தும் வெவ்வேறு தூரங்களைக் கொண்டதும் உயர்ந்ததும் தாழ்ந்ததுமான இயல்புகள் கொண்ட மலை இடங்கள் என உணருவது கடினமன்று. மேலும், படுத்துள்ள சிங்கத்திற்குக் கீழே மிக்க அமைதியோடு முகம் சொறிந்து படுத்துள்ள ஆண்மானும் பின்னுள்ள பெண்மானும் சிங்கத்திடமிருந்து மிகவும் தொலைவில், துயிலு வதற்கு இனிமையான மறைவான பகுதியில் உள்ளன என்பது உறுதி.

அடுத்து, முன் செல்லும் ஆமையும் தனியொரு பாறைத் துண்டில் காட்டப்பட்டுள்ளமை கவனிக்கத்தக்கது.

ஆற்றங்கரையிலுள்ள நால்வரும் நிற்கும் நிலைகள் வேறுபட்டுள்ளன. முதலில் நின்று சூரியனை வணங்குகின்றவரும் அடுத்துக் குனிந்து ஆற்றினை வணங்குபவரும் ஒரே தளத்தில் உள்ளனர். அவர்களுக்கு அடுத்துச் சற்று மேடான பகுதியில், பானை வைத்துள்ளவர் நிற்கிறார். அவர் அடுத்து நின்று துணியினைப் பிழிகின்றவரைவிடச் சற்றுமேடான இடத்தில் காட்டப்பட்டுள்ளார். இவையும் இடங்களுக்கிடையேயான வேறுபாடுகளை மட்டுமன்றி, நிற்கும் மனிதர்களுக்கிடையேயான தொலைவுகளையும் சுட்டி நிற்கின்றன எனக் கொள்ளலாம்.

சிவனுக்கு எதிராக நின்று தவம் செய்யும் முனியின் உயர்த்திய கைகளுக்கு மேல், மேல்பாகம் கூரான பாறைத்துண்டு ஒன்று, சுற்றிலும் செதுக்கப்பட்டுக் காட்சியளிக்கிறது. அது, அவரிருக்கும் பகுதிக்கு வட திசையில் உயர்ந்த சிகரம்கொண்ட மலையிருப்பதையே சித்திரிக்கிறது. சந்திரனுக்குக் கீழும் இடப்புறமும் சமன்செய்யப்படாத பாறைப்பகுதியும் அதனை அடுத்து வெட்டப்பட்ட பள்ளப்பகுதிகள் இரண்டும் காணப்படுகின்றன. அவையும் மலைமேடுகளையும் பிலங்களையும் உணர்த்துவனவாக உள்ளன.

வடபுறப் பாறையினும் தென்புறப்பாறை இயற்கையாகவே இம்மலைக் காட்சிக்கு மிகவும் உகந்ததாக இருந்துள்ளது. அதனை அவ்வாறே சிற்பத் தொகுதியின் பொருண்மையை வடிக்கச் சிற்பிகள் பயன்படுத்தியுள்ளனர். தென்பகுதிப் பாறையை எதிர்நின்று நோக்குவதினும் பஞ்சபாண்டவர் குகை முன்னிருந்து, பாறையை ஒட்டிப் பக்கவாட்டில், காணும்போதும் இதனைத் தெளிவாகவும் நுட்பமாகவும் அறியமுடியும். அங்கிருந்து காணும்போது தென்புறப்பாறை மேலிருந்து கீழாகச் சிறிதுசிறிதாகப் பருத்துக்கொண்டே வந்து நடுப்பகுதியில் மிகவும் புடைத்து, பின்னர் கீழே உட்குழிந்து சரிகிறது. ஆகவே, இப்பகுதியில் சிகரங்களையும் பள்ளத்தாக்குகளையும் கொண்ட ஓர் மாபெரும் அடுக்கு மலையினை நுட்பமாக உணரமுடிகிறது.

மேற்பகுதியில், கந்தர்வனுக்கும் சூரியனுக்கும் கந்தர்வ, கின்னர இணைகளுக்கும் மேலாக ஏறத்தாழ பதின்மூன்றுக்கும் மேற்பட்ட பாறைக் கட்டங்கள் உள்ளன. அவற்றை அவர்கள் இருக்கும் நிலைக்கு வடக்கே யுள்ள மேலுயர்ந்த மலைப்பகுதிகளாகக் கருதலாம். அதேபோல் அங்குள்ள மான் இணைக்கும் கந்தர்வர்க்கும் பின்னுள்ள பாறைப்பகுதியும் சமன் செய்யப்படாமல் உள்ளது. இறுதியிலுள்ள சிங்கங்களுக்குப் பின்னால் பாறைகள் துண்டுகளாகக் காட்டப்பட்டு மலையின் பல்வேறு பகுதிகள் உணர்த்தப்பட்டுள்ளன.

அடுத்த வரிசையில் கந்தர்வர், கின்னரர், காட்டுக்கோழிகள் ஒரு பகுதியிலும் அடுத்துவரும் கந்தர்வர்களும் கின்னரர்களும் மற்றொரு பகுதியிலும் காட்டப்பட்டுள்ளனர். இது, அவர்கள் ஒரு சமதளப்பரப்பில் பறந்து வருவதைச் சித்திரிக்கிறது.

தென்புறத்திலிருந்து பாறையின் தோற்றம்

பாறையின் மையப்பகுதி மிக நுட்பமானது. முன்னிற்கும் பெரிய யானையின் கழுத்துப்பகுதியிலிருந்து மேல்நோக்கிப் பார்த்துவந்தால் அது கின்னரர்களுக்கும் கிம்புருடர்களுக்குமிடையே ஒரு பள்ளமாகச் சென்று, மேலுள்ள கந்தர்வர், மான்கள், சிங்கம் ஆகியனவற்றின் கீழ்ப்பகுதியைச் சார்ந்து நேராக, பின்னுள்ள யானையின் தலைப்பகுதிவரை இறங்குகிறது. இதற்குள் ஏறத்தாழ ஒரு சதுரமான நிலப்பகுதியில் இரண்டு கிம்புருட இணைகளும் கின்னர இணையொன்றும் மூன்று கந்தர்வ இணைகளும் சித்திரிக்கப்பட்டுள்ளனர். அவர்கள், பெரிய யானையின் கழுத்துப் பகுதிக்கு மேல் அமைந்துள்ள கிம்புருடர்கள், தனியொரு பகுதியாக, மலைச் சிகரங் களுக்குக் கீழ் அடிவாரத்தில் அமர்ந்து இசைக்கின்றனர். அவர்களுக்கு மேலுள்ள கின்னர இணையும் பெரிய மலைச்சிகரமாக உணரத்தக்க பாறைப்பகுதியொன்று தலைக்குமேல் அமைய இசை மீட்டுகின்றனர். அடுத்து, மையத்தில் காட்டப்பட்ட கந்தர்வ இணைகளுக்கு மிகவும் பின்னுள்ள மலைப்பகுதியாக உட்புறம் உட்குழிந்து காட்டப்பட்டுள்ளது. கீழுள்ள கிம்புருடர்களுக்கு மேலாகப் பறந்துவரும் இணைகளும் சமதளத் தில் இல்லை. இவ்விடத்தில் பாறை தென்புறம் உட்சென்றும் வடபுறம் முன்வந்தும் காணப்படுகிறது. குரங்கு, பேன் பார்க்கும் சிலையருகிலிருந்து பார்த்தால் முன்செல்லும் யானையும் பின்தொடரும் யானையும் சமமான பாறைப் பகுதியில் நேராக அமையாமல் பாறைப்பரப்பில் உள்நோக்கியும் முன்வந்தும் இருப்பதைக் காணலாம்.

அடுத்துள்ள, இருடிகளும் சித்தர், சாரணர்களும் பறந்துவரும் பகுதிக்கு மேலுள்ள கந்தர்வ, கின்னர, சிங்க உருவங்களுக்குமிடையே காட்டப் பட்டுள்ள பாறை, பல்வேறு மேடு, பள்ளங்களைக் கொண்டுள்ளது. அவை யாவும் மலையின் பல்வேறு பரிமாணங்களைக் காட்டுகின்றன.

இருபுறமும் உள்ள பாறைகளில் காணப்படும் கிம்புருட இணைகள் அனைத்தும் அமர்ந்தே உள்ளன. அவர்கள் குன்றுகளின் மீதோ பெரும் பாறைகளின் மீதோ அமர்ந்து பாடலிசைப்பதாகக் கருதலாம்.

மேலும், நிற்கும் நடக்கும் விளையாடும் பத்து யானைகளுக்குக் கீழாகவும் எலிகள் சூழ நிற்கும் பூனைக்குக் கீழாகவும் பாறைப்பகுதி பல துண்டுகளாக வெட்டிக் காட்டப்பட்டுள்ளது. அத்துண்டுகள் மலை நிலத்தின் பல்வேறு தனிமைகளையே காட்டுகின்றன. முன்நிற்கும் பெரிய யானைகளின் கால்களின் ஊடாகத் தென்படும் யானைகளை நுட்பமாகப் பார்த்தால், அவற்றின் பின்னுள்ள பாறையிலும் இவ்வாறாக மலை வடிவங்களை உணரத்தக்க வகையில் சிறுபள்ளங்கள் வெட்டப்பட் டுள்ளதைக் காணலாம்.

ஆறுகள்

இமயத்திலோடிவரும் ஆறுகளைப் பாறையில் காட்டியுள்ள பான்மையை உணர, இச்சிற்பத் தொகுதியில் உருவங்களுக்கு இடையே காணப்படும் நீர்த்தாரை போன்ற பள்ளப்பகுதிகளை நுட்பமாகக் காணுதல் வேண்டும்.

இடதுபுறப்பாறையின் மேல்வரிசையை இடமிருந்து வலமாகப் பார்த்தால், படுத்தவண்ணம் தலையுயர்த்திப் பார்க்கும் சிங்கத்திற்கு மேலாக, மூன்று பாறைச் சதுரங்கள் காரணமாக நான்கு நீர்த்தாரைகள் உள்ளன. இவ்வமைப்பினை மனதில் கொண்டு, சந்திரன் வரை பார்த்தால் பன்னிரண்டிற்கும் மேற்பட்ட நீர்த்தடங்களை உணரமுடிகிறது. அவை, கீழுள்ள கந்தர்வர்களுக்கு இடையிலும் தொடர்ந்து செல்கிறது. முன்னர் குறிப்பிட்ட வண்ணம், மலைச்சிகரங்கள், பள்ளத்தாக்குகள், குகைகள் ஆகியனவற்றிற்கிடையே சிறிதும் பெரிதுமாக நீர்ப்பாதைகள் கீழிறங்குவதையும் அவற்றுள் பல, ஒன்றுடன் ஒன்று இணைந்து கீழ்நோக்கி வருவதையும் காணமுடியும்.

இடதுபக்கப் பாறையைவிட வலதுபுறப் பாறையில் இந்நீர்த் தடங்கள் தெளிவாக உள்ளன. சூரியனின் தலைக்குமேல் பல நீர்த்தடங்கள் உள்ளன. அவற்றுள் இரண்டு நீர்த்தடங்கள் அவரது தலைக்கு மேலாக இணைந்து, அவரது இடதுபுறமாகக் கீழிறங்குகின்றன. வலதுபுறத்திலும் முழங்கை அருகிலும் நீர்வழிவதற்கேற்பப் பள்ளங்கள் செய்யப்பட்டுள்ளன. இடதுகைப் பகுதியை ஒட்டி வருகின்ற நீர்த்தடம் கீழுள்ள கந்தர்வருக்கும் கின்னர ருக்கும் வலப்புறமாக இழிந்து, முன்னிற்கும் பெரிய யானையின் மத்தகப் பகுதியில் சேர்ந்து முன்புறமாக இறங்குகிறது.

சூரியனுக்கு இடப்புறமுள்ள கந்தர்வ இணைகளுக்கு மேலிருந்து வரும் நீர்த்தடமும் அடுத்துள்ள கின்னர இணைக்கும் கந்தர்வ இணைக்கும் இடையே உள்ள நீர்த்தடமும் பெரியதாகக் கீழிறங்கி, கின்னர இணை யினைக் கடந்து, கீழுள்ள கிம்புருட இணைக்கு வலமாக வந்து, ஆழம்மிக்க தோற்றத்துடன் முதல் யானையின் கழுத்துப்பகுதியில் சேர்கிறது.

மேல் வரிசையில் ஆடுகளுக்கு மேலாக உள்ள பெரும்பள்ளத்தில் சரியும் நீர்த்தடம், ஆழமாகக் கீழ்நோக்கிப் பாய்ந்து, கந்தர்வர்களையும் இருடிகளையும் கடந்து, பின்வரும் யானையின் கழுத்துப் பகுதிக்கு மேலாக உள்ள பள்ளத்தில் விழுந்து, வரும் நீர் தாவிக்குதித்து யானையின் கழுத்துப் பகுதியில் விழும் வண்ணம் அமைந்துள்ளது.

இதுபோல், மேல்வரிசையில் படுத்துள்ள சிங்கத்திற்கு முன்னாகவும் பின்னாகவும் நீர்த்தடங்கள் உள்ளன. பின்னுள்ள நீர்த்தடம் கீழிறங்கி, நிற்கும் சிங்கத்திற்குப் பின்னாகவும் வரும் மானிற்கு முன்னாகவும் பிரிந்து விழுகிறது. இரண்டாகப் பிரிந்துவிழும் அந்நீர்த்தடம் கீழுள்ள இரண்டு சிங்கங்களையும் சூழ்ந்து செல்கிறது. சித்தர் – சாரணரின் கால்களுக்குக் கீழாக இறங்கும் நீர்த்தடம் முகம் நிமிர்த்தி நீராடிக் களிக்கும் யானையின் தலைப்பகுதியை ஒட்டிச் சென்று சேர்க்கின்றது.

இந்த வடிவமைப்புகள் இரண்டு பணிகளைச் செய்கின்றன. ஒன்று, நீர்த்தடங்களாக நின்று ஆறுகளைக் காட்சிப்படுத்துகின்றன. மற்றொன்று, உருவங்களுக்கு இடையே பிரிவுகளை ஏற்படுத்தித் தனித்தனியே பிரிந்து, சமதளமற்ற நிலையை உருவாக்கிச் சிற்பங்களை முன்னிறுத்துகின்றன.

இந்நீர்த்தடங்கள் இமயத்திலுள்ள ஆறுகளையும் அருவிகளையுமே குறிக்கின்றன என்பதை வேறொரு சான்றால் தெரிந்து கொள்ளலாம்.

மூன்றாவது சிற்பத் தொகுதியில் யானைக் கூட்டங்களுக்கு மேல் உள்ள பாறையில் மேலிருந்து கீழாகச் சற்று அகலமான பள்ளம் வெட்டப் பட்டுள்ளது. அதில் நீர் அலை அலையாகத் தத்தித்தத்தி வரும்வண்ணம் பள்ளத்தின் உட்புறம் வடிவமைக்கப்பட்டுள்ளது. அந்நீர் அருவியாகக் கீழே கொட்டும்போது, தன் துதிக்கை வளைத்து, ஒரு யானை அதனைப் பருகுகிறது. கீழுள்ள பிற யானைகளுள் பெரிய யானையும் அதன் முன்னங் காலுக்கும் துதிக்கைக்குமிடையே தெரியும் மற்றொரு யானையும் நீர் பருகுகின்றன. பெரிய யானையின் வயிற்றுக்குக் கீழாகத் தெரியும் யானை நீர் கண்ட மகிழ்ச்சியில், தன் பின்னங்கால்களை உயரத்தூக்கி, தலையினை நீரில் வைத்துத் துதிக்கையால் நீரினை உறிஞ்சிப் பருகாமல் நேரடியாக வாயினால் பருகிக் களித்து மகிழ்கிறது. ஆதலால் சிற்பத்தொகுதியிலுள்ள நீர்த்தடங்கள் இமயத்திலிருந்து வற்றாது பாயும் ஆறுகளையும் அருவிகளையும் குறிப்பன என்பதில் ஐயமில்லை.

வனங்கள்

காடுகள் மிகுந்த இமயத்தின் இயற்கை இடதுபுறப் பாறையில் காட்டப்பட்டுள்ளது. மூன்றாம் வரிசையில் பாயும் சிங்கத்திற்கு அடுத்தும், இரண்டு வேடர்களுக்கு இடையேயும் உடும்பு ஏறுவதாகவும் பெருமரங்கள் காட்டப்பட்டுள்ளன. வானரத்திற்கும் முயலுக்குமிடையே தொகுப்பாக மரங்கள் செதுக்கப்பட்டு அடர்வனம் சித்திரிக்கப்பட்டுள்ளது.

இவ்வாறு உயர்ந்த சிகரங்களைக் கொண்ட இமயத்தின் மலைகளும் ஆழ்ந்த பள்ளத்தாக்குகளும் பொங்கிப் பாயும் ஆறுகளும் விலங்குகள், வனங்கள் முதலிய இயற்கைப்பொருட்களும் இச்சிற்பத் தொகுதியில் மிக நேர்த்தியாகச் சித்திரிக்கப்பட்டுள்ளன.

கங்கைப் பேராறு

மாமல்லைப்பாறையில், இயற்கையாகப் பிளவுபட்ட நடுப் பகுதி, பாய்ந்திறங்கும் கங்கையாகக் கொள்ளப்படுகிறது. இருபுறங் களிலும் உள்ள உருவங்களில் பெரும்பாலானவை இவ்வாற்றினை நோக்கி வருவனபோல் சித்திரிக்கப்பட்டுள்ளன. நுட்பமாகப் பார்க்கும் போது, மிக உயர்ந்த வான் பரப்பிலிருந்து கந்தர்வர்களும் நாகர்களும் இவ்வாற்றின் கரை நோக்கிச் சிறிதுசிறிதாகக் கீழிறங்கி வரும் பான்மை யினையும் உணரலாம். பறந்துவரும் இணைகளுக்கும் கங்கைக்கும் இடையே உள்ள தூரத்தாலும் மேலிருந்து கீழாகப் பார்க்கும்போது, கீழுள்ளோர் ஆற்றினுக்கு மிக நெருக்கமாகக் காட்டப்பட்டும் மேலிருப்போர் சிறிது இடைவெளியில் காட்டப்பட்டும் இருப்பதால் இத்தன்மை உருவாக்கப்பட்டுள்ளது. வலது, இடதுபுறப்பாறைகளில் உள்ள குரங்கு இணையும் தனிக்குரங்கும் கூட, அக்கரையில் அமர்ந்து கங்கையின் அழகில் ஈடுபட்டுள்ளன. கரையில் உள்ள திருமால் கோயிலில் துறவிகள் தியானத்தில் அமர்ந்துள்ளனர். இடதுபுறப் பாறையின் கீழ்ப்பகுதியில் மனிதர்கள் கங்கையில் நீராடியும் தூய்மைபெற்றுச் சூரிய வணக்கம் செய்தும் பிதுர்க்கட னியற்றியும் நிற்கின்றனர். நீர் பருகியும் விளையாடியும் களிக்கும் யானைக் கூட்டத்திற்கு முன் பூனையொன்று, எலிகள் ஐயமுற்று நிற்க, போலித் தவமியற்றுகின்றது. கங்கையின் மையத்தில் காட்டப் பட்டுள்ள நாக அரசனும் அரசியும் நீராடியவண்ணம் கங்கையின் அருள்நினைந்து தொழுகின்றனர்.

இந்தியாவின் நீண்ட ஆறான கங்கை (நீளம் 2427 கி.மீ) இமயமலையில் தோன்றுகிறது. தென் இமயத்தில் கங்கோத்ரி என்னும் இடத்தில் கடல் மட்டத்திலிருந்து 13,800 அடி உயரத்திலுள்ள பனிக்குகையில் பாகீரதி ஆறு தோன்றுகிறது.

பாகீரதியுடன் ஜான்ஹவி, அலகநந்தா என்ற ஆறுகள் சேர்ந்து கங்கை ஆறாகிறது. இது இமயமலையின் ஊடே துளைத்துக்கொண்டு தென்மேற்காகத் திரும்பி ஹரித்துவார் என்ற இடத்தை அடைந்து, அங்கிருந்து தெற்குமுகமாக ஓடி, உத்திரப்பிரதேசத்தில் தென்கிழக்கில் திரும்பி,

கங்கைப் பேராறு

பருக்கா பாத் மாவட்டத்தில் கிழக்குப் பகுதியில் ஓடும்போது இராம கங்கை ஆறு கலக்கிறது.

பிரயாகையில் (அலகாபாத்) யமுனை என்ற பேராறு கங்கையோடு கலந்து கிழக்கு முகமாக ஓடுகின்றது. வழியில் கோமதி ஆறும் காக்ரா ஆறும் கலக்கின்றன. காசி நகரைக் கடந்து, வேறு பல சிற்றாறுகளையும் தன்னோடு சேர்த்துக்கொண்டு வங்காளத்தின் எல்லையில் சேர்ந்து ராஜமகால் குன்றுகளைத் தொட்டுக்கொண்டு, தெற்காகத் திரும்பி, கௌர் என்ற சிதைந்த நகரத்திற்கு 20 மைலுக்கு அப்பால் கிளைகளாகப் பிரிந்து கழிமுகமாக அமைகிறது. இக் கழிமுகம் வங்காள விரிகுடாவிலிருந்து அமைகிறது; 300 ஆம் மைலில் தொடங்குகிறது . . .

கைலாயமலை அடிவாரத்தில் மானஸரோவர் ஏரி உள்ளது. இந்த ஏரியில் பனிப்பாறைகள் நழுவி வந்து கலந்துகொண்டிருப் பதால் பனியொத்த நீர் நிறைந்தே இருக்கும். இந்த ஏரியின் நான்கு திக்குகளிலும் நான்கு புண்ணிய ஆறுகள் உருவாகின்றன. தெற்கிலிருந்து கங்கை, மேற்கிலிருந்து சட்லெஜ், வடக்கிலிருந்து சிந்து, கிழக்கிலிருந்து பிரம்மபுத்திரா பிறக்கின்றன . . .[1]

கங்கை உற்பத்தியாகும் இடம் கடல்மட்டத்திற்கு மேல் 4000 மீட்டர் உயரத்தில் உள்ளது. ருத்திர இமாலயம் என்ற பள்ளத் தாக்கில் கர்வாலில் பள்ளமான தாழ்வுப் பகுதி உள்ளது. கங்கோத்ரி, இந்த இடம்தான். இந்தப் பள்ளங்களில் இமயத்திலிருந்து வழிந்து இறங்கி வந்து சேர்ந்த பனிக்கட்டிப் பாறைகளிலிருந்து கங்கை பிறக்கிறது.[2]

இத்தகைய கங்கையாற்றின் பல்வேறு சிறப்புத் தன்மைகள் குறித்துச் சங்க இலக்கியங்கள் பேசுகின்றன.

வளமழை மாறிய வென்றூழ்க் காலை
மன்பதை யெல்லாந் சென்றுணக் கங்கை
கரைபொரு மலிநீர் நிறைந்து தோன்றியாங்கு . . .

(புறம். 161 : 5 – 7)

எனப் பெருஞ்சித்திரனார் 'மழைவளமற்ற வறண்ட கோடையிலும் கரை மோதும் நிறைந்த நீரோடு உலக உயிர்கள் சென்று உண்ணவரும் கங்கையைக்' குமணனுக்கு உவமை கூறியுள்ளார். 'கங்கை இனிய பல அருவிகளை உடையது' எனப் பரணர் குறித்துள்ளார். *(பதிற்றுப்பத்து, ஐந்தாம் பத்து, பதிகம், 7)*

கங்கையாற்றில் மரக்கலங்கள் செல்லுமென்பதை நற்றிணைப் பாடல்கள் குறிப்பிடுகின்றன.

ஞெமையோங்கு உயர்வரை இமயத்து உச்சி
வாஅன் இழிதரும் வயங்குவெள் அருவிக்
கங்கையம் பேர்யாற்றுக் கரையிறந் திழிதருஞ்
சிறையடு கடும்புனல் . . .

(நற்.369:7–10)

எனவரும் மதுரை ஓலைக்கடையத்தார் நல்வெள்ளையார் பாடல் 'ஞெமை' மரங்கள் வளர்ந்த இமயத்து உச்சியின்கண் வானிடத்தின்று இழிதரும் வயங்கிய வெள்ளிய அருவியை உடைய கங்கையாற்றின், கரைகடந்து செல்லுகின்ற கடுஞ்செலவினை உடைய நீர் வெள்ளம்' என்று குறிப்பிடு கிறது.

...சென்னியர்
தெறலருங் கடவுள் முன்னர்ச் சீறியாழ்
நரம்பிசைத் தன்ன இன்குரல் குருகின்
கங்கை வங்கம்... (நற்.189 : 2 – 5)

என்னும் நற்றிணைப்பாடல் 'பாணர் தெறுகின்ற சினம் தணிதற்கரிய தெய்வத்தின் முன்பு சென்று அதன் சினமடங்குமாறு சிறிய யாழின் நரம்பினோசையையெழுப்பிப் பாடினாலொத்த இனிய குரலையுடைய குருகுகளிருக்கின்ற கங்கையாற்றின்கண் ஓடுகின்ற மரக்கலம்' குறித்துப் பேசுகிறது.

இமையவர் உறையும் சிமையச் செவ் வரை,
வெண் திரை கிழித்த, விளங்கு சுடர் நெடுங் கோட்டுப்
பொன் கொழித்து இழிதரும், போக்கு அரும் கங்கை

(பெரும். 429 – 431)

எனக் கடியலூர் உருத்திரங்கண்ணனார் 'தேவர்கள் உறையும் இமயத்தின் உச்சியிலிருந்து வெள்ளலைகளுடன் பொன் கொழித்துக் கங்கைவரும்' எனப் பாடியுள்ளார்.

மீன் ஆரம் பூத்த வியன் கங்கை நந்திய
வானம் பெயர்ந்த மருங்கு ஓத்தல், எஞ்ஞான்றும்,
தேன் இமிர் வையைக்கு இயல்பு (பரி. 16 :36 –38)

எனவரும் நல்லழிசியாரின் பரிபாடல் 'விண்மீனாகிய முத்து விளங்கும் வானத்தில் கங்கை பெயர்ந்ததை' வையையாற்றுடன் ஒப்பிட்டுரைக்கிறது.

கங்கையாறு குறித்துக் காளிதாசர் மேகசந்தேச காவியத்தில் பாடியுள்ளார்.

> மேகமே! நீ குருக்ஷேத்திரத்திலிருந்து கனகலம் என்ற மலைக்குச் செல். அங்குத்தான் ஹிமாலயத்தினின்றும் கங்கை நதி முதன் முதலாகப் பாரதநாட்டின் நிலத்தில் இறங்குகின்றாள். ஸகர மன்னனின் அறுபதினாயிரம் குமாரர்களும் ஸ்வர்க்கம் அடைவதற்குப் படிகளின் வரிசைபோல் இருந்தவள், ஜஹ்னு என்ற ராஜரிஷியால் தம் பெண்ணாகக் கருதப்பட்டவள். சிவபிரானது ஜடாபாரத்தில் தாங்கப்பட்ட அவளை, பார்வதி தன் ஸகளத்ரம் என்று நினைத்துப் பொறாமையால் புருவத்தை நெறித்து நோக்குவாள். தனக்குச் சிவபிரானிடமுள்ள செல்வாக்கைக் காட்ட கங்கை வெண்ணிற நுரையின்மூலம் பார்வதியைப் பார்த்து

பரிஹாசம் செய்பவள்போல் இருந்து கொண்டு, தன் அலை என்னும் கைகளால் சிவபிரானது சந்திரகலையைப் பற்றி அதன் மூலம் அவரது ஜடையையும் பற்றி இழுப்பவள்போல் காணப் படுவாள். அத்தகைய கங்கையை நீ அடைவாயாக! (மே.ஸ., பா.எ. 50)

மேலும்,

கங்கையானவள் இமயவேந்தன் குமரி; அக்கினியால் வகிக்கப்பட்ட சிவவீரியத்தைச் சரவணத்தில் வைத்தவள்; சுவர்க்கத்தில் மந்தாகினி யெனவும் பூமியில் கங்கையெனவும் பாதாளத்தில் போகவதி எனவும் பெயர் பெற்றவள்; உலகத்திலுள்ள மூன்றரைக்கோடி தீர்த்தபலனும் தர வல்லவள். பார்வதிதேவி விளையாட்டாகச் சிவமூர்த்தியின் கண்களை மூட அக்கரத்தின் வழிப் பெருகிய நீர், வெள்ளங்கொள்ள அதைச் சிவ மூர்த்தி தரித்தனர் எனவும் விஷ்ணு திரிவிக்கிரம அவதாரங்கொண்டு மூவுலகளந்தபோது, திருவடி சுவர்க்கமடைய அண்டமுடைந்து ஆகாய கங்கை கால்வழியொழுகியதால் உண்டானது எனவும் அத்திருவடி சத்திய உலகு சென்றபோது, பிரமன் தன் தந்தையின் திருவடியெனத் தம் கமண்டல நீரால் அபிஷேகிக்க, அது நதியாயிற்று எனவும் கூறுவர்; கங்கை பிரமன் சபைக்கு வந்தபோது, உண்டான சாபத்தால் சந்தனுவின் தேவியாய்ப் பீஷ்மரைப் பெற்றனள் என்பர்; சூரபன்மன் வேள்வியை அவிக்கப் பூமிக்குச் சிவமூர்த்தியால் வருவிக்கப்பட்டவள்.[3]

என இதிகாசங்களிலும் புராணங்களிலும் கங்கை குறித்துப் பல்வேறு கதைகள் கூறப்பட்டுள்ளன.

புராணங்கள் தரும் கங்கையின் கதையினை, அதன் இயற்கையான தன்மைகளோடு ஒப்பிட்டு, எஸ்.எம். அலி கூறியுள்ள விளக்கம் நுட்ப மானதும் சுவையானதுமாகும்:

கங்கை, வானுலகு சார்ந்த ஆறாகும். இது பால்வீதியுடன் (*Milky Way*) மனம் கவரும் வகையில் ஒப்பிடப்பட்டுப் புராணங்களில் வருணிக்கப் படுகிறது. ஆகவே இக்கூற்றின் முற்பகுதி, வானத்தில் ஆறு போன்று தோன்றுகின்ற பால்வீதியான விண்மீன் கூட்டங் களையும் குறிக்கிறது. இது வடகோளார்த்தத்தில் வடதுருவ முனையைச் சுற்றிச் சுழன்று வருகிறது. இவ்வாற்றின் மண்ணுலக இல்லம் மேருவைச் சுற்றி விரிந்துள்ள மலைமுகடு ஆகும். அதன்மீது மேலிருந்து பனிவடிவத்தில் வந்த கங்கை உறை பனியாகத் தங்கியிருக்கிறாள். இவ்வாறு மலையின்மீது, அதன் முகடுகளை மறைத்துத் தேங்கி நிற்கும் கங்கையே இறைவனின் சடைமுடியில் தேங்கிநிற்கும் கங்கையாகச் சொல்லப்படுகிறாள். மேருவின்மீது (பாமீர் பகுதி) மட்டுமின்றி அதனைச் சுற்றியுள்ள மலைச் சிகரங்களிலும் சரிவுகளிலும் கங்கை உறைபனியாகத் தேங்கி நிற்கிறாள்.

இவ்வாறாக, அந்நதி மேருவைப் பலமுறை சுற்றிவந்த பிறகே, பனி உருகி, நீரோடும் நதியாக உருவெடுக்கிறாள். பனிக்கட்டிகள் உருகி, மலையடிவாரங்களில் உள்ள ஏரிகளில் நீர் வடிவில் நிறைந்த பிறகே, அங்கிருந்து நீரோட்டப் பாதைகளில் தண்ணீ ராகப் பாய்ந்து செல்கிறாள். இங்குதான் ஆறு என்னும் பொருளில் முழுவடிவம் பெறுகிறாள் . . .

கங்கையின் தோற்றத்திலும் வளர்ச்சியிலுமுள்ள மூன்று நிலை களையே (இக்கதைகளின் மூலமாக) புராணங்கள் விளக்கிக் காட்ட முயல்கின்றன:

1. ஆகாய கங்கையொடு *(Milky Way)*, தொடர்புபடுத்துவதன் மூலமாக, கங்கை விண்ணிலிருந்து வந்தது என்ற கருத்தையும் (இது விண் சார்ந்த நிலை)
2. பனிமலை முகடுகளில் விழும்போது, பாமீர் மற்றும் அதனைச் சூழ்ந்துள்ள மலைப்பகுதிகளில் பனியாக உறைந்து நிற்கும்போது அதன் இரண்டாவது தேக்க நிலையாக (சிவன் தலையில்) கொள்ளப் படுகிறது. இந்நிலையில் கங்கை ஒரு பனிப்பட்டை அல்லது பனிப்படலம். இதுவே கங்கையின் உறைநிலை.
3. இப்பொதுவான நிலையிலிருந்து பனியுருகிக் கங்கையாறாக ஓடுகிறது. இது நான்கு திசைகளிலும், ஆசியாவின் நான்கு முக்கிய ஆறுகளாகப் பல திசைகளிலும் பாய்ந்து செல்கிறது. இந்நிலையில் கங்கை ஒரு நீரோடையாக (உண்மையில் நான்கு நீரோடைகளாக) உருவெடுத்துச் செல்கிறது. ஏறக்குறைய எல்லாப் புராணங்களிலும் மூன்று நிலைகளில் உருவாகும் 'கங்கையின் தோற்றம்' என்னும் கதை, ஆசியக் கண்டத்தில் முக்கிய மூன்று நிலைகளில் எனும் உருவாக்கம், மனங்கவரும் அழகிய தொன்மக் கதையாகக் காட்டப் பட்டிருக்கிறது.[4]

கங்கையைப் பற்றி ஒருகதை புராணங்களில் கூறப்படுகிறது. இந்த மகத்தான நதி சிவனது சடைமுடியில் தேக்கி வைக்கப்பட்டுள்ளது. கங்கையின் ஆணவச்செயல்கள் காரணமாக, அவளைத் தண்டிக் கும் நோக்கில் சிவபிரான் இவ்வாறு கட்டுப்படுத்தி வைத்தார். பகீரத மன்னனின் கடுந்தவத்தால் மனம் நெகிழ்ந்த ஈசன் கங்கையை விடுவித்தார் எனும் கதை வாயுபுராணத்தில் கூறப்பட்டுள்ளது.

கடந்த காலத்தில் ஏற்பட்டிருக்கக் கூடியவற்றைச் சுட்டிக்காட்டும் ஒரு 'வானிலை நாடித்துடிப்பாக' *(Climatic pulse)* இக்கதை இருக்க வேண்டும் என்பது தெளிவு. வடஇந்தியாவில் திடீரென்று ஏற்பட்ட, குறைந்த காலத்திற்கான, ஒரு பனி உறை நிலை, இமயத்தில் அதிகமான பனி உறைந்து நீரோட்டத்தைத் தடுக்கக் காரணமாக இருந்திருக்க வேண்டும். இதனால் வேனிற்காலத்தில், வழக்கமாக உருகி ஓடிவரும் பனி உருகாமல், அசாதாரணமானதொரு நீர் வரத்துக்குறைவு கங்கையில் ஏற்பட்டிருக்க வேண்டும். காலநிலை

மீண்டும் மாற்றமுற்றுப் பனிஉருகி வழக்கமான நீர்வரத்து பின்னர் ஏற்பட்டிருக்கலாம். இது சுமார் '100 ஆண்டு' காலமாக இருக்கலாம்.[5]

குறிப்புகள்

1. மான ஸரோவரத்தில் கங்கையோ பிற ஆறுகளோ நேரடியாகத் தோன்றுவதில்லை. தோன்றுவதாகப் பலகாலம் நம்பப்பட்டது. இவ்வகையில் கீழ்க்காணும் குறிப்புப் பயன்படக்கூடியது.

   திபெத்திய – கைலாசமும் கங்கையின் ஓர் இருப்பிடமாகும். அதன் சரிவுகளில் பாய்ந்திறங்கி நான்கு ஓடைகளாகப் பிரிகிறது . . .

   கைலாசத்தின் அடிவாரத்தில் மானஸரோவர் ஏரி அமைந்துள்ளது. (சமஸ்கிருதத்தில் 'ஸரோவரம்' எனும் சொல் ஏரியைக் குறிக்கிறது. 'மானஸ' என்பது உள்ளம் அல்லது எண்ணத்தைக் குறிக்கிறது) இது கங்கையின் மற்றொரு பிறப்பிடமாக நம்பப்பட்டது. கிறித்து யுகத்தின் தொடக்க நூற்றாண்டுகளிலேயே திபெத், சீனா, ஜப்பான் ஆகிய நாடுகள் உள்ளிட்ட இந்துக்களுக்கும் பௌத்தர்களுக்கும் இது புனிதப் பயணம் மேற்கொண்டு வரும் இடமாக விளங்குகிறது. இது 200 சதுர மைல் பரப்பளவில் நீலநிறமான பனிநீர் கொண்டு 15,000 அடி உயரத்தில் அமைந்துள்ளது . . .

   முதல் எட்டு நூற்றாண்டுகளில் உருப்பெற்ற இந்தியப் புராணங்களில் ஆசியாவின் நிலவியல் நான்கு பக்கங்கள் கொண்ட தாமரையாகக் கூறப்பட்டுள்ளது. ஒவ்வொரு இதழும் பெரும் நிலப்பரப் பினைக்கொண்டுள்ளது. சீனா கிழக்கிலும் பாரசீகம் மேற்கிலும் இந்தியா தெற்கிலும் வடக்கில், சரியான தெளிவற்ற நிலையில் துருக்கிஸ்தானும் உள்ளன. மானஸரோவரத்திலிருந்து, அந்நிலங்களில் நீர்பாய்ச்சுவதற்காக ஒவ்வொரு திசையிலும் ஒவ்வொரு ஆறு செல்கிறது. இந்தியாவிற்கு மட்டும் வடக்கிலிருந்து நான்கு மிகப்பெரும் ஆறுகள் பாய்கின்றன – கங்கை, யமுனை, சிந்து, பிரம்மபுத்திரா அனைத்தும் இமயத்தில் மான ஸரோவர் ஏரியிலிருந்து வருவதாகக் கருதப்பட்டது. ஆனால் உண்மையில் அது அவற்றிற்குச் சற்று வடக்கில் உள்ளது. ஆயினும் இது பத்தொன்பதாம் நூற்றாண்டின் தொடக்கம் வரை அறியப் படாதிருந்தது.

   - Steven G.Darian, *The Ganges in Myth and History,* pp.1 - 2.

2. ஜே. மங்கள்ராஜ் ஜான்சன், *நமது ஆறுகள்,* பக்.9 – 10.
3. ஆ.சிங்காரவேலு முதலியார், *அபிதானசிந்தாமணி.*
4. S.M. Ali, *The Geography of the Puranas,* pp.63 - 64.
5. மேலது, ப.11.

சிவனும் தபசியும்

இடதுபுறப் பாறையில் சந்திரனுக்குக் கீழ், சிவனும் அவர் முன்னால் தவமியற்றும் தபசியும் நிற்கின்றனர்.

சிவன் நான்கு கரங்களுடன் காணப்படுகிறார். தோள்மீது, மிக இயல்பாகவும் அழகாகவும் சாய்த்து வைக்கப்பட்டுள்ள வேல் போன்றதொரு பெரிய ஆயுதத்தை வலக்கரம் தாங்கியுள்ளது. வர மளிக்கும் குறிப்பில் இடதுகரம் வரதமுத்திரை காட்டுகிறது. பின்னுள்ள இடக்கரம் மழுவினை ஏந்தியுள்ளது. பின்னுள்ள வலக்கரம் அக்க மாலை ஏந்தியுள்ளது. அக்கரத்திலிருந்து, பல தலைகளைக்கொண்ட நாகம் கீழே வளைந்து படமெடுத்தவண்ணம் உள்ளது. அந்நாகத்தின் உடற்பகுதி சிற்பத்தில் தெரியவில்லை. நீண்டு தொங்கும் வலக்காதில் மகரக் குழையும் இடக்காதில் பத்ர குண்டலமும் காணப்படுகின்றன. இரட்டை வடமாக அமைந்த மணிமாலையொன்று கழுத்தில் காணப்படுகிறது. தலையில் ஜடாமகுடம் உள்ளது. ஜடாமகுடத்தின் மீது முழுவட்டமாக நிலா திகழ்கிறது. மார்பின் குறுக்காக உருண்டு திரண்ட பூணூல் உள்ளது. கைகளில் தோள்வளைகளும் மூன்றாக அடுக்கிய கடகங்களும் காணப்படுகின்றன. ஆடை, முழங்கால்வரை காட்டப்பட்டுள்ளது. திரட்சியான துணிப்புரி ஒன்று இடையைச் சூழ்ந்துள்ளது. முன்னுள்ள இடதுகைக்குக் கீழாக ஆடையின் தலைப் பகுதிகள் காணப்படுகின்றன.

தூண்டு சுடர்மேனித் தூநீ றாடிச்
சூலங்கை யேந்தியோர் சுழல்வாய் நாகம்
பூண்டு பொறியரவங் காதிற் பெய்து
பொற்சடைக ளவைதாழப் புரிவெண் ணூலர்
நீண்டு கிடந்திலங்கு திங்கள் சூடி
நெடுந் தெருவே வந்தெனது நெஞ்சங் கொண்டார்

எனவும்

போகம் பலவுடைத் தாய்ப் பூதஞ் சூழப்
புலித்தோ லுடையாப் புகுந்து நின்றார்.

(திருத்தாண்டகம், திருவெண்காடு, பா.எண்: 1 & 4)

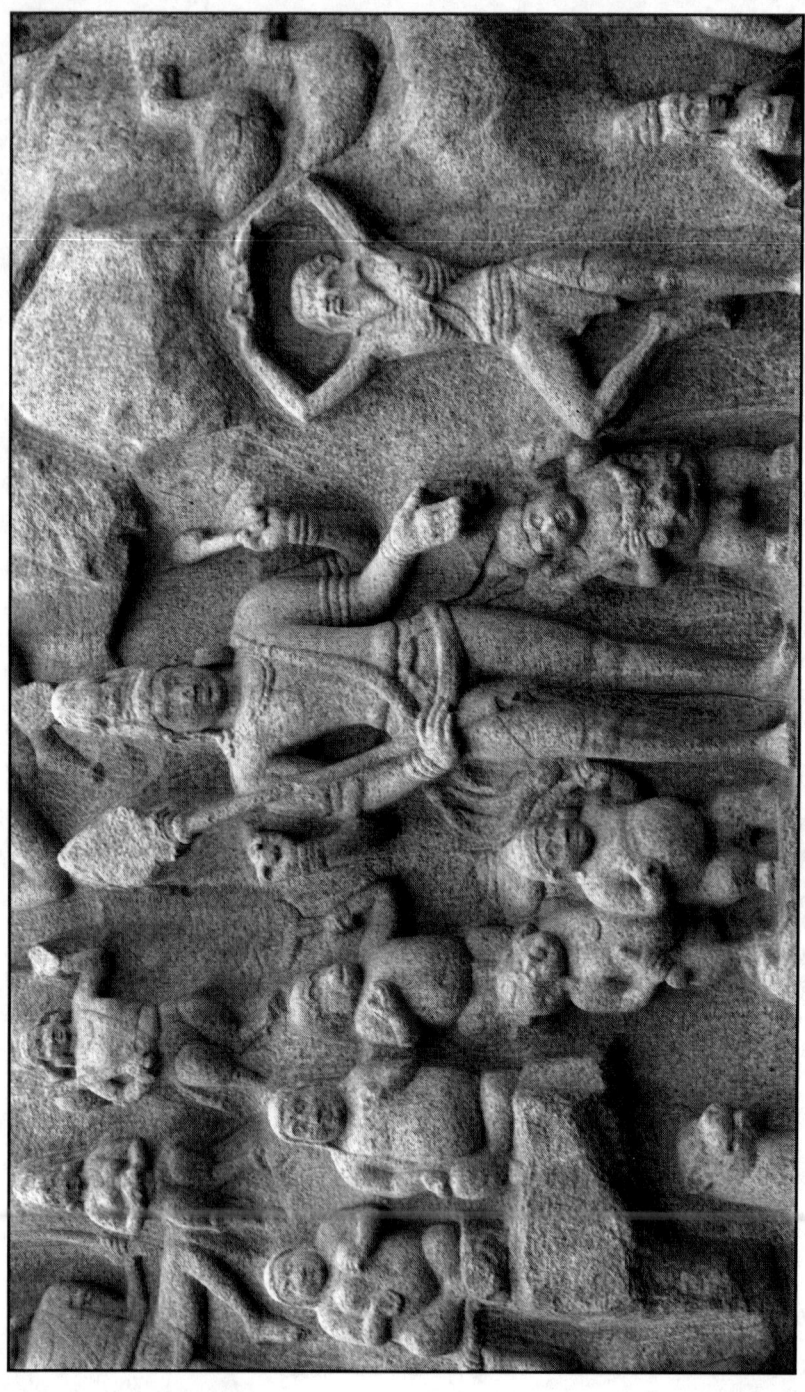

சிவனும் தபசியும்

எனவும் திருநாவுக்கரசர் பாடுதற்கேற்ப இங்கு சிவபெருமானின் காட்சி திகழ்கிறது.

இச்சிற்பத்தொகுதியில் சிவபெருமானின் காலருகில் வலதுபுறம் மூன்று பூதகணங்களும் இடதுபுறம் ஒரு பூதகணமும் நிற்கின்றன. அவை குள்ளமான தோற்றத்துடன் வெவ்வேறு வகையான அசைவுகளுடன் காணப்படுகின்றன.

சிவபிரானது வலது காலருகில் நிற்கும் பூதம் பருத்த தொந்தியுடனும் குட்டையான பருத்த கால்களுடனும் காணப்படுகிறது. வலது கரத்தை இடுப்பருகில் உயர்த்தியுள்ள அது இடதுகையில் சாமரம் போன்ற ஒன்றினை ஏந்தியுள்ளது. வலக்காதில் குழையும் இடக்காதில் பத்ர குண்டலமும் உள்ளன. தலையில் குல்லாய் போன்ற கவசத்தை அணிந்துள்ளது.

அதற்குப் பின்னால் நிற்கும் பூதம் பெருவயிற்றுடன் தலையைச் சாய்த்துச் சிவனைப் பார்க்கிறது. அதன் வலதுகாதில் குழையும் பத்ர குண்டலமும் காணப்படுகின்றன. வலக்கரத்தில் கழுத்து நீண்ட சிறுசெம்பு போன்ற ஒன்றினையும் இடதுதோளில் பானை போன்ற பாத்திரமொன்றினையும் ஏந்தியுள்ளது. மார்பில் பெரிய பதக்கத்துடன் கூடிய அணிகலனும் தலையில் கவசம் போன்ற அமைப்பும் காணப்படுகின்றன.

அதற்குப் பின்புறம், சற்று மேலாகக் குரங்கு முகத்துடனும் பருத்த வயிற்றுடனும் பூதமொன்று காட்டப்பட்டுள்ளது. வலதுகாதில் குழையும் இடதுகாதில் பத்ர குண்டலமும் காணப்படுகின்றன. வலதுகையை முன்னால் விரித்துக் காட்டிய வண்ணம் உள்ள அதன் இடதுகையில், நுனியில் பிறை வடிவம் கொண்ட தண்டொன்றினை உயர்த்திப் பிடித்துள்ளது. கழுத்து, காது, தலை ஆகியவற்றில் அணிகலன்கள் ஏதுமில்லை.

சிவபிரானது இடதுகைக்குக் கீழாக நிற்கும் குள்ளபூதம் பருத்த வயிற்றில் சிங்கமுகத்துடன் காணப்படுகிறது. அதன் தலையில் கவசமும் வலதுகாதில் குழையும் இடதுகாதில் பத்ர குண்டலமும் காணப்படுகின்றன. அது தன் வலக்கையில் உள்ள ஆயுதத்தைத் தோள்மீது சாய்த்துள்ளது. இடக்கரத்தை மடித்து உயர்த்தியுள்ளது. பூதங்களின் இடை ஆடைகள் உடலோடு ஒட்டியுள்ளதாக உணரமுடிகிறது.

சிவனுக்கு முன் நிற்கும் தபசி ஒற்றைக்காலில் நின்று தவமியற்றுகிறார். அவரது இடதுகால் தரையில் ஊன்றி நிற்க, வலதுகால் பாதம் இடது முழங்கால் அருகில் தொட்டும் தொடாமலும் உள்ளது. இடையில் சிற்றாடை ஒன்றினை அணிந்துள்ளார். கைகள் இரண்டும் தலைக்குமேல் உயர்த்தி விரல்கள் பிணைந்து சேர்ந்துள்ளன. உடல் வற்றி, மார்பு முன் துருத்தி, விலா எலும்புகள் புடைத்துத் தெரிகின்றன. வற்றிய கைகளில் நரம்புகள் புடைத்துள்ளன. வயிறு ஒட்டிப்போயுள்ளது. உயர்த்தியுள்ள காலில் எலும்பு தெளிவாகத் தெரிகிறது. மார்பில் பூணூல் காணப்படுகிறது. ஒடுங்கி, ஒட்டிப்

போயுள்ள கன்னங்களைக் கொண்ட முகத்தில் தாடியும் மீசையும் வளர்ந்துள்ளன. தலைமுடி பின்புறமாகத் தொங்குகின்ற பான்மையில் உள்ளது.

சிவகணங்கள் குறித்து இதிகாசங்களும் புராணங்களும் பல தகவல்களைத் தருகின்றன.

சிவகணங்கள் சிவ குடும்பத்தின் பிரிக்கமுடியாப் பகுதியாகும். சிவன் அவர்களை அன்போடும் பரிவோடும் நடத்துவார். கயிலாய மலைச்சாரலில் பரவலாகத் தெரியும் சிவகணங்கள், தனக்கு மிகவும் விருப்பமானவையென்றும் தனது வடிவத்தைக் காட்டுவன என்றும் சிவனே கூறியுள்ளார்.

சிவகணங்களின் பல தொன்ம வடிவங்கள் (Mythological Features) பேசப்படுகின்றன. அவற்றில் சில விந்தையானவை; சில வெறுப்பூட்டும் தோற்றமுள்ளவை. சில பூதங்கள் குள்ளமாகவும் சில மிக உயரமாகவும் சில மிக ஒல்லியாகவும் சில மிகவும் பருத்தும் பறவைகள், விலங்குகளின் முகங்களோடும் சில பட்டாடை பூண்டும் சில ஆடையின்றியும் உள்ளன என்று வருணிக்கப்பட்டுள்ளன.

மச்சயபுராணம், பார்வதி கண்ட பூதகணங்களாகக் கீழ்வருவனவற்றைப் பேசுகிறது.

அவற்றில் சில மெலிந்திருந்தன; மற்றவை பருத்திருந்தன. சில உயரமாகவும் வேறு சில பருத்த வயிற்றோடு குள்ளமாகவும் இருந்தன. அவை புலி, சிங்கம், யானை ஆகியவற்றின் முகத்தோடு காணப்பட்டன. அவற்றில் சில வெள்ளாடு, செம்மறியாடு போலத் தோற்றமளித்தன. தீயைப்போல ஒளிவீசின. சில கருமையாகவும் ஏனையவை மஞ்சளாகவும் காணப்பட்டன. சில இன்முகத்தோடும் சில கடுமுகத்தோடும் தோன்றின. சில புன்சிரிப்போடு விளங்கின. சில கரிய முடியினையும் சில செம்பட்டையான முடியினையும் கொண்டிருந்தன. சில தர்ப்பைப் புல்லாலான ஆடையினையும் மற்றவை தோலாடையினையும் உடுத்தியிருந்தன. சில ஆடையின்றியும் வேறுசில ஊனங்களோடும் தென்பட்டன. பலவற்றிற்குப் பல தலைகள், பல கண்கள், பல வயிறுகள், பல கைகள், பல கால்கள் இருந்தன. அவை பல தெய்வீக ஆயுதங்களைத் தாங்கியிருந்ததோடு பாம்புகளையும் தெய்வீக மலர்களையும் அணிந்திருந்தன. அவைகளின் கவசங்கள் பலதரப்பட்டவையாகத் திகழ்ந்தன. இப்பணியாளர்களின் எண்ணிக்கை ஒரு கோடியென்று மச்சயபுராணம் கூறுகிறது. அவை மிகவும் வீரமும் தீரமும் பொருந்தியவை.

அவை இந்தப் பிரபஞ்சம் முழுதும் நிறைந்துள்ளதாகக் கூறப்படுகிறது. இந்தக் கணங்களைப் பற்றிப் பல புராணங்களிலும் குறிப்புகள் உள்ளன...[1]

குப்தர்காலக் கலைகளில் இக்கணங்கள் முக்கியமான கருப்பொருளாகப் பயன்பட்டுள்ளன. மிக நல்ல சகுனமாக அவை கருதப்பட்டு, கோயில்களில் முக்கிய இடம் கொடுக்கப்பட்டது. பூம்ராவில் உள்ள சிவன் கோயிலில் ஏராளமான சிவகணங்கள் வடிக்கப்பெற்றுள்ளன. அவை விளையாடிக்கொண்டிருக்கும் வகையில் சித்திரிக்கப்பட்டிருப்பதோடு, அவை ஒவ்வொன்றும் சிவனுடைய குழந்தைகளின் மாதிரி வடிவங்களாகக் கருதப்பட்டன.[2]

குறிப்பு

1. கணங்கள் குறித்த குறிப்புகள் உள்ள புராணங்கள் : *பிரம்ம புராணம்*, 213, 95.99; *அரிவம்ச புராணம்*, 2.109, 63 – 67, 2.124, 19 – 29; *இலிங்க புராணம்*, 54, 52 – 53, 163.14, 264.3 – 15; *வாயுபுராணம்*, 101, 260 – 284; *இராமாயணம்*, கிஷ்கிந்தா காண்டம், 4.15 – 21; *மகாபாரதம் - அனுசாசன பர்வம்*, 14.140 – 165)

2. *Shantilal L. Nagar, Siva in Indian Art, Literature and thought, pp.249 - 251.*

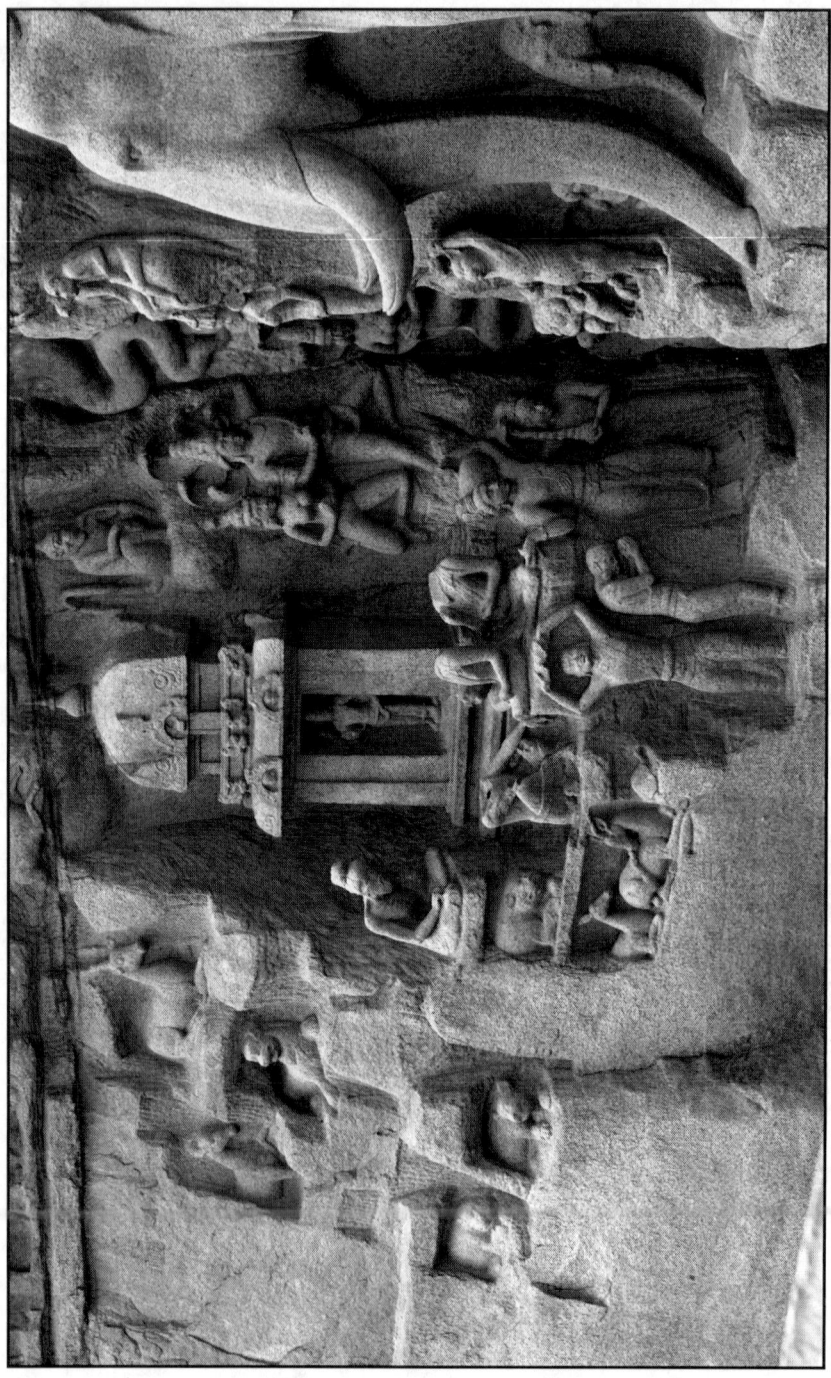

வதரியாசிரமம்

வதரியாசிரமம்

இடதுபுறப்பாறையின் கீழ்ப்பகுதியில், ஆற்றில் நீராடுபவர் களுக்கு மேலாகக் கோயிலொன்று காணப்படுகிறது. இக்கோயில் அதிட்டானம், கருவறை, விமானம், கலசம் ஆகிய அனைத்து உறுப்பு களுடனும் நான்குபுறமும் கர்ணக்கூடுகளுடனும் அவற்றில் கீர்த்தி முகங்களும் கொடிக்கருக்குகளும் கொண்ட திராவிட விமானத்துடன் தன் முழுஉருவில் முக்கால் பாகத்திற்கு மேல் வெளிப்பட்டுத் தெரியுமாறு அமைக்கப்பட்டுள்ளது.

இதன் கருவறையுள் திருமால் நின்ற கோலத்தில் காட்சியளிக் கிறார். தலையில் மகுடம் உள்ளது. நான்கு கரங்களுள், வலப்புறத்தே யுள்ள பின்கரத்தில் சக்கராயுதமும் பின் இடக்கரத்தில் சங்கும் காணப்படுகின்றன. முன்வலக்கை உபதேச முத்திரை காட்டுகிறது. இடக்கை இடையில் வைக்கப்பட்டுள்ளது. பட்டுப் பீதாம்பரம் கணுக்காலளவு காட்டப்பட்டுள்ளது.

திருக்கோயிலின் முன் ஒருசிறு மேடையில் உச்சியில் குடுமி யுடனும் தாடியுடனும் வயதான துறவியொருவர் அமர்ந்துள்ளார். வலக்கரத்தைத் தொடைமீது வைத்துள்ள அவர், சற்று முன்புறமாகக் குனிந்து இடக்கரத்தைச் செவியருகே வைத்துள்ளார். வலதுகாது நீண்டு தொங்குகிறது. வற்றிய மார்புக் கூட்டின் எலும்புகள் தெளி வாகத் தெரிகின்றன. வயிறு மிகவும் ஒட்டிப்போயுளது. இடையில் அணிந்துள்ள வேட்டியில் மடிப்புகள் காணப்படுகின்றன.

அவருக்கு முன்னர், சற்றுக் கீழாக, தவக்கோலத்தில் மூவர் உள்ளனர். அவர்கள்தம் தலைகள் உடைபட்டுள்ளன. ஒருவர் யோகப் பட்டமணிந்து யோகத்தில் ஈடுபட்டுள்ளார். மார்பில் பூணூல் காணப்படவில்லை. இடையில் உள்ள ஆடையும் தெளிவாக அறியும் வண்ணம் இல்லை.

ஏனைய இருவரும் அவருக்கு எதிராகச் சற்றுமேடான பகுதியில் அமர்ந்துள்ளனர். முன்னால் உள்ளவர் சம்மணமிட்டு அமர்ந்துள்ளார். இடதுகை, இடது தொடைமீது வைக்கப்பட்டுள்ளது.

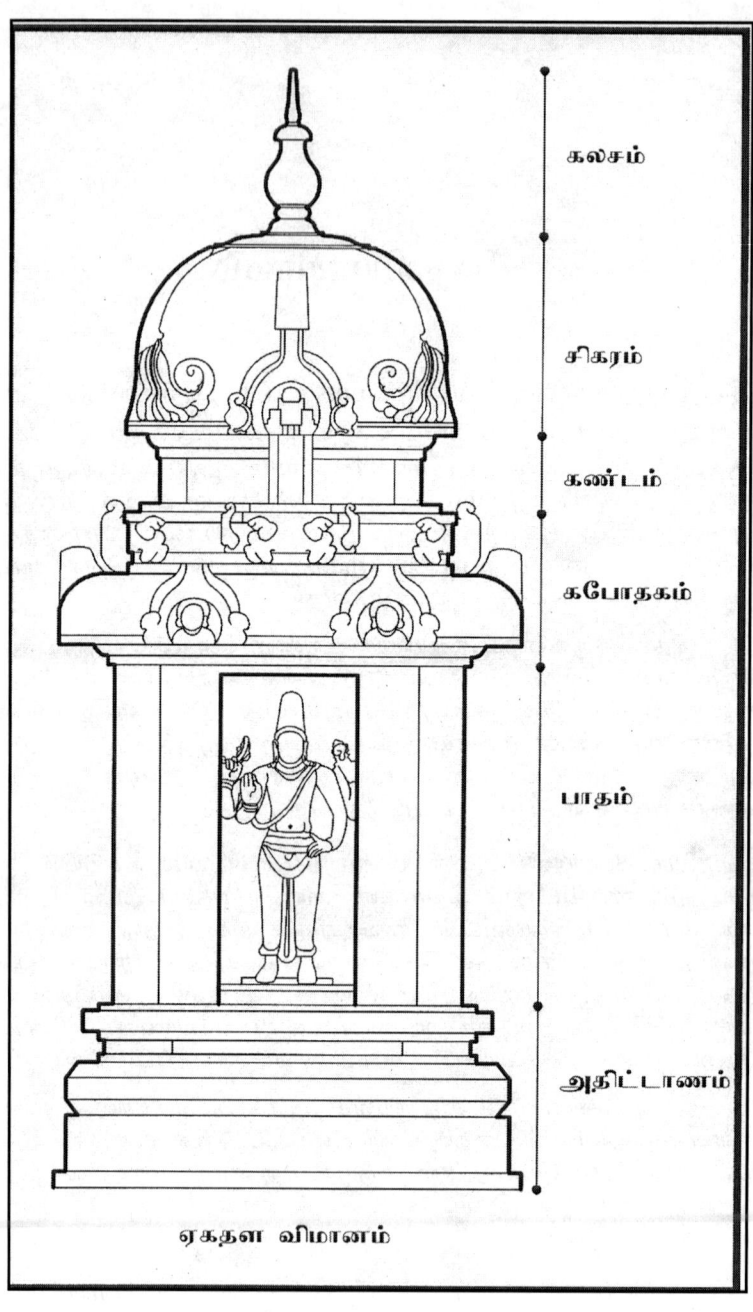

வதரியாசிரமம்

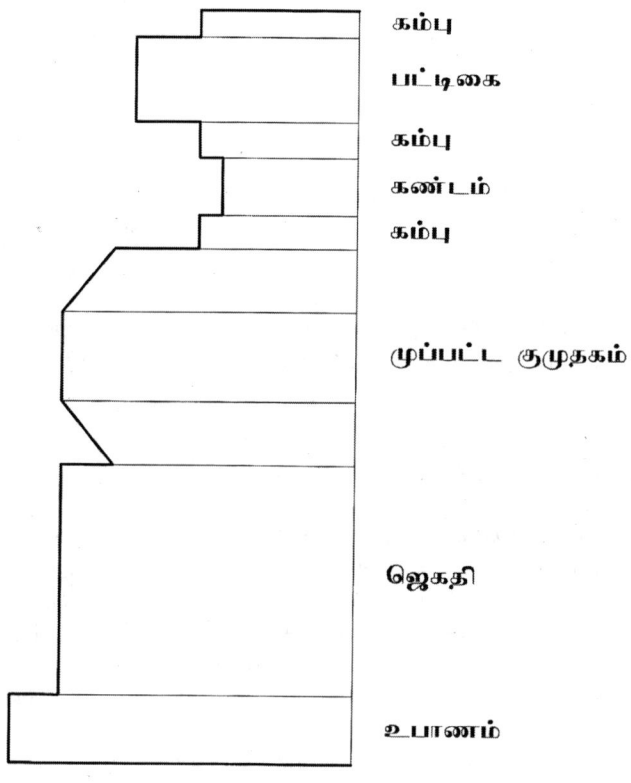

அதிட்டாணம

இடதுகாலில் முட்டிப்பகுதி சிறிது பின்னப்பட்டுள்ளது. வலது கை உபதேசமுத்திரை காட்டிய வண்ணம் உள்ளது. கைவிரல்கள் சற்றுச் சிதைவுற்றுள்ளன. திரட்சியாகச் செல்லும் நான்கு புரிகள் கொண்ட பூணூல் மார்பில் காணப்படுகிறது.

அவருக்குப் பின்புறம் உள்ளவர் சம்மணமிட்டு அமர்ந்துள்ளார். இடதுகரம் வயிற்றருகில் தியான முத்திரைபோல் மேல் நோக்கியும் வலதுகரம் மார்பருகில் உள்நோக்கியும் உள்ளன. உடைபட்டுள்ள தலையின் கழுத்துப்பகுதியைப் பார்க்கும்போது மார்புடன் சேர்ந்த நீண்ட தாடி இருந்திருக்கலாம் எனத் தோன்றுகிறது. மார்பில் முப்பட்டையான பூணூல் காணப்படுகிறது. இருவருக்கும் இடது தோளருகில் ஆடையின் நுனி தொங்குகின்றது.

இத்திருக்கோயில், இமயத்தின் முக்கியமான திருமால் திருப்பதிகளுள் ஒன்றான வதரியாசிரமமாகலாம். திருவதரி எனப்படும் இத்திருத்தலம் குறித்து வாழ்வியற் களஞ்சியம் விரிவான தகவல்களைத் தருகிறது.

மன்னும் இமயமலையில் கடல் மட்டத்திற்கு 10,380 அடி உயரத்தி லுள்ள ஒரு வைணவத் திருத்தலம். வடநாட்டு வைணவத் திருத்தலங்கள் பன்னிரண்டில் இதுவும் ஒன்று. இது அழகான மிதிவட்டரங்கு போன்ற ஓர் அகன்ற பள்ளத்தாக்கில் அமைந்துள்ளது. இது அருகில் ஓடும் அழகா நந்தா நதியின் மேற்றிசையிலுள்ள கரையிலும் நாராயண பருவதத்தின் அடிவாரத்திலுமாக உள்ளது. இதன் பின்புறமாக 'இமயத்தின் இராணி' என வழங்கப்படும் புகழ்மிக்க நீலகண்ட மலைச்சிகரம் (21,640 அடி) அமைந்து இத்தலத்திற்கு ஒரு பொலிவினைத் தருகிறது . . .

பதரியாச்சிரமம்

இதுவே திருக்கோயில் அமைந்துள்ள இடம். திருக்கோயில் அமைந் துள்ள இடம் 'விசாலபுரி' என்று வழங்கப்பெறுகிறது.

பதரி என்பது வடமொழியில் இலந்தை மரத்தின் பெயராகும். அம்மரங்கள் அடர்ந்து கிடக்கும் இடம் வதரி. வதரிநாதன் எழுந்தருளியிருக்கும் திருமலை முழுவதும் வதரி எனப்படும். இலந்தைப் பழம் பெரிய பிராட்டியாருக்குத் (இலக்குமி) திருவுகப்புக் குரியது. திருக்கோயில் முழுவதையும் சூழ்ந்த நிலையில் ஒரு பெரிய இலந்தை மரம் உள்ளதென்றும், கலியுகத்தில் அது மக்கள் கண்கட்குப் புலனாகாது என்றும் சொல்லப்படுகிறது. வதரி நாராயணனின் திருக்கோயிலின் சுற்று 100 அடி நீளமும் 60 அடி அகலமும் உள்ளது . . . கருவறையின் நடுநாயகமாக ஊர்வசி படத்தில் வீற்றிருக்கும் திருக்கோலத்தில் கிழக்கு நோக்கிய திருமுக மண்டலத்துடன் சேவை சாதிப்பவர்தாம் பதரி நாரா யணர். அவர் சித்தாசனத்தில் யோக நிலையில் அமர்ந்திருக்கிறார். இந்தச் சிலை உருவம் உளியினால் வடிக்கப்பெற்றதுமன்று. முடமான கல்லும் அன்று. அது கிடைத்தற்கரிய சாளக்கிராமம். இதனை ஆதிசங்கரர் நாரத குண்டத்திலுள்ள மிகப்பெரிய சாளக் கிராமத்தினின்று பெயர்த்தெடுத்து அதனைக் கருடசீலத்தின் கீழ்ப் பிரதிட்டை செய்தார் என்றும் கி.பி.15ஆம் நூற்றாண்டில் இத்திருக் கோயில் கட்டப்பெற்றபோது இதனுள் கொணர்ந்து பிரதிட்டை செய்யப்பெற்றது என்றும் வரலாறு கூறுகிறது. விலை யுயர்ந்த ஆடையாலும் ஆபரணங்களாலும் அன்றலர்ந்த மலர் களாலும் கிரீடத்தாலும் அலங்கரிக்கப்பெற்று நெற்றியில் வயிரத் தாலான பொட்டுடன் காட்சி தருகின்றார். இவரது இடப்புறத் தில் நர – நாராயணர்கள் உள்ளனர். நாராயணர் சடைமுடி கொண்ட தவசி வடிவில், மேலுள்ள இரு கைகளில் திருவாழி, திருச்சங்கு தாங்கிய நிலையுடனும் கீழுள்ள இரு கைகளில் அபய முத்திரையுடனும் கிழக்கு நோக்கிய திருமுக மண்டலத் துடனும் பதுமாசனத்தில் அமர்ந்துள்ளார். நரன் தநுராசன நிலையில் நின்ற நிலையில் உள்ளார்.

பதரியின் சிறப்பு

இமயத்தில் பதரியே ஈடெடுப்பற்ற திருக்கோயில் என்று புராணங்கள் பேசுகின்றன. முனிவர்கள் பலர் தவம்புரிந்த இடம் என்றும் இந்தத் தெய்வீக இடத்தில்தான் தத்துவஞானிகள் ஞானத்தை அடைந்தார்கள் என்றும், வராக மூர்த்தியும் நரசிம்மமூர்த்தியும் இங்குவந்துதான் சினம் தணிந்து அமைதிபெற்றார்கள் என்றும் சிவனுடைய சாபம் இங்குத்தான் அகன்றது என்றும் வியாசர் இங்குத்தான் வேதங்களைத் தொகுத்தார் என்றும் மாபாரதத்தை வரைந்தார் என்றும் சொல்லப்பெறுகிறது.[1]

இத்தகைய வதரி குறித்து மகாபாரதத்தில் பல வருணனைகள் இடம் பெற்றுள்ளன:

> நர – நாராயணர்களின் புண்ணிய ஆச்ரமம் இருளற்றதாகவும் பாவத்தைப் போக்குவதாகவும் இருந்தது. சூரியக்கிரணங்கள் அங்கே பிரவேசிக்க முடியாது. பசி, தாகம், சீதம், உஷ்ணம் முதலிய தோஷங்கள் அங்கே இல்லை. அது சோகத்தைப் போக்குவ தாகவும், மகரிஷிகளின் கூட்டம் நிரம்பியதாகவும் இருந்தது.
>
> தருமத்திலிருந்து விலகிய மனிதர்கள் அங்கே செல்லமுடியாது. அக்கினி க்ருஹங்களும், ஸ்ருக் முதலிய கருவிகளும் அங்கு நிறைந் திருந்தன. வேதகோஷம் எப்பொழுதும் ஒலித்துக்கொண்டே இருந்தது. அது தெய்வத்தன்மை வாய்ந்ததாகவும், துயர்களைப் போக்குவ தாகவும் இருந்தது. அங்கே புலன்களை அடக்கிய இருடிகள், ஸந்நியாஸிகள் முதலானோர் நிரம்பியிருந்தனர் . . . தர்மாத்வான தருமர் சகோதரர்களுடன் . . . பதரியை அடைந்து நரநாராயணர் களுடைய ஸ்தானத்தை ஸேவித்தார். ப்ரஹ்ம ரிஷிகள் அங்கு நிரம்பியிருந்தனர். அங்குள்ள மரங்களிலுள்ள பழங்கள் தேனைப் பெருக்குகின்றன. ஸமீபத்தில் கங்கை பிரவகிக்கிறது.[2]

மேலும்,

गन्धर्व यक्षरक्षोभि: अप्सरोभिश्च सेवितम् ।
किरातकिन्नरावास शैलं शिरवरिणां वरम् ।। २० ।।

கந்தர்வ யக்ஷரக்ஷோபி: அப்ஸரோபிஸ்ச ஸேவிதம் ।
கிராத கின்னராவாஸம் சைலம் சிகரிணாம் வரம்।। (20)

கந்தர்வர்கள், யட்சர்கள், ராக்ஷஸர்கள் மற்றும் அப்ஸரஸ்களால் சேவிக்கப்படுவதும் கிராத, கின்னரர்கள் வாசம் செய்வதுமான இம்மலை மலைகளுக்குள் உயர்ந்ததும் சிறந்ததும் கூட.

बिभेद तरसा गङ्गा गङ्गाद्वारं युधिष्ठिर ।
पुण्यं तत् ख्यायते राजन् ब्रह्मर्षिगणसेवितम् ।। २१ ।।

பிபேத தரஸா கங்கா கங்காத்வாரம் யுதிஷ்டிர ।
புண்யம் தத் க்யாயதே ராஜன் ப்ரம்ஹர்ஷிகணஸேவிதம்।। (21)

ஓ! யுதிட்டிரனே! கங்கை பிளந்ததால் வரக்கூடிய கங்கா துவாரமான இந்தப் புண்ணிய இடம் தேவர்கள் இருடிகளால் வழிபடப்படுவது.

सनत्कुमारः कौरव्य पुण्यं कनखलं तथा ।
पर्वतश्च पुरुर्नाम यत्र यातः पुरूरवाः ।। २२ ।।

ஸனத்குமார: கௌரவ்ய புண்யம் கனகலம் ததா।
பர்வதஸ்ச புருர்நாம யத்ர யாத: புரூரவா: ।। (22)

குருவம்சத்தில் வந்தவரே! சனத்குமாரர், கனகலக்ஷேத்திரம் என்ற பர்வதம் முதலியன உள்ளன. புரூரவஸ் என்ற அரசன் இருக்குமிடம் இது.

भृगुर्यत्र तपस्तेपे महर्षिगणसेविते ।
राजन् स आश्रमः ख्यातो भृगुतुङ्गो महागिरिः ।। २३ ।।

ப்ருகுர்யத்ர தபஸ்தேபே மஹர்ஷிகணஸேவிதே।
ராஜன் ஸ ஆச்ரம: க்யாதோ ப்ருகுதுங்கோ மஹாகிரி: ।। (23)

ஓ! அரசனே! மகரிஷிகளின் கூட்டங்களோடு பிருகுமுனி தவம் செய்ததனால் இந்த மலையானது 'பிருகுதுங்கம்' என்று அழைக்கப் படுகிறது.

यः स भूतं भविष्यच्च भवच्च भरतर्षभ ।
नारायणः प्रभुर्विष्णुः शाश्वतः पुरुषोत्तमः ।। २४ ।।

ய:ஸ பூதம் பவிஷ்யச்ச பவச்ச பரதர்ஷப।
நாராயண: ப்ரபுர்விஷ்ணு: சாச்வத: புருஷோத்தம: ।। (24)

ஓ! பரத வம்சத்தில் வந்தவரே! இந்த இடமானது மூன்று காலங்களிலும் பிரபு என்றும் விஷ்ணு என்றும் புருடோத்தமன் என்றும் அழிவற்றவன் என்றும் போற்றப்படும் நாராயணன் இருக்குமிடம்.

तस्यातियशसः पुण्यां विशालां बदरीमनु ।
आश्रमः ख्यायते पुण्यस्त्रिषु लोकेषु विश्रुतः ।। २५ ।।

தஸ்யாதியசஸ: புண்யாம் விசாலாம் பதரீமனு ।
ஆச்ரம: க்யாயதே புண்ய: த்ரிஷு லோகேஷு விச்ருத: ॥ (25)

மிகுந்த புகழ்பெற்ற அந்நாராயணனின் புண்ணியமான விசாலா என்று அழைக்கப்படக்கூடிய பதரிகாசிரமம் மூன்று உலகங்களிலும் போற்றப் படுகிற இடமாகும்.

उष्णतोयवहा गङ्गा शीततोयवहा पुरा ।
सुवर्णसिकता राजन् विशालां बदरीमनु ।। २६ ।।

உஷ்ணதோயவஹா கங்கா சீததோயவஹா புரா ।
ஸுவர்ணஸிகதா ராஜன் விசாலாம் பதரீமனு ।। (26)

முன்பு மிகுந்த குளிர்ச்சியான பிரவாகத்துடனும் பிறகு மிதவெப்பப் பிரவாகத்துடனும் பொன்மயமான மண்திவலைகளுடனும் விசாலமாகிற பதரிகாசிரமத்தில் பெருகக்கூடிய இந்தக் கங்கைக்கரையில்,

ऋषयो यत्र देवाश्च महाभागा महौजसः ।
प्राप्य नित्यं नमस्यन्ति देवं नारायणं प्रभुम् ।। २७ ।।

ரிஷயோ யத்ர தேவாஸ்ச மஹாபாகா மஹௌஜஸ: ।
ப்ராப்ய நித்யம் நமஸ்யந்தி தேவம் நாராயணம் ப்ரபும் ।। (27)

மகாத்மாக்களான திவ்விய ஒளிபொருந்திய இருடிகளும் தேவர்களும் தினமும் வந்து நாராயணனாகிய ஆதிகடவுளை வணங்குகிறார்கள்.

இவற்றின் திரண்ட கருத்து,

கந்தர்வ, யக்ஷ, கின்னர, கிராத, அப்ஸரஸ்ஸுகள் வசித்துவரும் மலையைக் கங்கை தன் வேகத்தினால் இரண்டாகப் பிளந்தது. அது கங்காத்வாரம் எனப்படுகிறது. கங்காத்வாரம் மிகவும் புண்ணியமானது என்று கருதிப் பிரம்மரிஷிகள் யாவரும் அங்கே வாஸம் செய்கிறார்கள். சனத்குமாரர் கனகலம் புண்ணியமானவை. புரூரவ மகாராஜன் வசித்த புரு என்ற பிரஸித்த மலையும் அங்கு இருக்கிறது. ப்ருகு மகரிஷி தவம் செய்த ப்ருகு துங்கம் என்ற பர்வதம் இருக்கிறது. பூத, பவிஷ்யத், வர்த்தமான ரூபமாக இருப்பவர் – முக்காலத்திலும் இருப்பர் – நாராயணர், அவர்பிரபு, விஷ்ணு, சாச்வதர், புருஷோத்தமர். மிக்க புகழுடைய அவரது புண்ணியாச்ரமம் புண்ணியமான விசாலை என்ற பதரியின் அருகில் இருப்பதாகச் சொல்வர். முற்காலத்தில் விசாலை என்ற பதரியின் ஸமீபத்தில் கங்கை உஷ்ண ஜலமுள்ளதாகவும், குளிர்ந்த ஜலமுள்ளதாகவும், ஸ்வர்ணமயமான, மணலுள்ளதாகவும் ஓடியது. அந்த இடத்தில் தேவர்களும் ரிஷிகளும் பிரபு பரமாத்மா நாராயணரை ஸேவித்துத் துதிக்கிறார்கள்.[3]

என்பதாகும்.

இமயத்திலிருந்து தனது பயணத்தை மேற்கொண்டு வைணவத் திருப்பதிகளை மங்களாசாசனம் செய்துவரும் திருமங்கையாழ்வார் வதரியின் பெருமைகளை அதன் இயற்கையெழிலுடன் சேர்த்து முதற்பத்து மூன்றாம் திருமொழியிலும் நான்காம் திருமொழியிலும் வருணித்துப் பாடிப்பரவியுள்ளார்.

மதுவுண் வண்டுகள் பண்பாடுவது, வாளை பாயும் தடஞ் சூழ்ந்தது எனவும் தன் தலைவனாகிய திருமால்,

தேனமர் சோலைக் கற்பகம் பயந்த
 தெய்வநன் நறுமலர் கொணர்ந்து
வானவர் வணங்கும் கங்கையின் கரைமேல்
 வதரியாச் சிராமத்துள் ளானே.

(பெரியதிருமொழி, முதற்பத்து, நான்காம் திருமொழி, பா.எ.31)

என்று பாடுபவர், நான்காம் திருமொழிப் பாசுரங்களில் விசும்பில் வெண்துகில் கொடியென விரிந்து வலந்தரு மணிநீர்க் கங்கை (பா.எ.32) விண்ணக

மகளிர் ஆடைகளையும் மாலைகளையும் கொண்டுவரும் கங்கை (பா.எ.34) மாமுனி கொணர்ந்த கங்கை (பா.எ.38) எனக் கங்கையுடன் வதரியை இணைத்துப் பேசியுள்ளார். (வானவரின் கங்கை வழிபாடு – காண்க: பின்னிணைப்பு – 3)

மேலும்,

> வதரி – பதரி என்னும் வடசொல் திரிபு. பதரி என்பது இலந்தை மரம் என்று பொருள்படும். வடசொல் அம்மரங்கள் மிகுந்த இடமாதலானும், அம்மரத்தின் கீழ் இருந்து நாராயணன் அறிவுரை புகன்றமையானும் அத்திருப்பதிக்கு அப்பெயர் அமைந்தது. வதரி – இமயமலையில் உள்ள தலங்களுள் ஒன்று. பெருமான் பதரிநாரா யணன், பெருமாட்டி அரவிந்த நாயகி. வதரியும் வதரியாசிராமமும் ஒன்றே; வதரி என்பது மலை முழுவதையும், வதரியாச்சிரமம் என்பது அம்மலையில் பெருமான் எழுந்தருளியுள்ள இடத்தையும் குறிக்கும் என்பர் திரு. அண்ணங்கராசாரிய சுவாமிகள் (திவ்யார்த்த தீபிகை, பக்.25) ஆனால் அடுத்த திருமொழியின் தோற்றுவாயில் பெரியவாச்சான் பிள்ளை ஈரிடங்கள் என்று சொல்வதையொட்டி, ஒன்றே நரனுக்கு உரிய இடமாகவும் கொள்ள வேண்டும் என்றும் ஈரிடங்களை இணைத்து ஒரு தலமாகக் கொள்வதும் உண்டு என்றும் கருதுவர் திரு. புத்தூர் கிருட்டிண சுவாமி ஐயங்கார்.[4]

என்பார் தெ. ஞானசுந்தரம்.

இத்தகைய வதரி குறித்து 'வதரி மகாத்மியம்' ஏராளமான தகவல்களைத் தருகின்றது:

> வதரி, பிரம்மாதி தேவர்களாலும் அரிபக்தர்களாலும் வணங்கப் பெறுவது, எல்லாத் தீர்த்தங்களையும் உடையது. ஸ்தூலம், ஸூக்மம், ஸ்மதரம், சுத்தம் ஆகிய நான்கு வடிவங்களிலும் இருப்பது (1:15)
>
> மூன்று யோசனை அகலமும் பன்னிரண்டு யோசனை நீளமும் உடையது (1:19) அருகில் கந்தமாதனத்தையும் குபேர சிலையையும் கொண்டது. (1:21) அங்குத் திருமகள் சமைக்க, நாராயணர் உண் கிறார். (1:25) அவ்விடத்தில் தர்பணம் செய்தால் பிதுர்க்கள் கரையேறுவர் (1:28,29)
>
> கந்தர்வர், அப்சரஸூகள், கின்னரர், புஷ்யகர், யக்ஷர், இராக்கதர் ஆகியோர் அங்கு உள்ளனர் (1:37) அங்குத் தவமியற்றிய நந்தன் என்னும் அரசன் பெயரால் ஆறு 'அலகநந்தா' எனப்பெறுகிறது (2:4). அருகில் வசிட்டர் மனைவியுடன் வாழுமிடத்தில் திருமால் சிவனொடு உள்ளார் (2:5). அங்கிருந்து பத்துமைல் தொலைவில் உத்தமமான சிவலிங்கம் உள்ளது (2:5).
>
> அருகிலுள்ள ஜோதிர்மடத்தில் பிரம்மகுண்டம் முதலான, விஷ்ணு, சிவன், கணேசர், விரிஞ்சி, ரிஷி, சூரியன், துர்க்கை, மற்றும் பிரகலாதன் ஆகியோர் பெயர்களில் குண்டங்கள் உள்ளன. (2:46–48)

பதரிக்கு விஷ்ணுபிரயாகையே துவாரம்; ஆனால் கலியுகத்தில் அவ்வாறு இல்லை. பதரியை அகத்தியர் வழிபட்டுள்ளார் (3:17). பரமேஸ்வரர் இங்கு முனீஸ்வரர் என்ற பெயரில் உள்ளார் (3:21). இங்கே எல்லா பிரம்மாதி ரிஷிகளும் உள்ளனர் (3:24). நிறைய இலிங்கங்கள் நிறுவப்பெற்றுள்ளன. (3:24) தவளன் என்னும் அரசன் பூசித்ததால் 'தவளகங்கா' என்று பெயர் (3:27) அங்கே மலையுருவில் இருப்பதெல்லாம் தேவர்களே யாவர் (3:30). இங்கு நம்மால் காணமுடியாத ரிஷிகள் உள்ளனர் (3:30).

विष्णुप्रयागतो देवि ईशाने बदरी पुरा ।
यत्र विष्णुः समग्रेण भावेन महता स्थितः ।।

விஷ்ணுபிரயாகதோ தேவி ஈசானே பதரீபுரா।
யத்ர விஷ்ணு: சமக்கிரேன பாவேன மஹதா ஸ்தித:।।

(விஷ்ணு பிரயாகத்திலிருந்து ஈசானபாகம் பதரீ என்ற பெயருடன் விளங்குகிறது. அங்கு விஷ்ணு முழுமையான ஆற்றலுடன் விளங்குகிறார்)

இங்குப் பாண்டு மன்னர் தவம் செய்தார். அதனால் இவ்விடத்திற்கு 'பாண்டு ஸ்தான்' என்று பெயர் (3:32)

பாண்டுவின் தவத்திற்கிரங்கிய விஷ்ணு 'உனக்குத் தர்மமறிந்த குழந்தைகள் பிறப்பர்' என்று அருள் பாலித்தார். (3:33 – 35)

இங்கு பந்தீஸ்வரர் என்ற பெயரில் சிவன் உள்ளார். (3:35)

நர பர்வதத்தில் சிவலிங்கங்கள் உள்ளன; சாமவேதம் ஒலிக்கும்; தேவர்கள் வழிபடுவர்(3:36–38).

நரபர்வதத்தில் சித்தர்கள், குஷிகர்கள், நரகர்கள், அப்சரஸ்கள், கந்தர்வர்கள், நம்கண்ணுக்குத் தெரியாத ரிஷிகள் உள்ளனர் (3:40, 41).

கங்கையின் எட்டாவது பிரவாகம் இங்குள்ளது. அது பிந்துசரஸீலிருந்து வருவதால் பிந்துமதி என்று பெயர் (3:42,43).

நாரதருக்குச் சிலையுள்ளது; அது குங்கும வண்ணமுடையது; பாவத்தைப் போக்குவது (3:62).

வாராகி சிலையுள்ளது; வாராகி குண்டம் உள்ளது (3:65).

நரசிம்மருக்குச் சிலையுள்ளது; நரசிம்ம குண்டம் உள்ளது, அது பாவங்களைப் போக்கி, புக்தியையும் முக்தியையும் கொடுக்கக் கூடியது (3:66).

மார்க்கண்டேயருக்கும் கருடருக்கும் சிலைகள் உள்ளன (3:66,67).

இந்த ஐந்து சிலைகளுக்கு நடுவில் பதரிபிரபுவின் இருப்பிடம் உள்ளது. (3:69)

பிரம்மகபாலத்தில் தர்பணம் செய்தால், பிண்டம் போட்டால் எல்லாவிதமான பிதுர்தோஷங்களும் நீங்கும் *(4:2)*.

புரூரவஸ் – ஊர்வசி இருந்த இடத்தில் மூன்றரைக் கோடி தீர்த்தங்கள் உள்ளன. *(4:16)* அவற்றால் நோய்கள் தீரும் *(9:17)*. அங்கே உண்ணா நோண்பிருந்து நீராடினால் குபேரனைப் பார்க்கலாம். அவன் நேரில் தோன்றி நிதி வழங்குவான். *(4:18)*

பதரியின் இடதுபக்கம் 'தாரா தீர்த்தம்' உள்ளது. அதில் நீராடுபவர் சந்திரன் போலாவர். தீர்த்தத்திற்கு வசுதாரா என்றும் பெயர். அதில் மூழ்கி நீராடினால் விஷ்ணுவைப் பார்க்கலாம் *(4:22)*.

சோமதீர்த்தம் உள்ளது. அங்குச் சந்திரன் தவம் செய்தான். சக்கர தீர்த்தத்தில் அர்ச்சுனன் தவம் செய்தான்.

चक्रतीर्थस्य माहात्म्यात् अर्जुनः परमास्त्रवित् ।
भूत्वा ननाश सर्वान् वै शत्रून् दुर्योधनादिकान् ।।

சக்கரதீர்த்தஸ்ய மாஹாத்மியாத் அர்ஜூன: பரமாஸ்த்ரவித் ।
பூத்வா நநாச ஸர்வான்வை சத்ரூன் துர்யோதனாதிகான் ।। (4:30).

(சக்கர தீர்த்தத்தின் மகத்துவத்தால்தான் அர்ச்சுனன் எல்லா அஸ்திரங்களையும் பெற்று அனைத்து எதிரிகளையும் வென்றான்).

சூரியன் பேரில் 12 தீர்த்தங்கள் உள்ளன. அவற்றில் ஞாயிற்றுக் கிழமை நீராடுவது நன்மை பயக்கும் *(4:31)*.

அங்குள்ள நர – நாராயண தீர்த்தத்தில் நீராடினால், ஸ்நானம், தானம், தவம், ஹோமம் ஆகியன செய்ததினும் கோடிமடங்கு பலன்கிடைக்கும்; நர – நாராயணர் அங்குத் தவம் செய்தனர் *(4:34.35)*. முசுகுந்தாஸ்ரமம் உள்ளது. முசுகுந்த தீர்த்தம் உள்ளது. *(4:37)* வியாச தீர்த்தம் என்னும் பெயருடைய இதில் நீராடினால் எல்லாப் பாவங்களும் தொலையும் *(4:38.39)* மணிபத்ராஸ்ரமம் *(4:40)* உள்ளது. பாண்டவ தீர்த்தம் உள்ளது. அதில் நீராடியதால் கந்தர்வன், மத்ரபத்ரன் என்னும் இரு அசுரர்களைப் பீமன் வென்றான். தைமியர், லோகஸ்யர் முதலிய முனிவர்கள் தவமியற்றினர். *(4:41,42)*[5]

(அடைப்புக்குறிக்குள் முன்னர் உள்ளது இயல் எண், பின்னர் உள்ளது சுலோக எண்)

வதரியாசிரிமத்தின் முன் தவக்கோலத்தில் உள்ள மூன்று முனிவர்களை உணர விஷ்ணு புராணமும் துணை செய்கிறது.

பரம பாகவதரான உத்கலர் கண்ணனை அணுகி, யாதவ குலத்தின் அழிவு குறித்து வினவினார். அதற்குக் கண்ணன்,

உத்கலரே! நீர் தேவமார்க்கத்தில் செல்லத்தக்க சக்தியை நாம் பிரசாதிக்கிறோம். அதனால் நீங்கள் கந்தமாதனப் பருவத்திலுள்ள

> பதரிகாசிரமத்தை அடைவீராக! இந்தப் பூவுலகில் நர –நாராயண ஸ்தானமான அதுதான் மிகவும் பரிசுத்த க்ஷேத்திர மாகும்.[6]

என்று குறிப்பிடுகிறான்.

அதுபோலவே ‘கண்ணன், குகையில் துயின்ற முசுகுந்தனுக்கு அருளியதும், குகையிலிருந்து வெளிவந்த அவன் கலியுகம் வந்துவிட்டதை அறிந்து, தவஞ்செய்ய எண்ணங்கொண்டு ஸ்ரீநாராயண முனிவர்கள் வாசஞ் செய்யும் கந்தமாதன பருவதத்திற்குப் போனான்’ என்றும் குறிப்பிடப் பட்டுள்ளது.[7]

விஷ்ணு புராணம் சுட்டும் இச்செய்திகளிலிருந்து கந்தமா தனத்தில் இருந்ததே நர – நாராயணர் தலமான வதரியாசிரமம் என்பதையும் அதில் ஸ்ரீநாராயண முனிவர்கள் உறைவர் என்பதையும் அறியலாம். ஆதலால் விஷ்ணு புராணம் சுட்டும் ஸ்ரீநாராயண முனிவர்களே கோயில் முன் தவக்கோலத்தில் காணப்படும் துறவியர் எனக் கொள்வதில் தவறில்லை.

> இத்தகைய வதரியாச்ரமம் நரனுக்கு நாராயணன் காட்சி கொடுத்தது. அதில் ஸ்ரீபத்ரி நாராயணன், அரவிந்தவல்லித்தாயார், கருடன், நாரதன், நரநாராயணர்கள் முதலியவர்களுடன் மிக அழகாக அலங்கரிக்கப்பட்டுக் காட்சி தருகிறார். பெருமாள் மட்டும் மூல மூர்த்தியாகவும் ஏனையோர் உத்ஸவ மூர்த்திகளாகவும் உள்ளனர்.[8]

என்பர். மேலும்,

> இங்குத்தான் பெருமாள் தாமே குருவாகவும் சீடனாகவும் இருந்து கொண்டு திருமந்திர உபதேசித்தைச் செய்தருளினான். ஓம் நமோ நாராயணா என்ற மந்திரத்தை, நாராயணன் என்ற திருநாமத் துடனே வந்து உலகத்திற்கு உகந்தருளின இடம் இந்தத் தலமாகும். திருமந்திரம் பகவான் மூலமாகவே வெளியான இடம். எம் பெருமானைச் சரண் புகுந்து மோட்சம் புகும் பக்தர்கட்கு மிக எளிய வழியான திருமந்திர உபதேசத்தைப் போதித்துத் தன்னைக் காட்டிக் கொடுத்த தலம் . . . உபதேசம் செய்வதற்கு ஆஸ்ரமம் அவசியமன்றோ எம்பெருமான் திருமந்திரத்தை உபதேசிக்க இந்த இடத்தை ஒரு ஆஸ்ரமமாகத் தேர்ந்தெடுத்தால் பத்திர காஸ்ரமம் ஆயிற்றென்பர்.[9]

இதனை,

> ஸம்ஸாரிகள் தங்களையும் ஈச்வரனையும் மறந்து, ஈச்வர கைங்கர் யத்தையும் இழந்து, இழந்தோமென்கிற இழவுமின்றிக்கே ஸம்ஸார மாகிற பெருங்கடலிலே விழுந்து நோவுபட, ஸர்வேச்வரன் தன் க்ருபையாலே இவர்கள் தன்னையறிந்து கரைமரஞ்சேரும் படி, தானே சிஷ்யனுமாய் ஆசார்யனுமாய் நின்று திரு மந்திரத்தை வெளியிட்டருளினான்.[10]

என்று பிள்ளைலோகாசார்யர் அருளியுள்ளார்.

மேற்காணும் கருத்துகள் அனைத்தையும் தொகுத்து நோக்கும்போது கடல்மல்லைச் சிற்பத் தொகுதியில் உள்ள திருமால்கோயிலின் பல்வேறு தன்மைகளை உணர்ந்து கொள்ளலாம்.

1. பெருமாள் – பத்ரி நாராயணன் – மூலமூர்த்தியாவார்.
2. சாளக்கிராமத்தில் உள்ள அமர்ந்தகோலத்துடன் செய்யப்பட்டுத் தற்போது வழிபடப்படும் சிற்பம் கி.பி.15ஆம் நூற்றாண்டில் செய்து நிறுவப்பெற்றதாகும்.
3. இருடிகள், சந்நியாசிகள், பிரம்ம இருடிகள், மகரிஷிகள், சித்தர்கள் வாழ்வதாகும்.
4. வதரி என்னும் இலந்தை மரம் அங்குள்ளது. ஆனால் அது கலியுகத்தில் கண்களுக்குப் புலப்படாமல் நிற்கும்.
5. ஏராளமான புண்ணிய தீர்த்தங்களைக் கொண்டது.
6. வதரியாசிரமம் கங்கைக் கரையிலுள்ளது.
7. இங்குள்ள சக்கரத் தீர்த்தத்தின் மகிமையால்தான் அர்ச்சுனன் எல்லா அஸ்திரங்களையும் பெற்றுத் தன் எதிரிகள் அனைவரையும் வென்றான்.
8. ஸ்ரீநாராயண முனிவர்கள் இங்குக் கோயில் முன் தவம் செய்வர்.
9. இங்குத்தான் திருமால் தானே குருவாகவும் சீடனாகவும் இருந்து தனது திருமந்திரத்தை உபதேசித்துத் தன்னைத் தானே உலகிற்குக் காட்டிக் கொடுத்தருளினார்.

ஆகவே, சிற்பத்தொகுதியில் காட்டப்பட்டுள்ள திருக்கோயில் வதரியாசிரமமேயாகும். அங்கு நின்ற கோலத்தில் குருவாக இருந்து, திருமால் தன் திருமந்திரத்தை உபதேசிக்கின்றார். அதனைச் சடைமுடிகொண்ட தவசியின் உருவில் தானே சீடனாக அமர்ந்து கேட்டருளுகிறார். அவர் தன் இடது கரத்தைக் செவியருகில் சார்ந்து ஓர்ந்து கேட்பது அம்மந்திரத்தை ஆழ்ந்து கவனமாகக் கேட்டு உள்வாங்கும் பாவனையேயாகும்.

'குருவின் உபதேசம் கேட்போர் பிற ஒலிகளை தடுத்து நிறுத்தி மன ஒருமையுடன் கேட்கத் தமது இடக் கையால் இடது காதினை சிறிது மூடிக்கொண்டு கேட்ட உபதேசத்தின் வாக்குகளையும் அவற்றின் பொருள்களையும் தன் தொடையில் வைத்த வலக்கை விரல்களின் மூலம் கணக்கிட்டு உண்மைப் பொருள் அறிவர். கூர்ந்து உபதேசம் கேட்க தன் தலையை சிறிது தாழ்த்திக் காதினை குருவின் பக்கம் திருப்பி உடல் அசைவின்றி இருப்பர்'[11] என்பதற்கேற்ப கோயில் முன் அமர்ந்துள்ள சீடர் இடக்காதினை மூடியும் வலக்கை விரல்களால் கணக்கிட்டும் உடலினை சற்று முன் வளைத்தும் உபதேசம் கேட்பதை நுட்பமாக உணர முடிகிறது.

அவருக்கு முன்னால் யோகப்பட்டமணிந்து யோகத்தில் ஈடுபட்டுள்ளவர்களும் உபதேச முத்திரையுடனும் தியான முத்திரையுடனும் உள்ளவரும் பதரியில் ஐம்புலன் அடக்கித் தவமிற்றி வாழும் இருடிகளும், பிரம்ம இருடிகளுமே ஆதல் வேண்டும்.

குறிப்புகள்

1. வாழ்வியற் களஞ்சியம், (தொகுதி பன்னிரண்டு), பக்.48–49.
2. வனபர்வம், தீர்த்தயாத்ரா பர்வம், பக். 414 – 415.
3. மேலது, ப.276.
4. டாக்டர் தெ.ஞானசுந்தரம், பெரியதிருமொழி, உரையும் தமிழாக்கமும், ப.137.
5. தேவானந்தாத்மஜ மகேசானந்த, வதரி மகாத்மியம், (சமஸ்கிருத நூல்) சர்மா (தொ.ஆ.), பல பக்கங்கள்.
6. துர்க்காதாஸ் எஸ்.கே.ஸ்வாமி, விஷ்ணு புராணம், ப.430.
7. மேலது, ப.398.
8. T.N.C. வீரராகவன் (தொ.ஆ.), 108 ஸ்ரீவைஷ்ணவ திவ்யதேச வைபவமும் புராண அபிமான ஸ்தலங்களும், ப.78.
9. ஆ. எதிராஜன், 108 வைணவ திவ்யதேச ஸ்தல வரலாறு, பக்.613 – 614.
10. பிள்ளைலோகாசார்யர், முமுக்ஷுப்படி, ப.7.
11. திரு. எஸ். ரங்கநாத சர்மா அவர்கள் நூலாசிரியருக்குத் தெரிவித்த கருத்து

சந்திர - சூரியர்

இடப்புறப் பாறையின் மேல்வரிசையில் சிவபெருமானுக்கு மேலாக, தலைக்குப் பின்னால் ஓர் ஒளிவட்டத்துடன் காணப்படும் உருவம் சந்திரனாகும். பொதுவாக, பிற்காலச் சிற்ப நூல்களின் கருத்துப்படி, சூரிய – சந்திரர் இருவரும் ஒளிவட்டத்துடன் காட்டப் படினும் சந்திரனின் இருகரங்களிலும் இரவில் மலரும் அல்லி மலர்களும் சூரியனின் இருகரங்களிலும் காலையில் மலரும் தாமரை மலர்களும் கொண்டு வடிக்கப்பெற்றிருப்பர். அத்தகைய அடையாள மலர்கள் இங்குக் காட்டப்பெறவில்லை. இருப்பினும் சந்திரன், சிவபெருமானின் தலையில் சூடப்பெறுவதால், இங்கு அவர் தலை மீதாகச் சித்திரிக்கப்பட்டுள்ளதைச் சந்திரன் எனக் கொள்வதில் பிழையில்லை.

சந்திரன் தலையின் பின்புறம் ஒளிவட்டம் பெரிதாகக் காணப் படுகிறது. ஆயினும், அது சரியான வட்டமாக அமையவில்லை. சந்திரன் தலையில் மகுடமும் நீண்டு தொங்கும் காதுகளில் குண்டலங் களும் உள்ளன. தலையின் இருபுறமும் பின்பக்கமாக முடி செல்லு கிறது. கழுத்தில் ஏகாவளியாக அமைந்த இரண்டு மணியாரங்கள் காணப்படுகின்றன. கைகளில் தோள்வளைகள் உள்ளன. மார்பில் சன்னவீரம் அமைந்துள்ளது. இடையில் ஒற்றைத் துணிப்புரி காணப் படுகிறது. வலக்கரம் நெஞ்சருகில் வைக்கப்பட்டு விரல்கள் உட் புறமாக மடிக்கப்பட்டுள்ளன. இடதுகை மேலுயர்த்திக் காட்டப் பட்டுள்ளது. இடை ஆடை உடலை ஒட்டியுள்ளதாக உணரமுடி கிறது. இடதுகால் சமமாக வந்து மடிந்தும் வலதுகால் பின்னோக்கி நீண்டும், பறந்துவரும் பான்மையை உணர்த்துகின்றன.

வலப்புறப்பாறையின் முதல்வரிசையில் சூரியன் காட்டப்பட் டுள்ளான். தலையின் பின்புறம் மிகநேர்த்தியான பெரிய ஒளிவட்டம் காணப்படுகிறது. தலையின்மீது மகுடம் அமைந்துள்ளது. தலையின் பக்கவாட்டில் முடியானது பின்புறமாகச் சென்றுள்ளது. நீண்டு தொங்கும் காதுகளில் குண்டலங்கள் காணப்படுகின்றன. கழுத்தில் இரட்டைவட மணியாரம் காணப்படுகிறது. மார்பின் குறுக்காக,

சந்திரன்

மிகநெகிழ்ந்த, அழகிய சன்னவீரம் இயல்பாகக் காட்சியளிக்கிறது. நெஞ்சினை நிமிர்த்தியுள்ள சூரியனது வலதுகரம் மடிந்து மேல்நோக்கி உள்ளது. இடதுகரம் இடது தொடையின்மீதுள்ளது. கைகளில் தோள்வளை களும் கடகங்களும் காணப்படுகின்றன. இடதுகால் நேராகக் கீழிருக்க, முன்நீண்டு மடிந்துள்ள வலதுகால் சிதைவுபட்டுள்ளது. இடையில் ஒற்றைத் துணிப்புரி காணப்படுகிறது. ஆடை உடலோடு ஒட்டியுள்ளதாக உணர முடிகிறது.

சூரிய – சந்திரர் குறித்து மகாபாரதத்தில் இடம்பெறும் வருணனை குறிப்பிடத்தகுந்தது. தர்மருக்குத் தௌம்யர் மேருமந்தரமலைகளைக் குறித்துக் கூறும்போது,

> சாச்வதமாக இருக்கிற இந்த மேருவைச் சூரியனும் சந்திரனும் தினந்தோறும் வலமாகச் சுற்றி வருகிறார்கள். இடமாகச் சென்று கொண்டே ஜ்யோதிச சக்ரவேகத்தினால், குயவனுடைய சக்கரத் தில் எதிர்த்துச் சுற்றும் எறும்புபோல, வலமாகச் சுற்றி வருகிறார் கள். மற்ற எல்லா சோதி கிரகங்களும் மகாமேருவை நாலுபுறமும் வலமாகச் சுற்றி வருகின்றன. இருளைப் போக்குகிற சூரியபக வான் எல்லா ஜ்யோதி க்ரஹங்களையும் இழுத்துக்கொண்டு பிரதக்ஷிணம் செய்கிறான். திவாகரன் அஸ்தமனத்தை அடைந்த பிறகு, ஸந்தியைக் கடந்து, பர்வஸந்திகளில் பலமுறை வடதிசையை அடைகிறான். எல்லாப் பிராணிகளுக்கும் நன்மை செய்பவனான சூரியன் கீழ்த்திசை நோக்கியவனாக, மீண்டும் ஸீமேரு பர்வதத்தை அணுகிச் செல்கிறான்.
>
> சந்திரன் நக்ஷத்திரங்களோடுகூட காலங்களைப் பலவாறு வகுத்துக் கொண்டு, பர்வஸந்திகளில் செல்கிறான். பர்வஸந்திகளில் பிராணி களைப் பிரகாசிக்கச் செய்துகொண்டு மறுபடியும் சமுத்திரத்தை அடைகிறான்.
>
> ஆதித்தியன் குளிர்காலங்களை உண்டுபண்ணுவதற்காகத் தென் திசையை அடைகிறான். அதனால் எல்லாப் பிராணிகளுக்கும் குளிர் உண்டாகிறது. சூரியன் தென்திசையிலிருந்து வடதிசை சென்றதும் ஸ்தாவர ஜங்கமங்களுடைய தேஜஸ்ஸைக் கவருகிறான். அதனால் வேர்வையும் மனத்தளர்ச்சியும் சோம்பலும் உடல் தளர்ச்சியும் மனிதர்களுக்கு உண்டாகின்றன. பிராணிகளும் வெயிலின் கொடுமையால் அடிக்கடி உறங்குகின்றன. சூரியன் இவ்வண்ணம் வானத்தில் சுற்றிக்கொண்டு வரும்போது, மறு படியும் மழையை உண்டுபண்ணுகிறான். மிகவும் அதிகமான தேஜஸ்ஸுள்ள சூரியன் சுகத்தை உண்டுபண்ணுகிற மழை, காற்று, வெப்பம் ஆகியவற்றினால் ஜங்கம ஸ்தாவரங்களை விருத்தியடையச் செய்துகொண்டு மீண்டும் திரும்பிவருகிறான். இவ்வண்ணம் சூரியன் சிறிதும் ஆலஸ்யமில்லாமல் காலச்சக்கரத் தில் சஞ்சரித்துக்கொண்டு எல்லாப் பிராணிகளின் ஆயுளையும்

சூரியன்

அபகரித்துக் கொண்டு வருகிறான். இந்தச் சூரியனுடைய சக்தி ஒய்வில்லாதது. இவன் ஒருபோதும் நிற்பதில்லை. இவன் எப்பொழுதும் சுற்றி வரும்போது, பகலும் இரவும் மாறி மாறி வருகின்றன.[1]

மேருவை மையமாகக்கொண்டு சூரிய சந்திரர்களின் இயக்கத்திற்குச் சொல்லப்பட்ட இவ்வருணனை, இங்கு இமயத்தை மையமாகக் கொண்டு காட்டப்பட்டுள்ளதாகக் கருத இடமுள்ளது.

குறிப்பு

1. *வனபர்வம், யக்ஷயுத்தபர்வம், பக்.30–31.*

பரசுராமர்

சிவபெருமானுக்கு மேல், சந்திரனுக்கு வலப்புறம், இடை வரை மட்டும் அரையுருவாகச் சித்திரிக்கப்பட்டிருக்கும் உருவம் பரசுராமராகும். தலையின் உச்சியில் முடி குடுமியாக முடியப் பட்டுள்ளது. வலதுகாதில் குண்டலமும் இடதுகாதில் பத்ரகுண்டல மும் காணப்படுகின்றன. கழுத்தில் அணிகலன் யாதுமில்லை. தாடி யின்றி மீசை மட்டும் உள்ளது. இடதுகையில் 'பரசு' எனும் கோடரி உள்ளது. மார்பருகே வலதுகரம் மூடிய நிலையில் வைக்கப்பட் டுள்ளது.

பரசுராமருடைய வரலாறு, மகாபாரதம் வனபர்வம் தீர்த்த யாத்ரா பர்வத்தில் கூறப்பட்டுள்ளது. தர்மருக்கு அக்ருதவ்ரணர் அதனை விரிவாகக் கூறுகிறார்.

அறிவும் ஆற்றலும் மிக்க ஜமதக்கினி முனிவர் பிரஸேனஜித் எனும் அரசனின் பெண்ணான ரேணுகையை மணந்தார். மகிழ்ச்சி யுடன் இருவரும் இல்லறம் நிகழ்த்தினர். அவர்கட்கு ருமண்வான், ஸுஷேணன், வஸு, விஸ்வாவஸு, இராமன் என ஐந்து பிள்ளைகள் பிறந்தனர்.

ஒரு நாள் நீராட ஆற்றிற்குச் சென்ற ரேணுகை, சித்திரரதன் எனும் அரசன் தன் மனைவியுடன் நீராடி மகிழ்ந்திருக்கக் கண்டு, அவன் அழகில் மயங்கினாள். இதனால் மனதளவில் கற்பிழந்தவ ளானாள். அவள் திரும்பியதும் அவள்தம் உள்ள அழிவை உணர்ந்த ஜமதக்கினி எல்லையற்ற சினமுற்றார். வெளிச்சென்று அப்போது திரும்பிய தன் மூத்த மைந்தர் நால்வரையும் பார்த்து அவளைக் கொல்லும்படி கூறினார். அவர்கள் செய்வதறியாமல் மதிமயங்கி நின்றனர். அதனால் மேலும் சினமுற்ற முனிவர் அவர்களைப் புத்தியை இழந்து விலங்குகள் போலவும் மரம், செடிகள் போலவும் ஆகுமாறு சாபமிட்டார். அவர்கள் அவ்வண்ணமே ஆயினர்.

அதன்பின், பரசுராமர் ஆசிரமத்திற்கு வந்தார். அவரிடம் ரேணுகையைக் கொல்லுமாறு ஜமதக்கினி கூறினார். பரசுராமர் கோடரியால் தாயின் தலையைத் துண்டித்தார். சினம் தணிந்த

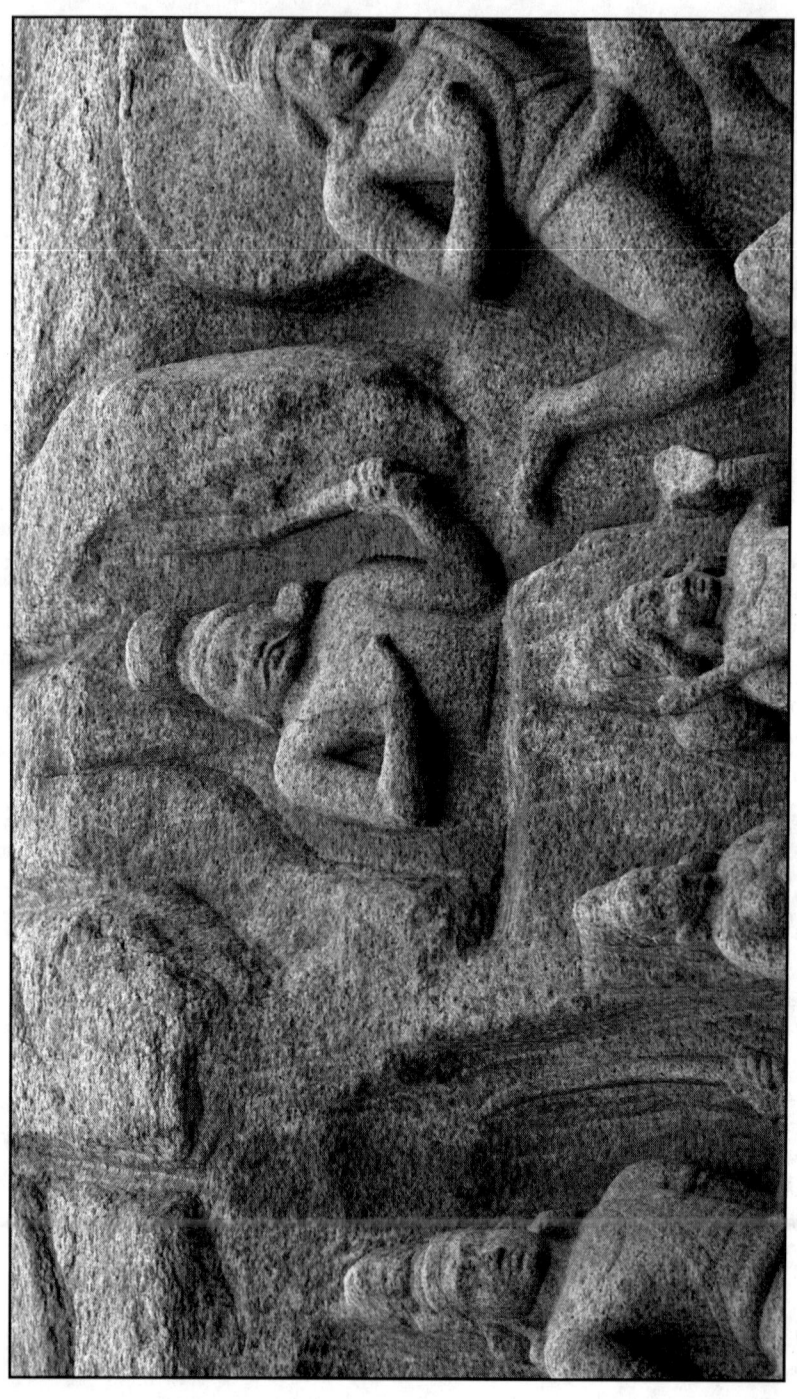

பரசுராமர்

ஜமதக்கினி பரசுராமரைப் பாராட்டி, வேண்டும் வரங்களைக் கேட்கப் பணித்தார்.

பரசுராமர் 'என் தாய் மீண்டும் உயிருடன் எழுந்திருக்க வேண்டும்; நான் அவளை வதம் செய்ததை அவள் நினைக்காமல் இருக்கவேண்டும்; தாயைக் கொலைசெய்த பாவம் என்னைச் சேராமல் இருக்கவேண்டும்; என் தமையன்மார்கள் முன்போல் நல்லறிவு படைத்தவர்களாகத் திகழ வேண்டும்; நான் போரில் நிகரில்லாதவனாகவும் நீண்ட ஆயுளை உடையவனாகவும் இருக்கவேண்டும்' என வரம் கேட்டுப் பெற்றார்.

ஒருசமயம், ஐந்து பிள்ளைகளும் வெளியே சென்றிருந்தபோது, கார்த்த வீரியன் என்ற அரசன் ஆசிரமத்திற்கு வந்தான். ஜமதக்கினி அவனை உபசரித்தும் மனம்மகிழாத அவன் அங்கிருந்த ஹோமப்பசுவின் கன்றினைப் பிடித்துச் சென்றான். ஆசிரமத்து மரங்களையும் செடிகளையும் அழித்தான்.

திரும்பி வந்ததும் நடந்ததை அறிந்த பரசுராமர் கார்த்தவீரியனைத் தேடிச்சென்று போரிட்டார். அவனது ஆயிரம் கைகளை அறுத்துத் தள்ளிக் கொன்றார். இதனால் சினமுற்ற அவன் தம்புதல்வர்கள், பரசுராமர் இல்லாத வேளையில் ஆசிரமத்துள் புகுந்து ஜமதக்கினி முனிவரைக் கொடுமையான முறையில் அடித்துக்கொன்றனர். பரசுராமர் ஆசிரமத்திற்கு வந்து, தன் தந்தையின் மரணம்கண்டு ஆற்றொணாத் துயரடைந்தார். சத்திரியர்கள் அனைவரையும் அழிப்பதாகச் சபதம் பூண்டார். கார்த்த வீரியனின் புதல்வர்களையும் அவர்களுக்குத் துணையாக வந்த அரசர்களையும் கொன்றார். அவர் இருபத்தொருமுறை சத்திரியர்களைக் கொன்று, ஐந்து இரத்த மடுக்களை உண்டாக்கி, அவற்றில் மூதாதையர்களுக்காகத் தர்ப்பணம் செய்தார். ரிசீகரின் அறிவுரையை ஏற்றுச் சினம் தணிந்தார்; பின்னர் வேள்விகள் இயற்றினார். கச்யபருக்குப் பூமியைத் தானம் செய்துவிட்டு மகேந்திரமலையில் தவமியற்றச் சென்று அங்கு உறைகிறார்.[1]

> இவர் விஷ்ணுவின் அம்சாவதாரம். இவர் க்ஷத்திரிய நாசஞ் செய்யும்படியெண்ணிச் சிவமூர்த்தியை நோக்கித் தவம் புரிந்தனர். சிவமூர்த்தி புலையர் உருக்கொண்டு இவர் இருக்குமிடம் வர இராமர் கோபித்து யுத்தஞ்செய்தனர். கடைசியில் புலையர் உருக்கொண்ட சிவமூர்த்தி, வேதியர் வருந்தும்படியுருட்ட வேதியர் மனக்கவலையடைந்து துதிக்கையில் சிவமூர்த்தி தரிசனந்தந்து பரசு கொடுத்து இன்று முதல் உனக்குப் பரசுராமன் என பெயருண்டாகவென்று திருவாய் மலர்ந்து மறைந்தனர். அதுமுதல் இப்பெயர் இவருக்காயிற்று . . .
>
> இராமரிடமும், பீஷ்மரிடமும் தோல்வியுற்ற இவர், தன்னைப் பிராமணனென்று பொய்கூறி வில்வித்தை கற்ற கர்ணனைச் சபித்தவர் . . .
>
> இனிவரப்போகிற மன்வந்தரத்தில் சப்தரிஷிகளில் ஒருவராக இருக்கப்போகிறவர். மகேந்திரமலையில் இருக்கிறார். இவர் சிரஞ்சீவிகளில் ஒருவர்.[2]

'பரசுராமர் கிருஷ்ணஜினத்தையும் ஜடைகளையும் தரித்தவர்' என்று அக்ருதவ்ரணர் பாரதத்தில் குறிப்பிடுகிறார்.[3] கிருஷ்ணாஜினம் என்பது மான்தோலாகும்.[4]

பரசுராமர் உருவத்தைச் செய்யும்போது, 'இடதுகையில் கோடரி காட்டப்பட வேண்டும் என்றும் கற்றையான ஜடாமுடியும் *(Matted locks of hair)* இருக்கும்' எனவும் விஷ்ணுதர்மோத்திரம் கூறுகிறது.[5]

> ஸகல சத்துருக்களை அழிக்கக் கூடியவரான பரசுராமனை, க்ஷத்திரியர்களின் அழிவுக்குக் காரணமான பயங்கரமான கோடரியைக் கையில் வைத்துக்கொண்டிருப்பவராகக் கல்பிக்க வேண்டும் (ஸுவர்ண வர்ணம்)[6]

> மழுவேந்தித் துலங்குகின்ற கையையுடையவரும், ஜடா மண்டலத்துடன் விளங்குகின்றவரும் தூயமனதையுடையவருமான பிருகு முனிவரின் புதல்வனான பரசுராமன் நீண்ட ஆயுளையளிப்பாராக! (தங்க நிறம்)[7]

எனவும், ஸ்ரீதத்துவநிதி எனும் சிற்ப சாத்திர நூல் கூறுகிறது. ஆதலால் சிற்பத் தொகுதியில் ஜடாமுடியுடனும் இடதுகையில் பரசுடனும் விளங்குமிவர் பரசுராமர் எனத் தெளியலாம்.

குறிப்புகள்

1. வனபர்வம், தீர்த்தயாத்ரா பர்வம், பக்.337 – 341.
2. ஆ. சிங்காரவேலு முதலியார், *அபிதானசிந்தாமணி.*
3. மேற்.நூ.ப.334.
4. நா. கதிர்வேற்பிள்ளை, *தமிழ்மொழியகராதி.*
5. Priyabala Shah, *Visnudharmottara-puranas,* Third Khanda, Vol.II, p.228.
6. ராஜஸ்ரீ கிருஷ்ணராஜ மஹாராஜா, *ஸ்ரீதத்துவநிதி,* (முதலாவது), மூன்றாம் பாகம், பரசுராம த்யாநம், ப.272.
7. மேலது, ப.453.

8\. இவ்வுருத்தின் அமைப்பினைக் கொண்டு, கீழ்வரிசையுள்ள வேடர்களில் ஒருவராக இவரைக் கருதிவிட இயலும். ஆனால் அது பொருத்தமுள்ளதாகத் தோன்றவில்லை. ஏனெனில் அவர் ஒரு வேடரெனின் கந்தர்வர் வரும் வரிசையில், சிவனுக்கு மேலாகச் சந்திரனுக்கு இணையாகக் காட்ட வேண்டிய தேவையில்லை. மேலும், கீழுள்ள வேடர்களைப்போல் வில்லையோ கழியையோ இவர் கொண்டிருக்கவில்லை.

அடுத்ததாக, இவ்வுருவம் எமனைக் குறிப்பதாகக் கருதலாம். ஏனெனில் அர்ச்சுனனுக்கு இறைவன் பாசுபதமளித்ததும் வருணன், குபேரன், எமன் ஆகிய மூவரும் படைக்கலன்கள் வழங்கினர் என மகாபாரதம் கூறுகிறது. அத்துடன் சுந்தரர் தனது தேவாரத்தில்,

> இயக்கர் கின்னரர் யமனொடு வருண
> ரியங்கு தீவளி ஞாயிறு திங்கள்
> மயக்கமில் புலிவானர நாகம்
> வசுக்கள் வானவர் தானவ ரெல்லாம்
> அயர்ப்பொன்றின்றி நின்றிரு வடியதனை
> யர்ச்சித்தார் பெறுமாரருள் கண்டு
> திகைப்பொன்றின்றி நின்றிருவடி யடைந்தேன்
> செழும்பொழிற்றிரு புன்கூரு ளானே.
>
> (மூவர் தேவாரம், தலமுறை (அடங்கல் முறை) ஸ்ரீகாமகோடி
> ஆய்வு மையம், கும்பகோணம், 1988)

என இயக்கர், கின்னரர் முதலியரோடு யமனையும் வருணனையும் சுட்டு கிறார். இவ்விடத்தில் எமன், கையில் பாசமின்றிப் பரசு வைத்திருப்பது ஏன் என்ற கேள்வி எழும். ஆனால் புறநானூற்றுப் பாடலில்,

> கணிச்சிக் கூர்ம்படைக் கடுந்திற லொருவன்
> பிணிக்குங் காலை இரங்குவீர் மாதோ.   (195:4 – 5)

என நரிவெரூஉத்தலையார் குறிப்பிடுகிறார். ஆதலால், எமனும் மழு எனும் ஆயுதம் கொண்டுள்ளான். அருகில் வில் பிடித்துவரும் இருவரையும் குபேரன், எமன் எனக் கருதலாம். ஆனால் அவர்கள் துணைவியருடன் வருகின்றனர். மகாபாரதம் அவ்வாறு சுட்டவில்லை. ஆதலால் இவ்வுருவை எமன் என்றுகொள்ளுதல் இயலாது.

இவ்வுருவத்தின் முகஅமைதி, இத்தொகுதியில் உள்ள ஏனைய மகரிஷிகள், சித்தர், துறவியர் ஆகியோரிடமிருந்து வேறுபட்டுக் காணப் படுகிறது. அத்துடன் பூணூலும் காணப்படவில்லை. இவற்றால் இவ்வுரு பரசுராமரா என ஐயம் தோன்றுதல் இயற்கை. ஆயினும் இவ்வுருவம் இருக்குமிடம், அமைக்கப்பட்டுள்ளமுறை, இடதுகையில் காணப்படும் பரசு, மகாபாரதம், மேகசந்தேசம் ஆகியவற்றில் காணப்படும் குறிப்புகள் கொண்டு, பரசுராமரே எனக் கருத வேண்டியுள்ளது. இது குறித்த உறுதியான மாற்றுக் கருத்து வரும்வரை இவ்வாறு கொள்வதில் பிழையில்லை என்றே தோன்றுகிறது.

தேவகணத்தினர்
கந்தர்வர் – தேவமகளிர்

இடப்புறப்பாறையின் மேல்வரிசையில் இரண்டு கந்தர்வர் தங்கள் இணைகளுடன் காணப்படுகின்றனர்.

இணை 1

உடும்பு ஏறிவரும் மரத்திற்கு மேலாகக் காணப்படுகின்ற கந்தருவ இணையில் கந்தர்வரின் தலைமுடி உச்சியில் முடியப்பட்டுள்ளது. இது கூர்மையான வடிவமைப்புடன் காணப்படுகிறது. வலதுகாதில் மகர குண்டலமும் இடதுகாதில் பிறிதொரு குண்டலமும் காணப்படு கின்றன. கழுத்தில் ஏகாவளியாக அமைந்த பட்டையான சரப்பளி போன்ற அணிகலன் காணப்படுகிறது. இடது தோளிலிருந்து மார்பின் குறுக்காகப் பூணூல் காணப்படுகிறது. வயிற்றின்மீது உதரபந்தம் உள்ளது. இடையில் நீண்ட ஆடையும் அதனை இறுக்கிக் கட்டியுள்ள துணிபோன்ற அமைப்பும் தென்படுகின்றன. இடதுகை, வில்லினை ஏந்தியுள்ளது. வலதுகை இடுப்பில் வைக்கப்பட்டுள்ளது. இடையில் உள்ள ஆடையின் மடிப்புகளும் இடைக்கச்சின் முடிச்சுகளும் அழ காகக் காட்டப்பட்டுள்ளன. இடையிலிருந்து தொங்கும் ஆடையின் நுனியும் தொடையின்மீது காட்சியளிக்கிறது.

கந்தர்வருக்கு வலப்புறம் தேவமகள் உள்ளாள். தலைமுடி உச்சியில் கொண்டையாக முடியப்பட்டுள்ளது. வலதுகாதில் மகர குண்டலமும் இடதுகாதில் பத்ர குண்டலமும் (குதம்பை) காணப்படுகின்றன. கழுத்தில் ஏகாவளி மணியாரம் உள்ளது. மார்பில் கச்சை காணப் படுகிறது. கைகளிலும் கால்களிலும் அணிகலன் காட்டப்படவில்லை. கீழாடை மடிப்புகளால் உணர்த்தப்படவில்லை. ஆனால் இடையின் வலப்புறமாக ஆடையின் தலைப்பகுதி பறந்தவண்ணம் காட்டப் பட்டுள்ளது.

இணை 2

முதல் இணைக்கு முன்னதாகவும் கின்னரர்களுக்கு வலதுபுற மாகவும் அடுத்த கந்தர்வ இணை காணப்படுகிறது. கந்தர்வர்

கந்தர்வர் – தேவமகள்

தலைமுடியை உச்சியில் முடிந்துள்ளார். வலதுகாதில் மகரகுண்டலமும் இடதுகாதில் பத்ரகுண்டலமும் காணப்படுகின்றன. கழுத்தில் பட்டையான ஓர் அணிகலனும் மார்பில் பட்டையான பூணூலும் வயிற்றில் உதரபந்தமும் திகழ்கின்றன. கைகளில் தோள்வளையும் மூன்றடுக்குக் கடகமும் காணப்படுகின்றன. இடதுகரத்தில் வில்லினை ஏந்தியுள்ளார். இடையில் உள்ள ஆடை அழகுறக் காட்டப்பட்டுள்ளது. வலதுதொடையின் மீது அவ்வாடையின் மடிப்புகள் இயல்பாகக் காட்டப்பட்டுள்ளன. இடையிலிருந்து தொங்கும் ஆடையின் நுனியும் தொடையின்மீது சித்திரிக்கப்பட்டுள்ளது.

அவருக்கு வலமாகத் தேவமகள் காட்டப்பட்டுள்ளார். கூந்தல் தலையின் உச்சியில் முடியப்பட்டுள்ளது. இடதுகாதில் பத்ரகுண்டலமும் வலதுகாதில் உள்ளது மகரகுண்டலம்போலக் காணப்படுகிறது. இரண்டு மணியாரங்கள் கழுத்தினை அழகு செய்கின்றன. சிறிய மார்பகங்கள் கச்சையின்றிக் காணப்படுகின்றன. கைகளில் அணிகலன்கள் ஏதும் காட்டப்படவில்லை. உடலை மிகவும் ஒட்டியுள்ள இடை ஆடை, கால் முழுவதும் நீண்டுள்ள தாக உணரமுடிகிறது.

இணை 3

இடதுபுறப்பாறையின் இடது கோடியில் சிங்கத்துக்கு மேலாக நடு வரிசையில் மற்றொரு கந்தர்வ இணை காணப்படுகிறது.

கந்தர்வரின் தலைமுடி, உச்சியில் முடியப்பட்டுள்ளது. இடதுகாதில் பத்ரகுண்டலமும் வலதுகாதில் மகரகுண்டலமும் உள்ளன. கழுத்தில் பஞ்சாரியாக அமைந்த மணியாரம் காணப்படுகிறது. மார்புக்குக் குறுக்காக முத்துச்சரம் போலமைந்த பூணூல் காணப்படுகிறது. இடதுதோளில் தோள்மாலை இருப்பதாகத் தோன்றுகிறது. கைகளில் தோள்வளைகளும் மூன்றடுக்கான கடகங்களும் காணப்படுகின்றன. இடையில் புரியாக முறுக்கப்பட்ட ஆடைகளும் அழகுற அமைந்துள்ளன.

அவருக்குப் பின்புறம் பறந்துவரும் தேவமகள் கூந்தலினை உச்சியில் முடித்துள்ளார். அதில் பதக்கம் போன்ற தலையணி ஒன்று காணப்படு கிறது. இடதுகாதில் பத்ரகுண்டலமும் நீண்டுதொங்கும் வலதுகாதில், அழகிய சிறிய அணிகலனும் காணப்படுகின்றன. அதில் மூன்றாகப் பிரிந்து தொங்கும் மணிகள் உள்ளன. ஏகாவளியாக அமைந்த இரண்டு மணி யாரங்கள் காட்டப்பட்டுள்ளன. அவற்றின் மையத்தில் சிறுபதக்கங்கள் உள்ளன. கைகளில் தோள்வளையும் ஒன்றை வளையும் காணப்படுகின்றன. அவை தேய்வுற்று உள்ளன. கால்களில் தண்டைகள் காணப்படுகின்றன. உடலைமிகவும் ஒட்டியுள்ள ஆடை கால்வரை உள்ளதென உணர முடிகிறது.

இணை 4

இடப்புறப் பாறையில் மூன்றாவது வரிசையில் இரண்டாவது வேடனுக்கு மேலாகக் கந்தர்வ இணையொன்று காணப்படுகிறது. கந்தர்

வரின் தலைமுடி உச்சியில் மகுடம்போல் அமைந்துள்ளது. பல்லவர் கால துவாரபாலர் சிற்பங்களில் காணப்படுவதுபோல், தலையின் பக்க வாட்டில் தலைமுடி காட்டப்பட்டுள்ளது. வலதுகாதில் மகரகுண்டலமும் இடதுகாதில் பத்ரகுண்டலமும் காணப்படுகின்றன. கழுத்தில் ஏகாவளி யாக அமைந்த ஒன்றை மணிச்சரம் காணப்படுகிறது. அது தேய்ந்த நிலையில் உள்ளது. மார்பில் பூணூல் காணப்படுகிறது. கைகளில் தோள் வளையும், மூன்று அடுக்கான கடகமும் உள்ளன. கால்வரை நீண்ட ஆடையும் காட்டப்பட்டுள்ளது. அவரது வலப்புறமாகத் தேவமகள் காட்டப் பட்டுள்ளார்.

தேவமகளின் தலைமுடி கூம்பாக மேல்நோக்கிக் காட்டப்பட்டுள்ளது. வலதுகாதில் வளையமும் இடதுகாதில் பத்ர குண்டலமும் காட்டப்பட் டுள்ளன. சிறுபதக்கத்துடன் கூடிய இரட்டை வட மணியாரம் கழுத்தை அணிசெய்கிறது. மார்பகங்கள் பருத்து ஒட்டியநிலையில் காணப்படு கின்றன. கைகளில் அணிகள் காணப்படவில்லை. ஆடை, கால்வரை நீண்டதாக உணரமுடிகிறது.

இணை 5

இடதுப்புறப்பாறையில் தவசியின் இடது காலுக்குக் கீழாகக் கந்தர்வ இணையொன்று காட்டப்பட்டுள்ளது. கந்தர்வர் தலையில் மகுடம் போன்று காணப்படுகிறது. இடதுகாதில் பத்ரகுண்டலமும் வலதுகாதில் மகரகுண்டலமும் காணப்படுகின்றன. கழுத்தில் ஏகாவளியான பெரிய மணிமாலை காணப்படுகிறது. மார்பில் திரட்சியான பூணூல் உள்ளது. வயிற்றின்மீது உதரபந்தம் உள்ளது. கைகளில் தோள்வளைகளும் மூன்றடுக்கு கடகங்களும் காணப்படுகின்றன. ஆடையொன்று புரியாக இடையினைச் சுற்றித் தொடையின்மீது தவழ்கிறது. இடையின் இடதுபுறம் கட்டப்பட் டுள்ள வாளின் கைப்பிடி காணப்படுகிறது. ஆகவே, இவரை கந்தர்வ அரசராகக் கருதலாம்.

கந்தர்வருக்கு வலமாகத் தேவமகள் காட்டப்பட்டுள்ளார். கூந்தல் கூம்பாக உச்சியில் காட்டப்பட்டுள்ளது. இடதுகாதில் பத்ரகுண்டலமும் நீண்டு தொங்கும் வலதுகாதில் பிறிதொரு வகையான சிறிய குண்டலமும் காணப்படுகின்றன. ஏகாவளியாக பெரிய மணிகளான மாலை கழுத்தை அணிசெய்கின்றது. மார்பில் கச்சை திகழ்கிறது. உடலை ஒட்டியுள்ள நீண்ட ஆடை, கால்வரை உள்ளதாக உணரமுடிகிறது.

இணை 6

வலப்புறப்பாறையில் சூரியனுக்கு இடப்புறமாகவும் கின்னர மிதுனத் திற்கு வலப்புறமாகவும் கந்தர்வ இணையொன்று காணப்படுகிறது.

கந்தர்வர் தலையுச்சியில் முடிந்த முடியுடனும் வலதுகாதில் பத்ர குண்டலம், நீண்டுதொங்குகின்ற இடதுகாதில் குண்டலம் ஆகியவற்றுடன், கழுத்தில் இரட்டைவட மணியாரமும்கொண்டு திகழ்கிறார். மார்பின்

குறுக்காகப் பிரம்ம முடிச்சுடன்கூடிய பூணூல் காட்டப்பட்டுள்ளது. கைகளில் தோள்வளைகளும் மூன்றடுக்கான கடகங்களும் காணப்படு கின்றன. இடையைச் சூழ்ந்து ஆடை முறுக்கொன்று காணப்படுகிறது. கால் முழுவதும் ஆடை இருப்பதாக உணரமுடிகிறது.

கந்தர்வருக்கு இடப்புறமாகத் தேவமகள் காட்டப்பட்டுள்ளார். தேவமகள் தலைமுடியை மகுடம்போலப் புனைந்துள்ளார். இரண்டு காதுகளிலும் பத்ர குண்டலங்கள் விளங்குகின்றன. கழுத்தில் ஏகாவளியாக அமைந்த இரண்டு மணியாரங்கள் காணப்படுகின்றன. பெரியமாலை பெரிய மணிகளுடன் காணப்படுகிறது. சிறிய மாலையின் நடுவே பதக்கம் ஒன்று காணப்படுகிறது. அழகிய தோள்வளை காணப்படுகிறது. இடையைச் சூழ்ந்து மணியாரம் ஒன்று விளங்குகிறது. கால்களில் தண்டைகள் உள்ளன. மார்பில் கச்சை காட்டப்படவில்லை. தொடைப் பகுதியில் ஆடையின் மடிப்புத் தென்படுகிறது.

இணை 7

வலப்புறப்பாறையில் கின்னர மிதுனத்துக்கும் மான் இணைகளுக்கும் இடையே கந்தர்வ இணையொன்று காட்டப்பட்டுள்ளது. கந்தர்வர் தலையுச்சியில் கூம்பாக முடிந்த கொண்டையும் வலதுகாதில் பத்ர குண்டலம், நீண்டுதொங்கும் இடதுகாதில் குண்டலம் ஆகியனவற்றையும் கொண்டுள்ளார். இரட்டைவட மணியாரம் கழுத்தை அணிசெய்கின்றது. அவர் கைகளில் தோள்வளையும் மூன்றடுக்கான கடகங்களும் வயிற்றில் திரட்சியான உதரபந்தமும் இடையில் புரிகள் சூழ்ந்த ஆடையும் பெற்றுத் திகழ்கிறார். மார்பின் குறுக்காகப் பூணூல் உள்ளது.

கந்தர்வருக்கு இடதுபுறம் தேவமகள் காட்டப்பட்டுள்ளார். தேவ மகளின் தலையுச்சியில் உயரமான கொண்டை அமைப்புக் காணப்படு கிறது. இரு காதுகளிலும் பெரிய பத்ர குண்டலங்கள் திகழ்கின்றன. திரி சரியாக அமைந்த மணியாரம் கழுத்தை அணிசெய்கிறது. இடதுகையில் தோள்வளை காணப்படுகிறது. மார்பில் கச்சை காட்டப்படவில்லை. உடலை ஒட்டியதாக ஆடை அமைப்புக் காணப்படுகிறது.

இணை 8

வலதுபுறப்பாறையில் மான் இணைகளுக்குப் பின்னால் சிங்கங் களுக்கு மேலாகக் கந்தர்வ இணையொன்று காட்டப்பட்டுள்ளது. தலை முடி உயர்த்தி முடிக்கப்பட்டு மிக்க அலங்காரத்துடன் விளங்குகிறது. வலதுகாதில் பத்ரகுண்டலமும் நீண்டு தொங்கும் இடதுகாதில் மகர குண்டலமும் கைகளில் தோள்வளையும் மூன்றடுக்குக் கடகமும் காணப் படுகின்றன. கழுத்தில் நடுவே மணிகொண்ட பட்டையான அணிகலனும் மார்பில் பூணூலும் காணப்படுகின்றன. இடைவரை ஆடை முழுமை யாகக் காட்டப்பட்டிருந்தாலும் சிறிது தெரியும் கால்களின் அமைப்புக் கொண்டும் அருகிலுள்ள தேவமகளிர் கால்கள்கொண்டும் இவர் பறந்து வரும் பான்மையை உணரமுடிகிறது.

கந்தர்வரது இடதுபுறத்தில் தேவமகள் உள்ளார். தலைமுடி மகுடம் போன்ற அமைப்பில் அழகாக முடியப்பட்டுள்ளது. இரு செவிகளிலும் பத்ர குண்டலங்கள் திகழ்கின்றன. நெருங்கியும் பருத்தும் காணப்படும் மார்பகங்கள்மீது பெரிய மணிகளாலான, ஏகாவளிகளாக அமைந்த இரு ஆரங்கள் விளங்குகின்றன. கைகளில் மூன்றடுக்கான கடகங்கள் காணப்படுகின்றன. உடலோடு ஒட்டிய ஆடை கால்வரை நீண்டுள்ளதாகத் தெரிகிறது.

இணை 9

வலதுப்புறப்பாறையில் சூரியனின் இடது காலுக்கு இடதுபுறமும் காட்டுக்கோழி, கின்னர மிதுனத்துக்கு மேலாகவும் ஒரு கந்தர்வ இணை காட்டப்பட்டுள்ளது.

கந்தர்வரின் உச்சியில் முடியப்பட்ட தலைமுடியின் பின்புறம், முடிக்கற்றை ஒன்று காட்டப்பட்டுள்ளது. இரு செவிகளிலும் பத்ர குண்டலங்கள் விளங்குகின்றன. பெரிய மணிகளாலான இரட்டை வடமாலை ஒன்று கழுத்தை அணிசெய்கிறது. மார்பின் குறுக்காகப் பட்டையான பூணூல் காட்டப்பட்டுள்ளது. வயிற்றின்மீது உதரபந்தம் உள்ளது. இடது கையில் மட்டுமே தோள்வளை உள்ளது. கைகளில் மூன்றடுக்கான கடகங்கள் உள்ளன. இடையைச் சூழ்ந்து துணிப்புரி ஒன்று காணப்படுகிறது.

கந்தர்வரது இடதுபுறத்தில் தேவமகள் காட்டப்பட்டுள்ளார். தேவமகள் தலையுச்சியில் முடிந்த நீண்ட கொண்டை காணப்படுகிறது. அதில் இரண்டு, மூன்று குஞ்சரம் போன்ற சடையமைப்புகள் பின்புறம் உள்ளன. இருகாதுகளிலும் பத்ர குண்டலங்கள் காணப்படுகின்றன. கழுத்தில் இரட்டைவட மணியாரம் உள்ளது. மார்பில் கச்சை காட்டப்பட்டுள்ளது. கைகளில் வளைகளும் கால்களில் தண்டைகளும் விளங்குகின்றன. உடலோடு ஒட்டிய ஆடை அமைப்பைக் கால்வரையில் உணரமுடிகிறது. வலது கரத்தில் மலரினை ஏந்தியுள்ளார்.

இணை 10

வலதுபுறப் பாறையில் உள்ள மான்களுக்குக் கீழாகவும் கந்தர்வ இணைகளுக்கு மேலாகவும் கின்னர மிதுனத்துக்கு இடமாகவும் ஏறத்தாழப் பாறையின் மையப்பகுதியில் கந்தர்வ இணையொன்று காணப்படுகிறது.

கந்தர்வர் தலையில் மகுடமும் முகத்தில் இருபுறமும் பின்னோக்கியுள்ள முடியும் காட்டப்பட்டுள்ளன. வலதுகாதில் பத்ர குண்டலமும் இடதுகாதில் பிறிதொரு அணிகலனும் உள்ளன. கழுத்தில் இரட்டைச் சரமான மணியாரம் உள்ளது. மார்பில் பிரம்ம முடிச்சுடன் கூடிய பூணூல் காணப்படுகிறது. கைகளில் தோள்வளையும் மூன்றடுக்கான கடகங்களும் காணப்படுகின்றன. இடையில் ஆடையும் துணிப்புரிகளும் காட்டப்பட்டுள்ளன. முழங்காலுக்கு மேலே ஆடை மடிப்புக் காட்டப்பட்டுள்ளது.

கந்தர்வரின் இடதுபுறம் தேவமகள் உள்ளாள். அவளின் நீண்ட கொண்டை தலையுச்சியில் காணப்படுகிறது. இருகாதுகளிலும் பத்ர குண்டலங்கள் காணப்படுகின்றன. கழுத்தில் ஏகாவளியான ஒற்றை மணிச் சரம் உள்ளது. மார்பில் கச்சு காணப்படுகிறது. கால்களைத் தண்டைகள் அணிசெய்கின்றன. கந்தர்வருக்கும் தேவமகளுக்கும் முழங்காலுக்கு மேலாக தொடைப்பகுதியில் காட்டப்பட்டுள்ள ஆடை மடிப்புகள், அதுவரை யிலேயே ஆடை இருப்பதாக எண்ணச்செய்கின்றன.

இணை 11

வலதுப்புறப் பாறையில் மலை ஆடுகளுக்கு கீழாகவும் மகரிஷிகளுக்கு மேலாகவும் கந்தர்வ இணையொன்று காட்டப்பட்டுள்ளது.

கந்தர்வரின் தலையில் மகுடமும் பின்புறம் சரிந்த முடியும் தெளிவாக உள்ளன. வலதுகாதில் பத்ர குண்டலமும் இடதுகாதில் மகர குண்டலமும் உள்ளன. கழுத்தில் பட்டையான அணிகலனும் மார்பில் பூணூலும் கைகளில் தோள்வளையும் இரட்டை அடுக்கான கடகங்களும் காட்டப் பட்டுள்ளன. இடையில் ஆடையும் திரண்டு புரியாகச் சூழ்ந்துள்ள ஆடையின் பகுதியும் காணப்படுகின்றன. அரை ஆடையின் ஒரு பகுதியை அவர் தன் இடதுகையால் பற்றியுள்ளது குறிப்பிடத்தக்கது.

கந்தர்வருக்கு இடதுபுறமாகத் தேவமகள் காட்டப்பட்டுள்ளாள். அவள் தன் தலையுச்சியில் கொண்டை முடிந்துள்ளார். வலதுகாதில் பத்ர குண்டலமும் இடதுகாதில் நீண்டு தொங்கும் பிரிதொரு அணிகலனும் காணப்படுகின்றன. கழுத்தில் ஏகாவளியாக இரு மணிச்சரங்கள் காணப் படுகின்றன. தோள்வளையும் மூன்றடுக்கான கடகங்களும் கைகளில் திகழ் கின்றன. மார்பில் கச்சை காணப்படவில்லை. இடையில் மேகலை போன்ற அணிகலனும் கால்களில் தண்டைகளும் காணப்படுகின்றன. உடலை யொட்டிய ஆடை, கால் வரையுள்ளதாக உணரமுடிகிறது.

இணை 12

பாறையின் நடுப்பிளவில் உள்ள நாக அரசனுக்கு இடமாகவும் காட்டுக் கோழி, கின்னர மிதுனங்களுக்கு வலமாகவும் கந்தர்வ இணையொன்று காட்டப்பட்டுள்ளது. கந்தர்வர் மகுடத்துடனும் பின்புறம் செல்லும் தலை முடியுடனும் காட்டப்பட்டுள்ளாள். இடதுகாதில் பத்ர குண்டலமும் வலதுகாதில் மகர குண்டலமும் காணப்படுகின்றன. கழுத்தில் அணி கலனும் மார்பின் குறுக்காகப் பூணூலும் திகழ்கின்றன. அரை ஆடையும் ஆடையின் புரிகளும் தெளிவாகக் காட்டப்பட்டுள்ளன. கைகளில் தோள் வளையும் காணப்படுகிறது. வலதுகையின் மணிகட்டுப் பகுதி சிறிது சிதைவுற்றுள்ளது.

கந்தர்வரது இடதுபுறத்தில் தேவமகள் உள்ளாள். அவளுக்கு அலங்காரத் துடன் உச்சியில் முடியப்பட்ட கூந்தலும் கொண்டையின் இடது பாகத்தில் பதக்கம் போன்ற தலை அணிகலன் ஒன்றும் காணப்படுகின்றன. வலது

காதில் பத்ரகுண்டலமும் துளையுடன் கூடித் தொங்குகின்ற இடதுகாதில் குண்டலமும் கழுத்தில் இரண்டு மணிமாலைகளும் மார்பில் கச்சையும் காணப்படுகின்றன. கால்களிலும் கைகளிலும் அணிகலன்கள் காணப்பட வில்லை. உடலையொட்டியுள்ள ஆடை கணுக்கால் வரை நீண்டுள்ளதாக உணரமுடிகிறது.

இணை 13

வலப்புறப்பாறையில் பெரிய இரு யானைகளுக்கு மேலே இரண்டு கந்தர்வ இணைகள் காட்டப்பட்டுள்ளன.

முன்னுள்ள இணையில் காணப்படும் கந்தர்வர் மகுடத்துடனும் பின்புறம் சரிந்துசெல்லும் முடி அலங்காரத்துடனும் உள்ளார். வலது காதில் பத்ர குண்டலமும் நீண்டுதொங்கும் இடதுகாதில் மற்றொரு அணி கலனும் திகழ்கின்றன. கழுத்தில் இரட்டை வடமாக மணிமாலையும் உள்ளது. மார்பின் குறுக்காகப் பிரம்ம முடிச்சுடன் கூடிய பூணூல் காணப் படுகிறது. கைகளில் தோள்வளைகளும் மூன்றடுக்கான கடகங்களும் உள்ளன. இடையில் கட்டியுள்ள ஆடை தொடைவரையுள்ளதாக உணர முடிகிறது. தலை அலங்காரம் பிறவற்றிலிருந்து மாறுபட்டு விளங்குகிறது. மகுடத்தின் இடதுபுறம் சடைக்கற்றைகள் அல்லது குஞ்சங்கள் போன்ற அமைப்பும் கழுத்தில் இருபுறம் தோள்பட்டை வரையிலும் பட்டையான நான்கு வடிவங்களும் காணப்படுகின்றன.

கந்தர்வரது இடதுபுறம் தேவமகள் காட்டப்பட்டுள்ளார். தேவமகளின் தலை அலங்காரம் பிறவற்றிலிருந்து மாறுபடுகிறது. தலையுச்சியில் கூர்மையாக முடியப்பட்ட கொண்டையில் குஞ்சம் தொங்குகிறது. இரண்டு சடைக் கற்றை போன்ற அமைப்புக் காணப்படுகிறது. வலதுகாதில் பத்ரகுண்ட லமும் நீண்டுதொங்கும் இடதுகாதில் பிறிதொரு அணிகலனும் காணப்படு கின்றன. கழுத்தில் திரிசரியாக அமைந்த மணிமாலை காணப்படுகிறது. அழகிய பூவேலைப்பாடுகளுடன் கூடிய கச்சு மார்பில் திகழ்கிறது. கைகளில் ஒன்றை வளையல்கள் உள்ளன. கால்களில் தண்டைகள் உள்ளன. இடையிலிருந்து நீண்டு தொங்கும் ஆடை, பின்னோக்கிப் பறக்கிறது.

இணை 14

மேலே குறிப்பிட்ட கந்தர்வ இணையின் இடப்புறம் உள்ள கந்தர்வர் முடியினைத் தலையுச்சியில் முடிந்துள்ளார். நீண்ட வலதுகாதில் வளையமும் இடதுகாதில் பத்ரகுண்டலமும் காணப்படுகின்றன. கழுத்தில் அணிகலன் கள் உள்ளன. வலதுகையில் தோள்வளையும் மூன்றாக அடுக்கிய கடகமும் காணப்படுகின்றன. ஆனால் இடதுகையில் அவை காட்டப்படவில்லை. மார்பில் பூணூல் இல்லாமல் உதரபந்தம் மட்டும் காணப்படுகிறது. இடையில் அணிந்துள்ள ஆடை முழங்காலுக்கு மேல் தொடைப்பகுதி வரையிலும் உள்ளது. அவ்வாடையில் விசிறி மடிப்பு போன்ற தலைப்பகுதி, இடுப்பின் பின்னால் இடப்புறமாகக் காட்டப்பட்டுள்ளது. கீழேயும்

கந்தர்வர் – தேவமகள்

ஆடை தொங்கிக்கொண்டுள்ளது. வலதுகையில் உறையில் இட்டவாள் ஒன்றினை வைத்துள்ளார். ஆதலால் இவர் கந்தர்வ அரசராக இருக்கலாம்.

தேவமகளிர் தலை அலங்காரம் பிறவற்றிலிருந்து மாறுபட்டுப் பெரியதாக உள்ளது. இரு காதுகளில் பெரிய பத்ரகுண்டலங்கள் காணப்படு கின்றன. கழுத்தில் ஏகாவளியாக மணிமாலை காணப்படுகிறது. வலது கையில் மூன்றாக அடுக்கிய கடகங்கள் காணப்படுகின்றன. இடதுகையில் அணிகலன் இல்லை. மார்பில் கச்சை உள்ளது. இடையின் பின்புறம், பறக்கும் நிலையில் ஆடையின் தலைப்பகுதிகள் காட்டப்பட்டுள்ளன. கணுக்காலில் தண்டை உள்ளது. உடலோடு ஒட்டிய ஆடை, கால்வரை நீண்டு உள்ளதை உணரமுடிகிறது.

தனியுருவம் (கந்தர்வர்) 15

வலப்புறப் பாறையில் சூரியனுடைய வலதுகாலுக்கும் கீழுள்ள கிம்புருடர்களுக்கும் முன்பாகத் தனியொரு கந்தர்வனின் உருவம் காணப்படுகிறது. இது ஏனைய கந்தர்வர்களிடமிருந்து பல்வேறு வகைகளில் மாறுபட்டுள்ளது. பெண் இணையின்றித் தனித்துக் காணப்படும் இவ்வுருவம் தலைமுடியை உச்சியில் முடிந்துள்ளது. கழுத்திலோ, கைகளிலோ அணிகலன் ஏதும் காணப்படவில்லை. யக்ஞோபவித்திரமும் காணப்படவில்லை. கால்வரை நீண்ட அரையாடை மட்டுமுள்ளது. காதுகளில் சிறு அணிகலன்கள் காணப்படுகின்றன. இவரும் வானில் பறந்து வருகின்றார். ஆதலில் கந்தர்வரில் ஒருவராதல் வேண்டும்.

கந்தர்வ இணைகளில் இயக்கமும் ஆடை அணிகலன்களில் பொதுத் தன்மைகளும் காணப்பட்ட போதிலும், ஒவ்வொரு உருவமும் மற்றொன்றி லிருந்து பல்வேறு தன்மைகளில் வேறுபட்டுள்ளன. உடல் அமைதிகள் மாறுபட்டுள்ளன. தலை அலங்காரங்களில் மாற்றங்கள் தென்படுகின்றன. தேவமகளிரின் அரை ஆடை, உடலுடன் ஒட்டியதாக அமைந்துள்ளது.

கந்தர்வர்

கந்தர்வர்கள் பதினெண்கணங்களில் ஒருவராவர்.[1] புராணங்களில் 'கந்தர்வர்' என்பது பல கணத்தினரைச் சுட்டும் பொதுப்பெயராகவும் ஒரு பிரிவினரைச் சுட்டும் சிறப்புப் பெயராகவும் பயன்படுத்தப்பட்டுள் ளது. இவர்களைக் குறித்து ஏராளமான தகவல்களை இதிகாசங்களும் புராணங்களும் தருகின்றன.

கந்தர்வர்கள் விண்மீன்களின் தலைவனான சந்திரனை வழிபடுவர்; மகாத்மாவான பிரம்மாவையும் வாழ்த்தி வணங்குவர்; நிஷாத மலைத் தொடரின் கிழக்குச் சிகரத்தின் நடுவே, மேற்கில் நாராயணர், பிரம்மா, மகாதேவர் ஆகியோருக்கான இடங்கள் உள்ளன. அவர்களை யட்சர், அரக்கர் முதலியோருடன் கூடிக் கந்தர்வர் வழிபடுவர்.[2] கைலாயத்தி லிருந்து வரும் மந்தாகினியாற்றின் நீரினைப் பருகுவர்; அம்மலையின் கிழக்குச் சிகரத்தில் கந்தர்வர்களின் பத்து நகரங்கள் உள்ளன. அந்நகர்

களின் வளங்களுக்கு எல்லையே இல்லை. அங்குப் பல வரிசைகளாகப் பெரிய அரண்மனைகள் உள்ளன. தீப்போல் ஒளிவீசும் அரிகேசன், சித்திர சேனன், சாரா முதலிய கந்தர்வ அரசர்களுக்கு அவை உரியனவாகும்.[3] மேலும், கிருஷ்ணமலையிலும் கந்தர்வர்கள் வாழ்கின்றனர்.[4] தேவகூட மலையில் *(Altin Tagh Nam Shanrang)* நாற்பது யோசனை நீளமும் முப்பது யோசனை அகலமும் கொண்ட, கந்தர்வர்களின் ஏழுநகரங்கள் அமைந் துள்ளன.[5]

> ...வானத்தில் இயங்கும் ஆற்றலுள்ள கந்தர்வர்கள் இசை ஈடுபாடு மிக்கவர்கள்... இவர்களின் இசைக்கலைச் சிறப்பால், அக் கலைக்குக் கந்தர்வம் என்னும் ஒரு பெயரும் அமைந்துள்ளது... கந்தருவர் இசைத்துறையில் ஈடுபாடு கொண்டிருந்ததுபோலவே காதல் துறையிலும் ஈடுபாடு மிக்கவர்களாக இருந்தனர்... கந்தர்வர் அழகுமிக்கவர்களாகவும் தேவமாதர்களின் காதலர் களாகவும் காட்டப்பெற்றுள்ளனர். இவர்கள் ஆணும் பெண்ணும் தாமாகவே ஒன்றுபட்டுக் கூடும் ஒழுக்கமுடையவர்கள். இவர்கள் மணம் காதலை அடிப்படையாகக் கொண்டது. சிற்பம், ஓவியம் ஆகியவற்றில் கந்தருவர் கையில் கந்ததி, பாசம், மாலை ஆகிய வற்றைக் கொண்டிருப்பவர்களாகச் சித்திரிக்கப்பட்டுள்ளனர். கந்த – அர்வ எனப் பிரித்துக் கந்தர்வர் என்பதற்குக் குதிரை எனப்பொருள் கூறப்படுகிறது. இவர்கள் குதிரையொடு இணைந் திருப்போராகச் சிற்பங்களிலும் இலக்கியங்களிலும் காட்டப்பட் டுள்ளனர். காந்தார நாட்டு மக்களுக்குக் கந்தர்வர் என்னும் பெயருண்டு. அந்நாட்டு மக்கள் இசைக்கலையில் தேர்ச்சிமிக்கவ ராவர் என்று வரலாறு கூறுவதும் அந்நாடு குதிரைகளுக்குச் சிறந்த இடமாக விளங்குவதும் குறிப்பிடத்தக்கன.[6]

கந்தவர்கள் குறித்த பல்வேறு தகவல்களை அகராதி தருகிறது:

> கந்தர்வர்கள் பொதுவாக, வானத்திலோ காற்று மண்டலத்திலோ வாழ்வதாகக் கருதப்படுகிறது. கடவுளர்களுக்காகத் தெய்வீக சோமரசத்தைத் தயாரித்துக் கொடுப்பது இவர்களது வேலை களில் ஒன்று. பெண்களின்மீது அதிகச் சார்பும் புதிர்மிக்க கட்டுப் பாட்டினையும் அவர்கள் கொண்டிருந்தனர். ஆறாயிரத்து முந் நூற்று முப்பது மூன்று கந்தர்வர்களைப் பற்றி அதர்வண வேதம் பேசுகிறது. சோமரசம் தயாரிப்பது அவர்கள் பொறுப்பில் இருந் தது. மருத்துவம் செய்வதில் மிகுந்த திறமை அவர்களுக்கு இருந் தது. விரதங்களையும் நியமங்களையும் கொண்டிருந்த அவர்கள் பெண்கள்மீது தனிப்பற்றுக் கொண்டவர்களாக இருந்தார்கள். இந்திரசபையில் இருந்த கந்தர்வர்கள் பொதுவாக, கடவுளர்களின் விருந்துகளில் பாடகர்களாகவும் இசைக்கருவிகள் இசைக்கும் வல்லுநர்களாகவும் இருந்தார்கள்.
>
> கந்தர்வர்கள் தோன்றிய முறையைக் குறித்துப் பல்வேறு புராணங் கள் முரண்பட்ட கருத்துகளைக் கூறுகின்றன. பிரம்மாவிடமிருந்து

அவர்கள் தோன்றியதாகவும் இனிய இசையைத் தங்கள் பிறப்புரிமையாகக் கொண்டதாகவும் விஷ்ணுபுராணம் கூறுகிறது. வாக்குத் தேவதையின் அருளை அருந்தியதால் காசியபருக்கும் அவர்தம் மனைவி அரிஷ்டாவுக்குக் குழந்தைகளாகத் தோன்றினர் என்பர்.

அவர்கள் பிரம்மாவின் மூக்கிலிருந்து தோன்றியவர்கள் என்றும் காசிபரின் மற்றொரு மனைவியான முனியிடம் தோன்றியவர்கள் என்றும் அரிவம்சம் கூறுகிறது. கந்தர்வர்களின் தலைவன் சித்திரரதன். அப்ஸர கன்னிகள் கந்தர்வர்களின் மனைவிகள் அல்லது ஆசைக்கிழத்தியர். கந்தர்வர்களின் நகரங்கள் மிகவும் ஒளிமயமானதாக இருந்ததோடு கண்ணைக்கவரும் வகையிலும் இருந்தன வெனப் பலவிடங்களில் பேசப்படுகிறது. பாதாள உலகத்தில் நாகர்கள் நாட்டின்மீது கந்தர்வர்கள் தாக்குதல் நடத்தி, நாகர்களின் நகரங்களைக் கைப்பற்றி அவர்களின் செல்வங்களையும் கொள்ளையடித்தார்கள் என்று விஷ்ணுபுராணம் கூறுகின்றது. நாகர்களின் தலைவன் விஷ்ணுவிடம் சரணடைந்து உதவிகேட்டபோது, அவர் தானே புருகுட்சன் வடிவத்தில்வந்து உதவுவதாக வாக்களித்தார். நாகர்கள் தங்கள் சகோதரியான நர்மதாவை அனுப்பினார்கள். அவள் புருகுட்சனைக் கீழே அழைத்துவந்து கந்தர்வர்கள் நாட்டிற்குள் புகுந்தாள். அங்கே அவன் கந்தர்வர்களை வென்று அழித்தான். அவர்கள் சில சமயம் ஹாதுக்கள் *(Gatus)* மற்றும் புலகர்கள் *(Pulakas)* என்று அழைக்கப்பட்டனர். மகாபாரதத்தில் கந்தர்வர்கள் என்ற பெயர் மலைகளிலும் காடுகளிலும் வாழ்ந்த ஓரினத்தவரைக் குறிப்பதுபோல் தோன்றுகிறது.[7]

தேவகன்னியர்

வனதேவதை போன்ற வனப்பும் கவர்ச்சியும் நிறைந்த இந்தத் தேவகன்னியர், கந்தர்வர்களின் மனைவியர் அல்லது காமக்கிழத்தியர். சுவர்க்கத்திலும் மண்ணுலகிலும் இன்பமளிப்பதில், தங்கள் சலுகைகளை அளிப்பதில், தாராளமனதோடு நடந்துகொள்பவர்கள். உண்மையில் அவர்கள் சமுத்திரகுமாரிகளைப் போன்றவர்கள். ஆயினும், வேதங்களில் இவர்களைப் பற்றிய குறிப்புகள் மிகுதியாக இல்லை. இவர்களது முக்கியத்துவம் இதிகாசங்களிலும் புராணங்களிலும் அதிகம் உணரப்படுகிறது. இவர்கள் தோன்றிய வரலாறு, பாற்கடலைக் கடைந்த நிகழ்ச்சியோடு தொடர்புடையதாகப் புராணங்களில் இடம்பெற்றுள்ளது. பாற்கடலைக் கடைந்தபோது, இவர்கள் தோன்றினர் என்று சொல்லப்படுகிறது. தேவர்களும் அசுரர்களும் விரும்பாததால் இவர்கள் பொதுவுடமையாக ஆக்கப் பட்டனர். தொடக்கத்தில் இவர்கள் கவிதைப்பண்போடு மட்டும் பார்க்கப்பட்டனர். பின்னர் மானுடத் தன்மைகள் அளிக்கப் பட்டன. மேகங்களிடையே வரும் நீராவியிலிருந்து சூரியனால் கவரப்பட்டவர்களாக இவர்களை அதர்வணவேதம் பேசும். ஊர்

வசி போன்ற சிலர் பெயரிட்டுப் பேசப்படுகிறார்கள். மனுஸ்மிருதியில் இவர்கள் ஏழு மனுக்களால் உருவாக்கப்பட்டவர்கள் என்று சொல்லப்படுகிறது. இராமாயணம் போன்ற இதிகாசங்களில் இவர்களது முக்கியத்துவம் மிகுத்துப் பேசப்படுகிறது. இவர்கள் கடலிலிருந்து தோன்றியவர்கள் என்பது இதிகாசங்களுக்கும் புராணங்களுக்கும் ஏற்புடைத்தேயாகும். அப்சரஸுகளின் பதினான்கு பிரிவுகள் குறித்து வாயுபுராணம் பேசுகிறது. அரிவம்சத்தில் இவர்களின் ஏழுவகைப் பிரிவுகள் பேசப்படுகின்றன. இவர்களுள்ளும் உலகியல் சார்ந்த 34 பிரிவுகளும் *(Lankika)* விண்சார்ந்த *(daivika)* 10 பிரிவுகளும் கூறப்படுகின்றன. பிந்தைய பிரிவில் ஊர்வசி, மேனகை, ரம்பா போன்ற தேவகன்னியர் குறிப்பிடப்படுகின்றனர். தவசிகளின் தவத்தைக் கலைப்பதும் மாவீரர்களைக் கவர்ந்து, அவர்களது இலட்சியத்திலிருந்தும் நியமனப் பணியிலிருந்தும் விலகச் செய்வதும் இவர்களது இயல்பாகும் ... அப்சரஸுகளை கிரேக்க நிரிடீஸ்களுடன் ஒப்பிடலாம். ஏனெனில், இருவருமே கடலிருந்து தோன்றிய கடலின் குழந்தைகள் அல்லது கடற்கன்னியர் ஆவர்.[8]

இவையன்றி, காசியபரின் மனைவியான அரிஷ்டாவிற்குப் பிறந்தோர் அப்சரஸுகள் எனவும் சில புராணங்கள் கூறுகின்றன.[9] அலம்புஸா, மிஸ்ரகேசி, வித்யூத்பருவா, திலோத்தமா, ரக்ஷிதா, ரம்பா, மனோரமா, கேசினி, சுபானு, சுரதா, சுப்ரியா என அவர்கள் பதிமூன்று பேர்கள் என அவை குறிப்பிடுகின்றன.[10]

குறிப்புகள்

1. தேவர்முனி வோரியக்கார் சித்தர்விஞ்சை யோர்கருடர்
பூவசுரர் கிம்புருடர் பூதர்படர் – மாவரக்கர்
நாகருடுக் கந்திருவர் கின்னரர்பேய் நற்போகா
மாகர்பதி னெண்கணநா மம்.

– நாமதீப நிகண்டு, பா.எ.68.

2. S.M.Ali, *The Geography of the Puranas.* p.54.
3. *மேலது, ப.56.*
4. *மேலது, ப.96.*
5. *மேலது, ப.107.*
6. *வாழ்வியற் களஞ்சியம், தொகுதி – 6, ப.680.*
7. John Dowson Dy, *A Classical Dictionary of Hindu Mythology and Religion, Geography, History and Literature.*
8. R.N. Saletore. *Encyclopedia of indian Culture,* Vol.I, pp.94 - 95.
9. Vettam Mani, *Puranic Encyclopedia.*
10. *மேலது, அடிக்குறிப்பு, ப.46.*

நாகர்கள்

சிற்பத்தொகுதியில் மூன்று நாக இணைகளும் தனியே நாகம் ஒன்றும் சித்திரிக்கப்பட்டுள்ளன.

நாக இணை 1

இருபாறைகளுக்கு இடையேயான பிளவில் மூன்று நாகங்கள் உள்ளன. மேலிருந்து கீழாக, முதலில், நாகராசன் காணப்படுகிறார். இடையிலிருந்து மேல்பகுதி மனித உருவிலும் கீழ்ப்பகுதி பாம்பு வடிவிலும் சித்திரிக்கப்பட்டுள்ளார். தலையின் பின்புறம் ஏழு தலை களைக் கொண்ட நாகம் காட்டப்பட்டுள்ளது. அவரது தலையில் உயர்ந்த மகுடமும் இருசெவிகளில் மகர குண்டலங்களும் காணப் படுகின்றன. கழுத்தில் இரண்டு பட்டையான அணிகலன்களும் சிறுபதக்கத்துடன் கூடிய மணிச்சரமும் காணப்படுகின்றன. மார்பின் குறுக்கே பட்டையான பூணூல் காட்டப்பட்டுள்ளது. கைகளில் தோள்வளையும் மூன்றாக அடுக்கிய கடகமும் காணப்படுகின்றன. அவரது கைகள் அஞ்சலி முத்திரை காட்டுகின்றன. அவை சிதைவு பட்டுள்ளன.

அவரை அடுத்துக் கீழாக நாக அரசி தோன்றுகிறாள். தலையில் மகுடம் காணப்படுகிறது. அதன் பின்னால் மூன்றுதலை நாகம் காட்டப்பட்டுள்ளது. அவளும் மேற்பகுதி மனித உடலுடனும் கீழ்ப்பகுதி பாம்பு உடலுடனும் காட்டப்பட்டுள்ளாள். கீழ்நோக்கியோ அல்லது இமைமூடியதாகவோ கண்கள் தோன்றுகின்றன. கைகள் அஞ்சலி முத்திரை காட்டுகின்றன. வலதுகாதில் பத்ர குண்டலமும் நீண்டு தொங்கும் இடதுகாதில் குண்டலமும் காணப்படுகின்றன. கழுத்தில் அணிந்துள்ள இரட்டை வடமான மணிமாலை மார்பின்மீது தவழ்கிறது. கைகளில் அணிகள் ஏதும் காணப்படவில்லை.

தனிநாகம்

அவளுக்குக் கீழாக நாக உடலுடன் ஒற்றைத் தலையுடன் படமெடுத்த நிலையில் பாம்பொன்று காட்டப்பட்டுள்ளது.

நாக இணை 2

திருமால் கோயிலுக்கு இடதுபுறம், வானரத்திற்குக் கீழாக நாக இணை யொன்றுள்ளது. முன்னுள்ள ஆணின் முழுவடிவமும் மனித உடலாகவே காட்டப்பட்டுள்ளது. தலையின் பின்புறம் ஐந்து தலைகளைக்கொண்ட நாகம் காணப்படுகிறது. இடதுகையின் மேலாக இரண்டாவது நாகத்தலை சிறிது உடைந்துள்ளது. நாகராசனின் தலையில் நீண்ட அழகிய மகுடம் திகழ்கிறது. தலைமுடி பின்புறமாகச் சரிந்துள்ளது. இருகாதுகளும் நீண்டு, குண்டலங்களுடன் காட்சியளிக்கின்றன. கழுத்தில் ஏகாவளியாகப் பெரிய மணிகளாலான மாலையும் மார்பின் குறுக்காகப் பூணூலும் காணப்படு கின்றன. வலது தோள்வளை உள்ளது. இடையில் ஆடையும் அதன் புரிகளும் தென்படுகின்றன.

அவருக்கு வலப்புறம் நாக அரசியும் முழுவதும் மனித உடலுடன் காட்டப்பட்டுள்ளாள். தலையில் மகுடம் காணப்படுகிறது. மகுடத்தின்மீது ஒற்றை நாகத்தலை தோன்றுகிறது. இரு செவிகளிலும் வலது பத்ர குண்டலங்கள் விளங்குகின்றன. கழுத்தில் ஏகாவளியாக மணியாரம் திகழ்கிறது. வலதுகையில் கைவளை அமையும் இடத்தில் பூவேலைப்பாடு கொண்ட அணிகலன் இருப்பதுபோல் தோன்றுகிறது. பருத்த மார்பகங்கள் கச்சையின்றிக் காட்டப்பட்டுள்ளன. கால்களில் தண்டைகள் உள்ளன. இடையாடை, உடலோடு மிக ஒட்டியதாகவும் கணுக்கால்வரை உள்ள தாகவும் உணரமுடிகிறது. கைகள் அஞ்சலி முத்திரை காட்டுகின்றன. வணங்கிய வண்ணம் பறந்து வருவதை உணர்த்த, வலதுகால் பின்புறம் வளைந்துள்ளது.

நாக இணை 3

வலதுபுறப் பாறையில் குரங்கு இணைகளுக்குக் கீழாக, மையத்திலுள்ள நாகஅரசிக்கு இடமாக மற்றுமொரு நாக இணை காட்டப்பட்டுள்ளது.

மூன்று தலைகள் கொண்ட நாகம் பின்புறம் காணப்படும் நாக அரசனின் தலையில் உயர்ந்த அழகிய மகுடம் துலங்குகிறது. அடுக்கடுக் காகக் காணப்படும் அதன் முன்புறத்தில் பூ வடிவில் அலங்கார அமைப்புகள் உள்ளன. தலைமுடி பின்புறம் சரிந்துள்ளது. நீண்டு தொங்கும் இரண்டு செவிகளிலும் குண்டலங்கள் காணப்படுகின்றன. கழுத்தில் ஒற்றைவடமாக அணிகலன் உள்ளது. கைகளில் தோள்வளைகளும் மூன்றாக அடுக்கிய கடகங்களும் காட்டப்பட்டுள்ளன. பிரம்ம முடிச்சுடன் கூடிய பூணூல் மார்பின் குறுக்காக அமைந்துள்ளது. கைகள் அஞ்சலி முத்திரை காட்டு கின்றன. இடையில் ஆடையும் அதன் புரி மடிப்புகளும் தெளிவாகக் காணப்படுகின்றன.

நாக அரசனுக்கு இடதுபுறம் வரும் நாக அரசியின் தலைமுடி உச்சியில் முடிந்து அழகுபடுத்தப்பட்டுள்ளது. அதன்மீது ஒற்றை நாகத்தலை உள்ளது. இரண்டு காதுகளிலும் மிக பெரிய பத்ர குண்டலங்கள் காணப்படுகின்றன. கழுத்தில் ஏகாவளியாக மணிச்சரம் காணப்படுகிறது. கைகளில் அணி

நாக இணை

கலன்கள் ஏதும் காட்டடப்படவில்லை. அளவான மார்பகங்களில் கச்சு காட்டடப்பட்டுள்ளது. இடை ஆடை தென்படா அளவில் உடலோடு ஒட்டியுள்ளது. கால்களில் தண்டைகள் காணப்படுகின்றன. ஏதோ ஒரு பொருள் வலக்கரத்தில் உள்ளதாக உணரமுடிகிறது. அக்கரம் சிதைவுற்றுள்ளது.

நாகர்

கங்கையைத் தொழுதும் நீரிலாடியும் களிக்கும் இவர்கள் நாகர், உரகர், பண்ணகர், மகாநாகர் எனப் பல்வேறு பெயர்களாலும் அழைக்கப்படும் நாக இனத்தவராவர்.

> நாகம் என்பது ஒரு பாம்பு. குறிப்பாக, நாகப்பாம்பு. இது தெய்வத் தன்மை ஒருபகுதிகொண்ட, தொன்ம *(Mythical Semi - divine being)* உயிரியாகும். இது மனித உடலும் பாம்பின் வாலும் உடையது. அதோடு நீண்ட கழுத்தும் இருக்கும்

என்று அகராதி குறிப்பிடுகிறது.[1]

இதிகாசங்களும் புராணங்களும் பல்வகையான நாகங்கள் குறித்தும் அவற்றின் வாழிடங்கள் குறித்தும் பல தகவல்களைத் தருகின்றன.

நிசாத மலைத்தொடரின் உட்சிகரங்களில் அசுரர்களின் அலங்கி என்னும் நகர் உள்ளது. அது பல்வகை உலோகங்களால் அழகுறுத்தப்பட்டுள்ளது. பல்வேறு பாதைகளும் சாலைகளும் உள்ள அந்நகரின் வாயில்கள் தங்கத்தாலும் வெள்ளியாலும் உருவாக்கப்பட்டுள்ளன. அணி அணியாய் உள்ள அரண்மனைகளும் வீடுகளும் தங்கம்போல் மின்னுகின்றன. பல்வேறு தோட்டங்களும் உள்ள அந்நகரில் நாகங்கள் நிறைந்துள்ளன. அவை எதிரிகள் அணுகாவண்ணம் நுழைவாயிலைக் காத்து வருகின்றன.[2]

ஜம்புத் தீபகத்தின் சங்கக் கூடத்திற்கும் வ்ருஸபா *(Vrsabha)* மலைகளுக்குமிடையே பராசகஸ்த்தலி *(Parasakasthali)* உள்ளது. பெரிய மணமிக்க பழங்கள் நிலத்தில் விழுந்து சேறுபடுத்துகின்றன. மதிப்பிற்குரிய சரன்கணாஸ் *(Charanganas)* புருஷா *(Purusa)* கனியின் சாற்றை அருந்திப் போதை அடைகின்றனர். அந்நிலத்தில் கின்னரர்கள் மற்றும் முனிவர்களுடன் உரகர்கள் வாழ்கின்றனர்.[3] உரகர்கள் அஞ்சன *(Anjana)* மலையில் வசிக்கின்றனர். முகுத *(Mukuta)* மலையில் பண்ணகர்கள் வாழ்கின்றனர்.[4]

> கஸ்கர் தொடரில் உள்ள சிதாந்த மலையில் ஏராளமான குகைகளில் மக்கள் வாழுகின்றனர். அங்கே இந்திரனது ஆடுகளம் உள்ளது. அங்கேதான் மூவுலகிலும் புகழ்பெற்ற பாரிஜாத வனம் உள்ளது. தேவர்களும் அரக்கர்களும் பண்ணகர்களும் யட்சர்களும் கந்தர்வர்களும் சித்தர்களும் கின்னரரர்களும் பிறரும் அழகிய அந்த இந்திரவனத்தில் எப்போதும் விளையாடி மகிழ்கின்றனர்.[5]

குமுஞ்சா தொடர்களில் *(Kashghar Range)* உள்ள சிதாந்த *(Sitanta)* மலைகளுக்கிடையே பறவைகள் பாடுவதும் எண்ணற்ற உயிரிகள் வாழுவது

மான பள்ளத்தாக்கு உள்ளது. முந்நூறு யோசனை நீளமும் 100 யோசனை அகலமுமுடைய அதில், தெள்ளியதும் இனியதும் அழகியதுமான நீர்நிறைந்த ஏரி உள்ளது. மிக்க நறுமணம்கொண்ட தாமரை மலர்களால் அப்பள்ளத்தாக்கு அழகுபடுத்தப்பட்டுள்ளது. பெரிய தூர்தர்ஷா பாம்புகள் அங்குக் காணப்படு கின்றன ... அதன் கிழக்குப் பக்கத்தில் முனிவர்கள் (சித்தர்கள்) உறைகின்றனர். அங்கு மலர்களும் கனிகளும் நிறைந்த மிகப்பெரிய அழகிய தோட்டங்கள் உள்ளன. அங்கு மிகஉயரமான மரங்கள் ஆயிரக்கணக்கில் உள்ளன. அவற்றில் பெரிய, இனிய மணமிக்க, பொன்னிறமான பழங்களும் பச்சைநிறமான பழங்களும் நிறைந்துள்ளன.

கனிந்து வீழ்ந்ததும் அப்பகுதி முழுவதும் அவற்றால் மூடப்படுகின்றன. ஸ்ரீவான் (*Srivan*) எனப்படும் அவ்விடத்தில் கந்தர்வர்களும் கின்னரர்களும் யட்சர்களும் மகாநாகர்களும் சுதந்திரமாக உலவுகின்றனர். முனிவர்கள் வழிபட, வனதெய்வமான இலக்குமி அங்கு உறைகிறாள்.[6] சிந்து தேசத்தில் இருதலைப்பாம்புகளும் ஐந்துதலை நாகங்களும் வாழ்கின்றன.[7]

நாகங்கள் குறித்த இந்திய நம்பிக்கைகளையும் நாகர்கள் என்னும் பழங் குடிகளைக் குறித்தும் தனது நூலில் மிகவிரிவாக ஆய்ந்துள்ள எஸ்.கே. திவாரி யின் கருத்துகள் இணைத்தெண்ணத்தக்கன :

> நாகங்கள், ஒரு படத்திற்கு மேல் கொண்டிருப்பதை இந்தியப் பனுவல்கள் விவரிக்கின்றன. பொதுவாக நாகங்கள் ஒரு தலையை யும் ஒரு படத்தையுமே பெற்றிருக்கும் ... ஆனால், மூன்று, ஐந்து அல்லது பல தலைகள் கொண்ட நாகங்களை இந்தியச் சிற்பங் களில் காணமுடிகிறது ... ஆதிசேடன் ஆயிரம் தலைகளையும் படங்களையும் பெற்றிருப்பதாகக் கூறப்படுகிறது.[8]

உவமை கூறும்போதும் பாம்புகளுக்கான வேறுபெயர்களாகப் பண் ணகர், உரகர் என்னும் பெயர்களை வான்மீகி பயன்படுத்துகிறார்.[9] ஆயினும் பாம்புகளையும் மனிதர்களான நாகர்களையும் அவர் தெளிவாக வேறுபடுத்து கிறார்.[10] போகவதி என்னும் நாகர்களின் தலைநகரத்தை அரக்கர்களின் தலைவனாகிய இராவணனது தலைநகரமான இலங்கையுடன் வான்மீகி ஒப்பிடுகிறார்.[11] இந்தக் குறிப்புகள் நாகர்கள், மனிதர்கள் என்பதையும் அவர்கள் மக்கள் திரள் நிறைந்த நகரங்களில் வாழ்ந்தவர்கள் என்பதையும் காட்டுகிறது. ‘நகரம்’ என்பதைக் குறிக்கும் ‘நகர்’ என்ற சொல் ‘நாகா’ என்ற சொல்லிலிருந்து வந்திருக்கலாம் என்று வடமொழி அறிஞர்கள் சிலர் கருதுகின்றனர். ‘நகர்’ என்ற சொல் நாகர்கள் நகரங்களில் வாழ்ந்த வர்கள் என்பதை மட்டுமன்றி நகரங்களை உருவாக்கியவர்கள் என்பதையும் குறிப்பிடுகிறது.[12] ஆதிசேடன் என்னும் நாக அரசன் ஆயிரம் தலையை உடையவன் என்பது, நாகத்தைத் தம் குலமரபுச் சின்னமாகக் கொண்ட எண்ணற்ற சில இனக்குழுக்களின் தொகுப்பான குலமரபுச் சின்னமாகவே காணுதல் வேண்டும்.[13]

பாற்கடலைக் கடைந்தபோது, வாசுகி என்ற பாம்பு மந்தர மலையாகிய மத்திற்கு நாணாகப் பயன்பட்டது. இத்தொன்மம் நாகர்களுக்கும் பெரிய

மலைகட்குமுள்ள உறவைக் குறிக்கிறது. வடமொழியில் ‘நாக’ என்ற சொல்லிற்கு ‘மலையில் உறைபவர்’ என்றும் பொருளுண்டு.[14]

குன்றுகளையும் மலைகளையும் தமக்குரிய இடமாகக் கொண்டிருந்த போது, நாகர்கள், நாடுவிட்டு நாடு செல்பவர்களாகவும் கடற்பயணம் மேற்கொள்பவர்களாகவும் இருந்துள்ளனர்.[15] பாண்டவர்களிடம் தோற்ற நாகர்கள் தங்கள் நிலமான காண்டவ வனத்தை அவர்களிடம் ஒப்படைத் தனர். மகாபாரத காலத்தில் நாகர்கள் மலைகளிலும் காடுகளிலும் வசித்ததை இது தெளிவாகக் காட்டுகிறது.[16] மகாபாரத காலம் வரை தட்சசீலம் *(Taxila)* நாகர்களின் முக்கியமான தலைநகராக இருந்திருக்கவேண்டும்.[17] பாரதப் போருக்குப் பின்னால் பாப்ஹருவாகன் *(Babahru vahan)* மற்றும் அவருக்குப் பின் வந்தோர்களால், வடகிழக்கு இந்தியப்பகுதியிலிருந்த நாகர்களின் அரசு ஆளப்பட்டது.[18]

பத்மாவதி, கந்திபுரி, மதுரா ஆகிய இடங்களிலிருந்து ஆண்ட ஒன்பது (நவ) அரசர்கள் குறித்து விஷ்ணுபுராணம் கூறுகிறது.[19]

நாகர்கள் என்போர், வாழ்ந்த ஓர் பழங்குடி இனம் என்பதையும் அவர்கள் தம் பல்வேறு தன்மைகளையும் ஆய்வாளர்கள் எடுத்துரைக் கின்றனர்.

நாகர்கள் மங்கோலியக் கலப்பினத்து மக்களாவர். இவர்களது தாயகம் ஈரானின் மேட்டுப்பகுதியாக இருக்கலாம் என்று கருதப்படுகிறது. அதுவே ஆரிய மங்கோலியக் கலப்பு ஏற்படுவதற்குத் தாயகமாக இருந்துள்ளது. பாரதவர்ஷம் என்பது ஈரானில் தொடங்கி, ஆப்கானிஸ்தான் வழியாக, பஞ்சாபின் பல பகுதிகளை உள்ளடக்கிய பகுதி. அதன் ஒன்பது பெருநிலக் கூறுகளில் நாகதீபமும் ஒன்று. நாகர்கள், பாம்பு உருவத்தோடு குல மரபு உறவுடையவர்களாக இருந்துள்ளனர். இதனைப் பற்றிய சில குறிப்புகள் பண்டைய பாரசீகம் மற்றும் தென் உருசிய புராணங்களில் காணப்படு கின்றன. பண்டைய கிரேக்க வரலாற்றாசிரியரான ஹிரோடோடஸ் *(Herodotus)* ஹெர்குலிஸ் *(Hercules)* என்ற வீரனைப் பற்றியெழுதும்போது, ‘பாதி பெண்ணுருவமும் பாதி பாம்பின் உருவமும் கொண்ட நாககன்னிகை யோடு உறவுகொண்டு, அதனால் பிறந்த அவன் மகன் சைத்தீஸுக்கு *(Scythes)* ஒருவில்லைப் பரிசாக விட்டுச் சென்றான்’ என்று கூறுகிறார். இவ்வாறு சைத்திய மக்களின் தோற்றத்தைக் கிரேக்கத் தொன்மவியல் விவரிக்கிறது.

பெரும்பாலும் நாகர்கள் தாய்வழியைப் பின்பற்றிய சமுதாயமாக இருந்திருக்கவேண்டும். மற்ற இடங்களில் உள்ள சூரிய வழிபாட்டுப் பண்பாட்டோடு *(Heliolithic Culture)* நாகர்களின் பண்பாடு தொடர்புபட்டுக் காணப்படுகிறது. இவர்கள் கதிரவனையும் பாம்பினையும் வழிபட்டுள்ளனர். நெடிதுயர்ந்த கற்சின்னங்களையும் ஸ்வஸ்திக் சின்னங்களையும் பயன்படுத்தி யுள்ளனர். நாகர்களுக்கும் பண்டைய மாகர் இனத்தவர்க்கும் தொடர்புள்ளது என்னும் கொள்கைக்கு அவை வலுச்சேர்க்கின்றன. நாகப்பாம்புப் படத்தில்

உள்ள குறிப்பாக இருக்கலாம் என எண்ணத்தக்க ஸ்வஸ்திக் சின்னத்தை மந்திர சக்தியுள்ள பாதுகாப்புக் கவசமாக அவர்கள் கருதியுள்ளனர்.

மிகப்பெரும் கற்றூண்களை அமைத்தல் இந்த இனங்களின் பண்பாடு களில் காணப்படும் ஒற்றுமையாகும். இது தனியொரு இனத்திற்கு உரியதன்று. ஆனால் இந்தக் கூறுகள் இந்தியாவிற்கு அறிமுகம் ஆனதற்கு நாகர்களே பொறுப்பு என்பது நம்பக்கூடியதே ஆகும். வரலாற்றுக் காலத் தொடக்கத் திலேயே மிகப்பெரிய கற்றூண்கள் காணப்படுகின்றன. அசோகர் தன் கல்வெட்டுகளைப் பொறிக்க அவற்றைப் பயன்படுத்திக்கொண்டார்.

திபெத் – பர்மிய (Tibeto-Burmese) மக்களின் கலப்பால் உருவானவர்களாக நாகர்கள் இருக்கலாம் என ஆய்வாளர்கள் சிலர் கருதுகின்றனர். அவர்கள், ஆரியர் வருவதற்குமுன் வடஇந்தியாவை வாழிடமாகக் கொண்டிருந்தனர் என்பர். ஆனால் இது ஒரு பழைய கொள்கையின் கிளைத்தோற்றமே ஆகும். இந்தக் கொள்கையின்படி, இப்பகுதிப் பழங்குடி மக்களோடு நாகர்கள் இணைக்கப்படுகின்றனர். தலை வேட்டையாடும் அஸ்ஸாமிய நாகர்களோடு 'நாகர்' என்ற பெயர் ஒப்புமையின் காரணத்தாலேயே இணைக்கப்படலாம். ஆனால், அஸ்ஸாமிய நாகர்களோ ஆடையின்றி நிர்வாணமாக இருந்ததால், சூழ்ந்திருந்தவர்களால் அவ்வாறு (Nagna – நிர்வாணர்) அழைக்கப்பட்டனர்.

பிற்காலத்தில் எத்தகைய இனக்கலப்பு சேர்ந்திருந்தாலும், அடிப்படை யில் அவர்கள் மங்கோலியர்கள். இவர்களுக்குத் திராவிடர்களோடும் நடு விந்தியப்பகுதிப் பழங்குடிகளோடும் இனக்கலப்பு ஏற்பட்டது. இது அவர்கள் இந்தியாவில் எந்த அளவிற்குப் பரவியிருந்தனர் என்பதைக் காட்டுகிறது.

நாகர்கள் இந்தியாவிற்குள் வர பயன்பட்ட வடமேற்கு மலைப்பகுதி, பாம்புகளின் அரசனாகிய நீல நாகனால் (Nilanaga) பாதுகாக்கப்பட்டது. அவன் பிற நாகங்களை அமர்த்தி, அப்பகுதியிலிருந்த மலைகளையும் ஏரிகளையும் பாதுகாத்தான் என்று மரபாக நம்பப்படுகிறது. நாகர்களோடு தனக்குள்ள உறவைப் பண்டைய சின்னங்களாலும் இடப்பெயர்களாலும் காசுமீர் காட்டுகிறது.

இந்திய நிலவியலில் பல இடப்பெயர்களில் நாகர்களின் தொடர்பு காணப்படுகிறது. 'நாகாசாவயா' இது பிற்காலத்தில் அஸ்தினாபுரம் எனக் குறிக்கப்பட்ட நகரமாகும். நாக்பூர், முன்னர் நாகங்களின் நடமாட்டம் மிக்கிருந்த இடத்தின் பெயராகும். இதுபோலவே 'நகர' என்னும் சொல் ஒருகாலத்தில் அரசர்கள் வாழும் பெரிய நகரத்திற்கு வழங்கப்பட்டு, பிற்காலத்தில் பட்டினங்களைக் குறிப்பதாகியது. இப்போதும் புதிதாக உருவாக்கப்படும் இடத்தின் பெயருக்குப் பின்னொட்டாகச் சேர்க்கப்படு கிறது. மிகப்பெரிய பௌத்தப் பல்கலைக்கழகம் விளங்கிய 'நாலந்தா', 'நாகநந்தன்' என்னும் நாக அரசனின் பெயரால் உருப்பெற்றது. அதுபோலவே நாக அரசன் 'தக்ஷன்' பெயரை அடிப்படையாகக் கொண்டே 'தக்ஷசீலா' நகரம் அமைந்தது.

நாகர்கள் பல அறிவியல் துறைகளிலும் முன்னேற்றம் அடைந்திருந் தனர். அவர்களுக்கு மருத்துவத்துறையில் தனித்திறமை இருந்தது. மாண்டவர் களையும் மீட்டுவரக் கூடிய ஆற்றல் அவர்களுக்கு இருந்தன எனப் பல பழங்கதைகள் கூறுகின்றன. அவர்கள் கைவினைப்பொருட்கள் செய்வதிலும் கலைகளிலும் பெருந்திறன் கொண்டிருந்தனர். மரவேலை, சிற்பங்கள் வடித்தல், ஓவியம் தீட்டுதல் ஆகியனவற்றிலும் சிறந்து விளங்கினர். பழங்கதை களின்படி, தொடக்ககால இசை கந்தர்வர்களோடு இணைகிறது. அதேபோல் பண்டைய ஓவியம் நாகர்களின் எழுத்துமுறை இந்திய எழுத்துமுறைகளின் மீது பெருந்தாக்கம் கொண்டுள்ளது. 'நாகரி' எழுத்துமுறை, நாகா லிபி என்பதன் சுருக்கமாகக் காணப்படுகிறது. அறிஞர்கள், தபசிகள் பலரும் பாம்பின் தொடர்புடைய, நாகார்சுன, நாகசேனன் போன்ற பெயர்களைக் கொண்டுள்ளனர்.

'வான்மீகி' என்ற பெயர், பாம்புகளின் நடமாட்டமுள்ள புற்றைக் குறிப்பது. ஆகவே வால்மீகி முனிவர் நாக பரம்பரையில் வந்தவராகலாம். நாகர்களின் அறிவுத்திறன் மிகவும் உயர்ந்திருந்ததால் அவர்களை மிகவும் மதித்த புத்தர், பிரக்ஞா பாரமிதா *(Prajna - Paramita)* என்ற ஆவணத்தை அவர்களிடம் ஒப்படைத்தார். அந்த ஆவணம் பிற்காலத்தில் மகாயானத்தில் ஒரு பகுதியாக இணைக்கப்பட்டது. அந்த ஆவணம் மிகவும் நுட்பம் வாய்ந்ததாகவும் அரிதில் பொருள்கொள்ளக் கூடியதாகவும் இருந்ததால் புத்தரின் சமகாலத்தவர்கள் இதைப்படித்துப் பொருளுணர முடியாது என்று கருதப்பட்டது. பிற்காலத்தில், மகாயான பௌத்தத்தின் தூணான நாகார்சுனரிடம், எளிதில் பொருள் விளங்காத இப்புனித ஆவணம் நாகர் களால் ஒப்படைக்கப்பட்டது.

போரில் எளிதில் வெல்லமுடியாத மகத்தான சக்தியாகவே நாகர்கள் கருதப்பட்டு வந்துள்ளனர். இருக்குவேதத்தில் நாகர்கள் இந்திரனின் பகைவர் களாகக் குறிப்பிடப்படுகிறார்கள். நாகர்கள் பாம்பை வழிபடும், ஆரிய ரல்லாத இனத்தவராகச் சொல்லப்படுகிறார்கள்.

> பிற்கால இந்துத் தொன்மங்கள் நாகர்களைப் பற்றிய பல குறிப்பு களைக் கொண்டுள்ளன. அவை நாகக்கடவுளர்கள் குறித்தும் வியக்கத்தக்கப் போர்த்திறன் படைத்த நாக அரசர்களைப் பற்றியும் குறிப்பிடுகின்றன. கிருஷ்ணர்கூட நாகர்களோடு தொடர்புடைய கடவுளாகச் சிலர் கருதுகின்றனர். கருநீல நிறத்துக் கண்ணனும் ஆதிசேடனது அவதாரமான பால் வெண்ணிறத்துப் பலராமனும் உடன்பிறந்தவர்கள் என்று கூறும் தொன்மம், கரிய நிறத்து மத்திய இந்தியப் பழங்குடிகளும் வடக்கே இருந்த வெண்மை நிறத்து நாகர் இனமும் உறவு கொண்டதைக் குறிப்பதாக இருக்கலாம்.
>
> வடமொழி இலக்கியங்களில் நாகர்கள், பேரழகும் பேராற்றலும் கொண்ட இனமாகப் பேசப்படுகின்றனர். வடமேற்கிலுள்ள நாகர் களின் துறக்கமான அந்நாட்டிற்குச் சென்றுவந்த நாரதமுனிவர் அது இந்திரனின் துறக்கத்தைவிடக் கவர்ச்சிமிக்கதெனக் கூறினார். நாக கன்னியர்களின் பேரழகு குறித்தும் வடமொழி இலக்கியங் களில் ஏராளமான குறிப்புகள் உள்ளன.

நாககன்னியர்கள், அழகுக்காகவும் அறிவிற்காகவும் ஆரிய – திராவிட மன்னர்களால் விரும்பி மணமுடிக்கப்பட்டனர். அழகும் பண்பும் கொண்ட அப்பெண்டிர் அரண்மனை வாழ்விற்கு எளிதில் பொருந்தினர். அயோத்தி மந்தாரியின் மகன் புருகுஸ்தன் நாக இளவரசி நர்மதாவை மணந்தான். இராமன் மகன் குசன் நாக இளவரசி குமுதவதியை மணந்தான். அர்ச்சுனன் நாக இளவரசியான உலூபியை மணமுடித்தான்.

வரலாற்றுக் காலத்தில் சிறப்புவாய்ந்த எல்லா அரச வம்சங்களுமே நாகர்களோடு தொடர்புடுத்திப் பேசப்பட்டுள்ளது. கடம்பர், பல்லவர், சோழர், வாகாடகர், சேரர் போன்ற பல அரச அவைகளில் நாகர் பெண்டிர் அரசிகளாக அமர்ந்துள்ளனர்.

திருமணத் தொடர்புகள் மட்டுமன்றி நாகர்கள் பல அரசவம்சங்களைத் தாங்களாகவே தோற்றுவித்துள்ளனர். பிம்பிசாரனால் மகதத்தில் தோற்றுவிக்கப்பட்ட அரியங்க வம்சம், அதே மகதத்திலிருந்த சிசுநாக வம்சம், இமய அடிவாரத்திலிருந்த லிச்சா வம்சம் முதலியன அவற்றுள் சிலவாகும்.

குஷாணர்களின் வீழ்ச்சிக்கும் குப்தர்களின் எழுச்சிக்கும் இடைப்பட்ட காலத்தில் குறைந்தபட்சம் ஏழு நாக அரசர்கள் மதுராவில் ஆட்சிசெய்தனர் எனப் புராணங்கள் கூறுகின்றன ...[20]

ஆதலால் சிற்பத் தொகுதியில் தலைக்குப்பின்னால் நாகத்தலைகளுடனும் உடலின் கீழ்ப்பகுதி நாக வடிவத்துடனும் முழுமையாக நாக வடிவத்துடனும் காட்டப்பட்டுள்ளவர்கள் நாகர்களே ஆவர். வரலாற்றுக் காலத்தில் வாழ்ந்த நாக அரசர்கள் பலரும் பின்னர் வழிபாட்டிற்கும் உரியவர்களாக வழிவழிவந்த மக்களால் கருதப்பட்டு இன்றளவும் வணங்கப் பெறுகின்றனர்.

ஹிமாசல் பிரதேசத்தில் உள்ள காங்டா பிரதேசத்திலும் காஷ்மீர் மலைச்சாரலிலும் சேஷநாகம், வாசுகி, கார்க்கோடகன் போன்ற நாகராஜாக்களுக்கான கோயில்கள் நிறைந்துள்ளன. சேனாப் *(Chenab)* மலைச்சாரல்களில் ஜீமுத வாகனனை, பிரதம மந்திரியாகக் கொண்ட அரசனாக நாகராஜா வாசுகி வணங்கப் பெறுகிறார்.[21]

என்ற தகவலையும் இணைத்தெண்ணிப் பார்க்கும்போது, சிற்பத்தொகுதியில் தலைக்குப் பின்னால் நாகத்தலைகளுடனும் உடலின் கீழ்ப்பகுதி நாக வடிவத்துடனும் முழுமையான நாக உடலுடனும் காட்டப்பெற்றுள்ளவர்கள் மனிதர்களான நாக இனத்து அரசன் – அரசியரே என்று உணர முடிகிறது.

குறிப்புகள்

1. John Dowson Dy, *A Classical dictionary of Hindu Mythology and Religion, Geography, History and Literature.*

2. S.M. Ali., *The Geography of the Puranas,* pp.53-54.
3. மேலது, ப.74.
4. மேலது, ப.96.
5. மேலது, ப.106.
6. மேலது, ப.103.
7. பி.வி.ஜகதீச அய்யர், *புராதன இந்தியா என்னும் பழைய 56 தேசங்கள்* (இரண்டாம் பாகம்), ப.33.
8. S.K. Tiwari, *Antiquity of Indian Tribes,* p.158.
9. மேலது, ப.168.
10. மேலது, ப.169.
11. மேலது, ப.170.
12. மேலது, பக்.170 – 171.
13. மேலது, ப.173.
14. மேலது, ப.174.
15. மேலது, ப.178.
16. மேலது, ப.179.
17. மேலது, ப.182.
18. மேலது, ப.182.
19. மேலது, ப.193.
20. Benjamin Walker, *Hindu World,* pp.106 – 108.
21. ஜி. ரவீந்தரன் நாயர், டி. சிவராமன் (மொ.ஆ.) *இந்தியாவில் நாகவழிபாடு,* பக். 9 – 10.

கின்னரர்

இடப்புறப்பாறையில் இரண்டும் வலப்புறப்பாறையில் நான்குமாக ஆறு கின்னர இணைகள் இச்சிற்பத்தொகுதியில் காணப்படுகின்றன.

இணை 1

இடப்புறப்பாறையில் கந்தர்வ இணைக்கு முன்பாகவும் வில்லூன்றி நிற்கும் வேடனுக்கு மேலாகவும் கின்னர இணை ஒன்று நிற்கின்றது.

ஆணும் பெண்ணுமாக உள்ள அவ்விருவரும் குட்டையான உருவ முடையோராகக் காணப்படுகின்றனர். ஆணின் தலைமுடி கூம்பாக உச்சியில் முடியப்பட்டுள்ளது. நீண்ட வலதுகாதில் குழையும் இடதுகாதில் பத்ர குண்டலமும் காணப்படுகின்றன. கழுத்தில் ஏகாவளியாக மணிமாலை காணப்படுகிறது. இடது கையில் தோள்வளையும் கடகமும் காணப்படுகின்றன. மார்பின் குறுக்கே வைத்துள்ள யாழினை வலது கை கீழ்ப்புறம் பற்றியுள்ளது. இடதுகையில் ஆள்காட்டி விரலும் நடுவிரலும் மேலிருக்க மற்றும் இருவிரல்கள் யாழ் தண்டின் கீழுள்ளன. பெருவிரல் காட்டப் பெறவில்லை. இசையில் ஆழ்ந்து ஈடுபடும் எல்லையற்ற அமைதியுடன் முகபாவம் விளங்குகின்றது.

உடலின் கீழ்ப்பகுதி பறவை வடிவில் காட்டப்பட்டுள்ளது. அரையில் ஆடை உள்ளது. பருத்த தொடைகளுக்குக் கீழ் மெல்லிய கால்கள் மூன்று விரல்களாகப் பிளவுபட்டு முடிந்துள்ளன. பின்புறம் இறக்கைகள் கீழ் நோக்கி விரிந்துள்ளன.

இவ்வுருவத்தின் வலப்புறம் கின்னரி உள்ளாள். தலைமுடி உச்சியில் முடியப்பட்டுள்ளது. ஆண் உருவத்தினும் குள்ளமாக உள்ள இவள் தம் இருகாதுகளிலும் பத்ர குண்டலங்கள் காணப்படுகின்றன. கழுத்தில் ஏகாவளியாக மணியாரம் காணப்படுகிறது. அணிகள் ஏதும் காட்டப்படாத கைகளில் தாளம் உள்ளது. உடலின் கீழ்ப்பாகம் பறவை உடலாகக் காட்டப்பட்டுள்ளது.

கின்னர இணை

இடையிலிருந்து பின்புறம் கீழாக விரிந்து செல்லும் இறக்கைகள் காணப்படுகின்றன.

இணை 2

சிவபிரான் தம் கணங்களுக்கு வலப்புறம் கிம்புருடர்களுக்கு மேலாக மற்றொரு கின்னர இணை உள்ளது. ஆணின் தலைமுடி உச்சியில் முடியப் பட்டுள்ளது. காதுகளில் பத்ர குண்டலங்கள் உள்ளன. கழுத்தில் ஏகாவளியாக அமைந்த பட்டையான அணிகலன் ஒன்று காணப்படுகிறது. மார்பின் குறுக்காகப் பட்டையான பூணூல் உள்ளது. மேலுயர்த்தியுள்ள இடது கையில் மூன்றாக அடுக்கிய கடகம் காட்டப்பட்டுள்ளது. வலதுகையில் கடகம் இருந்த இடம் சிதைவுற்றுள்ளது. மார்பு அகன்றும் முன்துருத்தியும் உள்ளது. உடலின் கீழ்ப்பாகம் பறவை உடலாகக் காட்டப்பட்டுள்ளது. இடையின் இருபுறமும் இறக்கைகள் தென்படுகின்றன. வலதுகரம் பற்றியுள்ள இசைக்கருவி தோள்மீது சாய்த்து வைக்கப்பட்டுள்ளது. இடதுகாலின் பாதத்தருகில் பின்புறம் ‘முள்’ அமைப்பும் காட்டப்பட்டுள்ளது. விரல்கள் தெளிவாகத் தெரியவில்லை. வலக்காலின் விரல்கள் கிம்புருடர் தலையின் பின்புறமுள்ள பாவனையில் உள்ளன.

இவரது வலப்பக்கத்தில் கின்னரி நிற்கின்றாள். தலைமுடி கூம்பாக முடியப்பட்டுள்ளது. வலதுகாதில் வளையமும் இடதுகாதில் பத்ர குண்டல மும் காணப்படுகின்றன. கழுத்தில் ஏகாவளியாக மணியாரம் உள்ளது. கைகளில் தாளம் உள்ளது. உடலின் கீழ்ப்பாகம் பறவை வடிவில் காட்டப் பெற்றுள்ளது. தொடைகள் பருத்துத் தென்படுகின்றன. இவையும் குள்ள உருவங்களே.

இணை 3

வலப்புறப்பாறையில் சூரியனுக்கு அடுத்துள்ள கந்தர்வ இணையின் இடதுபுறம் கின்னர இணையொன்று காட்டப்பட்டுள்ளது. முன்நிற்கும் கின்னரரின் தலைமீது சற்று உயர்ந்த மகுடம் உள்ளது. கழுத்தின் பின்புறம் முடிசரிந்து செல்வதாகக் காட்டப்பட்டுள்ளது. இரு செவிகளிலும் பத்ர குண்டலங்கள் காணப்படுகின்றன. கழுத்தில் பட்டையான அணிகலன் உள்ளது. மார்பின் குறுக்காகப் பூணூலும் கைகளில் தோள்வளையும் மூன்றாக அடுக்கிய கடகங்களும் காட்டப்பட்டுள்ளன. நீண்ட இசைக் கருவியினை மார்பின் குறுக்காக இடது தோள்வரை பிடித்துள்ளது. இடைக்கு மேலுள்ள மனித உடற்பகுதி நீண்டும் இடையிலிருந்து கீழாக உள்ள பறவை உடற்பகுதி குட்டையாகவும் உள்ளது. முதுகின் பின்புறம் இறக்கைகள் காட்டப்பட்டுள்ளன.

கின்னரரின் இடப்புறம் கின்னரி நிற்கின்றாள். தலைமீது மகுடம் உள்ளது. இருகாதுகளில் பத்ர குண்டலங்கள் உள்ளன. கன்னப்பரப்பு கொழுமையாகக் காட்டப்பட்டுள்ளது. கழுத்தில் ஏகாவளியாக மணியாரம் உள்ளது. மார்பில் கச்சை காணப்படுகிறது. கைகளில் தாளம் உள்ளது.

மெல்லிய இடைக்குக் கீழாகப் பறவையின் உடலமைப்பாக உள்ளது. தொடைகள் பருத்துக் காணப்படுகின்றன.

இணை 4

மூன்றாவது கின்னர இணைக்குக் கீழாக, கிம்புருடர்க்கு மேலாக மற்றொரு கின்னர இணை காட்டப்பெற்றுள்ளது.

ஆணின் தலைமீது மகுடம் உள்ளது. தலைமுடி பின்புறம் வழிந்து செல்கிறது. வலதுகாது நீண்டு குழை கொண்டும் இடதுகாது பத்ர குண்டலம் பெற்றும் காணப்படுகின்றன. கழுத்தில் ஏகாவளியாக மணிச்சரம் காணப் படுகிறது. கைகளில் தோள்வளைகளும் கடகங்களும் காணப்படுகின்றன. வலது மார்பிலிருந்து குறுக்காக நீண்ட இசைக்கருவியினைப் பிடித்துள்ளார். உடலின் கீழ்ப்பாகம் பறவையாகக் காட்டப்பட்டுள்ளது. இருகால்களின் பின்புறம் இறக்கைகள் கீழாக வளைந்து காட்டப்படுகின்றன. கால்விரல்கள் தெளிவாகத் தென்படுகின்றன.

நேராக நோக்கும் கின்னர உருவத்திற்கு மாறாகப் பக்கவாட்டில் முக்கால் பங்கு திரும்பிய நிலையில் கின்னரி உள்ளாள். தலையின்மீது சிறிய மகுடமிருப்பதாகத் தோன்றுகிறது. ஏனெனில் தலைமுடி பின்புறம் கொண்டையாக இடப்பட்டுள்ளது. காதுகளில் பத்ர குண்டலங்கள் காணப் படுகின்றன. கழுத்தில் ஏகாவளியாக மணிச்சரம் உள்ளது. மார்பகங்கள் சிறியனவாய் அமைந்துள்ளன. கைகளில் தாளம் உள்ளது. உடலின் கீழ்ப்பாகம் பறவை வடிவில் உள்ளது. உடலின் நடுவே பின்புறமாக விரிந்து இறகு போன்ற வடிவமும் இடையிலிருந்து கீழாக இறக்கைகளும் காட்டப் பட்டுள்ளன.

இணை 5

வலப்புறப்பாறையில் சித்தர் – சாரணருக்கு மேலாக, நிற்கும் சிங்கத்திற்கு முன்னாக மற்றொரு கின்னர இணை காணப்படுகிறது.

ஆணின் தலையில் அழகிய மகுடம் திகழ்கிறது. தலைமுடி பின்பக்கமாக வழிந்து செல்கிறது. இரு காதுகளிலும் பத்ர குண்டலங்கள் உள்ளன. கழுத்தில் சிறு பதக்கத்துடன்கூடிய பட்டையான அணிகலன் உள்ளது. கைகளில் தோள்வளையங்களும் மூன்றாக அடுக்கிய கடகங்களும் விளங்கு கின்றன. மார்பின் குறுக்காக இசைக்கருவியினைப் பற்றியுள்ளார். அதை இசைக்கும் பாவனையில் இடதுகை விரல்கள் அழகாகக் காட்டப்பட் டுள்ளன. இடையின் கீழ்ப்புறம் பறவை உடலாக உள்ளது. இடையின் பின்புறம் அழகான இறக்கைகள் தென்படுகின்றன. தொடைகள் பருத்துக் காணப்படுகின்றன.

கின்னரருக்கு இடதுபுறம் கின்னரி நிற்கிறாள். அழகிய மகுடம் தலையில் காணப்படுகிறது. செவிகளில் பத்ர குண்டலங்கள் திகழ்கின்றன. பதக்கத்துடன்கூடிய பட்டையான அணிகலன் கழுத்தில் காணப்படுகிறது. கைகளில் தோள்வளைகள் உள்ளன. தாளத்தை இசைத்துக்கொண்டுள்ளாள்.

இடையின் கீழ்ப்பாகம் பறவை வடிவாகக் காட்டப்பட்டுள்ளது. இடையின் பின்புறம் அழகிய இறக்கைகள் உள்ளன. தொடைகள் பருத்துக் காணப்படு கின்றன.

இணை 6

காட்டுக்கோழிக்குக் கீழாக, நாக அரசனின் இடதுபுறம் மற்றொரு கின்னர இணை உள்ளது.

முன்னுள்ள கின்னரர் தலையில் மகுடமும் இடதுகாதில் பத்ர குண்டல மும் உள்ளன. கழுத்தில் உள்ள அணிகலன் தெளிவாகத் தெரியவில்லை. மார்பின் குறுக்கே பூணூல் உள்ளது. கைகளில் தோள்வளைகளும் கடகங்களும் காணப்படுகின்றன. வலதுகரத்தினை உயர்த்திப் பாடுகின்ற பாவனையில் உள்ளார். இடதுகரம் மார்பருகே உள்ளது. இடைக்குக் கீழாகப் பறவையுடல் காட்டப்பட்டுள்ளது. இறக்கைகள் பின்புறம் அமைந்துள்ளன.

கின்னரரின் இடப்புறமுள்ள கின்னரியின் தலையில் உயர்ந்த மகுடமும் காதுகளில் பெரிய பத்ர குண்டலங்களும் உள்ளன. கழுத்தில் ஏகாவளியாக அமைந்த இரண்டு மணிமாலைகள் காணப்படுகின்றன. கைகளில் தோள் வளைகளும் கடகங்களும் உள்ளன. வலக்கை மார்பருகே இருக்க, இடக்கை இடதுதொடைமீது வைக்கப்பட்டுள்ளது. இடைக்குக் கீழே பறவையுடல் காட்டப்பட்டுள்ளது. இறக்கைகள் கீழ்நோக்கிக் காட்டப்பட்டுள்ளன.

இணை 7

முன்னுள்ள யானையின் மத்தகத்திற்கு மேலாக உட்குழியும் பாறையின் மீது கின்னர மிதுனமொன்று காணப்படுகிறது.

முன்னுள்ள கின்னரரின் தலையில் மகுடம் உள்ளது. இடதுகாதில் சிறிய பத்ர குண்டலமும் காணப்படுகிறது. வலதுகாதில் உள்ள அணிகலன் தெளிவாகத் தென்படவில்லை. கழுத்தில் ஏகாவளியாக, நீண்டு உருண்ட மணிகளாலான மாலையும் மார்பில் பூணூலும் உள்ளன. கைகளில் தோள் வளையும் கடகமும் உள்ளன. நீட்டி மடித்துள்ள வலதுகரத்தில் பற்றியுள்ள இசைக்கருவி இடது மார்புவரை நேராக உள்ளது. உடலின் கீழ்ப்பகுதி பறவை வடிவிலுள்ளது. பின்புறம் இறக்கைகள் தென்படுகின்றன.

கின்னரரின் இடப்பக்கம் கின்னரி உள்ளாள். அவளது தலையிலும் மகுடம் காணப்படுகிறது. காதுகளில் பெரிய பத்ர குண்டலங்கள் உள்ளன. கழுத்தில் ஏகாவளியாக அமைந்த மணிமாலை காணப்படுகிறது. மார்பருகே வைத்துள்ள கைகளில் தாளம் உள்ளது. கைகளில் தோள்வளையும் கடகங் களும் காணப்படுகின்றன. உடலின் கீழ்ப்பகுதி பறவை வடிவில் காட்டப் பெற்றுள்ளது. உடலின் பின்புறம் இறக்கைகள் உள்ளன.

இருவர் உடலின் கீழ்ப்பாகங்களும் நேராக நிற்கின்ற தன்மையில் இல்லாமல் சாய்வாகக் காட்டப்பெற்றுள்ளதால், இவர்கள் இருவரும் பறந்த வண்ணம் இசைத்து வருவதாகக்கொள்ளலாம்.

பொதுவாக, கிம்புருடர்களைத்தவிர, ஏனைய உருவங்களினும் கின்னரர்கள் குள்ளமாகவும் உடலின் மேற்பகுதியின் அளவிற்குப் பொருந்தா வகையில் கீழ்ப்பகுதி குட்டையாயும் காட்டப்பட்டுள்ளனர்.

கின்னரர்

கின்னரர் என்போர் தேவகணங்கள் பதினெட்டனுள் ஒருகணத்தினர். இவர்கள் குதிரை முகமும் மனித உடலும் உடையவர்கள்; நான்முகனின் பிரதிபிம்பத்தில் பிறந்தவர்கள்.

கிம் – நரர் என்பது வேறுபட்ட மனித வடிவமுடையவர் என்னும் பொருளில் 'கின்னரர்' என வழங்கப்படுகிறது. இவர்கள் 'குச்சித நரர்' எனவும் வழங்கப்பெறுவர். விகாரமடைந்த மனித உருவங்கள் கொண்டவரென்பது குச்சித நரர் என்பதன் பொருளாகும். ஆண் – பெண் இணைந்த கின்னரர் 'கின்னர மிதுனம்' எனப்படுவர் . . .

இயக்கர், கிம்புருடர்களுக்கு மன்னனான குபேரனே, கின்னரர்களுக்கும் மன்னனெனப் பேசப்பெறுகிறான். இவன் 'கின்னரேசன்', 'கின்னரர் பிரான்' எனவும் குறிக்கப்படுகிறான். 'கிம்புருடர்' போலவே இவர்களும் குதிரைத் தலையுடைய நிலை உண்டென்று சில புராணங்களும் இவர்கள் இருவேறு வடிவங்களையுடையவர் என்று சில புராணங்களும் கூறுகின்றன.

சிற்ப நூல்கள் கின்னரருக்கும் கிம்புருடருக்குமுள்ள உருவ வேறுபாடுகளை விளக்குகின்றன. மனிதஉடலும் குதிரை முகமும் இருந்தால் கிம்புருடர் எனவும், மனித முகமும் பறவையின் கால்களும் அமையப் பெற்றிருந்தால் கின்னரர் எனவும் கூறப்படும் . . .

கின்னரப் பறவையின் கால்களில் அமைப்பில் இவர் வடிவம் அமையப் பெற்றதால் கின்னரர் எனப்படுவர். பௌத்தத் திருக்கோயில்களில் பறவையின் காலும் மனித முகமும் கலந்த கின்னரர் வடிவங்களைக் காணலாம். குடைவரைச் சிற்பங்களிலும் கோயிற்சிற்பங்களிலும் இவர்கள் தேவலோகத்தில் இருப்பதுபோன்ற தன்மையைக் காட்ட, பறப்பது போன்றும் கால்களை மடித்த நிலையிலும் காட்டப்பட்டுள்ளனர்.

> காளிதாசர் தம் காவியங்களில் கிம்புருடர் வடிவம்போலக் கின்னரர்களையும் குதிரை முகமுடையவர்களாவே வருணிக்கிறார். கின்னரர்கள் இசைவாணர்களாகவே எப்பொழுதும் வருணிக்கப் படுகின்றனர். இவர்களின் இசை 'கின்னரகீதம்' எனப்படும். இவர்களுடைய இசை காரணமாகக் காளிதாசர் கின்னரியை 'இரக்தகண்டி' எனப் பாராட்டுகிறார். இவர்களை யாழ் வல்லோர் என நிகண்டு கூறுகிறது.[1]

மேலும் இவர்களைப் பற்றிய சுவையான தகவல்களை ஆர்.என். செல்டோர் தொகுத்துள்ளார்:

> கின்னரர் என்னும் இனமரபுக் குழுவினர் ஜாதகக் கதைகளிலும் பிற இலக்கியங்களிலும் இனிய தோற்றம் உள்ளவர்களாக அடிக்கடி

குறிப்பிடப்பட்டுள்ளனர். தேன்போலும் இனிய குரலில் பாடுகின்ற, அழகாக நடனம் ஆடுகின்ற, வானுலக இசைக்கலைஞர்களாக அவர்கள் விவரிக்கப்பட்டுள்ளனர். சந்த கின்னர ஜாதகத்தின்படி, அவர்கள் சந்தபபதத்தின் மேல் *(Candapabbata)* வாழ்வோராவர். (ஜாதகம். எண் 485) அனேகமாக, அவர்கள் சுவட்டுப் பள்ளத் தாக்கில் *(Swat valley)*, முந்தைய வடமேற்கு நாடுகள் சந்திக்கும் மாகாணப் பகுதியில் வாழ்ந்திருக்கலாம்.

தொன்மப் பழங்குடிகளாகக் கண்டுணரப்படுகின்ற கின்னரர்கள், ஜாதகக் கதைகளையும் கடந்து, கல்வெட்டுக்கள், இலக்கியங்கள், சிற்பங்கள் ஆகியனவற்றில் குறிக்கப்படுகின்றனர். அவர்கள், கோலியர் *(kolis)* பேடர்கள் *(Bedars)* மற்றும் பிற தொல்குடியினரைப் போன்றவர்களாக இருக்கலாம். பிற இயக்கர்களைப் போலவே கின்னரர்களும் குபேரனின் பணியாளர்களாகக் குறிக்கப் பெறுகின்றனர் . . . தக்காரிய ஜாதகத்தில் *(Takkhariya Jataka)* வேடன் ஒருவன் கின்னர இணையொன்றினைப் பிடித்துச் சென்று தன் அரசனிடம் சேர்ப்பித்து, 'எந்தவொரு மனிதரையும்விட அவர்கள் அழகுற ஆடவும் பாடவும் செய்வர்' என்கிறான். பாணர் தன் காதம்பரியில், சந்திரபிதார் எவ்வாறு ஆனந்தப்பரவசம் தரும் கின்னரர்களின் இசையால் பிணைக்கப்பட்டார் என்பதைக் குறிப்பிட்டுள்ளார். மரத்தில் வாழ்ந்த இராகவதி என்னும் கின்னரி, வாக்சன் எனும் பிராமணனை மணந்ததை மகா – உம்மக ஜாதகம் *(Maha - Ummaga Jataka)* கூறுகிறது.

வீணை, மூங்கிலாலான குழல் முதலிய இசைக்கருவிகளை அவர்கள் இசைப்பதாக நிஸ்பான்னயோகவளியும் சந்த ஜாதகமும் *(Canda Jataka)* கூறுகின்றன. கின்னரர்களின் உறைவிடமான சந்தபபதம் இமய மலையின் மீதிருந்தது. அவர்தம் மலைவாழிடங்களும் ஜாதகக் கதையில் (ஜாதகம் எண்.485) குறிப்பிடப்பட்டுள்ளன. காசுமீரின் கின்னர அரசன் நராவின் தலைநகரமான கின்னரபுரத்துடன் காலிகனன் (கி.பி.1148 – 49) கொண்ட தொடர்பு பேசப்பட்டுள்ளது . . .

சிற்பத்திலும் கின்னரர்கள் சித்திரிக்கப்பட்டுள்ளனர். வேடன், தன் அரசர்களுக்குக் கின்னர இணையைப் பிடித்துச் சென்று கொடுத்த கதை (தக்காரிய ஜாதகம்) பர்ஹுத் *(Bharhut)* சிற்பத்தில் இடம்பெற்றுள்ளது. இச்சிற்பத்தில் கின்னர இணை இலைகளாலான ஆடையினை அணிந்துள்ளது. துண்டுபட்டதொரு காந்தாரச் சிற்பம், கின்னரர்கள் ஏனைய மனிதர்போலவே ஆடையணிந்திருப்பதையும் காட்டுகிறது. வடகிழக்குச் சுவதப் பள்ளத்தாக்கின் வழக்கமான மிகு ஆடைகளைக் கின்னரர் அணிந்ததாகச் சந்த ஜாதகம் கூறுகிறது.

பாணரைத் தவிர, காளிதாசரும் கின்னரர்களைக் குறிப்பிட்டுள்ளார். இனிய குரலும் அழகிய ஆடல்திறனும் கொண்ட

அவர்களையும் பிறருடன் சேர்த்து இரகு வென்றதை அவர் குறிப்பிடுகிறார். இமயமலையில், கின்னரர்கள் தங்கள் உறைவிடங்களைக் கொண்டிருந்ததாக ஜாதகக் கதைகள் சொல்லுவதை அவர் உறுதிப்படுத்துகிறார். நேபாளத்தின் மிகப் பெரும்பகுதியான தூத் – கோசி, அருண் ஆகிய பகுதிகளில் வாழ்ந்த கிராதர் போலவே கின்னரர்களும் தொல்குடியினராகக் காணப்படுகின்றனர்.

கின்னரர்கள் சமணத் தொன்மங்களிலும் சமயத்திலும் குறிப்பிடப் படுகின்றனர் ... சமணத் தொன்மங்களில் குதிரைத் தலையுடைய மனிதர்களாகக் குறிக்கப்பெற்றுள்ளனர்.[2]

குறிப்புகள்

1. *வாழ்வியற் களஞ்சியம்,* தொகுதி – 7.
2. R.N. Saleture, *Encyclopaedia of Indian Culture,* Vol.II.

கிம்புருடர்

இடதுபுறப் பாறையில் இரண்டும் வலப்புறப் பாறையில் மூன்றுமாக ஐந்து கிம்புருட இணைகள் காணப்படுகின்றன.

இணை 1

வலப்புறப் பாறையின் மேல் வரிசையில் இரண்டு சிங்கங்களுக்கு அடுத்ததாக ஒரு கிம்புருட இணையுள்ளது.

இவர்கள் பருத்த, குள்ளமான உடலுடன் காணப்படுகின்றனர். உருண்டையான முகமும் உடலுடன் ஒட்டி, இல்லாததுபோல் காணப்படும் கழுத்தும் மென்மைமிகுந்து உருண்டு திரண்ட கை, கால்களும் பருத்த வயிறும் கொண்டுள்ளனர். பரந்த முகத்தில் சற்றுப் புடைத்த கண்களும் திரட்சியான கன்னங்களும் தட்டையான மூக்கும் பருத்த உதடுகளும் உருண்டு தெரியும் முகவாய்க் கட்டைகளும் கொண்டு அமைதியான முகபாவத்துடன் விளங்குகின்றனர். தலைமீது முக்காடாய் இடப்பட்ட ஆடையை, மார்பருகில் கரங்களால் பற்றியவர்களாய் அமர்ந்துள்ளனர். பாதங்கள் பாறையின் உள்ளிருப்பதான பாவனையில் சித்திரிக்கப்பட்டுள்ளனர்.

இணை 2

சிவனுக்கு வலப்புறமுள்ள கணங்களை அடுத்து ஆணும் பெண்ணுமாகக் கிம்புருடர்கள் அமர்ந்துள்ளனர். நேர்பார்வை பார்த்த வண்ணம் அமர்ந்துள்ள ஆண் மிகவும் பருத்த, குள்ள வடிவத்துடன் உள்ளார். வயிறு மிகப்பெரியதாகக் காட்டப்பட்டுள்ளது. தலையிலிருந்து முக்காடிட்ட நிலையில் ஆடை காணப்படுகிறது. கைகளில் தாளம் உள்ளதாக உணரமுடிகிறது. வலது காலினைக் குந்தவைத்து இடதுகாலினை மடித்து அமர்ந்துள்ளார்.

அவருக்கு வலதுபுறம் பெண் அமர்ந்துள்ளார். உருண்டு திரண்ட முகத்தில் கன்னங்கள் உப்பியுள்ளன. குள்ளமான உடலில் வயிறு பருத்துக் காணப்படுகிறது. கைகளில் தாளம் ஏந்திய பாவனை

கிம்புருட இணை

உள்ளது. இருவர் உடலிலும் அணிகலன் ஏதும் காணப்படவில்லை. இருகால்களையும் மடித்த வண்ணம் அமர்ந்துள்ளார்.

இணை 3

வலதுபுறப் பாறையில் சூரியனுக்குக் கீழாகவும் தனியாக உள்ள கந்தர்வருக்கு இடப்புறமாகவும் கிம்புருட இணையொன்று காணப்படுகிறது. இருவரும் பருத்த, குள்ளமான வடிவில் உள்ளனர். தலையிலிருந்து முக்காடாக இடப்பட்ட ஆடையினை மார்பு அருகில் பற்றியவண்ணம் அமர்ந்துள்ளனர்.

இணை 4

முன்னிற்கும் பெரிய யானையின் கழுத்திற்கு மேலாக, மற்றொரு கிம்புருட இணை அமர்ந்துள்ளது. ஆண் சற்றுப் பெரிய, பருத்த உருவமாகக் காட்டப்பட்டுள்ளார். தலையிலிருந்து வரும் ஆடையினை மார்பருகில் கையினால் பற்றியுள்ளார். கால்களை மடித்து அமர்ந்துள்ளார். அவரைப் போலவே பெண்ணும் ஆடையினைப் பற்றிய வண்ணம் அமர்ந்துள்ளார். மார்பில் கச்சை காணப்படுகிறது.

இணை 5

பின்வரும் யானையின் மத்தகத்திற்கு மேலாக, மற்றொரு கிம்புருட இணை அமர்ந்துள்ளது. குள்ளமான பருத்த உருவில் அவர்கள் காட்டப்

பட்டுள்ளனர். ஆடையினைப் பற்றிய வண்ணம் அமர்ந்துள்ள அவர்கள் கீழ்நோக்கிப் பார்க்கும் பாவனையில் உள்ளனர்.

கிம்புருடர்

கிம்புருடர் குறித்துப் புராணங்கள் பல்வகைத் தகவல்களைத் தருகின்றன :

> கிம்புருடர் என்பார் பதினெட்டுத் தேவகூட்டத்தில் ஒருகூட்டத்தைச் சேர்ந்தவராவார். இப்பதினெட்டுக் கூட்டத்தினரையும் பதினெண் தேவகணங்கள் என்று புராணங்கள் கூறுகின்றன. பிரம்மாவினுடைய மானச குமாரர்கள் மரிசி, அத்திரி, ஆங்கிரசு, புலத்தியர், புலகர், கிருது, பிருகு, நாரதர், தக்கன், உருசி, கசபதி, தருமதேவதை என்போராவர். இவர்களுள் ஒருவராகிய புலத்தியரின் குமாரர்கள் கிம்புருடர், கின்னரர், கருத்தமர் எனப்படுவர். கிம்புருடர் வசிக்குமிடம் இமயமலை தாண்டி, ஏமகூடத்திற்குச் செல்லும் வழியில் உள்ள கிம்புருட வருடம் ஆகும். மனித வடிவமும் குதிரை முகமும் உடையவர்களாதலால் (கிம் + புருடர்) வேறுபட்ட மனித வடிவினர் எனப் பொருள்படும் கிம்புருடர் என்னும் பெயர் பெற்றனர்.
>
> இவர்களுக்கும் இயக்கர்களுக்கும் அரசன் குபேரன். குபேரன் வடக்குத் திக்கிற்கு அதிபதியாகிய திக்குப் பாலகராவார். கிம்புருடர்கள் குதிரை முகமுடையவர்களாதலால், இவர்களில் ஆண்களுக்கு 'அசுவமுகர்' என்றும் பெண்களுக்கு 'அசுவமுகி' என்றும் பெயர்கள் புராணங்களில் வழங்கப்பெறுகின்றன.
>
> சிற்ப நூல்களில் இவர்கள் தம் வடிவங்களின் இலக்கணம் கூறப்பெறுகின்றது. திருக்கோயில் தூண்களிலும் மேல்விதானங்களிலும் கிம்புருடர் வடிவங்களின் அமைப்புகளைக் காணலாம். பௌத்த கோயில்களிலும் இவர்கள் வடிவங்களின் அமைப்புகளைக் காணலாம். தேவகணங்களில் இசையையே தம் தொழிலாகக் கொள்பவர்களுள் கிம்புருடரும் ஒருவராவார். காளிதாசன் தம் காவியங்களில் இவர்களைக் குறிப்பிடுகிறார். பத்மபுராணத்தில், இவர்கள் 'பிரமனுடைய எதிரொளியாகத் தோன்றியவர்கள்' என்று கூறப்பெறுகிறார்கள்.[1]
>
> கிம்புருடர் அரசாங்கம் என்பது கிம்புருடர் என்ற பெயர்கொண்ட பழங்குடிகள் வாழும் ஒரு நிலப்பகுதியைக் குறிப்பதாகும். இவர்கள் பண்டைக் காலத்தில் வேற்றுப்பகுதியிலிருந்து வந்து குடியேறிய இந்தியப் பழங்குடிகளில் ஒருவராவர். இவர்கள் எளிதில் செல்ல முடியாத (இமயம் போன்ற) தொலைதூரப் பகுதிகளில் வாழ்ந்தார்கள். வேதகால நாகரிகத்தோடு இவர்களுக்குக் குறைந்த அளவு தொடர்பே இருந்தது. ஆகையால் அவர்கள் அமானுஷ்யமான, தெய்வீக சக்தி கொண்டவர்களாக வேதகாலத்து மக்களின் மனத்தில் உருக்கொண்டிருந்தனர்.

கிம்புருடர்கள் சிங்கத் தலைகொண்டவர்களாக வருணிக்கப்படு கின்றார்கள். கிம்புருஷ என்ற சொல்லை கிம் – புருஷ என்று பிரித்து "கிம்பு – இருக்குமா? புருஷ – மனிதன் (புருஷன்) என்று கொண்டு, 'இது மனிதனா' என்று பொருள் கொள்ளத்தக்கதாக உள்ளது. ஒருக்கால் இந்த இரண்டு பெயர்களுமே ஒரே கூட்டத்தைக் குறிப்பதாகக் கருதலாம். சிங்கத் தலை என்று சொல்லுவது, அவர்களது நீண்டு அடர்ந்த தாடியை மனதிற்கொண்டு உயர்வு நவிற்சியாகச் சொல்லப்படுவதாக இருக்கலாம். சில புராணங் களில் அவர்கள் குதிரைத் தலை கொண்டவர்களாகக் குறிக்கப்படு கின்றனர். கம்போஜர்களைப் போல, இவர்களும் குதிரை வீரர்கள் அடங்கிய ஒரு போர்க்குழுவாக இருக்கலாம்.

அர்ச்சுனன் கிம்புருடர்களை வென்றது; பாண்டவர்கள் இமய மலைத் தொடரில் பயணம் சென்றபோது, கிம்புருடர்களைக் கண்டது; கிம்புருடர் அரசர் (அ) குரு ஆகிய துருமா என்னும் கிம்புருட அரசர் அல்லது குரு முதலியன பற்றிய குறிப்புகள் மகாபாரதத்தில் உள்ளன.

கிம்புருடர்கள் பாதி சிங்கமாகவும் பாதி மனிதர்களாகவும் இருப் பார்கள் (1.66) இங்கு அவர்கள் ராட்சதர்கள், வானரங்கள், கின்ன ரர்கள், யக்ஷர்கள் ஆகியவர்களோடு தொடர்பு கொண்டவர் களாகப் பேசப்படுகிறது. புலோக முனிவர், கிம்புருடர்களோடு தொடர்புடையவர்களாகவும், புலத்தியர் ஏனைய குழுக்களோடு தொடர்புடையவராகவும் பேசப்படுகிறது...

தனது வடபகுதி வெற்றிப் பயணத்தின்போது, கிம்புருடர் நாட்டிற்கு அர்ச்சுனன் சென்றான். துர்மபுத்திரன் என்ற மன்னரால் ஆளப் பட்டு வந்த கிம்புருடர்கள் நாட்டை அர்ச்சுனன் தன் ஆதிக்கத் தின்கீழ் கொண்டுவந்தான். இப்போரில் பெருமளவு சத்திரியர்கள் பலியானார்கள் (2.27)

லோமேச முனிவரால் வழிகாட்டப்பட்டு பாண்டவர்கள் இமய மலையில் யாத்திரை செய்ததை, பின்வரும் பகுதி பேசுகிறது: 'நாம் இப்பொழுது கிம்புருஷர்கள், இயக்கர்கள், மணி பத்திரர்கள் ஆகியோர் வாழும் அந்த வெண்மை நிறத்திலான மந்திரமலை யின்மீது ஏறுவோம். இதன் தலைவன் குபேரன்' (3.139)

துருமா, குபேரனுக்கு உட்பட்டு கிம்புருடர்களை ஆட்சி செய்தவன். இவன் கிம்புருடர்களின் குரு என்று (2.43)இல் குறிக்கப்படுகிறது. இங்கு பாண்டவ மன்னன் தர்மபுத்திரனின் இராசசூய யாகத்தில் பங்கெடுத்துக்கொண்டதாகச் சொல்லப்படுகிறது. வடதிசையினைத் தனது படையெடுப்பின்போது அர்ச்சுனன், கிம்புருடர்களின் அரசனான துர்மபுத்திரனைத் தோற்கடித்தான் (2.27). துரோனா (அ) துர்மா என்ற பெயர் கொண்ட ஒரு புகழ்பெற்ற கிம்புருட

அறிஞனின் சீடனாக உருக்குமி என்ற விதற்பநாட்டு மன்னன் விளங்கினான்(5.159). அரக்கனாகிய இராவணன், தேவர்கள், தானவர்கள், கந்தர்வர்கள், இயக்கர்கள், கிம்புருடர்கள் ஆகியோரை வென்றான் (3.279). கிம்புருடர்கள் காடுகளில் தனிமையில் அலையும் பழக்கமுடையவர்கள் (12.168) ஆகிய குறிப்புகளும் கிடைக்கின்றன.

சுருங்கக் கூறில் கின்னரர்கள், கிம்புருடர்கள் போன்றவர்கள், பகுதி இயற்கை உலகத்தையும் பகுதி ஆவி உலகத்தையும் தங்களிடத்தே கொண்டு விளங்குபவர்கள். அவர்களுக்கு இந்த உலகச் செயல்பாட்டு அமைப்பில் ஓர் உறுதியான இடம் உண்டு. மனித சமுதாய அடுக்குகளைப்போல, அவர்களும் தங்களுக்குரிய சமுதாயப் பணிகளைச் செய்பவர்கள். அடிப்படை இயற்கை ஜந்துக்களைவிட அதிக முன்னேற்றம் பெற்றிருந்தாலும் மனிதர் அளவுக்கு வளர்ச்சி பெறாதவர்கள். அவர்கள் பகுதி விண்ணியல் வாசிகள் என்று கருதலாம்.[2]

குறிப்புகள்

1. *வாழ்வியற் களஞ்சியம், தொகுதி,7.*
2. www.google.com. Kimpurusha, (from) *Wikipedia Encyclopaedia*

சித்தர் – சாரணர்

வலதுபுறப் பாறையில் யானைக்கூட்டத்திற்கு மேலுள்ள வரிசையில் இருடிகளுக்குப் பின்னால், கின்னர இணைக்குக் கீழாக வரும் இருவர் சித்தரும் சாரணரும் ஆவர்.

சற்று வயதுமுதிர்ந்த தோற்றத்தில் முன்னால் உள்ளவர் சித்தராவார். அவரது தலைமுடி உச்சியில் முடியப்பெற்றுள்ளது. தாடியும் மீசையும் உள்ளன. முகம் சற்று நீண்டும் சதைப்பிடிப்பற்றும் தாடை எலும்புகள் சற்றுத் தூக்கிய நிலையிலும் காணப்படுகின்றன. வாய் இதழ்கள் சிறியனவாய் உள்ளன. தளர்ந்த புருவங்களும் சுருங்கிய நெற்றியும் முதுமையை தோற்றுவிக்கின்றன. கண்கள் நோக்கிய பாவனையில் உள்ளன. நீண்டு வளைந்த நாசி மென்மைத் தன்மையுடன் ஒடுங்கிக் காணப்படுகிறது. இடதுகாதில் ஏதோ ஒரு சிறு அணிகலன் இருப்பதாகத் தெளிவற்றுத் தோன்றுகிறது. மார்பின் குறுக்காக உள்ள பூணூல் இரண்டாகப் பிரிந்து காணப்படுகிறது. இடுப்பருகே உள்ள இடதுகை இறுக மூடப்பட்டுள்ளது. வலதுகை மேலே உயர்த்தப் பட்டுள்ளது. ஆடை கணுக்கால்வரை காட்டப்பட்டுள்ளது. இருகால்களுக்கு மிடையே அரையாடை மடிப்புகளுடன் விரிந்துள்ளது. வலதுபாதம் காட்டப்பெறாமல், பின்னுள்ள பாவனையில் உள்ளது. இடதுபாதம் காட்டப் பட்டுள்ளது. அதில் சுண்டுவிரல் சிதைவுற்றுள்ளது.

அவருக்குப் பின்வரும் சாரணர் இளமையான தோற்றத்தில் உள்ளார். தலைமுடி உச்சிக் கொண்டையாக முடியப்பெற்றுள்ளது. தாடியும் மீசையும் காணப்பெறவில்லை. காதில் வளையம்போன்ற தொரு அணிகலன் உள்ளது. மார்பில் பூணூல் காணப்படுகிறது. வலது கரத்தை மேலுயர்த்தியுள்ள அவர், இடதுகரத்தில் மொட்டாக உள்ள பூ ஒன்றினை ஏந்தியுள்ளார். ஆடை கணுக்கால் வரையிலும் காட்டப்பெற்றுள்ள ஆடை அடிப்பகுதியில் திரட்சியான மடிப்புடன் காணப்படுகிறது.

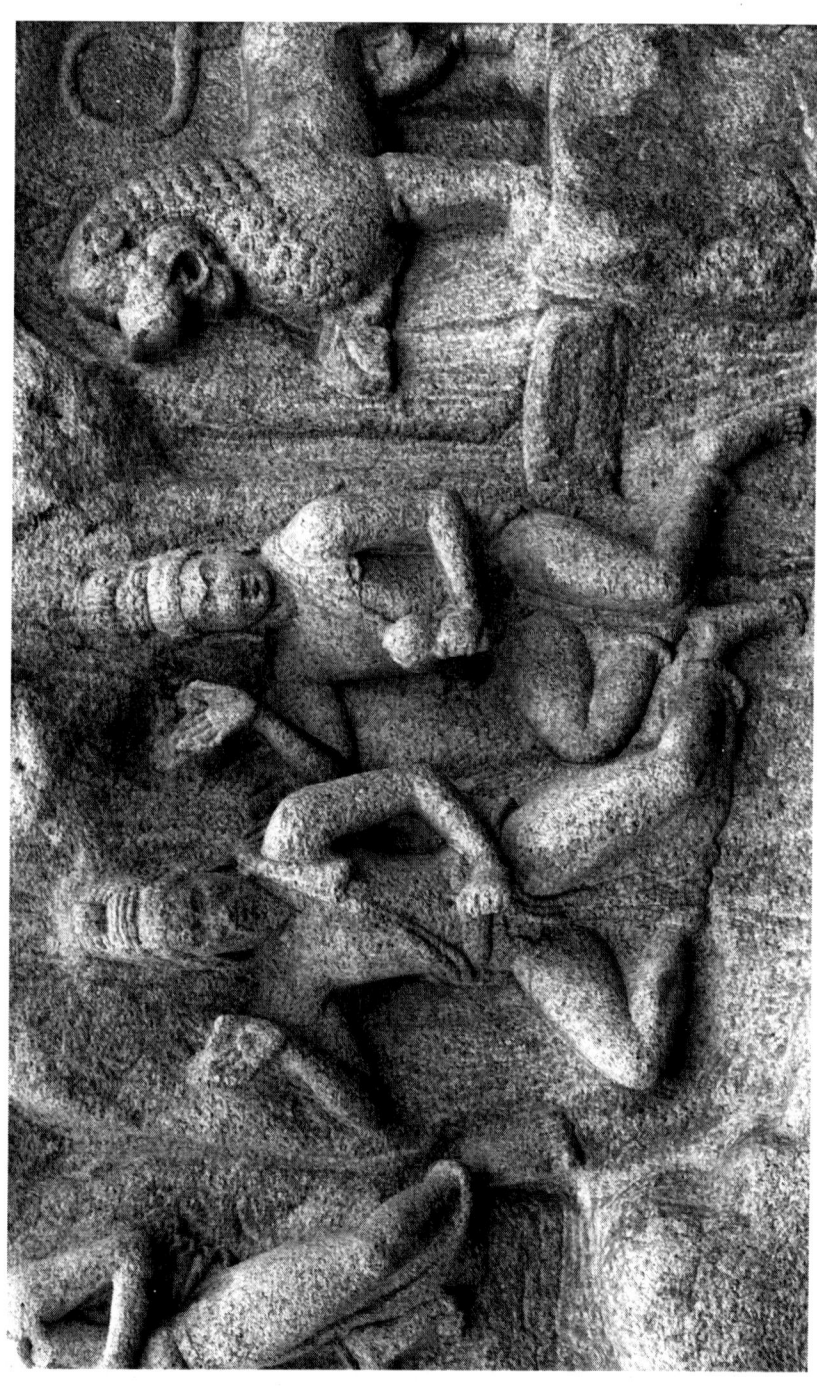

சித்தர் – சாரணர்

சித்தர் – சாரணர்

புராணங்களிலும் இலக்கியங்களிலும் சித்தர்களும் சாரணர்களும் எப்போதும் இணைத்தே குறிப்பிடப்படுகின்றனர். சித்தர்கள் குறித்து சர். மோனியர் வில்லியம்ஸ்,

> சித்தர்கள் மிகஉயர்ந்த தூய்மையும் புனிதத் தன்மையும் கொண்டவர்கள்; இயற்கைக்கு அப்பாற்பட்ட எட்டுச் சக்திகள் கைவரப் பெற்றவர்கள்; அனைத்திலும் முழுமை பெற்றவர்கள். சித்தர்கள் முனிவர்களுடன் சேர்ந்து விண்ணிற்கும் மண்ணிற்கும் வெளியில் வாழ்பவர் எனச் சிலர் கருதுகின்றனர். மற்றொரு கருத்தின்படி, 88,000 பேர்களான இவர்கள் சூரியனுக்கு வடக்கிலும் ஏழு இரு டிகள் (சப்தரிஷி) மண்டலத்திற்குத் தெற்கிலும் உள்ள வான் பகுதியில் வாழ்வோராவர். இவர்கள் அழிவற்றவர்கள் ஆனால் கல்பகால முடிவுவரை மட்டுமே வாழ்வோராவர்.[1]

எனக் குறிப்பிடுகிறார். மேலும்,

> இவர்கள் தேவகணத்தில் ஒரு பிரிவினர் என்றும் இமயமலையில் கண்வரது ஆசிரமத்தின் அருகில் வசிப்போர் எனவும் குறிப்பிடப் படுகிறது.[2]

தலசாரணர், சலசாரணர், பலசாரணர், புட்பசாரணர், தந்துசாரணர், சதுரங்குல சாரணர், சுங்கசாரணர், ஆகாய சாரணர் எனச் சாரணர் எண் வகைப்படுவர்.[3] அவர்களுள் இச்சிற்பத் தொகுதியில் உள்ளவர் ஆகாய சாரணராவர்.

> குகைகள், பள்ளத்தாக்குகள், அருவிகள் மற்றும் விலையுயர்ந்த உலோகங்கள் உள்ள சோலைகள் எங்கெல்லாம் உள்ளனவோ அங்கெல்லாம் சித்தர்களும் சாரணர்களும் பணியாற்றுவர். நூற்றுக் கணக்கான சிகரங்களை உடைய பெரிய மலைத்தொடர்கள் அங்கு உள்ளன. அதன் நடுவில் குமுதபிரபா என்ற மலை, பிறைச்சந்திரன் வடிவில் அமைந்துள்ளது. அந்த இடத்தில் சித்தர்களும் சாரணர்களும் வாழ்ந்து சேவைபுரிவர்.[4] சுமஹத், உச்சாரித என்ற இருமலைகள் குருநிலத்தில் உள்ளன. அவற்றில் சித்தர் களும் சாரணர்களும் வாழுகின்றனர்.[5] அதுபோல், அழகிய இந்திர வனத்திலும் சித்தர்கள் மகிழ்ந்து உறைகின்றனர்.[6]

எனச் சித்தர்களும் சாரணர்களும் உறைகின்ற இடங்கள் குறித்துப் புராணங் கள் குறிப்பிடுகின்றன.

குறிப்புகள்

1. Sir Monier Williams, *A Sanskrit - English Dictionary.*
2. Vettam Mani, *Puranic Encyclopaedia.*
3. கதிர்வேற் பிள்ளை, *தமிழ்மொழி அகராதி.*
4. S.M. Ali, *The Geography of the Puranas*, pp.76-77.
5. மேலது, ப.85.
6. மேலது, ப.106.

இருடிகள்

வலப்புறப் பாறையில் இரண்டாம் யானைக்கு மேலாகவும் சித்தர், சாரணர் ஆகியோருக்கு முன்னாகவும் வருகின்ற இருவர் இருடிகள் (ரிஷிகள்) ஆவார்கள்.

முதலாமவர் வலக்கரத்தினை மேலுயர்த்தியும் வலது காலினை மடக்கியும் வானில் பறத்தலைக் காட்டுகிறார். அவரது இடக்கை இடையில் உள்ளது. பட்டையான பூணூல் அணிந்துள்ளார். தலைமுடி உச்சியில் முடியப்பெற்றுள்ளது. நீண்ட தாடியும் மீசையும் விளங்கும் முகத்தில், நெற்றியின் அகலத்தைக் குறைத்துக்காட்டும் வண்ணம் புருவங்கள் உயர்ந்துள்ளன. மெல்லிய நாசி நீண்டுள்ளது. உதடுகள் சிறுத்துள்ளன. கன்னத்தின் சதைவற்றித் தாடைஎலும்பு சற்று மேலோங்கிக் காணப்படுகிறது. காதுகள் நீண்டுள்ளன. முகத்தில் முதுமையும் இறுக்கமும் தென்படுகின்றன. கணுக்கால்வரை நீண்ட ஆடையினை அணிந்துள்ளார். அதனுடைய அடிப்பகுதி மடிப்பு களுடன் திரட்சியாகக் காட்டப்பட்டுள்ளது.

அவருக்கு இடப்புறத்தில் உள்ளவர் இடக்கையில் மலர் ஒன்றினை வைத்துள்ளார். வலக்கை ஞானமுத்திரை காட்டுகிறது. ஜடாமுடி யுடனும் தாடி மீசையுடனும் காணப்படுகின்றார். கணுக்கால்வரை உள்ள ஆடை, மடிப்புடன் காணப்படுகிறது. இருவரும் நீண்ட, துளைக் காதுகளுடன் உள்ளனர். இருவரும் சற்று வயது முதிர்ந்த தோற்றத்தில் காணப்படுகின்றனர்.

வனவாசத்தின்போது, பாண்டவர்கள் ஆர்ஷ்டிஷேணரின் ஆசிரமத்திற்குச் சென்றனர். அவர் இமயமலை குறித்து அவர்களுக்கு விவரிக்கும்போது, 'ஜலத்தையும் காற்றையும் ஆஹாரமாக உடைய மகரிஷிகள் ஆகாச மார்க்கமாகப் பறந்துவந்து பர்வஸந்திகளில் இந்த மலையை அடைகின்றனர்' என்று குறிப்பிடுகின்றார்.[1]

இருடிகள்

இருடிகள் குறித்துப் பலவகையான தகவல்கள் புராண இலக்கியங்களில் இடம்பெற்றுள்ளன.

இருடிகள்

ரிஷி என்ற சொல்லின் மூலம் தெளிவாகத் தெரியவில்லை. இருப்பினும் 'பாய்ச்சல்' (Flow) என்ற பொருளை ஒட்டி வந்திருக்கலாம் என்று கருதப் படுகிறது. ஏனெனில் ரிஷிகளின் ஆற்றல் வெள்ளம்போலத் தங்களைச் சூழ்ந்திருப்பவர்மீது பாய்ந்து அவர்களை முழுமையாக ஆக்குவதால் இக் கருத்துச் சொல்லப்படுகிறது.

தள்ளுதல் (push) என்ற பொருள் கொண்ட ஒரு சொல்லின் அடிப் படையில் இது வந்திருக்கலாம் என்றும் கருதப்படுகிறது. ரிஷிகளின் ஆற்றல் மற்றவர்கள்மீது ஓர் உந்து விசையாகப் பயன்படுவதால் இவ்வாறு எண்ணப்படுகிறது.

வடமொழி இலக்கியத்தில் இச்சொல் மூத்தோர், துறவி, தெய்வீகக் கவி, மாயமந்திர வல்லமை பெற்றவர், மந்திரவாதி ஆகியோரைக் குறிக்கப் பயன்பட்டுள்ளது. பொதுவாக, அசாதரணமான ஆற்றலும் ஞானமும் பெற்ற, வயதுமுதிர்ந்தவரைக் குறிக்க இச்சொல் பயன்படுகிறது. வழக்கமாக, இருடிகள் காடுகளில் வசிப்பர். தனியாகவோ அல்லது குடும்பமாகவோ சீடர்களுடன் வாழ்வர்.

அவர்கள் வாழுமிடம் 'ஆசிரமம்' என அழைக்கப்பெறும். பெரிய ஆசிரமங்களில் கோயில், குளம், இருடிகள் வாழிடம், ஏனையோர் வாழியிடம், விருந்தினர் தங்குமிடம், உணவகம், பண்டகசாலை, கோசாலை, தோட்டங்கள் மற்றும் பழத்தோட்டங்கள் கொண்டவையாக இருக்கும்.

பிரஜாபதி, சப்தரிஷி, சித்தர், மனு, நாகா, பித்திரி *(Pitri)* என இருடிகள் பல்வகையினராவர்.

இருடியர் சிலர் அதிசயிக்கத்தக்க வகையில் பிறந்தவர்கள். எடுத்துக் காட்டாக, ஔரவர் *(Aurva)* தன் தாயின் தொடையில் பிறந்தார். இருடிகளின் தோற்றம் பல்வகைப்பட்டது. சிலர் பிராமணர்கள், சிலர் சத்திரியர். . . .

புலகர் *(Pulaha)* பிரம்ம இருடிகளில் வைத்து எண்ணப்பட்டாலும் அவரது வழித்தோன்றல்கள் ஒதுக்கப்பட்ட பல்வேறு பழங்குடியினராகச் சொல்லப்படுகிறது. இந்தோ – பாரசீக மரபில் சில இருடிகள் தோன்றியுள்ளனர். அதர்வான் *(atharvan)* ஆங்கிரஸ் *(Angiras)* போன்றோர் அத்தகையவராவர். பல இருடிகள் வேத கீதங்களையும் வேதத்தின் உட்பிரிவுகளையும் தோற்றுவித்தவர்களாவர். வால்மீகி, வியாசர், பராசரர், வாமதேவர், யஜ்னவால்கியர் போன்றோர் அதற்கு எடுத்துக்காட்டுகளாவர்.

இருடிகள் பலர் தவவலிமையை நன்மைக்குப் பயன்படுத்தினர். அவர்கள் இருக்குமிடத்தை அணுகியதும் நோய்கள் பறந்தோடின. சிலர் சினத்திற்கு ஆட்பட்டு மனிதர்களுக்கு மட்டுமின்றித் தெய்வங்களுக்கும் சாபங்களை வழங்கினர். ஆகவே தேவர்கள் அஞ்சி, அவர்களுக்குச் சினம் வராதிருக்க முயன்றதோடு, அவர்களிடமிருந்து விலகியிருக்கவே விரும்பினர். சாபமிடுபவராகப் பல இருடிகள் குறிப்பிடப்பட்டாலும் துர்வாசர் தலையானவராகக் குறிக்கப்படுகிறார். இருடிகளின் கடுந்தவத்தைக் கலைக்க, தேவர்கள் அப்சரஸுகளை அனுப்பிக் கவனத்தைத் திசைதிருப்ப முயல்வர். பெரும்பாலான இருடிகள் இவ்வலையில் வீழ்ந்ததையும் புராணங்கள் குறிப்பிடுகின்றன.[2]

இருடிகளிடமிருந்தே மக்கள் தோன்றிப் பல்கிப் பெருகினர் என்னும் கருத்து வேதத்தில் (இருக்கு 4.42.8) காணப்படுகிறது.[3]

இவர்கள் பொன்னிறமான உடம்புடையவர்கள். பல நிறமான ஆடைகளை உடுத்தவர்கள். வயது முதிர்ந்தவர்கள். இரண்டு கைகள் உடையவர்கள். சாந்தமானவர்கள். சடைமுடியால் அலங்கரிக்கப் பெற்றவர்கள். பூணூல் உடையவர் . . . வலது கையில் ஞானமுத்திரையுடனும் இடது கையை இடது முழங்காலில் வைத்தவாறாகவும் இருப்பார்கள் என இவர்தம் உருவ அமைதியைச் சிற்ப நூல் கூறுகின்றது.[4]

குறிப்புகள்

1. *வனபர்வம், யக்ஷயுத்த பர்வம்,* ப.15
2. Benjamin Walker, *Hindu World, Vol.II, pp.297 - 298.*
3. C. Sivaramamurthi, *Rishis in Indian Art and Literature,* p.5.
4. ஸ்ரீகுமாரர், *சிற்ப ரத்தினம்,* ப.516.

கிராதர்கள்

சிற்பத்தொகுதியின் இடதுபுறப் பாறையில், மேலுள்ள கந்தர் வர் வரிசைக்குக் கீழாக வனக்காட்சியொன்று விரிவாகச் சித்திரிக்கப் பட்டுள்ளது. அப்பகுதியில் நான்கு கிராதர்கள் காட்டப்பட்டுள்ளனர்.

கிராதர் 1

இடமிருந்து வலமாக, பாயும் சிங்கம், பலா மரம் ஆகியவற்றை அடுத்து மலைவேடன் ஒருவன் நிற்கிறான். அவனது வலக்கை இடுப்பில் ஊன்றப்பட்டுள்ளது. இடதுகையிலுள்ள வில் தரையில் ஊன்றப் பட்டுள்ளது. இடதுகால் முன் வைக்கப்பட்டுள்ளது. முடி, உச்சியில் குடுமியாக முடியப்பட்டுள்ளது. இடதுசெவியில் பத்ர குண்டலமும் வலது செவியில் குண்டலம்போன்ற அணிகலனும் காணப்படுகின்றன. உருண்டுதிரண்ட முகத்தில் மீசை காணப்படு கிறது. நாசி இயல்பான நிலையில் உள்ளது. சற்றுக் கொழுமையான முகத்தில் முகவாய்க் கட்டை அழகுறக் காட்டப்பட்டுள்ளது. கழுத்து சற்றுக் குறுகியுள்ளது. இடையில் மடிப்புகளுடன் கூடிய தோலாடை காணப்படுகிறது.

கிராதர் 2

அடுத்துள்ள பெருமரத்தருகில் இரண்டாம் வேடன் நிற்கிறான். தலைமுடி உச்சியில் முடியப்பட்டுள்ளது. இடதுகால் முன்வைக்கப் பட்டு, புரிகளாகச் செல்லும் தலைமுடி நுட்பமாக சித்திரிக்கப்பட் டுள்ளது. கூரிய மூக்கின்கீழ் பெரிய மீசை அமைந்துள்ளது. கீழ் உதடு பருத்துக் காணப்படுகிறது. வற்றிய கன்னத்தின்மீது எலும்புகள் முன்துருத்திக் காணப்படுகின்றன. இரண்டு காதுகளிலும் வளையங்கள் உள்ளன. இடையில் தோலாடை காணப்படுகிறது. இடதுகை தோளிலுள்ள கழியினைப் பற்றியுள்ளது. அதில் அவன் ஏதோ ஒரு பொருளினை வைத்து எடுத்துச் செல்கிறான்.

கிராதர் 1

கிராதர் 2

அர்ச்சுனன் தபசு

கிராதர் 3

மானுக்கும் முயலுக்குமிடையே, சற்று மேலாக, மற்றொரு வேடன் நிற்கிறான். தலையின் பின்பக்கமாக வாரப்பட்டுள்ள முடி, கன்னங்களை ஒட்டித் தென்படுகிறது. இளந்தாடியும் கீழாக வளைந்த மீசையும் உள்ளன. நெற்றியும் அதற்குமேல் தலைமுடிப்பகுதியும் சிதைவுற்றுள்ளன. பருத்த கீழுதடுகளும் எலும்பு முன் துருத்திய கன்னப்பகுதியும் முகத்தின் இறுக்கத்தையும் கடுமையையும் மிகுத்துக் காட்டுகின்றன. காதுகளில் சிறு அணிகலன்கள் உள்ளதாக உணர முடிகிறது. வலக்கை பற்றியுள்ள வில், மார்பின் குறுக்காகக் காணப்படுகிறது. இடது தோளில் பெரிய பலாப் பழமொன்றினைச் சுமந்து கொண்டுள்ளான். அதில் காம்பிருந்த பகுதியும் காட்டப்பட்டுள்ளது. விரைப்பான தோலாடை இடையிலுள்ளது. முன்னோக்கிச் செல்லும் பாவனையில் இடதுகால் சற்றே மடிந்துள்ளது.

கிராதர் 4

பன்றியினை அடுத்து, மற்றொரு வேடன் நிற்கிறான். தலைமுடியை உச்சியில் குடுமியாக முடிந்துள்ளான். பெரியமீசையின் கீழ் உதடு பருத்துக் காணப்படுகிறது. கன்ன எலும்புகள் முன் துருத்தியுள்ளன. வலதுகாதில் வளையம் தென்படுகிறது. உயர்த்தியுள்ள வலது கையில் ஏதோ ஒருபொருள் உள்ளதாகத் தெரிகிறது. இடதுதோளிலுள்ள கழியின் மூலம் ஏதோவொரு பொருளை எடுத்துச் செல்கிறான். இடையில் குறுவாளொன்று காணப்படுகிறது. ஆடை தனித்துத் தென்படவில்லை. வலதுகால் மட்டும் காட்டப்பட்டுள்ளது. ஒரு பாறையின் பின் நிற்கும் பாவனையில் இடதுகால் காட்டப் படவில்லை. வேடர்கள் யாருக்கும் கழுத்து, கை, கால்களில் அணிகலன் ஏதும் காட்டப்பெறவில்லை.

கிராதர்

சிற்பத்தொகுதியில் காணப்படும் இவர்கள் 'கிராதர்கள்' என அழைக்கப் பெறும் ஆரியரல்லாத பழங்குடியினர் ஆவர். கிராதர் என்ற சமஸ்கிருதச் சொல்லிற்கு, வேடன் என்றும் வில்லி என்றும் பொருள்.[1] இதிகாசங்களும், புராணங்களும், இலக்கியங்களும் இவர்களைக் குறித்து ஏராளமான தகவல் களைத் தருகின்றன.[2]

மகாபாரதத்தில் தௌம்யர் இமயத்தைப் பாண்டவர்களுக்கு விவரித்து வரும்போது,

கந்தர்வ, யக்ஷ, ராக்ஷஸ, கின்னர, கிராத, அப்ஸரஸ்ஸுகள் வசித்து வரும் மலையை கங்கை தன் வேகத்தால் இரண்டாகப் பிளந்தது என்று குறிப்பிடுகின்றார்.[3]

நிறைய மிலேச்ச அரசர்கள் இப்பூமியில் உள்ளனர். அவர்கள் உண்மை சொல்வதுபோல் இருக்கும், ஆயினும் பொய் பேசுவார்கள் என்று கூறி, ஆனால்

கிராதர் 3

கிராதர் 4

அர்ச்சுனன் தபசு

கிராதர்கள், பர்பரர்கள், அந்தர்கள், பிரவிடர்கள், காசியர்கள், கோர்கள், புலிந்தர்கள், தட்சிண தேசத்தியர்கள் முதலியோர் ஓரளவு நம்பக் கூடியவர்கள்.[4]

என்று மகாபாரதம் சுட்டுகிறது.

கிராதர்களைப் பற்றியும் அவர்களது கிராததேசம் பற்றியும் புராணங்கள் தரும் தகவல்களை பி.வி. ஜகதீச அய்யர் திரட்டித் தந்துள்ளார்:

> கிராததேசமானது காச்மீரத்திற்கு மேற்கிலும் முன் சொன்ன காந்தார தேசத்திற்குத் தென்மேற்கிலும் இருக்கிறது. இந்தத் தேச பூமியானது, மலைகளிலும் அடர்ந்து வளர்ந்தோங்கிய பெரிய ஆரண்யங்களினாலும் மூடப்பட்டும் புலி, கரடி, சிங்கம், குரங்கு, மலைப்பாம்பு முதலிய கொடிய காட்டு மிருகங்களினாலும் சூழப் பட்டுமிருக்கும். இந்தத் தேசத்தில் பெரும்பாலும் அனேக இடங்களில் எப்பொழுதும் மழை, பனி, குளிர் அதிகமாகவே வீசிக் கொண்டிருக்கும் . . . ஸூர்யகாந்தி எப்பொழுதும் குறைவாகவேயிருக்கும். இந்த தேசத்து ஜனங்கள் காடுகளிலேயே அதிகமாகச் ஸஞ்சரித்துக் கொண்டு, அங்குச் சுலபமாய்க் கிடைக்கக் கூடிய உணவுகளை முக்கியமானதாய் வைத்துக்கொண்டு, நாகரிகத் தன்மையில்லாதவர்களாகவும் வீடு, மாளிகை முதலியவைகளில் வஸிக்க மனவிருப்பம் அனேகமாய் இல்லாதவர்களாயும் அனேக வித ஆயுதங்களினால் பூமியின் கீழ் பெரிய பள்ளம் தோண்டி அவைகளிலிருந்து பொன் முதலிய சில லோகங்களைத் தேடி எடுக்கிறார்கள் . . .
>
> இவ்வித மலையிலிருந்து அனேக சிறுநதிகளும் நீரோடைகளும் மலை ஊற்று என்னும் சார்புத் தண்ணீரும் எப்போதும் இடைவிடாமல் கிழக்கு முகமாகவும் மேற்கு முகமாகவும் சிதறிப் போகிறது . . . இந்தத் தேசத்தின் தென்மேற்கிலும் தெற்கிலும் ஏராளமான கர்ஸூரிப் பழத்தோட்டங்கள் இருந்து வருகின்றன. இந்தத் தேசத்திலுள்ள ஏழை ஜனங்களும் மற்றும் சிலரும் இந்தக் கர்ஸூரிப் பழத்தையே ஆஹாரமாகக் கொண்டு காலக்ஷேபம் செய்து வருகிறார்கள்.[5]
>
> இமயத்தில் சிவபிரான் வேடர்களின் ஆடை உடுத்து, அவர்களைப் போலத் தோன்றினார். நாகரிக வளர்ச்சிக்கு குறைவுள்ள மக்கள், இமயத்தின் உமாவனம், சாரவனம், கிரௌஞ்ச சைலவனம் ஆகிய காட்டுப்பகுதியில் வாழ்வதையே இது குறிப்பாகச் சுட்டிக் காட்டுகிறது.[6]

என்னும் எஸ்.எம். அலியின் கருத்தும் இவ்விடத்தில் பொருத்தி எண்ணத் தக்கது. இவ்வேடர்கள் குறித்தும் அவர்தம் வீரம் குறித்தும் காளிதாசர் இரகுவம்சத்தில் விவரித்துள்ளார்.

> இரகு, அரசனானதும் சரத்பருவத்தில் திக்விஜயம் மேற்கொண்டு பலநாடுகளை வென்றான். காம்போஜர்களை வென்றபின் இமயத்திற்குச் சென்றான். அங்கு அவனை வேடர்கள் எதிர்த்தனர்.
>
> ரகு தங்கியபின் விட்டுச்சென்ற இடங்களுக்கு வந்த வேடர்கள், அவ்விடங்களிலே யானை கட்டிய தேவதாருவின் பட்டை உரிக்கப் பட்டுள்ள உயரத்திலிருந்து யானையின் உயரத்தை அறிந்தனர். இரகுவின் யானைகள் மிக உன்னதமாக இருந்தன. அவைகள், தம் கழுத்தைத் தேவதாரு மரத்தில் தேய்த்துக்கொண்டபோது, யானைகளின் உயரத்திற்கேற்ப மரங்களின் உயரமான பாகத்தினையே பட்டையும் உரிக்கப்பட்டிருந்தது. பட்டை உரிபட்டுள்ள உயரமே யானையின் உயரத்திற்கும் அளவாயிருந்தது. *(பா.எ.76)*
>
> ரகுவுடன் பர்வதவாஸிகளின் கூட்டங்கள் சண்டையிட்டன. பர்வதவாஸிகள் கவண் மூலம் கற்களை எறிந்து போர்செய்தனர். ரகுவின் வீரர்கள், முழுவதும் இரும்பாலான பாணங்களால் தாக்கினர். பாணங்களும் கற்களும் மோதித் தீயெழுந்ததால் யுத்தம் மிகபயங்கரமானதாக இருந்தது. *(பா.எ. 77)*
>
> ரகு, உத்ஸவர், ஸங்கேதர் என்ற கூட்டத்தினரை வென்றார். அவனது புகழை, பாட்டில் அமைத்து ஹிமாலயத்தில் வசித்த தேவ ஜாதியினரான கின்னரர்கள் பாடினர். *(பா.எ.78)*

வெற்றிபெற்ற இரகுவிற்கு வேடர்கள் காணிக்கைகளை வழங்கினர். காளிதாசரின் இவ்வருணனை, வேடர்களின் மதிநுட்பத்தையும் வீரத்தையும் பண்பையும் எடுத்துக்காட்டுகிறது. 'உற்சவர், சங்கேதர்' என்னும் வேடர் பிரிவுகளின் பெயர்களையும் குறிப்பிடுகிறது.

கோதா *(Godha)* எனக் காளிதாசர் சுட்டும் உடும்பினை, தாழ்நிலை மக்கள் உணவாக உட்கொள்வர் என்று சுரேஷ் சந்திர பானர்ஜி சுட்டுகிறார்.[7]

இரண்டாம் சிற்பத்தொகுதியில் வேடர்களுக்கு நடுவில் மரத்திலேறும் உடும்பு காட்டப்பட்டிருப்பதுடன் முதலாம் சிற்பத்தொகுதியில் வேடனொருவன் உடும்பினைக் கழியினில் கட்டிச் சுமந்துசெல்லும் காட்சி சித்திரிக்கப்பட்டுள்ளமை இவ்விடத்தில் இணைத்தெண்ணத்தக்கது.

கிராதர்கள் குறித்து மிக ஆழ்ந்த ஆய்வினை அறிஞர் ஜி.பி. சிங் நிகழ்த்தியுள்ளார். அவர்களது தோற்றம், வளர்ச்சி, வீழ்ச்சி ஆகிய வரலாற்றையும் அவர்களது பண்பாட்டையும் இந்திய நாகரிகத்திற்கு அவர்கள் வழங்கிய கொடையையும் தெளிவாகவும் விரிவாகவும் சுட்டியுள்ளார்:

> பெரிதும் அறியப்பட்ட பண்டைய இந்தியாவின் தொல் இனத்தவரில் ஒரு பிரிவினராகிய கிராதர்கள், வேதகாலத்திற்கு முன்னிருந்து கி.பி.12ஆம் நூற்றாண்டு வரையான இடைப்பட்ட காலத்தில் ஒரு முக்கியமான இனமாக இருந்துள்ளனர். வரலாற்றுக்கு முற்பட்ட காலத்தில் மலைகளிலும் குகைகளிலும் காடுகளிலும் வாழ்ந்து பின்னர் வடக்கு, கிழக்கு இமயப் பகுதியில்

பரவினர். தொல்குடியினர் (*Aborigines*) என்று குறிப்பிட்ட அவர் களைப் பிந்தய வேத ஆரியர்கள் 'கிராதர்கள்' என முதல்முதலில் குறிப்பிட்டனர்.

இதே பெயரில், இமயமலை ஊடாக உள்ள வடபகுதியில், இதே பழக்கவழக்கங்களைக் கொண்டுள்ள மக்களைப் பண்டைய இந்திய, கிரேக்க, உரோமக் குறிப்புக்கள் சுட்டுகின்றன. கங்கைச் சமவெளியில் உள்ள பழங்குடியினர்களும், அவர்கள் குடியிருப்பு அமைப்புகள் பெரிதும் மாறுபட்டிருந்தாலும், இப்பெயரிலேயே குறிக்கப்பட்டனர் . . .

ஆரியக்கலப்பு இருப்பினும் இவர்கள் பெருமளவு ஆரியர் அல்லாத, 'மண்ணின் மைந்தராகவே' இருந்தனர். பகுதிக்குப் பகுதி இவர்களது இன அமைப்பு மாறுபட்டுக் கொண்டே இருந்தது. ஆங்காங்கு மாறுபட்டு வரும் இனக்கலப்புத் தன்மை இவர்கள் அனைவரும் ஒரே பிரிவைச் சேர்ந்தவர்கள் அல்லர் என்ற உண்மையை எடுத்துக் காட்டுகிறது. இவர்களில் கணிசமான பகுதியினர் பிராமணர்கள், சத்திரியர்கள் ஆகிய பிரிவுகளைச் சேர்ந்தவர்கள். தங்கள் குல ஆச்சாரத்தை முறையாகப் பின்பற்றாததால் சமுதாயம் இவர்களைப் புறக்கணித்து ஒதுக்கியது. அதனால் இவர்கள் மலைக் குகைகளிலும் மலைச் சாரல்களிலும் சென்று வாழத்தலைபட்டுத் தனியான பழங்குடி இனத்தவராக அமைந்தனர் . . . யஜுர் வேதத்தில் மிகுதியாகக் கிடைக்கும் சான்றுகளிலிருந்து, ஆரியர்கள் தங்கள் சமுதாய அமைப்பில் வெவ்வேறு சாதிகளுக்கு வாழ்விடம் ஒதுக்கும் பொழுது, கிராதர்களுக்குக் குகைகளையே ஒதுக்கினர் என்று தெரிகிறது.

சமுதாயத் தோற்றத்தின் அடிப்படையில் கிராதர்களை இரு பெரும் பிரிவுகளாகப் பிரிக்கலாம். வடமேற்கு, மத்தியதேசம், விந்தியப் பகுதி, தென்பகுதி ஆகியவற்றில் உள்ளவர்கள் முழுமை யாக அந்நிலத்திலேயே தோன்றியவர்கள். மத்திய தேசத்திலும் இந்திய பகுதியிலும் உள்ளவர்கள் பெரும்பாலும் ஆரியர் அல்லாத வர்களாக இருந்தாலும், ஆரிய கலப்பு உள்ளவர்களும் அங்குள்ள பழங்குடிகளில் காணப்படுகின்றனர். வடக்குப் பகுதியிலும் வட கிழக்குப் பகுதியிலும் உள்ளவர்களை மேலும் இரண்டு பகுதி களாகப் பிரிக்கலாம். இவர்களுள் ஒரு பிரிவினர் எந்த ஒரு இனத்தோடும் கலப்புப் கொள்ளாதவர்கள். அவர்களை 'முந்தைய கிராதர்கள்' எனலாம். திபெத், பர்மா, சீனா மேலும் இந்தியா வின் பிறபகுதியிலிருந்து வந்தவர்களுடன் கலந்து, தங்கள் தனித் தன்மைகளை இழந்தவர்களைப் 'பிந்திய கிராதர்கள்' எனலாம் . . .

கிறித்துவ ஆண்டுமானம் தொடங்குவதற்கு முன்னால், இந்தியா விற்கு வெளியிலிருந்து கிராத மக்கள் தொகுதி புலம்பெயர்ந்து இந்தியாவிற்குள் வரவில்லை . . .

நினைவுக்கு எட்டிய முற்காலத்திலிருந்தே அவர்களின் தாயக மாக விளங்கியது இமயமலைப் பகுதியே ஆகும். எனவேதான் தொடக்ககாலப் பனுவல்களில் இவர்கள் இமாலய எல்லையை ஒட்டி வாழும் மக்கள் எனக் குறிப்பிடப்படுகின்றனர். ஆனால் உண்மையில் அவர்கள் இமயத்தின் கிழக்கு, வடக்கு, நடுப்பகுதி களில் மட்டுமின்றி கங்கை கரையுள்ளிட்ட இந்தியாவின் மற்றைய பகுதிகளிலும் பரவியிருந்தனர் . . .

கிராதர்களின் வாழ்க்கை முறையும் நாகரிக அமைப்பும் இடத்துக்கு இடம், காலத்திற்கு காலம் மாறுபட்டே வந்துள்ளன... வெவ் வேறு வகையான குடியிருப்பு அமைப்புமுறைகள், நடத்தை முறைகள், பழக்கவழக்கங்கள், நாடோடித்தன்மை, மேய்ப்போர் வாழ்வுமுறை, வேட்டையாடுதல் மற்றும் உணவு தேடுதல் போன்றவை வரலாற்றுக்கும் முந்தைய கிராத வாழ்வுமுறையில் முக்கியப் பகுதிகளாக அமைகின்றன. இவை இமய மற்றும் அதனைச் சார்ந்த பகுதிகளிலும் சிறந்து காணப்பட்டன. கி.பி.ஏழாம் நூற்றாண்டில் வடஇமயப் பகுதியில் செழித்துக் காணப்பட்ட நகர்ப்புறக் கலாச்சாரம் குறிப்பிடத்தக்க உண்மையாகும். வரலாற் றுக்கு முந்தைய தங்கள் வாழ்விலேயே இத்தகைய (நகர்ப்புறம் போன்ற) பல சோதனைகள் செய்துள்ளார்கள் என்பது அதிசயக்கத் தக்கது. இது அவர்கள் தேவையின் காரணமாகவும் காலத்தின் கட்டாயத்தாலும் செய்ய நேர்ந்ததாகும். இது தொடக்ககால இந்தியச் சமுதாயத்திற்கும் இந்திய நாகரிகத்திற்குமான அடித் தளத்தை அமைத்துக் கொடுத்தது எனலாம்.

இந்தியக் களத்தில் ஆரியர்கள் வந்தபிறகு, கிராதர்களின் சமுதாய நிலையில் பெரும் மாற்றங்கள் ஏற்பட்டன. ஆரியமொழியைப் பேசாதவர்களுக்குச் சமுதாயத்தில் தாழ்வான நிலையே ஆரியர் களால் அளிக்கப்பட்டது. ஆரியர்களின் சமுதாயநிலையைவிடக் கிராதர்களின் சமுதாயநிலை 'ஒப்புநோக்கில்' தாழ்வாகவே இருந்தது. இந்நிலை பல நூற்றாண்டுகள் நீடித்தது. கிராதர்களுக்கு மிலேச் சர்கள், தாஸ்யூகள், சூத்திரர்கள் முதலிய பெயர்கள் ஆரியர்களால் சூட்டப்பட்டன. நாகரிகத்தின் மேல்நிலையைப் பிரிதிபலிப்ப தாகக் கருதப்படும் ஆரியர்கள், இப்பழங்குடியினரைத் தாழ் நிலையில் உள்ளவர்களாகவே பார்த்தனர். குறிப்பாக, கிராதர்கள் வேட்டையாடுதல், உணவுதேடுதல் என நாகரிகத்தின் வளர்ச்சி நிலையில் தாழ்ந்திருந்ததால் அவர்கள் சமுதாய நிலையிலும் தாழ்ந்தவராகவே கொள்ளப்பட்டனர் . . .

ஆரியர்களுக்கு முந்திய பழங்குடிகள் பெரும்பாலும் ஆரியர்களால் வெல்லப்பட்டு அவர்கள் அமைப்புக்குள் கொண்டு வரப்பட்டனர். இதனால் அவர்கள் ஆரிய குழுவில் பங்குபெற முடிந்தது. அவர் களில் பலரும் புதிதாக உருவாகும் சூழ்நிலைக்கு ஏற்ப அனுசரித்துக்

கொள்ளத்தக்கவர்களாக இருந்தனர். ஆனால் இதற்குச் சிலகாலம் பின்னால் தோன்றிய ஆரியமயமாக்கல், சமஸ்கிருத மயமாக்கல் ஆகியநிலைகளை அவர்கள் ஏற்கத் தயாராக இல்லை. தங்கள்மீது ஆரியக் கலாச்சாரம் திணிக்கப்படுவதை அவர்கள் தீவிரமாக எதிர்த்தனர். இதனால் அவர்கள் தாழ்த்தப்பட்டனர் . . .

பிந்திய வேதகாலத்தில் மேல்கங்கைப் பகுதியில் ஆரியர்களால் ஏற்படுத்தப்பட்ட நகர் மயமாக்கல், பெருமளவு கிராதர்களின் சமுதாய முறைமையைப் பாதிப்பதாக இருந்தது. காடுகளை அழித்து நாடாக்கத் தொடங்கியதால் கிராதர்கள் புதிய வாழ்விடம் தேடி இங்கும் அங்கும் சிதற வேண்டியதாயிற்று . . . இது மறைமுக மாக அவர்கள் விரிவாக்கத்தை விளைவித்தது. வடகிழக்கு, வடமேற்கு, விந்தியம், நேபாளம், உத்தரகண்டம் ஆகிய இடங்களிலிருந்த கிராதர்கள் வேதகாலத்திற்குப் பிற்பட்ட காலத்தில் ஆரியமய மாக்கப்பட்டார்கள் . . . காலவோட்டத்தில் அவர்கள் தொடக்க நிலை வேளாண்மை செய்வோராக மாறினர். இது 'இடமாறும் விவசாய முறை' *(shifting cultivation)* என்று அழைக்கப்படுகிறது . . .

கிராதர்களின் வாழ்வுக்குத் தேவையான அனைத்துப் பொருட் களையும் மலைகளும் காடுகளும் அளித்துவிட்டன. காடு, மலை களில் அவர்களுக்குத் தேவையான பொருட்கள் ஏராளமாகக் கிடைப்பவையும், மாணிக்கம் போன்ற கற்களும், தங்கம், வெள்ளி போன்ற உலோகங்களும் மலைப்பகுதியில் கிடைப்பதையும் கருதிப் பார்க்கும்போது, தருமர் வந்த வேளையில் இவர்கள் மணிகளாலும் தங்கத்தாலும் அவருக்கு மரியாதை செலுத்தினர் என்ற குறிப்பு, அப்போது இவர்களின் நாகரிகம் தொடக்ககால நாகரிகத்தைத் தாண்டி வளர்நிலை அடைந்திருந்தது என்று கருத இடம் தருகிறது. மலைபடு பொருட்களும், மூலிகைகளும் மலைச்செடி வேர்களி லிருந்து எடுக்கப்பட்ட வாசனைப் பொருட்களும், சமவெளியில் உள்ள மக்களோடு பண்டமாற்றாகக் கொடுக்கப்பட்டன. இவர்கள் பலவகைக் கலைத்திறன்களையும் கைவினைத் திறன்களையும் பெற்றிருந்தனர். இவர்களது கலைநுட்பம் வாய்ந்த பொருள்களும் உள்நாட்டு உலோகவியல் தொழில் நுட்பம் சார்ந்த கலை அமைப்பு களும், நெசவும் செப்பம் செய்யப்படாத மண்பாண்டங்களும் இவர்களின் செய்திறனுக்குச் சான்று பகர்கின்றன . . . கிறித்துவிற்கு முந்தைய நூற்றாண்டுகளில் இவர்கள் சீனத்துடனும், ரோமபுரி யுடனும் வணிகத் தொடர்பு கொண்டிருந்தனர் . . .

இவர்களின் சமய, தத்துவமுறைமை, மிருக வழிபாடு, ஒரே கடவுள், பல கடவுளர் முறைமை, நல்ல, கெட்ட தேவதைகளையும் ஆவிகளையும் திருப்தி செய்யும்முறை, கிராம தேவதைகளை வழிபடும்முறை, அக்கடவுளர்க்கு மனிதர்களின் இயல்புகளை ஏற்றி வழிபடும் முறைமை, விலங்குகளையும் மனிதர்களையும்

பலிகொடுக்கும் வழக்கம், மூடநம்பிக்கைகள், மறுபிறவி குறித்த கொள்கைகள், மந்திரவாதம், கடவுள் தன்மையை ஏற்றுதல், சடங்குகள், பூசாரிகள் ஆகியவை விளங்குகின்றன. இவை இவர்களது சமய தத்துவ கொள்கைகளின் அடிப்படைகளாக அமைந்துள்ளன.

தொடக்க காலத்தில் தோன்றிய சிவன், சக்தி, தாந்திரீகம், வைணவம் என்ற மத அமைப்புகளில் முன்னவை இரண்டும் வலிமைபெற்றுக் காணப்படுகின்றன. சிவ வழிபாடே மிகவும் வலிமை பொருந்தியதாகப் பரவலாக இருந்துள்ளது. இலிங்க வடிவம் அவர்களிடையே பரவலாகப் பழக்கத்தில் இருந்துள்ளது. சக்தி வழிபாடு, உமை, பார்வதி, துர்க்கை, காளி, சண்டி (அ) சண்டிகாதேவி, கிராததாதேவி மற்றும் கிராதி எனப் பலபெயர்கள் கொடுத்துச் சக்தியைச் சிவனின் மனைவியாகக் கொண்டு வழிபட்டனர். பல நிலப்பகுதிகளில் சக்தியின் உடல் அங்கங்கள் தனித்தனியாகக் குறியீட்டு வடிவில் வழிபடப்படுகின்றன. சக்தி வழிபாட்டை கி.பி.9ஆம் நூற்றாண்டிலிருந்து வெளியான தாந்திரீக நூல்கள் பெருமளவு மாற்றி அமைத்தன . . .

இவ்வாறு பல காரணங்களால் கிராதர்கள் கொண்டிருந்த இயற்கை வழிபாடு மாற்றமடைந்து, அவர்களது கடவுளரும் தேவியரும் இந்து மத கடவுளருடனும் தேவியருடனும் இணைத்து அடையாளம் காணப்பட்டனர். . .

கிறித்துவின் காலத்திற்குச் சில நூற்றாண்டிற்கு முன்னால், ஒரிசா பகுதியிலிருந்த கிராதர்கள் சமணச் செல்வாக்கிற்கு உட்பட்டனர். நேபாளம், இந்தியாவின் நடுப்பகுதி ஆகிய இடங்களிலிருந்த கிராதர்கள் புத்தமதத் தாக்கத்திற்கு கி.மு. 3 முதல் கி.பி.2 வரையிலான காலப்பகுதியில் ஆட்பட்டனர்.

விந்திய உத்தரகண்ட தீபகற்ப இந்தியப்பகுதிகளிலிருந்த கிராதர்களைவிட வடக்கு, வடகிழக்கு இமயப்பகுதிகளில் இருந்த கிராதர்களின் கலைநயம் சிறப்பாக இருந்தது. இதனை அவர்கள் உருவாக்கிய பெரிய கற்சிற்பங்களாலும், கல்லிலும் மரத்திலும் செய்யப்பட்ட செதுக்குவேலைகளாலும் கடவுள் உருவங்கள், கலைப்பொருள்கள், ஓவியங்கள் ஆகியவற்றாலும் அறியலாம்.

இவர்கள் பண்டைய காலத்தில் பேசப்பட்ட பலமொழிகளில் தோற்ற வளர்ச்சியில் தெளிவான பங்களிப்பைச் செய்துள்ளனர் . . . தொடக்க காலத்தில் இவர்கள் வெளிப்படுத்தியமுறை குறியீட்டு முறையாக இருந்தது, அது பல நேரங்களில் மற்றவர்களால் விளங்கிக் கொள்ள முடியாததாக இருந்தது . . . வடக்கு, வடகிழக்கில் வாழும் கிராதர்கள் ‘மிலேச்ச பாஷையே’ பேசிவந்தனர். இது சதபத பிராமணத்தில் முதல்முறையாகக் குறிக்கப்பட்டுள்ளது . . . எழுத்துக்

கலை அவர்களுக்குத் தெரிந்திருக்கும் என்று கொள்ள இடமிருக் கிறது . . .

பண்டையகாலத்தில் கிராதர்கள் தங்கள் வாழ்விடத்தைக் கங்கை – யமுனை ஆகிய இரு நதி தீரம் (மத்தியதேசம்) நாட்டின் வடக்குகிழக்கு, நடு, தென்பகுதிகளில் கொண்டு வாழ்ந்து வந்தனர். மேலும் வடக்கு, கிழக்கு இமயப்பகுதிகளிலும் வாழ்ந்தனர் . . .

மற்ற இனங்களைப்போல இவர்களிடமும் பல்வேறு சிறிய பிரிவு களாகப் பிரிந்து செல்லும் இயல்பு இருந்ததால் பல்வேறு உட் பிரிவுகள் தோன்றின. அவ்வாறு ஏற்பட்ட பல சிறுபிரிவுகள் ஒரு தலைவனின் கீழ் வந்தன . . .

இந்திரப் பிரதேசத்துப் பாண்டவர்கள் அவர்களைத் தங்கள் பேராட்சிக்குக் கீழ் கொண்டு வருவதற்காக வடக்கு, வடமேற்குப் பகுதிகளில் இவர்களை வென்று அடிமைப்படுத்தினர். கௌர வர்கள் சார்பில் வடகிழக்குப் பகுதியில் இருந்த கிராதர்கள் மகாபாரதப் போரில் பங்கெடுத்துக் கொண்டது இவர்கள் அழிவுக்குக் காரணமாயிற்று. இதைப் பெருமளவு செய்தவன் அர்ச்சுனன் என்று சொல்லப்படுகிறது. புராண காலத்தில் இவர் களைப் பெரும்பாலும் அடக்கி வைத்திருந்தவர்கள் பிராமணர் களும் சத்திரியர்களுமே ஆவர் . . .

நமது பண்டைய வரலாற்றின் முக்கியமான பகுதி கி.மு.4000லிருந்து கி.பி.700ஆம் ஆண்டுவரை வடகிழக்குப் பகுதியில் விளங்கிவந்த கிராத அரசர்களின் வரலாறே ஆகும். ஏறக்குறைய ஓர் ஆயிரம் ஆண்டுகள் ஒரே பரம்பரையைச் சேர்ந்த 29 கிராத அரசர்கள் நேபாளத்தின் பள்ளத்தாக்குப் பகுதியில் இடையீடு இன்றி ஆண்டு வந்தனர். மேலே குறிப்பிட்ட செய்திகளிலிருந்து இவர்களது ஆட்சி இரண்டு முக்கிய காரணங்களால் நேபாளத்தில் இருந் துள்ளது . . . குறிப்பிடத்தக்க நீண்டகால அளவிற்கு அவர்கள் வடக்கு, வடகிழக்கு இமாலயப் பகுதிகளில் அதிகாரம் பெற்றிருந் தனர் என்பதை உறுதியாகக் கூறமுடியும். கிராத மன்னர்களின் ஒருவன் பாரதப் போரில் பங்கெடுத்துக் கொண்டது, புத்தர் இப் பகுதிகளில் யாத்திரை செய்தபோது, கிராத அரசர்கள் அவரைச் சந்தித்தது, அசோகன் இங்கு வந்திருந்தபோது, கிராத மன்னர்கள் அவனோடு தொடர்புகொண்டது ஆகியவை அகில இந்திய அளவில் முக்கியத்துவம் பெறுகின்றன. இதனால் இவர்களுக்கும் பண்டைய இந்திய வரலாற்றில் ஒரு தகுந்த இடம் அளிக்கப்பட வேண்டும் . . .

இவர்கள் அரசுகள் லிச்சாவர்கள் (liccavas) அரசால் வெற்றி கொள்ளப்பட்டன. இருப்பினும் இவர்கள் எப்போதும் அச்சமற்ற வர்களாகவும் தங்களது ஆன்ம வேகத்தில் சற்றும் தளர்வு இல்லாத

வர்களாகவும், தங்கள் கொள்கைகளில் தளர்ச்சி அற்றவர்களா கவும் இருந்தனர் . . .

கி.பி.6, 7ஆம் நூற்றாண்டுகளுக்கு இடைப்பட்ட காலத்தில் அபிர குப்தர்களால் மோசமாகத் தோற்கடிக்கப்பட்டனர். இது பழைய நேபாளத்தில் கிராதர்களின் பரம்பரை ஆட்சி முடிவுக்குவர காரணமாயிற்று. இந்த விவாதத்தின் இறுதியில், கிராத ஆட்சி பரம்பரை மட்டும்தான் அழிக்கப்பட்டது. கிராதர்களின் இனம் முழுமையாக அழிக்கப்படவில்லை என்று கூறிமுடிப்பது பொருத்த மாக இருக்கும். பண்டைய காலத்தில் நேபாளத்தை ஆட்சிசெய்த 29 மன்னர்களைக் கொண்ட அரச பரம்பரையின் வழித் தோன்றல்கள் என்று சொல்லப்படும் குலூங் *(Kulung)* துலூங் *(Thulung)* மற்றும் எல்லூங் *(Yellung)* ஆகியோர் இன்றும் வாழ்ந்து வருகின்றனர்.

ஆரியர்களுக்கு முந்தைய மற்ற இனங்கள் போலவே கிராதர்களும் ஒன்றுபட்ட இந்திய நாகரிகத்திற்கு அரசியல், சமுதாய, சமய, பண்பாட்டுத் துறைகளில் தங்கள் பங்கைப் பயனளிக்கும் வகையில் ஆக்கியுள்ளனர் . . .

அவர்களது பங்களிப்பு, புதிய கற்காலத்திலிருந்து இடைக்காலத் தின் முற்பகுதிவரை சமூகம், பொருளாதாரம், அரசியல், சமயம், பண்பாடு, கலை, மொழி, இலக்கியம் ஆகிய பல்வேறு துறை களிலும் இருந்துள்ளது . . .

ஆரியர்களின் மிகபழங்காலத்துச் சமயக் கொள்கைகள் விலங்கு வழிபாட்டின் அடிப்படையில் இருந்தன. இந்து சமயத்தில் காணப் படும் பெரும்பான்மையான தொன்மங்கள், பழங்கதைகள், மூட நம்பிக்கைகள், பலிச்சடங்குகள், பூசாரித் தன்மை, இறையியல் கோட்பாடுகள், தத்துவக் கோட்பாடுகள், ஆரியர்களுக்கு முற்பட்ட பழங்குடிகள் சார்புடையனவாக இருத்தலால் இவற்றில் கிராதர் களின் கொடை வெளிப்படை. கிராதர்களின் வழிபாட்டுமுறை, பழக்கவழக்கங்கள், பேச்சுமுறைகள், கொள்கைகள் முதலியன இந்தோ – ஆரிய பண்பாட்டின்மீது பதியப்பட்டன. ஆயினும் ஆரியர்களுக்கு முந்தைய நாகரிகம், ஆரிய நாகரிகத்தை எப்போதும் வெற்றிகொள்ளவில்லை. ஆரிய சமயத்தையும் நாகரிகத்தையும் ஆரியர்களுக்கு முற்பட்ட நாகரிகம் ஓரளவு மாற்றம் செய்தது என்று மட்டும் கூறமுடியும் . . .

வடகிழக்குப் பகுதியைச் சார்ந்த கிராதர்கள் இந்திய வரலாற்றிலும் பண்பாட்டிற்கும் அதிகமான பங்களிப்பைச் செய்துள்ளனர். வடகிழக்கு மற்றும் இமயத்தை ஒட்டிய பகுதிகளில் ஒரு பொது நாகரிகம் உருவாக இவர்கள் பெரிதும் உதவி செய்துள்ளனர். சைவம், சாக்தம், தாந்தரீகம் ஆகிய வழிபாட்டுமுறைகளுக்கு அவர்கள் வலுச்சேர்த்ததின் மூலமாகப் பொதுப்பண்பாட்டிற்குச்

செய்துள்ள பங்களிப்பு மிகவும் சிறப்பாகக் குறிப்பிடத்தக்கது . . .

கிராதர்களது ஒற்றைக் கற்சிற்பங்கள் (புதிய கற்காலத்தின் பிற்பகுதி முதல் தோன்றியவை) வரலாற்று காலத்துக்கு முந்தையதாக அறியப்பட்டுள்ள அகழாய்வுப் பொருட்கள் கிறித்துவுக்கு முந்தைய, பிந்தைய நூற்றாண்டுகளைச் சேர்ந்த பண்டைய சின்னங்கள், அலங்காரக்கலை, ஓவியங்கள் முதலியன பின்னால் வந்த ஆரியர்களைக் கவர்ந்து, அவர்கள் அதிசயத்தக்க பொருட்களாக இருந்து, அவர்கள் கலை வளர்ச்சிக்கு முன்மாதிரி பொருட்களாகவும் அமைந்தன . . .

பொதுவாக, பண்பாட்டு மரபுகளை உருவாக்கியவர்களுள் கிராதர்களும் உள்ளனர். இவர்கள் சமய உட்பிரிவுகளில், குறிப்பாக சைவம், சாக்தம், தாந்தரீகம் ஆகியவைகளை அமைத்தவர்கள். இவர்களின் முன்னோர்கள் இந்துப் பண்பாட்டுக் கூறுகளின் முன்னோடிகளாக இருந்துள்ளனர். கிராதர்கள் வழிபட்ட சிவன் (இலிங்க வடிவில்), யோனி, சக்தி (அ) தாய்த் தெய்வம் (இது, துர்க்கை, உமை, காளி, சண்டிகை, கிராதனி, (அ) கிராததேவி) ஆகியோரைக் குறிக்கும். வளமை, மண்மகள், கிராமதேவதைகள், பூசாரி முதலியன மெல்ல மெல்ல இந்து மதத்தின் மைய ஓட்டத்தில் இணைக்கப்பட்டன. இவை காட்டுமிராண்டிகளின் பழக்கங்கள் அல்ல; அடிப்படையில் பழங்குடிகளின் கருத்துருக்களாகும். துர்க்கையின் அச்சமூட்டும் வடிவத்தைக் காட்டும் சண்டிகையின் உருவமே இவர்களின் முக்கியமான, நிலைத்து நிற்கும் கொடையாகும். சண்டிகை பின்னாளில் பிராமணிய தெய்வ குடும்பத்தில் ஓர் முக்கியமான இடத்தைப் பெற்றுள்ளாள் . . .

இந்தியச் செவ்வியல் மரபை, நீண்ட வரலாற்றுக் காலங்களில் உருவாக்குவதில், அவற்றுக்குத் தெளிவான நிலையான வடிவம் கொடுத்தலில் தொல்பழங்குடியினரான கிராதர்கள், திபத்தோ–பர்மியன், இந்தோ – மங்கேலாயிடு, ஆஸ்டிரிக் (*Austric*) போடோ (*Bodo*) மற்றும் பகுதி ஆரியத்துவம் அடைந்த குழுக்களின் பங்களிப்பு மறுக்கமுடியாத ஒன்றாகும்.

அவர்களது பங்களிப்பைப் பொதுப்படையாக மதிப்பீடு செய்த பிறகு பின்வரும் முடிவுக்கு நாம் வரலாம்: இந்திய சமயம், மெய்யியல், கலை, பண்பாடு ஆகியன இப்பொழுதும் கிராதர்களின் முத்திரையைத் தாங்கியே உள்ளன.[8]

குறிப்புகள்

1. பி.வி. ஜகதீச அய்யர், *புராதன இந்தியா என்னும் பழைய 56 தேசங்கள்*, இரண்டாம் பாகம், அடிக்குறிப்பு, ப.48.
2. கிராதர்களைக் குறிப்பிடும் பல இலக்கியங்களை ஜி.பி. சிங் விரிவாக எடுத்துக்காட்டியுள்ளார்:
1.வேதங்கள், சம்ஹிதைகள், பிராமணங்கள் 2. வால்மீகி இராமா

யணம் 3. மகாபாரதம் 4. மகாபுராணங்கள் 5. உட்புராணங்கள் 6. பாலிமொழி பௌத்த இலக்கியங்கள் 7. சமண இலக்கியங்கள் 8. பாணினியின் நூல்கள் 9. பதஞ்சலியின் மகாபாஷ்யம் 10. கௌடில்யரின் அர்த்தசாஸ்திரம் 11. பரதமுனியின் நாட்டிய சாத்திரம் 12. காளிதாசர், விசாகதத்தர், தண்டி, வராகமித்திரர், பாரவி, அமர்சிம்மர், பாணபட்டர் முதலியோரின் வடமொழி இலக்கியங்கள். 13. கல்ஹணர்களின் இராஜதரங்கிணி 14. வல்லப தேவரின் சுபசீதாவளி 15. சுமதியின் விஜயதிதிகா 16. ஹேம சந்திரரின் அபிதானசிந்தாமணி பரிஷ்ஸ்தா 17. சம்மோகதந்திரம் 18. சந்தி சங்கம தந்திரம் 19. யோனி தந்திரம் முதலிய தந்திர நூல்கள் 20. சோதிசத்வம் – வான நூல். 21. அபிநப பம்பாவின் – விக்ரமார்ஜுனவிஜயம் (பம்பபாரதம்) 22. பம்ப இராமாயணம் 23. நிஜ குணயோகியின் விவேக சிந்தாமணி. விரிவுக்கு:

G.P.Singh, *Kiratas in Ancient India.* pp.19-28.

3. வனபர்வம், தீர்த்தயாத்ரா பர்வம், ப.276.
4. Quotation: S.K. Tiwari, *Antiquity of Indian Tribes,* p.29.
5. மேற். நூ., பக்.47 – 48.
6. S.M.Ali, *The Geography of the Puranas.* p.58.
7. காளிதாசர் குறிப்பிடும் இவ்விலங்கினைப் பற்றி சுரேஷ் சந்திர பானர்ஜி,

   Godha : A VI.p.184. Iguana. *Varanus griseus.* See F.B.I. Reptilia and Amphibia, II. 400. Certain low - class people appear to have used it as food.

என்று குறிப்பிட்டு பி.எஸ். உபாத்யாய இதனை சுறா (Shark) என மொழி பெயர்த்தது தவறு எனவும் குறித்துள்ளார். (*Kalidas - Kosa, p.20*) ஆனால் சாகுந்தலத்தின் மொழிபெயர்ப்பாளர் சிலர் இதனை 'முதலை' என்றும் குறிப்பிட்டுள்ளனர்.

8. G.P.Singh, *Kiratas in Ancient India.* pp.449–465.
9. கிராதர்கள் குறித்து ராகுல சாங்கிருத்தியாயன், ஒருசமயம், இமயமலை பூராவும் 'கிராத' இனத்தவர் வாழ்ந்து வந்தனர். மேற்கில் சம்பாவிலிருந்து, கிழக்கில் அசாமில் நாகர் பூமி வரையிலும், அதையும் கடந்து பர்மா தாய்லாந்தைத் தாண்டி, இந்தோசீனா வரையும் இவ்வினத்தை இன்றும் காணலாம். சமஸ்கிருதத்தில் 'கிராதர்' எனப்படுவோரை தற்கால அறிஞர்கள் 'மோன் – க்மேர்' என்றழைக்கின்றனர். கிர் அல்லது கிராத இனம் 'ரிக்' வேதத்திலே குறிப்பிடப்படாவிட்டாலும், இம்மலைகளில் அக்காலத்தில் இவ்வினம் மட்டுமே வசித்து வந்தது. இன்று இந்த இனத்தின் மிச்சசொச்சங்கள் திபெத் எல்லையோரத்திலும், பள்ளத்தாக்கின் பல இடங்களிலும் மட்டுமே காணப்படுகின்றன. மேற்கிலிருந்து கிழக்கில் செல்லச் செல்ல இவர்களின் எண்ணிக்கை பெருகிக்கொண்டே போகிறது. கிழக்கு நேப்பாளத்தை இன்றும் 'கிராததேசம்' என்றே அழைக்கின்றனர். கிராதமக்கள் சீன, மங்

கோலிய, திபேத்திய இனங்களுடன் தொடர்புள்ளவர்கள்... கிராத் அல்லது மோன் – க்மேர் மக்களின் முகங்கள் மங்கோலியத் தன்மை நிறைந்திருக்கும் (ப.83). கிராதர் அல்லது மோன் மக்களின் ஒரு பகுதியினர் இமயத்திற்குக் கீழே பள்ளத்தாக்கில் வாழ்கின்றனர். அவர்களை 'த்தாரு' அல்லது 'போக்தா' என அழைக்கின்றனர். 'த்தாரு' மக்கள் ஹரித்துவார் அல்லது யமுனை நதியின் மேற்கில் காணப்படுவதில்லை என்றாலும், அவர்களது தாமிர யுகத்து முன்னோர்கள் ஜம்மு வரையிலும் பரவியிருந்தாலும் வியப்படையத் தேவையில்லை. இன்று த்தாரு இனத்தார் நைனிதால் பள்ளத்தாக்கிலிருந்து தர்பங்காவின் வடக்குப் பள்ளத்தாக்கு வரை வசிக்கின்றனர் (ப.85).

இவ்வாறான பல தகவல்களுடன் இன்று எஞ்சியுள்ள கிராதர்களின் உட்பிரிவுகள் குறித்தும் அவர்களின் மொழி அமைப்புக் குறித்தும் பல்வேறு தகவல்களைத் தந்துள்ளார் (பக்.106 – 108).

விரிவுக்கு:

ராகுல சாங்கிருத்தியாயன், ரிக்வேத கால ஆரியர்கள்.

கங்கைக்கரைக் காட்சி

திருமால் திருப்பதிக்குக் கீழ், ஆற்றங்கரையில் நால்வர் நிற்கின்றனர். முதலில் நிற்பவர் நீராடி முடித்து, இரு கைகளையும் தலைக்குமேல் உயர்த்தி, விரல்களைப் பிணைத்து வழிபடுகிறார். அலை அலையாக அவரது தலைமுடி காட்டப்பட்டுள்ளது. வாய் சற்றுத் திறந்த நிலையில், ஏதோ சொல்லும் பாவனையில் காட்டப் பட்டுள்ளது. காதுகளில் வளையம் போன்ற அணிகலன்கள் காணப் படுகின்றன. நூல்கள் இணைந்து செல்லும் பட்டையான பூணூல் அவர் மார்பின் குறுக்காகக் காட்டப்பட்டுள்ளது. இடையிலுள்ள வேட்டி முழந்தாளினைத் தாண்டிக் கணுக்காலினை ஒட்டி அமைந் துள்ளது. இடுப்பின் இடதுபுறம் வேட்டியின் நுனிப்பகுதி விசிறி மடிப்புப்போல் தென்படுகிறது. 'இவர் அந்தணராய் இருக்க வேண்டும். இன்றும் அந்தணர்கள் நடுப்பகலில் மந்திரங்களை ஜபித்து, சூரியனை இவ்வாறு கண்டு வழிபடுவது மரபு. இதை 'மாத்யான்னீகம்' என்பர்'[1] என இரா. நாகசாமி குறிப்பிட்டுள்ளார்.

'மாத்யான்னீகம்' என்னும் சந்தியாவந்தனத்தின் ஒரு பகுதி குறித்தும் அப்போது சொல்லப்படும் மந்திரங்கள் குறித்தும் நூல்கள் தெரிவிக்கின்றன.

அவ்வழிபாட்டினைச் செய்யும்போது, கைகளை எவ்வாறு அமைத்துக் கொள்ளவேண்டும் என்பதும் விளக்கப்படுகிறது:

உபஸ்தான மந்த்ரங்கள், கிழக்கையோ வடக்கையோ நோக்கி மதியத்தில் மாத்யாஹ்னிகத்தின்போது சொல்லப்பட வேண்டும். 'சரத சதம்' என்று வருமிடங்களில் எல்லாம் ஸூர்யனை, கைவிரல் களால் ஒரு துவாரம் ஏற்படுத்திப் பார்க்க வேண்டும். அதற்கு முதலில் இடதுகையிலுள்ள ஆள்காட்டி விரலையும் சுண்டுவிரலையும் தவிர மற்ற விரல்களை மடக்க வேண்டும். பிறகு, வலது உள்ளங்கை கீழ்நோக்குமாறு வைத்து, அங்கும் ஆள்காட்டி விரலையும் சுண்டு விரலையும் தவிர, மற்ற விரல்களை மடக்கவேண்டும். பிறகு இந்த இரு விரல்களையும் வலதுகைச் சுண்டுவிரல் இடதுகை ஆள்காட்டி விரல் மேலும், வலதுகை ஆள்காட்டி விரல் இடதுகைச் சுண்டுவிரல்

கங்கைக்கரைக் காட்சி

மேலும் படுமாறு வைக்க வேண்டும். பிறகு வலதுகையின் நடுவிரலையும் மோதிரவிரலையும் இடதுகையின் ஆள்காட்டிவிரலின் கீழ்வருமாறு குறுக்காக விரிக்க வேண்டும். அதேபோல், இடதுகையின் நடுவிரலையும் மோதிரவிரலையும் வலதுகையின் ஆள்காட்டிவிரலின் மேல்வருமாறு விரிக்க வேண்டும். இப்பொழுது, விரிக்கப்பட்ட வலதுகையின் இருவிரல் களுக்கும் கீழே இடது பெருவிரலை வைத்து அழுந்தப் பற்ற வேண்டும். இதேபோல், இப்போது விரிக்கப்பட்ட இடதுகையின் இரு விரல்களின்மேல் வலது பெருவிரலை வைத்து அழுத்தப் பற்ற வேண்டும். இம்மாதிரி செய்தால் நடுவில் ஒரு துவாரம் ஏற்படும். இதன் வழியாக ஸூர்யனைப் பார்க்க வேண்டும்.[2]

இவ்வழிபாட்டின்போது, கீழ்க்காணும் மந்திரங்கள் சொல்லப்படும்:

உதுத்யம் ஜாதவேதஸம் தேவம் வஹந்தி கேதல
த்ருசே விச்வாய ஸூர்யம்.
சித்ரந் தேவான – முதகா தனீகம்சக்ஷுர் மித்ரஸ்ய
வருணஸ்யாக்னே ஆப்ராத்யாவா ப்ருதிவீ அந்தரிக்ஷ
ஸூர்ய ஆத்மா ஜகதஸ் – தஸ்துஷச்ச

ஸூர்யனை அனைத்துப் படைப்பும் பார்ப்பதற்காக அக்னியைப் போலிருக்கின்ற ஸூர்யதேவனைக் கிரணங்கள் உச்சஸ்தானத்தை அடையும்படிச் செய்கின்றன. சிகப்பு, வெண்மைபோன்ற நிறமுள்ள கிரணங்களின் சைன்யம் போலிருக்கின்ற ஸூர்ய மண்டலம், ஸமுத்ரத்திலிருந்து உதிக்கிறது. மித்ரா, வருணன், அக்னி போன்றவர்கள் இந்திரியங்களின் அதிபதிகளாக இருக்கும்போது, கண் ஸ்தானத்தில் இருக்கின்ற ஸூர்யதேவன் ஸ்வர்கம், பூமி, அந்தரிக்ஷம், அசைபவை, அசையாதிருப்பவை போன்ற மூன்று லோகங்களையும் நன்றாக வியாபித்திருக்கிறான்.

தச்சக்ஷுர் – தேவஹிதம் புரஸ்தாத் சுக்ரமுச்சரத்
பச்யேம சரத சதம், ஜீவேம சரத சதம், நந்தாம
சரத சதம், லோதாம சரத சதம், பவாம சரத சதம் ச்ருணவாம
சரத.சதம் ப்ரப்வாம் சரத சத – மஜீதா ஸ்யாம சரத சதம்,
ஜ்யோக்ச ஸூர்யந் – த்ருசே.

கிழக்குத் திக்கில் உதித்து ஜ்யோதி வடிவாக இருந்து, தேவதைகளுக்கு நன்மை கொடுத்து, கண்ணுக்கு அனுக்ரஹம் செய்யும் அந்த ஸூர்யனை நூறு வருடங்கள் பார்த்துக்கொண்டிருப்போம். நூறு வருடங்கள் வாழ்ந்து வியவஹாரங்களைச் செய்வோம். பொருட்களால் சந்தோஷத்தை அடைவோம். நம் ஸ்தானத்தில் வாழ்வோம். குருவிடமிருந்து வேத ஸாஸ்திரங்களின் ரஹஸ்யங்களை அறிவோம். சிஷ்யர்களுக்கு விசேஷமாக உபதேசிப்போம். நீண்டகாலம் ஸூர்யனைத் தரிசிப்பதற்குத் தகுதி உடையவர்களாக இருக்க விரும்புகிறோம்.

ய உதகான் – மஹதோர்ணவாத் – விப்ராஜமான
ஸரிரஸ்ய மத்யாத் ஸமா வ்ருஷபோ லோஹி – தாக்ஷடஸ
ஸூர்யோ விபச்சின் – மனஸா புநாது.

எந்த ஸூர்யன் கிழக்குத் திசையிலிருக்கும் பெரிய ஸமுத்ரத்தில், ஜலத்தில் நடுவிலிருந்து விசேஷமாகப் பிரகாசித்து உதயமாகின்றாரோ, எவர் இஷ்டங்களை நிறைவேற்றுகின்றாரோ, சிவந்த நிறத்துடன் இருக்கின்றாரோ, ஸர்வக்ஞராகவும் இருக்கின்றாரோ அவர் ஆதரவுடன் என்னைப் புனிதமாக்கட்டும்.[3]

சூரிய வழிபாடு செய்பவர் காண்பது, இடதுபுறப்பாறையின் உச்சியில் உள்ள சூரியனை என்று கருதுதல் கூடாது. ஏனெனில், சூரியனும் சந்திரனும் ஒருங்கே காட்டப்பட்டுள்ளதால், அவ்விருவரும் இமயத்தை வலம்வரும் தன்மை சித்திரிக்கப்பட்டுள்ளதாகவே கொள்ளவேண்டும்.

அவரை அடுத்து நிற்பவர் கங்கையை நோக்கியுள்ளதால் பக்கவாட்டில் காட்டப்பட்டுள்ளார். இவர் வயதில் சற்று மூத்தவராகத் தென்படுகிறார். அவர்தம் காதுகள் நீண்டுள்ளன. மார்பின் குறுக்காகக் கிடக்கும் துணியொன்று, வலது முழங்கையருகே வெளிப்பட்டு உடலோடு ஒட்டியுள்ளது. கணுக்கால்வரை வேட்டி அணிந்துள்ளார். தலையைச் சற்று முன் குனிந்து கங்கையை வணங்குகிறார்.

இவர் கங்கையில் நீராடுபவராதல் வேண்டும். நீராடுவது குறித்தும் அதன்முறைகள் குறித்தும் பலன்கள் குறித்தும் தர்மசாத்திரங்கள் உரைக்கின்றன:

> முன்னோர்களான அரசர்களாலும், மஹாத்மாக்களான ரிஷிகளாலும், தேவர்களாலும் நிர்மானம் செய்யப்பட்ட கிணறு, குளங்களில் தினம்தோறும் ஸ்நானம் செய்யலாம். கிணற்றில் எடுத்துச் செய்வதைக் காட்டிலும் பூமியில் உள்ள ஜலத்தில் முழுகி ஸ்னானம் செய்வது உத்தமம். அதைக்காட்டிலும் மலை அருவி ஜலம் புண்ணியம். அதைக்காட்டிலும் ஸரஸ்ஸில் உள்ள ஜலம் புண்ணியம். அதைக் காட்டிலும் பெரியோர்களால் ஸேவிக்கப்பட்ட தீர்த்தம் புண்ணியமானது. எல்லாவற்றையும் காட்டிலும் கங்கை ஜலம் மஹா புண்ணியமானது.

என மார்கண்டேயர் கூறுகிறார்.[4]

> புஷ்ய நக்ஷத்திரத்திலும், தன் ஜன்ம நக்ஷத்திரத்திலும் வ்யதீபாதத்திலும், வைத்ருதியிலும் அமாவாஸ்யையிலும், நதியில் ஸ்நானம் செய்கிறவன் ஏழு குலங்களைப் பாபத்திலிருந்து காப்பாற்றுகிறான்.
>
> பானு வாரம், பௌம வாரம், சனி வாரம் இந்த கிழமைகளில் எவர்கள் ஸ்நானம் செய்கிறார்களோ அவர்களுக்கு மான்களால் சிங்கங்களைப் பிடிக்க முடியாததுபோல், வியாதி பீடிப்பது கிடையாது.
>
> சைத்ர கிருஷ்ண சதுர்தசியில் சிவ ஸந்நிதியில் உள்ள குளம் முதலியவைகளிலும், அல்லது கங்கையிலும் எவன் ஸ்நானம் செய்கிறானோ அவனுக்கு இறந்த பிறகு ப்ரேதபாவம் ஏற்படுவதில்லை.
>
> செவ்வாய்க் கிழமையோடு கூடிய அமாவாஸ்யையில் எவன் கங்கையில் ஸ்நானம் செய்கிறானோ அவனுக்கு ஆயிரக்கணக்கான பசுக்களைத் தானம் செய்த பலன் கிடைக்கும்.

எனப் புலஸ்திரும் சாதாதபரும் குறிப்பிடுகின்றனர்.[5]

> குடுமியை முடிந்துகொண்டு ஆசமனம் செய்து கரையை அலம்பி தர்ப்பத்தை வைத்துவிட்டு பவித்ரம் தரித்து ஸங்கல்பம் செய்து, அஞ்சலி செய்து வருணஸூக்தம் முதலியவையால் ஜல தேவதையை நமஸ்கரித்துப் பிறகு ஸ்நானம் செய்யவேண்டும். பிறகு கக்ஷம் முதலியவைகளைத் துடைத்துக்கொண்டு, மறுபடியும் ஸ்நானம் செய்து இரண்டு தரம் ஆசமனம் செய்து 'ஆபோஹிஷ்ட' என்ற மந்திரத்தினால் மார்ஜனம் செய்துகொண்டு அகமர்ஷணம் ஜபித்து மறுபடியும் ஸ்நானம் செய்து இரண்டு தரம் ஆசமனம் செய்து தர்ப்பனம் செய்யவேண்டும்.[6]

என்று நீராடும் முறை சொல்லப்படுகிறது.

இவர்கள் இருவர் நிற்குமிடத்தினும் சற்றுமேடான இடத்தில் மூன்றாமவர் காட்டப்பட்டுள்ளார். அவரது தலைமுடி, மேலே உச்சியில் குடுமியாகக் கட்டப்பட்டுள்ளது. அது புரிகளாக அமைந்துள்ளது. அவை சடையாக மாறிய முடிக்கற்றைகளாக இருக்கவும் வாய்ப்புள்ளது. வலது செவி நீண்டு தொங்குகிறது. ஏழுநூல்கள் இணைந்த பட்டையான பூணூல், மார்பின் குறுக்காகக் காணப்படுகிறது. வலது கை மணிக்கட்டில் கடகம் போன்றதொரு அணிகலன் உள்ளது. இடையிலிருந்து கணுக்கால் வரையிலான வேட்டி அணிந்துள்ளார். அது திரட்சியான மடிப்புடன் காணப்படுகிறது. இடதுதோளில் அவர் குடம் ஒன்றினை வைத்துள்ளார். குடத்தின் வாய்ப் பகுதி உடைந்துள்ளது. உயர்ந்துள்ள அவரது வலது கையில் விரல்கள் பிரிந்து காணப்படுகின்றன.

அடுத்து நிற்பவரின் தலைமுடி, மூன்றாமவரின் தலைமுடி போன்றே காணப்படுகிறது. புரிகளாக உள்ள தலைமுடி உச்சியில் முடியப்பட்டுள்ளது. அவருக்கும் நீண்ட காதுகள் காட்டப்பட்டுள்ளன. கணுக்கால் வரையிலும் நீண்ட ஆடையை அணிந்துள்ளார். ஆனால் அவ்வாடையின் அடிப்பகுதியும் பிறமடிப்புகளும் முழுமையாகக் காட்டப்படவில்லை. இடதுகால் மட்டும் காட்டப்பட்டுள்ளது. பாதம் முழுமையாகக் காட்டப்படவில்லை. மார்பில் பூணூல் காட்டப்படவில்லை. இடது கையில் ஏந்திய நனைந்த துணியினைப் பிழிகிறார். அவ்வாறு துணியைப் பிழியும்போது,

> மேல் வேஷ்டியை நான்காக மடித்து ஜலத்தை வஸ்த்திரத்தின் நுனிவழியாக விழும்படி பிழிய வேண்டும். மூன்றாக மடித்துப் பிழியக்கூடாது. ஜலமத்யத்தில் பிழியக்கூடாது. கரையில்தான் பிழிய வேண்டும். நிவீதியாக ஜலம் பிழிய வேண்டும்.[7]

எனச் சாத்திரங்கள் கூறுகின்றன. இங்குச் சிற்பத்தில் உள்ளவரும் துணியினை ஆற்றில் பிழியாமல் கரையினில் பிழிவதை உணருதல் வேண்டும். அவ்வாறு பிழியும்போது,

யே கே சாஸ்மத்குலே ஜாதா:
  அபுத்ரா கோத்ரஜா ம்ருதா:
தே க்ருஹ்ணந்து மயா தத்தம்।
  வஸ்த்ர நிஷ்பீடனோதகம்॥

என்னும் மந்திரத்தினைச் சொல்லுதல் வேண்டும்.

> எந்த என்னுடைய குலத்தில் பிறந்தவர்கள் ஸந்ததி இல்லாமல் இறந்துள்ளனரோ அவர்களுக்கு இந்த உடையிலிருந்து கொடுக்கும் நீர் சேரட்டும்.

என்பது இதன் பொருளாகும்.[8]

மூன்றாமவரும் நாலாமவரும் ஒத்த வயதினராக உள்ளனர். தலை ஒப்பனை ஒரே மாதிரியாக உள்ளன.

திருவதரியாச்சரம் கோயிலின் வடபுறம் கங்கைக் கரையில் பிரம்ம கபாலம் என்னும் ஓர் இடம் உள்ளது. இங்குள்ள ஒரு பெரியபாறையில் பித்ருக்களுக்குச் சிரார்த்தம் செய்யப்படுகிறது. இவ்விடத்தில் சிரார்த்தம் செய்தால் நம்முன்னோர்களின் அனைத்துத் தலைமுறையினர்க்கும் மோட்சம் கிடைப்பதாகவும் அதற்குப் பிறகு சிரார்த்தம் செய்ய வேண்டியதில்லை என்பதும் ஐதீஹம்.[9]

என்பர்.

ஆதலால், இவ்விடம் வதரியருகில் உள்ள பிரம்ம கபாலம் எனக்கொள்ள இடமுண்டு.

குறிப்புகள்

1. இரா. நாகசாமி, *மாமல்லை,* ப.112.
2. *ஸந்த்யாவந்தனம்* (ஆசாரியாளின் விளக்கம்), ப.101.
3. மேலது, பக். 93–100.
4. எம்.கே. வெங்கடராம சாஸ்திரிகள் மற்றும் பிறர் (தொ.ஆ–ள்), *ஸங்க்ஷேப தர்ம சாஸ்திரம்,* ப.90.
5. மேலது, பக்.99 – 100.
6. மேலது, ப.85.
7. மேலது, ப. 87.
8. இம்மந்திரத்தினை எடுத்துக்கொடுத்துதவியவர் தொல்லியல் அறிஞர் தியாக. சத்தியமூர்த்தி ஆவார். அவருக்கு நன்றி.
9. ஆ. எதிராஜன், *108, வைணவ திவ்யதேச ஸ்தல வரலாறு,* ப.617.

விலங்குகள்

யானைகள்

யானைக் கூட்டமொன்று கங்கையாற்றில் நீரருந்தியும் நீர்விளை யாடியும் மகிழ்கின்றது. இக்கூட்டத்தில் பத்து யானைகள் உள்ளன. இரு யானைகள் பேருருவத்துடன் முன்னிற்க, ஏனையவை தூரம் புலப்படும் வண்ணம் பின்புறமும் தொலைவிலும் நிற்கின்றன. முன் நிற்கும் யானையே கூட்டத்தின் தலைவனாக எண்ணத்தக்கது. அது நான்கு தந்தங்களைக் கொண்ட, உருவில் பெரிதான ஆண் யானை யாகும். தந்தங்கள் நான்கும் தனித்தனியே காட்டப்படாமல், முன் பகுதியில் பிளவுபட்டு நான்காகக் காட்டப்பட்டுள்ளன. அது தன் நீண்ட துதிக்கையினால் நீரினை உறிஞ்சிய வண்ணம் நிற்கிறது.

அதன் முன்னங்கால்களுக்கும் துதிக்கைக்கும் ஊடாகத் தொலைவில் தெரியும் மற்றொரு யானையும் நீரினை உறிஞ்சுகிறது. பெரிய யானையின் அடிவயிற்று ஊடாகப் பார்க்கும்போது தொலைவில் மூன்று யானைகள் தென்படுகின்றன. அவற்றுள் முன்னுள்ள யானை நீரிலோ அல்லது கரையிலோ மண்டியிட்டு நீரினைப் பருகுகிறது. அடுத்துள்ள யானை, உறிஞ்சிய நீரினைப் பருகத் துதிக்கையை வளைக்க எத்தனிக்கிறது. பின்னுள்ள யானை முன்னுள்ள யானையின் முதுகுப்புறமாகத் தலை உயர்த்தி, உறிஞ்சிய நீரை வாயினுள் பாய்ச்சிக் கொள்ளத் துதிக்கையைக் கொண்டு செல்கிறது.

பெரிய யானையின் பின்னால் பெண்யானையொன்று நடை பயின்று வருகிறது. சிறிய தந்தங்களே உள்ளன. தன் துதிக்கையின் நுனியை வளைத்துள்ள அது, முன் இடதுகாலினைச் சற்று உயரத் தூக்கி, நடந்துவரும் பாவனையைக் காட்டுகிறது. அதன் அடிவயிற்றின் ஊடாக நோக்கும்போது இரு யானைகள் தெரிகின்றன. முன்னிற்கும் யானை மண்டியிட்டு நீரினை உறிஞ்சுகிறது. அடுத்துள்ள யானை நீரினை உறிஞ்சிக்கொண்டு நிமிர்கிறது.

இரண்டாவது பெரிய யானையின் பின்புறம் இரு யானைகள் உள்ளன. முதல் யானை முன்னங்கால்களை மடித்துக் குனிந்து

யானைக் கூட்டம்

நீரினை உறிஞ்சுகிறது. பின்னுள்ள யானை தன்மீது கொட்டும் அருவியில் நனைந்து மகிழ்ந்தவண்ணம் நீரினை உறிஞ்சியுண்ணத் தலைப்படுகிறது.

भृङ्गराजोपचक्राश्चलोहपृष्ठाः पतत्रिणः ।
चतुर्विषाणाः पद्माभाः कुञ्जराः सकरेणवः ।। ९० ।।

ப்ருங்க ராஜோபசக்ராஸ்ச லோஹப்ருஷ்டா: பதத்ரிண: ।
சதுர்விஷாணா: பத்மாபா: குஞ்ஜரா: ஸகரேணவ: ।।

வண்டுகள் மற்றும் சக்கரவாகக் கூட்டங்கள் உலோகம் போன்ற பின்புறமுடைய பறவைகள் தாமரையின் நடுபாகத்திலுள்ள ஒளியைப் போன்ற நிறமுடைய நான்கு தந்தங்கள் மற்றும் நீண்ட துதிக்கையுடைய யானைகள்(90)

एते वैदूर्यवर्णाभं क्षोभयन्ति महत्सरः ।
बहुतालसमुत्सेधाः शैलशृङ्गपरिच्युताः ।। ९१ ।।

ஏதே வைடூர்யவர்ணாபம் க்ஷோபயந்தி மஹத்ஸர: ।
பஹுதால ஸமுத்ஸேதா: சைலச்ருங்க பரிச்யுதா: ।।

பனைமரம் போல் உயர்ந்த, மலைகளில் உச்சியிலிருந்து இறங்கி வந்துள்ள இந்த யானைகள் வைடூர்யம்போல் மின்னுகின்ற இப் பெரிய தடாகத்தைக் கலக்குகின்றன.

என அமையும் மகாபாரதத்தின் வருணனைக்கு ஏற்ப இந்த யானைகள் சித்திரிக்கப்பட்டுள்ளன. இவ்வருணனை,

கந்தமாதன வனத்தின் அழகில் ஈடுபட்ட தருமர் பீமனிடம் “பீம!... நான்கு கொம்புகளும் தாமரை மலர்போன்ற நிறமுள்ள வையுமான இந்த யானைகள் பெண்யானைகளுடன் வந்து, வைடூரிய நிறம் வாய்ந்த பெரிய குளத்தைக் கலக்குகின்றன ...”

என்று குறிப்பிடும் இடத்தில் அமைந்துள்ளதாகும்.[1]

இமயத்தில் மிகுந்த எண்ணிக்கையில் யானைகள் வாழ்வது குறித்து சங்க இலக்கியம் பேசுகிறது.

கவரி முச்சிக் கார்விரி கூந்தல்
ஊசல் மேவல் சேயிழை மகளிர்
உரல்போல் பெருங்கால் இலங்குவாள் மருப்பின்
பெருங்கை மதமாப் புகுதரின் அவற்றுள்
விருந்தின் வீழ்பிடி எண்ணுமுறை பெறாஅக்
கடவுள் நிலைய கல்லோங்கு நெடுவரை
வடதிசை எல்லை இமயம் ... (பதிற்.43:1–7)

‘கவரி மானினது கொண்டை முடிபோன்ற உச்சிக் கொண்டையினையும் கார்மேகம்போல் விரிந்த கூந்தலையும் உடையவரான ஊசலாட்டத்தை விரும்பும், அழகிய அணிகலன்களை அணிந்த இளமகளிர், உரலைப் போல் பருத்த கால்களையும் விளங்கும் கொம்புகளையும் பெரிய கைகளையும் உடையவான மதயானைகள், தாங்கள் வாழும் காட்டுப்பக்கத்தில் புகுந்ததால்,

அவற்றுள் புதியவாய் வந்து இளங்களிறுகளாலே விரும்பப்படுகின்ற பிடியானைகளை மட்டுமே எண்ணிக் காண முயல்வர். அவற்றை முறையே எண்ண முயன்றும் எண்ணிக் காண இயலாமையால், தமது எண்ணும் ஆர்வத்தைக் கைவிடுவர். இத்தன்மையுடையதும், கடவுளர் தங்கும் நிலைகளை உடையதும் கற்களாலே உயர்ந்த நெடுவரைகளைக் கொண்டதுமான இமயமலை சேரனுக்கு வடதிசை எல்லையாயிற்று' எனப் பரணர் சுட்டுகிறார்.

திருப்பிரிதி எனும் இமயத் திருப்பதியைப் பாடும் திருமங்கையாழ்வார்,

... நல் இமயத்துக்
கடிகொள் வேங்கையின் நறுமலர் அமளியின்
மணிஅறை மிசைவேழம்
பிடியி னோடுவண் டிசைசொலத் துயில்கொளும்
பிரிதி ...

(பெரிய திருமொழி, முதல்பத்து, 2, பா.எ.13)

என 'மணம் பொருந்திய வேங்கை மரத்தினது அழகிய மலர் நிறைந்த படுக்கையின் கண், களிற்றுயானைகள், வண்டுகள் பாட உறக்கம் கொள்ளும்' காட்சியினையும்

...நல் இமயத்து
வரைசெய் மாக்களி றிளவெதிர் வளர்முளை
அளை மிகு தேன்தோய்த்துப்
பிரச வாரிதன் இளம்பிடிக் கருள்செயும்
பிரிதி ...

(பெரிய திருமொழி, முதல்பத்து, 2, பா.எ.15)

என 'மலை வகுத்தாற்போல இருக்கும் பெரிய வடிவினையுடைய களிறு இளமையான மூங்கிலின் வளர்ந்த முளைகளைப் பிடுங்கி, முழைஞ்சுகளில் நிறைந்திருக்கும் தேன் கூட்டில் உள்ள தேனில் தோய்த்து, தன் துணைக்குக் கோது தட்டாதவாறு பிழியும்' காட்சியினையும் காட்டியுள்ளார்.

இமயமலையிலுள்ள குளத்தில் யானைகள் நீராடுகின்ற காட்சியினைக் காளிதாசர் குமார சம்பவத்தில், 'அன்பின் மிகுதியால் பெண் யானை, தாமரை மலரின் மகரந்தப் பொடியினது வாஸனையுடையதும் துதிக்கையால் எடுக்கப்பட்டதுமான ஜலத்தை ஆண் யானைக்குக் கொடுத்தது' என்று வருணித்துள்ளார்.[2]

வான்மீகி காலத்தில் யானைகள்,

பத்ர *(Bhadra)* – குள்ளமானவை, சரியான அளவுகள் கொண்டவை. மந்த்ரம் *(Mandram)* – பெரிய கால்களையும் மந்தமான நடையினையும் கொண்டவை. ம்ருஹா *(Mriga)* – ஒல்லியானவை; உறுதிவாய்ந்தவை என மூவகையாகப் பிரிக்கப்பட்டன ... அக்காலத்தில் இமயம் மற்றும் விந்திய மலைகளின் அடிவாரங்கள் அங்கிருந்த மிகச் சிறந்த யானைகளுக்காகப் புகழ்பெற்றிருந்தன. ஐராவதம், மகாபத்மம், அஞ்சனம், வாமனம் ஆகிய யானைகள் அயோத்தி நகரில் இருந்தன. ஐராவதம் மற்றும் இந்திரசீரா மலைகள் மிக உன்னதமான தரமிக்க யானைகளுக்காகப் பெருமையுற்றன. காணுவதற்கு இனிய அவை 'பிரியதர்சன' என அழைக்கப்பெற்றன.

விலங்கியல் அறிஞர் சிலர், இந்திய யானைகளை, 1. *Elephas maximus dahuleniss Deranitagala* 2. *Elephas maximus bengalensis de Blanin ville* என இரண்டாக வகைப்படுத்துகின்றனர்.[3]

முதல்வகை தென்னிந்தியாவில் காணப்படுவதாகும். 82 விழுக்காட்டு ஆண் யானைகள் தந்தங்களைப் பெற்றிருக்கும்... இரண்டாம் வகை யானைகள் வடஇந்தியாவிலும் நேபாளத்திலும் காணப்படுகின்றனவாகும். 51 விழுக்காட்டு ஆண்யானைகள் மட்டுமே தந்தங்களைப் பெற்றிருக்கும். அவை மேல்நோக்கி வளைந்திருக்கும்.

இந்திய யானை, ஆப்பிரிக்க யானையைவிட உருவத்தில் சிறியது. ஆப்பிரிக்க யானைபோல் மிகப்பெரிய செவிமடல்கள் இதற்கில்லை. இந்திய யானைக்கு ஒவ்வொரு காலிலும் நான்கு நகங்கள் அமைந்திருக்கும். துதிக்கையின் நுனியில் ஒற்றை இதழ் (Lip) காணப்படும். பொதுவாக, ஆண்யானைகளுக்கே தந்தங்கள் இருக்கும். பெண்யானைகள் சில அங்குல நீளமுள்ள தந்தங்களைப் பெற்றிருப்பதும் உண்டு. தந்தங்களின் அமைப்பு மாறுபட்டிருக்கலாம். அது அகன்று விரிந்தோ, வளைந்தோ, நேராகவோ, கீழ்நோக்கியோ காணப்படலாம். சில ஆண்யானைகளுக்குப் பெண்யானைகளின் அளவே தந்தங்கள் காணப்படுவதும் உண்டு. தந்தமற்ற ஆண் யானைகள் மிக உயர்ந்த வலிய உடலுடனும் மிக வளர்ச்சியுற்ற துதிக்கையுடனும் காணப்படும். உத்திரப்பிரதேச இமயத்திலும், வங்காளத்திலும் அசாமிலும், ஒரிசாவிலும் மேற்குத்தொடர்ச்சி மலையிலும் மிகுதியாகக் காணப்படுகின்றன.[4]

நன்கு வளர்ந்த யானை நாளொன்றுக்கு சுமார் 190 லிட்டர் நீர் குடிக்கிறது. ஒருமுறை குடிக்கச் சுமார் 70 லிட்டர் நீர் தேவைப்படுகிறது.

கங்கையில் நீராடும் யானைகள்

நீரைத் தன் துதிக்கையில் உறிஞ்சி எடுத்து வாயினுள் வைத்துத் தொண்டையினுள் ஊற்றிக் கொள்கிறது. யானைகளுக்கு உணவைப் போலவே நீரும் மிக இன்றியமையாதது. கோடைக்காலங்களில் அவைகள் நீர் நிலைகளை அடுத்தே அலைந்து கொண்டிருக்கின்றன. சில சமயங்களில் நீருக்காக வெகுதொலைவு அலைந்து செல்லுகின்றன ... கோடைக்காலங்களில் வெப்பம் தாங்காத யானைகள் நீரில் படுத்துக்கொள்ளும். அவைகள் துதிக்கையில் நீரை எடுத்துத் தங்கள் தலையிலும் முகத்திலும் ஊற்றிக் கொள்கின்றன. நீர் நிறைந்த ஆறு, குளங்களில் யானைக்கூட்டம் நீரில் விளையாடுவதும் உண்டு.[5]

யானை இனத்தில் இன்று உலகில் எஞ்சியுள்ளவை ஆப்பிரிக்க யானையும் இந்திய யானையுமே ஆகும். இச்சிற்பத்தொகுதியில் உள்ளவை இந்திய யானைகள் எலிஃபஸ் மேக்ஸிமஸ் *(Elephas maxiamus)* ஆகும்.

இந்திய யானை மிக அரிதாக 10அடி 6அங்குலம் உயரம் உடையதாக இருந்துள்ளது. ஆனால் பருவமடைந்த ஆண் யானையின் சராசரி உயரம் 9அடியாகும். (2.75மீட்டர்). பெண் யானையின் சராசரி உயரம் அதனினும் ஓர் அடி குறைவாக இருக்கும் என்பர்.[6]

அதற்கேற்ப, சிற்பத்தொகுதியில் முன்னிற்கும் ஆண் யானை, பின்னிற்கும் பெண் யானையினும் சற்று உயரமாகக் காட்டப்பட்டுள்ளது குறிப்பிடத் தக்கதாகும்.

பொதுவாக, புராண இலக்கியங்களில் நான்கு தந்தங்களைக் கொண்ட யானையொன்று பேசப்படுகிறது. வெள்ளை நிறம்கொண்ட அந்த யானை 'ஐராவதம்' என்னும் பெயரினை உடையது. பாற்கடலை அசுரர்களும் தேவர்களும் கடைந்தபோது தோன்றிய பல பொருட்களுள் அதுவும் ஒன்று. அதனை இந்திரன் தன் வாகனமாகக் கொண்டான். அது ஒற்றை யானையாக இருந்ததும் சாபம் பெற்றுப் பின் நீங்கியதும் புராணங்களில் பேசப்படுகின்றன.[7]

நான்கு தந்தங்களை உடைய ஆண் யானைகள் தத்தம் பிடிகளுடன் நீருண்ணும் காட்சி பாரதத்தில் குறிப்பிடப்படுகிறது.[8] குளங்களைக் அவை கலக்குவதாகக் கூறப்படும் வருணனை இங்குச் சிற்பத்தொகுதியில் ஆற்றங் கரைப் பின்புலத்தில் சித்திரிக்கப்பட்டுள்ளது.

குறிப்புகள்

1. வனபர்வம், யக்ஷயுத்தபர்வம், ப.13.
2. குமார ஸம்பவ மஹாகாவ்யம், பா.எ.III: 37.
3. Ramesh Bedi. *Elephat, Lord of the Jungle,* pp.11-12.
4. S.H.Prater, *The Book of indian Animals,* p.224.
5. ப.சி.சுப்பையன், இந்திய வன விலங்குகள், பக்.201 – 202.
6. மேற்.நூ., ப.224.
7. ஆ. சிங்காரவேலு முதலியார், அபிதானசிந்தாமணி

8. யானைகளின் பரிணாமம் குறித்து விலங்கியல் அறிஞர்கள் கூறும் சுவையான தகவலொன்று இங்குக் குறிப்பிடத்தக்கது. வரலாற்றுக்கு மிக முற்பட்ட காலத்திலிருந்து யானைகள் *Moeritherium, Deinotherium, Palaeomastodon, Mammut, Gomphotherium, Stegodon, Primelephas* எனப் பல்வேறு வகையாக வளர்ச்சியுற்றுள்ளன. அவற்றுள் *Primelephas* என்ற வகை யானைகள் மேல் தாடையில் இரண்டும் கீழ்த்தாடையில் இரண்டுமாக நான்கு தந்தங்களைப் பெற்றிருந்தன. தற்போது வாழும் ஆசிய, ஆப்பிரிக்க யானைகள் மற்றும் மரபழிந்து போன மாமூத்தஸ் *(Mammuthus)* யானைகள் ஆகியனவற்றிற்கு அவ்வகையே உடனடி மூதாதையாகும். அவை 7 – 5 மில்லியன் ஆண்டுகளுக்கு முன் வாழ்ந்தவையாகும்.

- *National Geographic,* Vol.179, No.5, p.21.

யாளிகள்

வலப்புறப் பாறையில் ஆடுகளுக்கு இடப்பக்கம், தலையில் கொம்புகளைக் கொண்ட யாளியொன்று முன் காலினைத் தூக்கிய வண்ணம் முழங்கி நிற்கிறது. இடப்புறப்பாறையின் மேல்வரிசை இடது கோடியில், கந்தர்வ இணைகளுக்கு மேலாக, கொம்புகளைக் கொண்ட யாளியொன்று படுத்த நிலையில் தலையுயர்த்தி முழங்கு கிறது.

பாண்டவர்கள் வனவாசத்தின்போது, மால்ய பர்வதத்தைப் பார்த்த பிறகு, 'கின்னரார், கிம்புருஷர், ஸித்தர், சாரணர், அப்ஸர ஸ்திரிகள் வஸிக்கும் இடமாயும் சிங்கம், யானை, கரடி, புலி முதலிய மிருகங்கள் நிறைந்து சரபங்களின் பேரொலியினால் முழங்கப்பட்டது மான மலையைக் கண்டார்கள்' எனும் இடத்திலும் இன்னும் பிற இடங்களிலும் 'சரபம்' என்னும் விலங்கினைப் பாரதம் குறிப்பிடு கிறது.[1]

மேலும், 'சரபம்' எட்டுக்கால்களைக் கொண்டது எனவும் சிங்கங்களையும் கொல்லுவது எனவும் பாரதம் கூறுகிறது.[2]

இமயத்தில் உள்ள சரபம் குறித்துக் காளிதாசர் மேக சந்தேசத் தில் கூறியுள்ளார். யட்சன், மேகத்தைப் பார்த்து,

> மேகமே! ஹிமாலயத்தில் சிங்கங்களையும், யானைகளை யும் கொல்லும் திறன் வாய்ந்த எட்டுக்கால்களையுடைய சரபம் என்ற மிருகங்கள் உள்ளன. உன்னைக் கண்டு யானை என்றோ உன் கர்ஜனை கேட்டு சிங்கமென்றோ நினைத்துக் கடுங்கோபங்கொண்டு மிகவேகமாக மேல் நோக்கித் துள்ளி உன்னைத் தாக்க முயலும். ஆனால் அவைகள் பாயும் வழியைவிட்டு நீ மேலே இருப்பதால், அவை உன்னையடைய முடியாமல் கீழே பாறைகளில் வீழ்ந்து தங்கள் அவயவங்களைத் தாங்களே உடைத்துக் கொள்ளும். ஆயினும் நீயும் அவற்றிற்குத் தண்டனை தர வேண்டும். கடுமையான கல்மழை பொழிந்து அவற்றை அடித்து நாற்றிசையிலும் அவை சிதறி ஓடும்படிச் செய்ய வேண்டும். (மே.ஸ., பா.எ.54).

என்று குறிப்பிடுகிறான்.

யாளி

> இது (சரபம்) எட்டுக்கால்கள் உடைய பலம் பொருந்திய ஒருவகை மிருகம். நான்கு கால்கள் மற்ற மிருகங்களுக்கு இருப்பதுபோல் இருக்கும். முதுகிலே நான்கு கால்கள் உண்டு என்பர் (மே.ஸ., ப.125)

என உரையாசிரியர் வே.ஸ்ரீ. வேங்கடராகவாசார்யர் குறிப்பிட்டுள்ளார். சரபம் என்பது குறித்து மாறுபட்ட கருத்துகளும் உள்ளன.

காளிதாசரின் பழைய உரையாசிரியராகிய மல்லிநாதர் 'இது எட்டுக் கால்களைக் கொண்ட மான்' என்று குறிப்பிட்டுள்ளார்.[3]

சரபம் என்னும் விலங்கினைச் சரபமூர்த்தி வடிவத்துடன் இணைத் தெண்ணிப் பார்க்கலாம். இது திருமாலின் அவதாரமான நரசிம்மத்தினை அடக்குவதற்காகச் சிவனெடுத்த வடிவமாகும்.

சரப என்பது விலங்கும் பறவையும் இணைந்த ஒரு வடிவம். இதற்கு இரண்டு சிங்க முகங்களும் உடலும் நீண்ட வாலும் பறவைகளைப் போன்ற இரு இறகுகளும் எட்டுக்கால்களும் உள்ளன. இதன் உருவ அமைப்பினை இலிங்க புராணமும் காஞ்சிபுராணமும் கூறுகின்றன.

> நன்னா லிரண்டு திருவடியும் நனிநீள் வாலும் முகம்இரண்டும்
> கொன்னார் சிறகும் உருத்திரமும் கொடும் பேரார்ப்பும் எதிர்தோற்றிச்

செந்நீர் பருகிச் செருக்குநர மடங்கல்ஆவி செகுத்துரி கொண்(டு)
ஒன்னார் குலங்கள் முழுதழிக்கும் உடையான் சரபத் திருவுருவம்.

எனக் காஞ்சிப்புராணம் சரபத் திருவுருவினை விவரிக்கின்றது. இவ்வடிவம் சிங்கத்தினைவிடப் பலம் வாய்ந்தது. எண்காற்புள், சிம்புள் என்றும் அழைக்கப்படும்.[4]

சிற்பநூல்களும் புராணங்களும் பல்வேறு வடிவ வேறுபாடுகளுடன் சரபத்தைக் குறிப்பிட்டாலும் அடிப்படையில், அது சிங்க உடல் மற்றும் தலையுடன் பிற வலிமைக் கூறுகளை இணைத்த வடிவமேயாகும்.

சிற்பத்தொகுதியில், எட்டுக்கால்களைக் கொண்ட விலங்கு ஏதும் இடம்பெறவில்லை. ஆயினும் கொம்பு, துதிக்கை ஆகியனவற்றைச் சிங்க உடலுடன் இணைத்து, மிகப்பெரும் வலிமை வாய்ந்த விலங்காக, யாளி வடிவங்களே பல்வேறு இடங்களிலும் பல்லவர் காலத்தில் மிகுதியாகப் படைக்கப்பட்டுள்ளன. ஆதலால், இமயத்தின் சரபம் இங்குச் சிங்கத்தினும் மேம்பட்ட, கொம்புகளைக் கொண்ட யாளிகளாக வடிக்கப்பெற்றுள்ளன எனக் கருதுவது பொருத்தமுடையதாகும்.

குறிப்புகள்

1. *வனபர்வம், யக்ஷயுத்த பர்வம்,* ப.11.
2. Aranyaka Parvan, cxxxiv, 14, Quotation, K.Bharatha Iyer, *Animals in Indian Sculpture,* p.67.
3. Sures Chandra Banerji, *Kalidasa - Kosa,* p.22.
4. எஸ். நாராயணசுவாமி, *தெய்வத்திருமேனிகளின் தியானம் –ரூபம் – யந்திரம் – மந்திரம்,* ப.244.

சிங்கங்கள்

மல்லைச் சிற்பத்தொகுதியில், பாலருந்தும் இரண்டு குட்டிகள் உட்பட, பதினான்கு சிங்கங்கள் உள்ளன. இவற்றுள் சில, நிறைந்த பிடரி முடி கொண்ட ஆண் சிங்கங்களாகவும் ஏனையவை பெண் சிங்கங்களாகவும் காட்டப்பெற்றுள்ளன.[1]

இமயத்தில் வாழ்ந்த சிங்கங்களைக் குறித்து, இதிகாசங்களும் புராணங்களும் இலக்கியங்களும் விரிவாகப் பேசியுள்ளன.

> ரகுவின் சேனைகள், மலையில் ஏறியபொழுது பெரும் சத்தமிட்டுக் கொண்டு சென்றன. அச்சத்தையுண்டாக்கும் அச்சத்தத்தைக் கேட்டும் ஹிமாலயத்தின் குஹைகளில் இருந்த சிங்கங்கள் சிறிதும் பரபரப்பின்றி, தைரியத்துடன் தலையைச் சிறிதே திரும்பிச் சேனையை நோக்கின. ரகு, தன்னைப்போல மனோபலத்துடன் இருக்கின்ற சிங்கங்களின் மனத்திண்மையை, அவைகளின் பார்வையைக் கொண்டு அறிந்து மெச்சினான்.[2]

எனக் காளிதாசர் குறிப்பிட்டுள்ளார்.

இமயத்திலுள்ள 'பிரிதி' என்னும் திருப்பதியை மங்களா சாசனம் செய்யும்போது,

விலங்கல் போல்வன விறல்இரும் சினத்தன
  வேழங்கள் துயர்கூரப்
பிலம்கொள் வாள்எயிற் றரிவை திரிதரு
                    பிரிதி . . .

(பெரிய திருமொழி, முதல்பத்து, 2, பா.எ.2)

எனக் குறிப்பிடும் திருமங்கையாழ்வார், அங்குறையும் புலிகள், வேழங்கள், பாம்புகள் முதலியன குறித்தும் விரிவாக வருணித்துள்ளார்.

> இந்தியச் சிங்கத்திற்குப் பெரிய வால் குஞ்சமும் முழங்காலில் கற்றையான மயிரும் வயிற்றுப்பகுதியில் எல்லை

சிங்கம்

குட்டிகளுக்குப் பால் தரும் சிங்கம்

போன்று அமைந்துள்ள மயிர்களும் (Fringes) உள்ளன... இந்தியச் சிங்கத்தின் உடல், ஆப்பிரிக்கச் சிங்கத்தின் உடலைக் காட்டிலும் தடித்துள்ளது. பிடரிமயிர்கள் உள்ள இந்திய சிங்கங்களில் காதிலிருந்து மூக்கு நுனிவரையிலுள்ள தலைப்பாகம் நீண்டுள்ளது... நன்குவளர்ந்த சிங்கம், சுமார் 275 செ.மீ. நீளம் இருக்கிறது... குட்டியீனும் சமயத்தில் கருவுற்ற பெண் சிங்கம், தன் கூட்டத்தைவிட்டுத் தனியான ஓர் இடத்திற்குச் சென்று 3 அல்லது 4 குட்டிகளை ஈனுகிறது... பெண் சிங்கங்களும் குட்டி வேறுபாடின்றிப் பாலூட்டுகின்றன.[3]

ஒருகாலத்தில் மத்திய தரைக்கடல் பகுதி தொடங்கி, இந்தியா வரையிலான காட்டினை ஆண்ட (ஆசிய) சிங்கங்கள் குறைந்து போய், இன்று 300 மட்டுமே இந்தியாவில் எஞ்சியுள்ளன.[4]

சிங்கங்கள் ஆப்பிரிக்காவைச் சார்ந்தவை எனப் பெரும்பாலானோர் எண்ணுகின்றனர். இவ்வாறு எண்ணுவதற்கு, சிங்கங்கள் மற்ற இடங்களில் வேட்டையாடிக் கொல்லப்பட்டுவிட்டதே காரணமாகும். பத்தாயிரம் ஆண்டுகளுக்கு முன்னால், சிங்கங்கள் இவ்வுலகின் பல பகுதிகளிலும் பரவியிருந்தன. மக்களும் அவ்வாறே! ஆனால் மக்கள் பெருக்கத்தின் காரணமாகச் சிங்கங்கள் தங்கள் வாழ்விடத்தை இழந்து சுருங்கிவிட்டன. ஆப்பிரிக்கச் சிங்க இனத்திலிருந்து ஏறத்தாழ ஓர் இலட்சம் ஆண்டுகளுக்கு முன்னால் பிரிந்து உருவான ஆசிய சிங்கங்கள், தற்போது மிகவும் நெருக்கடிக்குள்ளாகி, மிகுந்த துன்பத்தோடு தங்கள் வாழ்விடத்தைக் காப்பாற்றப் போராடிக் கொண்டுள்ளன.[5]

முன்னர் இந்தியா முழுதும் சிறந்து வாழ்ந்திருந்து, இன்று எண்ணிக்கையில் சிறுத்து குஜராத் மாநிலம் ஜூனாகட் மாவட்டத்தில் கிர் புகலரணில் (Gir Sanctuary) மட்டும் எஞ்சிவாழும் சிங்கங்கள் குறித்து மா.கிருஷ்ணன் கூறும் கருத்துகள் இவ்விடத்தில் இணைத்தெண்ணத்தக்கன:

ஒரு காலத்தில் இந்தியாவில் சிங்கங்கள் செழித்து வாழ்ந்தன. பிரம்மாண்டமான மரங்களும் கொடிகளும் செறிந்து இருண்ட மலைச்சாரல்களில் இவைகளுக்குப் பிரியம் இல்லை, சற்று வெளிப்பாங்கான காடுகளிலும் புதர் நிறைந்த இடங்களிலுமே இவை குடிகொள்ளும். குஜராத்திலும் சுற்று முற்றும் இவ்வசதியுள்ள இடங்களில் சிங்கங்கள் மிக இருந்தன. அசோகன் கல்வெட்டுகளிலிருந்து மட்டும் அல்ல, அக்பர் காலத்து ஓவியங்களிலிருந்தும் அந்நாளில் வடஇந்தியாவில் சிங்கங்கள் இருந்ததை அறியலாம். 19ஆம் நூற்றாண்டின் தொடக்கத்தில் அச்சேறிய வேட்டையைப் பற்றிய புத்தகம் ஒன்றில் ஓர் ஐரோப்பிய ராணுவ உத்தியோகஸ்தர் மூன்று வருஷங்களில் 80 சிங்கங்களைச் சுட்டுக்கொன்ற செய்தி இருக்கிறது. சுமார் 150 ஆண்டுகளுக்கு முன்னும் நம்நாட்டில் சிங்கங்கள் சகஜமாக சஞ்சரித்தன என்பது இதிலிருந்து விளங்கும்.[6]

குறிப்புகள்

1. இச்சிற்பத் தொகுதியில் புலிகளையோ அல்லது பூனைக் குடும்பத்தைச் சார்ந்த பிற விலங்குகளையோ பிரித்தறிவது கடினமாக உள்ளது. பனிச் சிறுத்தை *(Snow Leopard)* போன்ற இமய விலங்குகள் இங்குச் சித்திரிக்கப் பெறவில்லை எனலாம். பிடாரி முடியுடன் காட்டப்பட்டுள்ள சிங்கங்கள், யாளிகள் ஆகியன தவிர்த்து, குட்டிகளுக்குப் பாலூட்டுவதும் படுத்துள்ள சில விலங்குகளும் பெண் சிங்கங்களே எனக் கொள்வதில் பிழையில்லை எனலாம்.
2. *ரகுவம்ச மஹாகாவ்யம்*, IV: 72.
3. ப.சி. சுப்பையன், *இந்திய வனவிலங்குகள்*, பக்.98 – 100.
4. *National Geographic*, Vol.199. No.6 p.47.
5. மேலது, ப.50.
6. மா. கிருஷ்ணன், சு. தியடோர் பாஸ்கரன் (தொ.ஆ)., *மழைக் காலமும் குயிலோசையும்*, பக்.129 – 130.

வானரங்கள்

மாமல்லைச் சிற்பத்தொகுதியில் இடதுபுறப்பாறையில் இரண்டும் வலதுபுறப்பாறையில் இரண்டுமாக நான்கு குரங்குகள் காட்டப்பட்டுள்ளன.

வனவாசத்தின்போது, இமயமலையில் உறைகின்ற பாண்டவர்கள் 'மால்யவான்' என்னும் பெரிய மலையை அடைந்தனர். தடாகங்களில் ஏராளமான நீர்ப்பூக்கள் மலர்ந்திருந்தன. விலங்குகளும் பறவைகளும் ஓசையெழுப்பின. அவ்வோசைகள் அவர்களை வரவேற்பது போலிருந்தது. குரங்குகள் மரக்கிளைகளில் தாவிக் குதித்துக்கொண்டிருந்தன என்று மகாபாரதம் குறிப்பிடுகிறது.[1]

லங்கூர் குரங்குகள்

இடதுபுறப்பாறையில் வேடர்கள் நிற்கும் வரிசையில் வேடனுக்கும் முயலுக்கும் இடையில் வானரமொன்று அமர்ந்துள்ளது. கூம்பாகச் செல்லும் முடி தொப்பிபோல் அமைய, நீண்ட உடலுடன் அது இடது கையினைத் தாடையருகில் வைத்தும் வலது கையினை வலது முழந்தாள்மீது வைத்தும் வலதுகால் முன்னாகவும் இடதுகால் பின்னாகவும் பின்புறம் தலைவரை உயர்ந்த வாலுடனும் மிக இயல்பாக அமர்ந்துள்ளது.

மற்றுமொரு வானரம், திருமால் கோயிலுக்கு வலப்புறம் அமர்ந்துள்ளது. அதனது தலைமுடியும் மேலே கூம்பாக அமைந்து தொப்பிபோல் காணப்படுகிறது. தாடைப்பகுதியில் அகன்ற தாடி காணப்படுகிறது. இடதுகையினை இடதுதோளில் கன்னப் பகுதியை ஒட்டிவைத்தும் வலதுகையினை முழந்தாள்மீது வைத்தும் கால்கள் இரண்டும் குந்தவைத்த நிலையிலும் அமர்ந்துள்ளது. தடித்து, நீண்ட வால் முதுகிற்குமேல் தலை வரை சென்று பின்புறம் வளைந்து உள்ளது. முயல் அருகில் உள்ள வானரத்தினும் இது சற்றுப் பருத்த உடலுடையதாகவும் வயதில் மூத்ததாகவும் தென்படுகிறது.

இவ்வானரங்கள் சாதாரண லங்கூர் அல்லது அனுமக் குரங்கு *(Common Langur or Hanuman Monkey)* என அழைக்கப் பெறும் வகையினவாகும். பிரெஸ்பைடிஸ் என்டெல்லஸ்

குரங்கு

லங்கூர் குரங்கு

(Presbytis entellus) என்பது இவற்றின் விலங்கியல் பெயராகும். இமயமலைப் பகுதியில் பாகரி, டெண்டோ என்றும் குமான் பகுதியில் கூனி என்றும் இவை அழைக்கப்பெறுகின்றன.

உட்கார்ந்து இருக்கும்போது 60 முதல் 75 செ.மீ உயரமிருக்கும். வால் 90 முதல் 100 செ.மீ நீளமிருக்கும். ஆணைவிடப் பெண் சற்றுச் சிறியதாகும். இமயத்துக் குரங்குகள் குறிப்பாக, வடமேற்கு மலைத்தொடர்களில் உள்ளவை உருவில் பெரியதாகவும் அதிக எடையுள்ளதாகவும் காணப்படுகின்றன. பதினாறிலிருந்து இருபத் தொரு கிலோ எடை இருக்கும்.

இவை நீண்ட கால்களையும் நீண்ட வால்களையும் கரிய முகங் களையும் உடையன. காடுகளில் மட்டுமின்றிச் சிற்றூர்களிலும் நகர்ப்பகுதிகளிலும் காணப்படுகின்றன. இமாலயக் குரங்குகள் அடர்த்தியான மீசையும் அடர்ந்த உடல்முடியும் கொண்டவை. அவற்றின் கரிய உருவத்திற்கு எதிர்மறையாக வெளிறி, ஏறக் குறைய வெண்ணிறமுள்ள தலைகளைக் கொண்டுள்ளன.

இவை தாவரப்பகுதிகளை ஒட்டியே வாழ்கின்றன; விதிவிலக்காக இந்தியாவின் சில பகுதிகளில் பாறைகளிலும் மலைச்சரிவுகளி லும் வாழ்கின்றன. இமயச் சாரலில் சமவெளியிலிருந்து பன்னி ரண்டாயிரம் அடி உயரமுள்ள காடுகளில் இவை வசிக்கின்றன. சில குரங்குகள் பனிமூடிய பைன், பர் மரக்காடுகளில் குளிர் காலங்களில் தங்கிவிடுகின்றன என்பது உண்மையே. ஆயினும் பொதுவாக இமயத்தின் பல பகுதிகளிலும் குளிர்காலத்தில் பனி மூடிய பகுதிகளில் உணவுத் தட்டுப்பாடு ஏற்படுவதனால் இமயக் குரங்குகள் கீழே உள்ள காடுகளுக்குப் புலம்பெயர்கின்றன. இலைகளிலும் மரத்தண்டுகளிலும் உள்ள நீரைத் தவிர வேறு நீரே இல்லாத வறண்ட பகுதிகளிலும் இவை வாழ்கின்றன.

இவை முற்றிலும் தாவர உணவையே உட்கொள்ளுகின்றன. காலையிலேயே உணவு உட்கொள்ளத் தொடங்கிவிடும் இவை, வெயில் நேரத்தில் மரமடர்ந்த பகுதிகளிலும் நீர்நிலைகள் அருகிலும் ஓய்வெடுகின்றன. மாலையில் இவை மீண்டும் உணவு தேடப் புறப்படுகின்றன. குரங்குகளுக்கு முதல் எதிரி சிறுத்தைகளாகும். அவை வருவதாக ஐயம் இருந்தால் குரங்குகள் அடித்தொண் டையில் கூச்சலிட்டு ஆபத்தை வெளிப்படுத்துவதோடு உருண்டு புரண்டோடிப் பாதுகாப்பைத் தேடிக்கொள்ளும். மரத்துக்கு மரம் தாவும்போது, மிக்க மகிழ்ச்சியை வெளிப்படுத்தும். மற்ற நேரங்களில் மனநிறைவோடு அமைதியாக அமர்ந்திருக்கும்... ஆண்களும் பெண்களும் முதியோரும் குழந்தைகளும் அடங்கிய நிலையான கூட்டங்களாக, அமைதியான மனநிறைவு கொண்ட வாழ்க்கையைக் குரங்குகள் நடத்துகின்றன.[2]

அசாமி மெகாகா *(Assamese Macaque)*

வலதுபுறப் பாறையில் முன்நிற்கும் யானையின் முகத்திற்கு எதிராக, நாக இணைக்கு மேலாக, குரங்கு இணையொன்று அமர்ந்துள்ளது.

முன்னால் அமர்ந்துள்ள ஆண் குரங்கின் வாய்ப்பகுதி உடைபட்டுள்ளது. அமர்ந்துள்ள பாறையிலிருந்து அதன் வால் பின்புறமாகத் தொங்குகிறது. அதனை அடுத்துள்ள பெண்குரங்கின் முகமும் உடைபட்டுப் போயுள்ளது. ஆற்றினை நோக்கியதுபோல் உடற்பகுதிகள் காணப்படினும் பார்வையாளர்களை நோக்கி, கைகளைக் கால்கள்மீது வைத்த வண்ணம் இயல்பாக அமர்ந்துள்ளன. பெண்குரங்கின் வலது கரம் கீழே ஊன்றிய நிலையில் காட்டப்பட்டுள்ளது.

இங்குள்ள குரங்குகள் அசாமி மெகாகா *(Assamese Macaque)* எனப்படும் வகையினைச் சார்ந்தவையாகும். இவை, செர்கோபிதிசிடே *(Cercopithecidae)* என்ற குடும்பத்தில் செர்கோபிதிசினே *(Cercopithecinea)* எனும் துணைக் குடும்பத்தைச் சார்ந்தவையாகும். மெகாகா *(Macaca)* எனும் பேரினத்துள் மெகாகா அசாமென்சிஸ் *(Macaca Assamensis)* என்ற சிற்றினத்தைச் சார்ந்தவையாகும்.

கிழக்கு அசாமிஸ் மெகாக் *(Eastern Assamese Macaque, Macaca assamensis assamensis)*, மேற்கு அசாமிஸ் மகாக் *(Western Assamese Macaque, Macaca assamensis pelops)* எனும் இரு துணைச் சிற்றினங்கள் கண்டறியப்பட்டுள்ளன. முதல் வகையில் 300 குரங்குகள் மட்டுமே தற்போது எஞ்சியுள்ளன.

தோற்றத்தில் ஏனைய மெகாகா குரங்குகளைப் போலவே காணப்படுகின்றன. பழுப்புக் கலந்த மஞ்சள் நிறமான இவற்றின் வயிறும் புட்டப் பகுதியும் வெளிர் நிறத்தில் உள்ளன. இவற்றின் தோல் கறுஞ்சிவப்பு நிறத்தில் அமைந்துள்ளது. வேட்டையாடப்படுவதாலும் வாழிடம் அழிவதாலும் அருகிவரும் இவை இலையுதிர் மரங்களைக் கொண்ட பசுமை மாறாக் காடுகளிலும் மூங்கில் காடுகளிலும் 300 முதல் 3500 மீட்டர் உயரமுள்ள மலையுச்சிக் காடுகளிலும் வாழுகின்றன.

இவ்வகைக் குரங்குகள் நேபாளம், வியட்நாம், தாய்லாந்து, தென்சீனம் உள்ளிட்ட தெற்கு மற்றும் தென்கிழக்கு ஆசியாவில் வாழுகின்றன. இந்தியாவில் அசாம், அருணாசலப் பிரதேசம், மிஸ்ரோம், மணிப்பூர், மேகாலயா, நாகலாந்து, சிக்கிம், மேற்குவங்கம், திரிபுரா முதலிய மாநிலங்களில் இவை காணப்படுகின்றன. சில சமயங்களில் மனிதர் வாழுமிடங்களுக்கு அருகிலும் சாலையோரங்களிலும் கோயில்களிலும் காணப்படுகின்றன. இவை, மலைகளிலும் சமவெளிகளிலும் உள்ள விளைநிலங்களைப் பாழ்படுத்துகின்றன.

வளர்ந்த குரங்கின் முகம் சிவப்பு நிறத்தில் உள்ளது. உணவை அடக்கிக் கொள்ளக் கடைவாய்க் கதுப்புப் பை உள்ளது. இமாலயன் மெகாக், மலைக்குரங்கு என்பன இவற்றின் வேறுபெயர்களாகும். 50 முதல் 73 செ.மீ. வரை உயரமுள்ள இவற்றின் வால் உடலில் மூன்றில் ஒரு பங்கு, 19 முதல்

குரங்கு இணை

38 செ.மீ. நீளம் காணப்படுகிறது. பெண் குரங்குகள் 8 முதல் 12 கிலோ எடையுடன் உள்ளன. அவற்றினும் கூடுதல் எடையுடன் ஆண் குரங்குகள் 10 முதல் 14.5 கிலோ வரை காணப்படுகின்றன.

இவை கூட்டமாகச் சேர்ந்து வாழுவதை விரும்புகின்றன. ஒவ்வொரு கூட்டத்திலும் ஆணும் பெண்ணுமாகப் பத்து முதல் ஐம்பது குரங்குகள் வரை காணப்படுகின்றன. தரையிலும் மரங்களிலும் தங்கள் நேரங்களைச் செலவிடும் இவை பழங்கள், இலைகள், தானியங்கள், பூச்சிகள் மற்றும் முதுகெலும்பில்லாப் பிற விலங்குகளை உண்ணுகின்றன. நான்கு கால்களைப் பயன்படுத்தி இடம் பெயருகின்றன.

இவை பல ஆண் – பல பெண் உறவுகொண்ட சமூக அமைப்பு டையவை. பருவமடைந்த பெண் தன் சொந்தக் கூட்டத்திலேயே தங்கி யிருக்கும். ஆனால் பருவமடைந்த ஆண் தன் கூட்டத்தின்றும் வெளியே

அசாமி மெகாகா– குரங்கு இணை

செல்லும். பேறுகாலம் 165 நாட்களாகும். ஒரு பேற்றிற்கு 400 கிராம் எடைகொண்ட ஒரு குட்டியை ஈனும்.[3]

குறிப்பு

1. வனபர்வம், யக்ஷயுத்த பர்வம், பக்.10 —11.
2. S.H.Prater, *The Book of Indian Animals,* pp.39-40.
3. தகவல் உதவி: திரு.J. முரளி, மேனாள் கல்வி அதிகாரி, இயற்கை மற்றும் இயற்கைப் பாதுகாப்பிற்கான உலகக் காட்டுயிரி நிதி, அசாம் மற்றும் அருணாசலப் பிரதேச மாநில அலுவலகம், ஹௌகாத்தி.

மான்கள்

இடப்புறப் பாறையில் காட்டுப்பகுதிக்காட்சியில் தோளில் பழம் சுமந்து நிற்கும் மலைவேடரின் காலுக்குக் கீழாகவும் பன்றிக்கு முன்பாகவும் மான் ஒன்று காணப்படுகிறது. அது மேல்நோக்கிய காதுடனும் மூன்று சிறு கிளைகளைக் கொண்ட கொம்புகளுடனும் காட்டப்பட்டுள்ளது. பக்கப் பார்வையாகக் காட்டப்பட்டுள்ளதால் ஒரு கொம்பு மட்டுமே காட்டப்பட்டுள்ளது. வயிறு சற்றுப் புடைத்துள்ளது.

சிவபெருமான் நிற்கும் இடத்திற்குக் கீழ், பாய்ந்தோடும் நிலையில் மற்றொரு மான் காட்டப்பட்டுள்ளது. முளைவிடும் சிறுகிளைகள் நான்கு கொண்டதாக இருகொம்புகள் காட்டப்பட்டுள்ளன. முன்னிரு கால்களையும் தூக்கித் துள்ளிக் குதித்துப் பாய்கிறது இம்மான்.

அதற்குச் சற்றுகீழாக, திருமால் கோயில் விமானத்தின் வலப் புறம் மான் ஒன்று படுத்துள்ளது. அதற்கு இருகொம்புகள் காட்டப் பட்டுள்ளன. அதன்முன் இடதுகால் சற்று படிந்த நிலையில், எழ எத்தனிக்கும் நிலையில் தோன்றுகிறது.

அம்மானிற்குக் கீழுள்ள சிங்கத்தின் வலப்புறம் மற்றொரு மான் நிற்கிறது. புதரிலிருந்து வெளிப்படும் தோற்றத்தில் பாதி உடல் மட்டும் காட்டப்பட்டுள்ள இம்மானிற்குக் கொம்புகள் இல்லை. தன் இடது முன்காலை முன்வைத்து மேடான பகுதியில் ஏறமுயற்சி செய்யும் நிலையில் உள்ளது.

படுத்துள்ள சிங்கத்திற்கும் யோகபட்டம் அணிந்து யோகத்தில் ஈடுபட்டுள்ள துறவிக்கும் கீழாக இரண்டு மான்கள் காட்டப் பட்டுள்ளன.

முன்னுள்ள ஆண்மான் கிளைத்துச் செல்லும் கொம்புகளைக் கொண்டுள்ளது. காதுகள் விரைத்து உயர்ந்துள்ளன. இரண்டு கொம்பு களில் பின்னுள்ள, கொம்பு கீழ் அரைப்பகுதியே காட்டப்பட்டுள் ளது. வலது முன்னங்காலை நீட்டியுள்ள மான், இடது முன்னங் காலை மடக்கியுள்ளது. தலையினைச் சிறிது பின்புறம் திருப்பித்

தன் வலது பின்னங்காலால் மூக்கினைச் சொறிந்து கொள்கிறது. காலின் குளாம்பினை இருபிளவாகப் பிளந்து மூக்கினைச் சொறிகிறது. விதைப்பைகள் காட்டப்பட்டுள்ளன. பின்னால் சற்று சாய்ந்துள்ளதால் இடதுபின்கால் குளம்பின் அடிப்பகுதி பார்ப்பவர் நேராக அமைந்துள்ளது. வால் தெளிவாகத் தெரிகிறது.

பின்னால் காதுகளை உயர்த்தியவண்ணம் பெண் மான் உள்ளது. அதன் உடலில் முன்பகுதி மட்டுமே காட்டப்பட்டுள்ளது. அது முன்காலினை மடித்துப் படுத்துள்ளது.

மான் இணை

வலப்புறப்பாறையில் மூன்று மான்கள் உள்ளன. மேல்வரிசையில் இரு கந்தர்வ இணைகளுக்கும் இடையே இருமான்கள் நிற்கின்றன. முன்னுள்ளது கொம்பினையுடைய ஆண் மானாகும். கொம்பு, தலையின் பின்புறம் வளைந்ததாகவும் சிறுகிளை முகிழ்ப்பை உடையதாகவும் காட்டப்பட்டுள்ளது. காது பின்னோக்கியுள்ளது. முன்னங்கால் முழுமையாக உடைந்து சிதைந்துள்ளது. பின்னங்கால்களும் மேல் தொடைவரையே காட்டப்பட்டுள்ளன.

அதன்பின் காட்டப்பட்டுள்ள மானிற்குக் கொம்புகள் இல்லை. அது தலையும், கழுத்தும் மட்டுமே கொண்டுள்ளது. உடற்பகுதி முழுமையாகக் காட்டப்பெறவில்லை.

சா. பாலுசாமி

வலப்பாறையின் வலது கோடியில் இரண்டு சிங்கங்களுக்கு மேலாக ஓர் ஆண்மான் நிற்கிறது. அதன் கொம்பில் நான்கு சிறுகிளைகள் காட்டப் பட்டுள்ளன. அது தன் வலது முன்காலினைச் சற்று உயர்த்தித் தூக்கியுள்ளது.

மகாபாரதம் வனபர்வத்தில், இமயத்தில் உள்ள மான்கள் குறித்துப் பல இடங்களிலும் குறிப்பிடப்பட்டுள்ளது.

இமயமலையில் உள்ள மான்கள் குறித்தும் ஆண் – பெண் மான்களுக் கிடையேயான அன்பினைக் குறித்தும் சங்கச் சான்றோர் பாடியுள்ளனர்.

...அடுக்கத்துச்
சிறுதலை நவ்விப் பெருங்கண் மாப்பிணை
அந்தி அந்தணா அருங்கட னிருக்கும்
முத்தீ விளக்கிற் றுஞ்சும்
பொற்கோட் டிமயமும்... (புறம்.2:20–24)

‘அரைமலையின் கண், சிறிய தலை மறிகளையுடைய, பெரிய கண்ணை யுடைய மான் பிணைகள் அந்தணர் ஆவுதி பண்ணும் முத்தீயாகிய விளக்கின் கண்ணே துயிலும்’ என முரஞ்சியூர் முடிநாகனாரும்

நரந்தை நறும்புன் மேய்ந்த கவரி
குவளைப் பெருஞ்சுனை பருகி யயல
தகரத் தண்ணிழற் பிணையொடு வதியும்
வடதிசை யதுவே வான்றோ யிமயம் (புறம்.132:4 – 7)

‘நரந்தையையும் நறியபுல்லையும் மேய்ந்த கவரிமான், குவளைப் பூவை யுடைய பசிய சுனையின் நீரை நுகர்ந்து, தகர மரத்தின் குளிர்நிழலில் தன் பிணையொடு தங்கும்’ காட்சியினை உறையூர் ஏணிச்சேரி முடமோசி யாரும் பாடியுள்ளனர்.

கவிர்ததை சிலம்பிற் றுஞ்சுங் கவரி
பரந்திலங் கருவியொடு நரந்தங் கனவும்
ஆரியர் துவன்றிய பேரிசை யிமயம்... (பதிற்.11:21 – 23)

‘முள்முருங்க மரங்கள் அடர்ந்த பக்கமலைச் சாரலிலே படுத்து உறங்கும் கவரி மானானது, பகற்காலத்தே தான் காட்டிடையே சென்று மேய்ந்த நரந்தம் புல்லையும் பருகிய பெரிய அருவி நீரையும் தன் கனவிலும் கண்டு இன்புற்றவாறு இனிதே துயிலும் பெரும்புகழ் இமயம்’ எனக் குமட்டூர்க் கண்ணனாரும் பாடியுள்ளனர்.

இமயத்தின் எழிற்காட்சிகளுள் ஒன்றாக இருந்து கவிஞர்களால் வருணிக்கப்பட்டுள்ள மான்கள் பலவகைப்பட்டனவாகும்.

இமயத்தைச் சுட்டுமிடங்களில், அங்குள்ள மான்களையும் அவற்றின் இயல்புகளையும் காளிதாசர் வருணித்துள்ளார்.

இரகுவின் போர்வீரர்கள் இமயத்தில் பயணம் செய்தபோது, ‘நமேரு மரங்களின் நிழல்களில் படுத்திருந்த கஸ்தூரி மான்களின் கஸ்தூரிகளால்

வாசனையூட்டப் பெற்ற இடங்களையுடைய பாறைகளின்மீது உட்கார்ந்து களைப்பாறினர்' என இரகுவம்சத்திலும்[1]

'இமயத்தில் உள்ள பாறைகளில் கஸ்தூரி மான்கள் படுத்திருப்பதால் அவற்றின் நாபியிலுள்ள கஸ்தூரி படிந்து அவை மணமுடையவையாய் இருக்கும்' என்று மேகசந்தேசத்திலும் காளிதாசர் குறிப்பிட்டுள்ளார். *(மே.ஸ.பா.எ.52)*

இவ்வாறு இமயத்தில் கவரிமான்கள், புள்ளிமான்கள், கஸ்தூரி மான்கள் எனப் பல்வகை மான்கள் உள்ளதென இலக்கியங்கள் குறிப்பிட்டாலும், இச்சிற்பத் தொகுதியில் சித்திரிக்கப்பட்டுள்ள மான்களின் அமைப்பினைக் நோக்கும்போது, இவை பன்றிமான் *(Hog deer)* என அழைக்கப்படும் வகையின என உணரமுடிகிறது.

> பன்றிமான்கள் இந்தியாவின் வடபகுதியில் சிந்துவிலிருந்து ஆரம்பித்து கிழக்கே அஸ்ஸாம் வரையிலுள்ள, புற்கள் அதிகம் வளர்ந்துள்ள மலையோரங்களில் வாழுகின்றன. பர்மாக் காடு

பன்றி மான்

களிலும் இந்த இனம் வாழ்கிறது. பொதுவாக மான்களுக்குரிய துள்ளல் ஓட்டம் இல்லை. தலையைக் குனிந்தவாறு ஓடும்.

பன்றிமானிற்கும் புள்ளிமானிற்கும் நெருங்கிய தொடர்பு உண்டு. இந்த இரு இனங்களும் சேர்ந்து கலப்பினம் உண்டாகியுள்ளது. பன்றி மான்கள் குட்டையானவை. திடகாத்திர உருவம் கொண்டவை. இதனது நீண்ட உடலுக்குப் பொருத்தமற்ற குட்டையான கால்கள் இருப்பதே இந்தக் குள்ளத் தோற்றத்திற்குக் காரணமாகும்.

இதனது உடலில் வளர்ந்துள்ள உரோமங்கள் பழுப்பானவை யாகும். வயதான ஆண்மான்களின் உரோமம் கருமை கலந்த பழுப்பாய்க் காணப்படும். இதன் அடிவயிறு வெளுத்த ரோமங்களைக் கொண்டதாகும். காதின் உட்புறமும் வாலின் அடிப்பகுதியிலும் வெண்மையான ரோமங்கள் உள்ளன. குட்டியின் உடலில் வெண்புள்ளிகள் உள்ளன. கோடைக்காலத்தில் பெண்மான்களின் உடலில் புள்ளிகள் தோன்றி கோடை முடிந்ததும் மறைந்து விடுகின்றன.

பன்றிமானின் கொம்புகள் சிறியன. நெற்றிக்கிளைகள் உண்டு, நடுத்தண்டிலும் கிளைகள் தோன்றும்.

ஆற்றோரங்களில் புல் வளர்ந்துள்ள காடுகளிலும் சிலசமயம் சமவெளிகளிலும் காணப்படும். மிகவும் நீண்டு வளர்ந்துள்ள புல்வெளிகளை இவை விரும்புவதில்லை. சிந்துநதியின் கரை யோரமுள்ள புதர்களிலும் பர்மாவின் சதுப்பு நிலக்காடுகளிலும் ஒரு காலத்தில் இந்த இனம் அதிகம் வாழ்ந்துள்ளது.

பன்றிமான் கூட்டமாக வாழ்வதில்லை. நீர் அருந்த வரும்பொழுது கூட்டமாக வரும். பின்பு மேய்ச்சலுக்குத் தனியே பிரிந்துவிடும். அதிகாலையும் மாலைநேரமுமே இவற்றின் மேய்ச்சல் நேரமாகும். வெப்பமான நேரத்தில் புற்களிடையே ஓய்வெடுக்கும். இந்த இனத்தின் மோப்பசக்தி, பார்க்கும் திறன், கேட்கும் உணர்வு முதலியவை துல்லியமாக உள்ளன.[2]

குறிப்புகள்

1. *ரகுவம்ச மஹாகாவ்யம்*, IV: 74.
2. கே.கே. ராஜன், *உலகில் உள்ள மான்கள்*, பக்.102 – 104.
3. இமயம் குறித்துப் பேசும் இலக்கியங்களில் கஸ்தூரி மான்கள் சிறப்பித்துப் பேசப்படுகின்றன. *Musk deer* எனப்படும் அவை நறுமணப்பொருள் தருகின்றன. சைபீரியா, இமயம், திபெத் முதலிய இடங்களில் வாழுகின்றன. 8,000 முதல் 16,000 அடி உயரமுள்ள மலைகளில் இவை காணப்படும். இம்மலைக்காடுகளின்கீழ் சுமார் 5000 அடியிலிருந்து 10,000 அடிக்குள் மற்றொரு கஸ்தூரிமான் இனம் வாழ்கிறது... கஸ்தூரி மான்களுக்குக் கொம்புகள் வளர்வதில்லை. ஆனால், ஆண், பெண் இரண்டிற்கும்

கோரைப்பற்கள் நீண்டு கீழ்நோக்கித் தந்தம்போல் வளர்ந்துள்ளன. இதன் நீளம் சுமார் நான்கு அங்குலமாகும். (கே.கே. ராஜன், ப.90)

சிற்பத்தொகுதியில் ஆண்மான்களுக்குக் கொம்புகள் சித்திரிக்கப்பட்டுள்ளமையால் அவை கஸ்தூரி மான்களல்ல.

அதுபோலவே, இமயமலையின் அடிவாரக்காடுகளில் புள்ளிமான் (Chitals) வாழ்கின்றது. புள்ளிமானின் கொம்பு மூன்று கிளைகளைக் கொண்டுள்ளது. நெற்றிக்கிளை நடுத்தண்டிற்குச் செங்கோணமாயுள்ளது. மற்ற இருகிளைகள் நடுத்தண்டின் உச்சியில் உள்ளன. நடுத்தண்டின் தொடர்ச்சியான வெளிப்பக்கக் கிளை நீளமானதாகும். புள்ளிமான்கள் கூட்டமாக வாழும். கூட்டத்தில் 10 முதல் 30க்கு மேற்பட்ட மான்கள் உள்ளன. (கே.கே. ராஜன், ப.190)

புள்ளிமானும் பன்றிமானும் பல்வகையில் ஒத்த தன்மை உடையன. ஆகவே சிற்பத்தொகுதியில் உள்ளனவற்றைப் பகுத்து உணர்வது சற்றுக் கடினமான செயலாகும். ஆயினும் அதில் காட்டப்பட்டுள்ள எந்த ஒரு மானின் கொம்பிலும் நடுத்தண்டிற்குச் செங்கோணமாய் உள்ள நெற்றிக்கிளையும் நடுத்தண்டின் தொடர்ச்சியான நீண்ட வெளிப்பக்கக் கிளையும் காட்டப்பெறவில்லை. ஆகவே, கொம்பின் இக்கிளை அமைப்புகள் கொண்டு, இவை புள்ளிமான்கள் அல்ல என்றும் நெற்றிக்கிளை தெளிவாக இல்லாத போதும் இவை பன்றிமான்கள் என்று முடிவுசெய்வது தவறாகாது.

காசுமீர் பள்ளத்தாக்கில் காசுமீர் பாராசின்கா (The Kashmir Stag) என்னும் ஐரோப்பியச் செம்மான்களின் வழிவந்த மானினம் வாழ்கிறது. 48 முதல் 50 அங்குலம் (120 to 125) செ.மீ வரை இவை உயரமுள்ளவை. நன்கு வளர்ந்த மான் 180 கிலோ எடையிருக்கும். பருவமடைந்த மானின் கொம்புகள் சராசரி 40 அங்குலம் (100 செ.மீ) நீளமுள்ளன. (S.H.Prater, The Book of Indian Animals, p.286)

சிற்பத் தொகுதியில் காட்டப்பட்டுள்ள மான்கள் இவ்வகையின அல்ல. ஏனெனில், காஷ்மீர் பாராசின்கா மான்களுக்கு மிகப் பலவாகக் கிளைத்துச் செல்லும் மிக அழகிய கொம்புகள் உண்டு. இங்கு சிற்பத்தொகுதியில் உள்ள மான்களுக்கு மிகுந்த கிளைகள் இல்லை. ஆகவே இவற்றின் பல்வேறு தன்மைகளும் இவை பன்றி மான் வகையின என்பதையே உணர்த்துகின்றன எனலாம்.

சிற்பத்தொகுதியில் உள்ள மான்கள் 'கருமான்' (Black buck - Antilope cervicapra) என அழைக்கப்பெறும் மான்களாக இருக்கலாம் என்ற கருத்தும் முன்வைக்கப்பட்டுள்ளது.

கிருஷ்ண மான் எனவும் இது வழங்கப்பெறும். இம்மான் இனத்தில் ஆணிற்குத்தான் கொம்புகள் உண்டு. அக்கொம்புகள் திருக லானவை. ஓர் ஆண்டு நிரம்பிய ஆண் மானிற்குக் கொம்புகள் முதலில் திருகலின்றி வளரத் தொடங்குகின்றன. இரண்டாம் ஆண்டில் கொம்பில் திருகல் ஏற்படுகிறது. மூன்றாம் ஆண்டு முடிவதற்குள் கொம்பில் திருகல் முற்றுப்பெறுகின்றது.

(கே.கே.ராஜன், உலகில் உள்ள மான்கள், ப.164.)

சூரத்திற்கு அண்மையில் தென்புறமுள்ள இந்தியக் கடற்பகுதி யைத் தவிர ஏனைய பகுதிகளில் பரவலாக வாழும் இம்மான் இனம், சமவெளிகளில் மட்டுமே காணப்படுவது குறிப்பிடத்தக்கது. இவை காடுகளிலும் மலைப்பகுதிகளிலும் வாழுவதைத் தவிர்க் கின்றன. (S.H. Prater, *The Book of Indian Animals,* p.270)

கருமான்களின் கொம்புகள் வளையங்கள்போல் திருகலாக அமைந் தவை. அவற்றில் கிளைகள் இல்லை. அத்துடன் அவை மலைகளில் வாழுவதையும் விரும்பாத இயல்பு கொண்டவை. சிற்பத்தொகுதி யில் உள்ள மான்களின் கொம்புகளில் திருகல் போன்ற அமைப்பு ஏதுமில்லை. அத்துடன் சிறு கிளைகள் உள்ளன. அத்துடன் உயர்ந்த மலையின் மேலிருந்து அடிவாரம் வரை எல்லா இடங்களிலும் அவை காட்டப்பட்டுள்ளன. ஆகவே இப்பண்புகளின் அடிப்படை யில் நோக்கும்போது, சிற்பத்தொகுதியில் உள்ளவை கருமான்கள் அல்ல என்று உணர முடிகிறது.

சிற்பத்தொகுதியில் உள்ள மான்களைச் சிலர் கவரிமான் எனவும் குறிப்பிட்டுள்ளனர். காளிதாசர் தனது ரகுவம்ச மஹாகாவ்யத்தில் இமயமலையில் தசரதனின் வேட்டை நிகழ்வு வருணனையின் போது,

'தசரதர் வனத்தில் ஓரிடத்தில் கவரிமான்களின் கூட்டத்தைக் கண்டு, – சிற்றரசர்களைக் கொல்லாது ராஜசின்னமாகிய அவர் களது சாமரங்களை மட்டும் நீக்கியதுபோல, – மான்களைக் கொல் லாது அவைகளின் சாமர வால்களை மாத்திரம் அறுத்து மனம் மகிழ்ந்தார்.' *(ரகுவம்சம் IX: 66)*

எனக் குறிப்பிட்டுள்ளார்.

கௌயா *(Gauaya)* எனக் காளிதாசர் குறிக்கும் இவ்விலங்கு குறித்து,

இது மான் இனத்தைச் சேர்ந்த, பசுவைப் போன்றிருக்கும் விலங் காகும் என மல்லிநாதர் குறிப்பிடுகிறார். காயல் *(Gayal)* (ஓர் எருது வகை, பாஸ் கவேயஸ் *(Bos gavaeus)* இந்து ஆசிரியர்களால் இது தவறாக மான் இனம் என்று குறிக்கப்பட்டுள்ளது). *–M. Wms.* இது பாஸ் கவுரஸ், பிரந்தாலியஸ் *(Bos gaurus, frontalis)* என அழைக்கப்படும். *(Kalidasa - Kosa,* p.19)

என்று சுரேஷ் சந்திரபானர்ஜி குறிப்பிட்டுள்ளார்.

இவ்விலங்கு கௌவுர் (Gaur) அல்லது இந்தியக் காட்டெருமை யாகும். இது இன்றும் மராத்தி மொழியில் காவ்யா (gaviya) காவா (gawa) என அழைக்கப்படுவது குறிப்பிடத்தக்கது. இது 'காடு எது' எனக் கன்னடத்திலும் 'காட்டு எருமை' எனத் தமிழி லும் வழங்கப்படுகிறது. (S.H. Preter, *The Book of Indian Animals*, p.243)

குமார ஸம்பவத்தில் (I:56) சிவனது வாகனமான அது, தன் குழம்புகளால் பனிப்பாறைகளைக் கீறிக்கொண்டு கர்ஜனை செய்தது என்று குறிப்பிடப்பட்டுள்ளது. இவ்விலங்கை காட்டு எருது என்று உரையாசிரியர் வே.ஸ்ரீ. வேங்கடராகவாசார்யர் குறிப்பிட்டுள்ளார். *(குமார ஸம்பவம், ப.74)*

ஆகவே, காட்டு எருமை அல்லது எருது என வழங்கப்பட்ட விலங்கே 'மான்' எனப் பிறழ உணரப்பட்டுவிட்டது எனத் தோன்று கிறது. வள்ளுவரும் கவரி மா (969) 'கவரியை உடைய விலங்கு' என்னும் பொருளில் குறிப்பிட்டுள்ளமை இங்கு எண்ணத்தக்கது.

ஆகவே, காட்டெருமையாகிய கவரி மா சிற்பத்தொகுதியில் இடம்பெறவில்லை. அத்துடன் சிற்பத்தில் வால் காட்டப்பட்டுள்ள எந்த மானின் வாலும் நிறைந்த முடிக்கற்றையுடன் காட்டப் படவில்லை என்பதும் குறிப்பிடத்தக்கது.

ஆடுகள்

வலப்புறப்பாறையின் மேல்வரிசையில், வலமிருந்து பார்க்கும் போது, படுத்திருக்கும் சிங்கத்திற்குக் கீழாகவும் நிற்கும் யாளிக்கு முன்னாகவும் இரண்டு ஆடுகள் சித்திரிக்கப்பட்டுள்ளன.

ஆட்டிணை

ஓர் ஆடு, முழுத்தோற்றமும் தெரிய முன்னால் நிற்கிறது. அதன் கொம்புகள் பின்னோக்கி வளைந்துள்ளன. காது கீழ்புறமாகத் தொங்கு கிறது. காதின் நுனிப்பகுதி அகன்றுள்ளது. அது வலது முன்காலினை முன்வைத்து நடக்க எத்தனிக்கும் பான்மையில் நிற்கிறது.

இரண்டாவது ஆடு, அதன்பின், வயிற்றுப்பகுதிக்குப் பின்புறம், நேராக நின்றவண்ணம் உள்ளது. அதன் தலைப்பகுதி மட்டுமே காட்டப்பட்டுள்ளது. அதிலும் வாய்ப்பகுதி முன்னிற்கும் ஆட்டால் மறைக்கப்பட்ட நிலையில் உள்ளது. ஆட்டின் இரு கொம்புகளும்

மண்டையோட்டிற்கு மேலாகப் பருத்து, பின்புறம் கூராக அகன்று விரிந்து சென்றுள்ளன. கொம்புகளின் அடியிலிருந்து, தொங்கும் காதுகள் காட்டப்பட்டுள்ளன. அக்காதுகளும் நுனியில் அகன்றுள்ளன.

இவ்வாடுகள் பரால் அல்லது நீல ஆடு (Bharal or Blue sheep) என அழைக்கப்படும் வகையினவாகும். இவற்றின் விலங்கியல் பெயர் (Pseudois nayaur) (Hodgson) என்பதாகும்.

தோள்பட்டை வரை இது 3அடி (90 செ.மீ) உயரமுள்ளது. 55 முதல் 70 கிலோவரை எடையுள்ளது. இவற்றின் கொம்புகள் சராசரி 23 முதல் 24 அங்குலம்(58 முதல் 61செ.மீ) வரை நீளமுள்ளவை.

நீல ஆடுகள்

இவை அமைப்பிலும் பழக்கவழக்கங்களிலும் செம்மறிக்கும் வெள்ளாட்டிற்கும் இடைப்பட்ட இடத்தைப் பெறுபவை. இவற்றின் கொம்புகள் உருண்டும் மென்மையாயும் கழுத்தின் மீது வளைந்தும் காணப்படும். பரால் இத்தன்மைகளால் வெள் ளாட்டினை ஒத்திருக்கும். ஆனால் பரால் கிடாய்க்குத் தாடி கிடையாது. இவ்வகையில் அது செம்மறியைப் போன்றிருக்கும்...

பொதுவாக, தலையும் மேற்பகுதிகளும் பழுப்பு (Brown) வண்ணத் தில் அமைந்திருக்கும். மேலும் கோடையில் நீலமும் பழுப்பும் மேவிய வண்ணத்தைப் பெறும். குளிர்காலத்தில் சாம்பல் வண்ணத் தையும் பெறுகிறது. பரால் வாழும் மலைப்பக்கத்துப் பாறைக்கும்,

நீலநிறமான களிப்பாறைக்கும் எல்லாப் பருவங்களிலும் இவற்றின் வண்ணங்கள் மிகவும் பொருத்தமாக அமைந்திருக்கும் . . .

திபெத்திற்கு உரித்தான இவை லடாக், குமாவன், இமயமலை, நேபாளம், சிக்கிம், பூட்டான் ஆகிய இடங்களில் காணப்படுகின்றன.

பராலை மிகமிக உயர்ந்த இடத்திலேயே தேடிக் காணமுடியும். இவை கோடையில் 16,000 அடி (4880 மீட்டர்) உயரத்திலும் குளிர்காலத்தில் மிக அரிதாக 12,000 அடி (3660 மீட்டர்) உயரத் திலும் காணமுடியும். முதன்மையாக இமயமலைத் தொடரில் மரங்களுக்கும் பனித்தொடருக்கும் இடையே இவற்றைக் காண லாம். ஏனெனில், அங்கேதான் இவற்றிக்குத் தேவையான புற்கள் ஏராளமாகச் செழித்து வளர்ந்துள்ளன. இவை புதர்க்காடுகளுக் குள் எப்போதும் நுழைவதில்லை . . . அமைப்பைப் போலவே பழக்கவழக்கங்களிலும் இவை வெள்ளாடும் செம்மறியும் இணைந்த தாகும். இவை செம்மறியைப் போலவே புற்களுள்ள மலைச் சரிவுகளை மிகவும் நேசிக்கின்றன. ஆனால் வெள்ளாடுகளைப் போலவே மேலே நன்கு ஏறிச்செல்கின்றன. இறங்குவதற்குக் கடினமானதும் நிற்பதற்கு வாய்ப்பற்றதுமான இடங்களில் தாராள மாக ஏறிச்செல்வதையும் இவை வெறுப்பதில்லை. இவை காடு களிலும் குறும் புதர்க்காடுகளிலும் நுழைவதே இல்லை. அவை உணவருந்திப் பகலிலேயே ஓய்வும் கொள்கின்றன. ஓய்வெடுக்க இவை, தாம் விரும்பும் இடத்தைத் தேர்ந்தெடுக்கின்றன. அந்த இடம் வண்ணத்திலும் வடிவத்திலும் இவற்றை வேறுபடுத்திக் காணமுடியாததாக உள்ளது. இவற்றின் நிறங்கள் சிதறும் கற் களுக்கும் கரட்டிலிருந்து முன்துருத்தியுள்ள பாறைகளுக்கும் பொருந்திச் செல்கின்றன.[1]

குறிப்பு

1. S.H.Prater, *The Book of Indian Animals,* pp.252-253.

பன்றி

இடப்புறப் பாறையில் வேடர்கள் வரிசையில், மூன்றாம் மற்றும் நான்காம் வேடர்களுக்குக் கீழ் காட்டுப்பன்றியொன்று நிற்கின்றது. அது தன் தலையினைத் திருப்பி மேல்நோக்கிப் பார்த்த வண்ணம் உள்ளது. வயிற்றிலிருந்து பின்கால் வரை சிதைவுற்றுள்ளது. முன்னங்காலும் சிறிது சிதைவுற்றுள்ளது. முன்நீண்ட வாயில், தந்த மென நீண்ட கோரைப் பல்லொன்று காட்டப்பட்டுள்ளது. சிறியதான ஒரு காதும் வாலும் காட்டப்பட்டுள்ளன.

பன்றி

மகாபாரதத்து இமயவருணனையில் பன்றி இடம் பெறுகிறது.[1] அத்துடன் அர்ச்சுனன் தவம் செய்தபோது, சிவபிரான் வேடுவ வடிவில் வருமிடத் திலும் பன்றியின் வருணனை இடம்பெறுகிறது. கரிய மேகத்திற்கு ஒப்பாக அது விளங்குவதாகக் குறிப்பிடப்படுகிறது.[2]

இமயத்தில் வாழும் பன்றிகளைக் காளிதாசரும் குறித்துள்ளார். சாகுந்தலத்தில் 'பரிய காட்டுப்பன்றிக் கூட்டங்கள் குட்டையோரங்களிற் கோரைக் கிழங்குகளை அச்சமின்றிக் கெண்டியுண்ணட்டும்' என வேட்டையை நிறுத்திய அரசன் கூறுகிறான்.[3]

இரகுவம்சத்தில், தசரதர் இமயமலைக் காடுகளில் வேட்டையாடிய போது, வேட்டையாடுபவர்களின் சத்தத்தைக்கேட்ட பன்றிகள் குட்டைகளின்றும் எழுந்து ஓடின. ஓடும்பொழுது, பன்றிகளின் வாயினின்று அவை தின்றுகொண்டிருந்த கோரை முளைகள் வழிமுழுதும் சிதறின[4] எனப் பன்றிகள் குறித்துப் பேசப்படுகிறது.

இமயத் திருப்பதியாகிய திருப்பிரிதியைப் பாடுகின்ற திருமங்கையாழ்வார்,

. . . நல் இமயத்துள்
இறங்கி ஏனங்கள் வளைமருப் பிடந்திடக்
கிடந்தரு கெரிவீசும்
பிறங்கு மாமணி அருவியொ டிழிதரு
பிரிதி . . .

(பெரிய திருமொழி, முதல்பத்து, 2, பா.எ.14.)

'இமயத்துள், பன்றிகள் தலை தாழ்ந்து, வளைந்த கொம்புகளாலே மணி மலைகளைப் பிளந்திட, பக்கத்தில் கிடந்து ஒளிவீசும் விளங்குகின்ற மாணிக்கங்கள், மலையிலிருந்து விழும் வெள்ளத்துடன் உருண்டு விழுகின்ற திருப்பிரிதி' என வருணித்துள்ளார்.

நன்கு வளர்ந்த ஆண் பன்றி 36 அங்குலம் (90 செ.மீ) உயரமிருக்கும். எடை 230 கிலோவிற்கு மேலும் இருக்கும். கருமை கலந்த சாம்பல் நிறமுடனோ அல்லது பழுப்பு நிறமுடனோ வெள்ளை முடிகளுடன் காணப்படும்.

இப்பன்றிகள், புற்கள் அல்லது புதர்க்காடுகளிலும் சிலசமயம் அடர்வனங்களிலும் வாழ்கின்றன. இவை புற்கள், வேர்கள், கிழங்குகள், பூச்சிகள், பாம்புகள், உண்டு ஒதுக்கப்பட்ட மீதங்கள், இறந்த விலங்குகள் எனப்பலவற்றையும் உண்ணுகின்றன. இவை, அதிகாலையிலும் பின் மாலையிலும் உணவருந்துகின்றன. அதிகத் தொந்தரவு உள்ள காலங்களில் இரவில் உண்கின்றன.

காட்டுப்பன்றிகள் அதிக புத்திசாலித்தனமும் வீரமும் உறுதியும் வாய்ந்தவை. இவற்றின் நுகர்வுப்புலன் மிகநுட்பமானது. பார்வையும் கேட்புத்திறனும் மிதமானவை.

பிக்மி ஹாக் (*Pygmy Hog*) இதன் விலங்கியல் பெயர் சுஸ் சால்வானியஸ் (*Sus salvanius*) என்பதாகும். இது 10அங்குல (25 செ.மீ) உயரமுடையது. சிக்கிம், நேபாளம், பூடான், அசாம் ஆகிய பகுதிகளைச் சார்ந்த இமயத்தின் அடிவாரத்தில் இது

வாழுகின்றது. இப்பன்றியின் பழக்கவழக்கங்கள் ஏனைய காட்டுப்பன்றிகளைப் போன்றவையே. இவை 5 முதல் 20 வரையிலான எண்ணிக்கையில் மந்தையாக வாழும். இரவில் திரிபவை. அரிதில் தென்படுபவை.[5]

பிக்மி ஹாக்

சிற்பத் தொகுதியில் சிறிய உடலுடன் காட்டப்பட்டுள்ள பன்றி, இவ்வகையைச் சார்ந்ததே எனலாம்.

குறிப்புகள்

1. *வனபர்வம், தீர்த்தயாத்ரா பர்வம்,* ப.414.
2. *மேலது, கைராத பர்வம்,* ப.114.
3. *காளிதாசர், மறைமலையடிகள்* (மொ.ஆ.), *சாகுந்தலம், இரண்டாம் வகுப்பு,* ப.32.
4. *ரகுவம்ச மஹாகாவ்யம்,* IX பா.எ.59.
5. S.H. Prater, *The Book of Indian Animals*, pp.299 – 300.

முயல்

சிற்பத்தொகுதியின் இடதுபுறப்பாறையில், வேடர்கள் உள்ள வனப் பகுதியில், அமர்ந்துள்ள வானரத்திற்கும் உடும்பு ஏறும் மரத்திற்கும் இடையே முயல் ஒன்று காட்டப்பட்டுள்ளது. அமர்ந்துள்ள அது, வானரத்தைத் திரும்பிப் பார்க்கிறது. முன்னிரு கால்களும் முன் வைக்கப்பட்டுள்ளன. வட்டமாக முடிவுபெற்றுள்ள நீண்ட காதுகள் உள்ளன. வால் தென்படவில்லை.

முயல்

இங்கே காட்டப்பட்டுள்ள முயல், இமாலய 'எலி – முயல்' (Himalayan Mouse - Hare)ஆக இருக்கலாம். இதனுடைய விலங்கியல் பெயர் ஓசோடோனா ராய்லேய் (Ochotona roylei) என்பதாகும்.

இது தலையும் உடலும் சேர்ந்து, ஆறு முதல் எட்டு அங்குல (15 முதல் 20 செ.மீ) அளவு இருக்கும்.

எலி – முயல்கள், முயல் இனத்தைச் சேர்ந்தவையே. அவை ஓசோடோநீடே (*Ochotonidae*) என்ற தனிக் குடும்பத்தைச் சேர்ந்தவையாகும். அமைப்பில் ஓர் எலி – முயல் கினியா – பன்றி (*Guinea-pig*) போல இருக்கும். இது சிறிய முகமும் உருண்டையான தலைப்பகுதியும் உருண்டைக் காதுகளும் கொண்டு, வால் இல்லாமல் இருக்கும். அதன் உடல்முடி பெருமளவு மென்மையாகவும் நேராகவும் பளபளப்பாகவும் இருக்கும். இதன் பலவகைகள் இமயப்பகுதியில் காணப்படுகின்றன. இமயத்தில் சாதாரணமாகக் காணப்படுவது ஓ. ராய்லேய் (*O. roylei*) என்னும் இனமாகும். இவ்வகையின் முழுஇயல்பையும் கொண்டவை குமாயூன் பகுதிகளில் காணப்படும் எலி – முயல்களே ஆகும். அவற்றில் செம்பழுப்பான உடற்பகுதியும் பிடரிப்பகுதியில் வெளிர்நிறத்திலான ஒரு பட்டையும் காணப்படும். காலத்திற்கேற்ப நிறம்மாறும் தன்மை இவற்றில் காணப்படுகிறது.

காசுமீரத்திலிருந்து மௌப்பின் (*Moupin*) வரை 11,000 முதல் 14,000 வரையுள்ள அடி (3,400 முதல் 4,300 மீட்டர்) உயரமுள்ள பகுதிகளில் காணப்படுகின்றன. கிழக்கு இமயப்பகுதியில் இவை 8,000 அடி (2,400 மீட்டர்) உயரத்திலிருந்து காணப்படுகிறது. இந்த இடங்களில் அவை குறைந்த உயரத்திற்கும் இறங்கி வருகின்றன.

இமாலய எலி முயல்

மரவரிசைகளுக்கு மேற்பட்ட திறந்த பாறைப்பகுதியில் இவை சாதாரணமாகக் காணப்படுகின்றன. கிழக்கு இமயப்பகுதிகளில் குறைந்த உயரத்திலும் காணப்படும் இவை, திறந்த வெளிகளிலும் பைன்மரக் காடுகளிலும் வாழ்கின்றன. திறந்தவெளியில் வாழும் அவை, தங்களுக்கென்று

பதுங்கு குழிகள் எதுவும் தோண்டுவதில்லை. பாறைகளிலும் பாறைப் பிளவுகளிலும் வாழ்கின்றன. காடுகளில் வாழும்போது, மரங்களின் வேர்களுக்கு அடியில் பதுங்குகுழி தோண்டி அதில் வாழுகின்றன. யாராவது நெருங்கினால் அவை பயந்து ஓடிப்பதுங்கிக் கொள்கின்றன. ஆனால், சிறிதுநேரத்திலேயே ஓரிரண்டு தம் தலையை நீட்டி வெளியே எட்டிப் பார்ப்பதோடு, வெளியேவந்து அசையாமல் உட்கார்ந்திருந்து வந்திருப்பது ஆபத்தானதா? அல்லவா? என்பதைக் கண்டுகொள்ள முயற்சி செய்யும். ஆபத்தில்லை எனத்தெரிந்து கொண்டால் அவை, மீண்டும் வெளியே வந்து தங்கள் விளையாட்டுகளைத் தொடர்வதோடு பாறையிலிருந்து பாறைக்குத் தாவுவது, திடீரென்று காணாமல்போவது, எதிர்பாராத இடங்களில் திடீரென்று தோன்றுவது போன்ற பல செயல்களைச் செய்யும்.

பருவ காலத்தை ஒட்டி அவற்றின் உணவு பெருமளவு மாறுபடுகிறது. கூட்டில் வளரும் எலி – முயல்கள், ஆல்பின் பூக்கள், ஸ்ட்ராபெரி இலைகள், பெரிசிஸ், முட்டைக்கோஸ், காரட் போன்றவற்றை உணவாகக் கொள்கின்றன. குளிர்காலத்தில் அவற்றின் வீடுகள் பலஅடி உயரமான பனிக் கட்டிகளால் மூடப்பட்டிருக்கும். அவை பனிக்காலம் முழுதும் உறங்கு கின்றனவா அல்லது சேமிக்கப்பட்ட உணவைக்கொண்டு வாழ்கின்றனவா என்பது தெளிவாகத் தெரியவில்லை. சிக்கிம் தான்கூவில் *(Thangu)* இவை, கோடைகாலத்தில் *12,000 அடி (3,700 மீட்டர்)* உயரத்தில் காணப்படுகின்றன. ஆனால் குளிர்காலத்தில் முற்றிலுமாக மறைந்து விடுகின்றன. இவை, கீழ்மட்டத்தில் உள்ள இடங்களுக்குப் புலம்பெயர்ந்து செல்லக்கூடும் என்று கருதப்படுகிறது. இவற்றின் இனப்பெருக்கமுறை பதிவு செய்யப்பட வில்லை.[1]

குறிப்பு

1. S.H. Prater, *The Book of Indian Animals*, pp.220–221.

உடும்பு

இடதுபக்கப் பாறையின் வனக்காட்சிப் பகுதியில் முயலுக்கும் வேடனுக்குமிடையே நிற்கும் மரத்தில் உடும்பொன்று, உடல் நெளிய ஏறிச்செல்கிறது. அது மரக்கிளையிலமர்ந்திருக்கும் பருந்தினைப் பற்றச் செல்வதாகத் தோன்றுகிறது. குறுகிய கால்களால் மரத்தைப் பற்ற ஏறும் அதன் வலிமை, உடல் வளைவுகளில் வெளிப்படுகிறது.

உடும்பு

உடும்பினைக் குறித்துச் சங்க இலக்கியங்கள் பேசுகின்றன.

முளவுமாத் தொலைச்சிய முழுச்சொ லாடவர்
உடும்பிழு தறுத்த வொடுங்காழ்ப் படலைச்
சீறின் முன்றிற் கூறுசெய் திடுமார்
கொள்ளி வைத்த கொழுநிண நாற்றம்
மறுங்குடன் கமழும் . . . (புறம். 325:6–10)

'முள்ளம் பன்றியைக் கொன்ற முழுத்த சொல்லையுடைய (வேட்டுவ) வீரர் அறுத்தெடுத்த உடும்பின் தசையை ஓடுமரத்தின் வலிய கழிகளாற் செய்யப்பட்ட படல் சார்த்தப்பட்ட சிறிய மனைமுற்றத்தில், பகுந்தளித்தற் பொருட்டு, நெருப்பில் வேகவைத்த கொழுவிய நிணத்தின் மணம் தெரு வெல்லாம் மணக்கும்' என உறையூர் முதுகண்ணன் சாத்தனார் பாடுகின்றார்.

அருமிளை யிருக்கை யதுவே மனைவியும்
வேட்டைச் சிறாஅர் சேட்புலம் படராது
படுமடைக் கொண்ட குறுந்தா ளுடும்பின்
விழுக்குநிணம் பெய்த தயிர்க்கண் விதவை
யாணர் நல்லவை பாணரோ டொராங்கு
வருவிருந் தயரும் விருப்பினள் . . . (புறம். 326:7–12)

'கடத்தற்கரிய காவற்காடு சூழ்ந்த இடத்தின் கண்ணது மனையிலுள்ள மனைக்கிழத்தியும் வேட்டுவருடைய சிறுவர்கள், நெடுந்தொலைவு செல்லாமல், மடுக்கரையில் பிடித்துக்கொண்டு வந்த குறுகிய காலையுடைய உடும்பினது விழுக்காகிய தசையைப் பெய்து சமைக்கப்பட்ட தயிரோடு கூடிய கூழையும் புதியவாக வந்த வேறு நல்ல உணவுப் பொருளையும் பாணருக்கும் அவரோடு வந்த ஏனை விருந்தினர்க்கும் ஒருசேரக் கொடுத்து உண்பிக்கும் விருப்ப முடையளாயுள்ளாள்'. எனத் தங்காற் பொற்கொல்லனார் பாடியுள்ளார்.

உடும்பு கொரீஇ வரிநுணல் அகழ்ந்து
நெடுங்கோட்டுப் புற்றத்து ஈயல் கெண்டி
எல்லுமுய லெறிந்த வேட்டுவன் அம்சுவல்
பல்வேறு பண்டைத் தொடைமறந் தில்லத்து
இருமடைக் கள்ளின் இன்களி செருக்கும் . . . (நற்.59:1–5)

'உடும்பினை ஈட்டியால் குத்தியும் நுணலை மண்வெட்டியால் அகழ்ந்தும் நெடியகோடுகளை உடைய புற்றுக்களை வெட்டிப் புகைமூட்டி, வெளி வந்த ஈயலைத் தாழியிலே பெய்து கொண்டும் வளைதடியாலே முயலை எறிந்த வேட்டுவன், இரவிடை அழகிய தோளிலே சுமந்துவந்த பல்வேறு வகையாகிய அப்பண்டங்களைப் பொதித்த மூடையுடனே ஏனைய கருவி களையும் மனையிலிட்டு, ஆங்கு மிகுதியாகப் பருகிய கள்ளின் இனிய மயக்கத்திலே செருக்குண்டு கிடக்கும்' காட்சியைக் கபிலர் பாடியுள்ளார்.

நெடுநுதி வயக்கழு நிரைத்த வாயில்
கொடுவில் எயினக் குறும்பில் சேப்பின்

களர் வளர் ஈந்தின் காழ்கண்டன்ன
சுவல்விளை நெல்லின் செவ்அவிழ்ச் சொன்றி
ஞமலிதந்த மனவுச் சூல் உடும்பின்
வறைகால் யாத்தது வயின்தொறும் பெறுகுவிர் . . .

(பெரும்.128–133)

‘எயினச்சாதியினர் தம் அரணில் தங்கும் பாணர்க்கு நாய் கடித்துக் கொண்டுவந்த அக்குமணி போலும் முட்டையினையுடைய உடும்பின் பொரியலால் மறைக்கப்பட்ட சோற்றினை வழங்குவர்’ எனக் கடியலூர் உருத்திரங்கண்ணனார் பாடியுள்ளார்.

மஞ்சள் அல்லது ஆலிவ் பழுப்பு நிறம்கொண்ட இந்த மெல்லிய விலங்கு வங்காள உடும்பு (வாரனூஸ் கிரிஸ்யூஸ் – *Varanus griseus*) ஆகும். இதன்மீது எண்ணற்ற சிறிய கருப்புப் புள்ளிகள் காணப்படும். இண்டோவா ரெனுஸ் *(Indova ranus)* வகைமையில் உள்ள ஒரு உட்பிரிவாக இது உள்ளது. இது தென்னாசியாவில் பரவலாகக் காணப்படுகிறது. இதன் உட்பிரிவு வகைகள் ஈரான், ஆப்கானிஸ்தான், இந்தியா முழுமையிலும் இலங்கைத் தீவிலும் பர்மா, மலேசியா, ஜாவா ஆகிய இடங்களிலும் காணப்படுகின்றது. வங்காள உடும்பு திறமையான மரமேறியாகும். 10 – 20 மீட்டர் உயரத்திலிருந்து தரையில் விழுந்தாலும் இதற்கு எந்த அடியும் படுவதில்லை.[1]

சிற்பத் தொகுதியில் காட்டப்பட்டுள்ளது இவ்வகை உடும்பு எனக் கருதலாம்.

உடும்பு, வேடர்களின் விருப்பமிக்க உணவாக இருந்ததைச் சங்க இலக்கியங்கள் சுட்டுகின்றன. நற்றிணை காட்டும் காட்சியில், வேடர்கள் தோளில் சுமைகளைச் சுமந்துவரும் பான்மையில் சித்திரிக்கப்பட்டுள்ளமை கூர்ந்து காணத்தகுந்தது. அதுபோலவே முதலாம் சிற்பத்தொகுதியில், வேடன் உடும்பினைப் பிடித்துக் கழியில் கட்டித் தோளில் சுமந்துவரும் காட்சி சித்திரிக்கப்பட்டுள்ளது குறிப்பிடத்தக்கது.

குறிப்பு

1. Dr H.C. Bernhard Grzimek, (Ed.), *Grzimek's Animal life Encyclopaedia,* Vol.6. p.328.

ஆமைகள்

குட்டிகளுக்குப் பால் கொடுக்கும் சிங்கத்தின் முன்பாகவும் பூதகணங்களுக்குக் கீழாகவும் ஓர் ஆமை காணப்படுகிறது.

ஆமை

இமயத்தின் ஆமை

மூக்கினைச் சொறிந்து கொள்ளும் மானின் முன்பாக மற்றொரு ஆமை உள்ளது.

இவ்விரண்டும், டிரையானிக்ஸ் கேஞ்சட்டிக்கஸ் (*Trioayx gangeticus*) எனப்படும் நன்னீர் ஆமைகளாகும். இவை 70 செ.மீ. வரை வளரக்கூடியவை. டிரையோனிக் லெய்த்தி (*Trionya leithi*) என்னும் சிறப்பினமும் இந்திய ஆறுகளில் வாழ்கிறது.[1]

குறிப்பு

1. அறிவியல் களஞ்சியம், தொகுதி – டி3.

பறவைகள்

அன்னங்கள்

இடப்புறப்பாறையில், சிவன் முன்னர் தவமியற்றும் தபசியின் இடதுகரத்தை அடுத்து இரண்டு அன்னப் பறவைகள் பறக்க எத்தனிக்கின்றன.

இவ்வன்னங்கள் பலவகைகளில் முக்கியத்துவம் உடையனவாகும். பொதுவாக, பாலிலிருந்து நீரினைப் பகுத்துண்ணும் ஆற்றல் பெற்றவை என இலக்கியங்கள் சுட்டும் அன்னங்கள், இதுகாறும் கண்டறியப்படவில்லை என்பர் அறிஞர். ஆதலால் இங்குள்ளவை குள்ளவாத்துகளிலிருந்து வேறுபட்டுச் சற்று உருவில் திரண்ட

அன்ன இணை

பெருவாத்துகளாகும். இவைகளையே அன்னங்கள் எனப் பல இலக்கியங்களும் சுட்டுகின்றன; இமயத்தில் பல்வகை அன்னங்கள் இருப்பதை மகாபாரதம் சுட்டுகிறது.[1] அவற்றின் இயல்புகளையும் வாழ்க்கைமுறைகளையும் இலக்கியங்கள் விவரிக்கின்றன. பரணர் தனது பாடலில்,

நிலந்தாழ் மருங்கின் தெண்கடல் மேய்ந்த
விலங்குமென் தூவிச் செங்கால் அன்னம்
பொன்படு நெடுங்கோட்டு இமயத்து உச்சி
வானர மகளிர்க்கு மேவல் ஆகும்
வளராப் பார்ப்பிற்கு அல்கிரை ஒய்யும்...

(நற். 356: 1–5)

'கடலில் இரையருந்திய செங்கால் அன்னங்கள் இமயத்தின் உச்சியிலுள்ள தேவருலகத்தில் வாழும் தெய்வமகளிர்க்கு விருப்பத்தோடு விளையாடுவதற்குரிய இளம்பார்ப்புகளுக்கு இட்டுண்ணும் உணவைக் கொண்டு செல்லும்' இனிய காட்சியினைக் காட்டுகிறார்.

காளிதாசர் மேகசந்தேசத்திலும் இரகுவம்சத்திலும் இவ்வன்னங்கள் குறித்துப் பலவாகப் பாடியுள்ளார்.

'தசார்ணம் என்ற தேசம் தாழைமரங்களால் ஆகிய வேலிகளையும் நாவல்மரக் காடுகளையும் சில நாட்களே தங்கிச்செல்லும் அன்னப்பறவைகளையும் உடையது' என்றும் பாடியுள்ளார் (மே.ஸ., பா.எ. 23).

'அளகையாகி பட்டனத்தில் மரங்கள் எப்போதும் மலர்ந்திருக்கும், வண்டுகள் அவற்றில் முரலும், தாமரைத் தடாகங்கள் சரத் ருதுவின்றி எல்லா ருதுக்களிலும் மலருடையன. எனவே அன்னப்பறவைகளின் வரிசை அவ்வோடைகளுக்கு மேகலைபோல் எப்போதும் இருக்கும்' (மே.ஸ., பா.எ. 59) என்றும் வருணித்துள்ளார்.

இத்தகைய அன்னங்கள், மழைக்காலத் தொடக்கத்தில் மழைபெய்து கலங்கிய நீரினைக் குடிக்க விரும்பாமல் தூய நீரைஉடைய மானஸ ஸரோவர் ஏரிக்குச் செல்லும் இயல்பை உடையவை.

சிறப்பத்தொகுதியில் உள்ளவை 'வரித்தலை வாத்து' *(Barheaded goose)* என்னும் வகையினவாகும். இதன் விலங்கியல் பெயர் 'ஆன்சர் இண்டிகஸ்' *(Anser indicus)* என்பதாகும். இவற்றிற்கு ஹம்சம் (அன்னம்) இராஜ ஹம்சம், கரேயி ஹம்சம், பிர்வா, சவான் என இந்தியிலும் நீர்வாத்து எனத் தமிழிலும் வட்டாரப் பெயர்கள் வழங்குகின்றன. இவை வீட்டு வாத்துக்களுக்குச் சமமான அளவு இருக்கும்.

சாம்பல் கலந்த பழுப்புநிறம் மற்றும் வெள்ளைநிறம் கொண்ட இவை தலை, கழுத்து முதலிய பகுதிகளில் வெண்மைநிறம் கொண்டிருக்கும்; தலையின் பின்புறம் குறுக்காகத் தெளிவான, அகன்ற கறுப்புக் கோடுகள் அமைந்திருக்கும். ஆண், பெண் இரண்டும் ஒன்றுபோல் இருக்கும். ஆறுகளிலும் ஏரிகளிலும் குளிர்காலத்தில் பயிர் செய்யப்படும் வயல்களிலும் தங்கியிருக்கும்... வடக்கு, வடகிழக்கு இந்தியாவிலும் குளிர்காலத்தில் பரவலாக

இவை காணப்படும். ஆனால் நடுஇந்தியாவில் அருகியே காணப்படுகின்றன. தமிழ்நாட்டின் தென்பகுதியில் கோடிக்கரை காலிமர்முனை வரை ஓரளவு இவை காணப்படுகின்றன. மேலும் வங்காளநாடு, பாகிஸ்தான், மியான்மர் போன்ற நாடுகளிலும் காணப்படுகின்றன.

வரித்தலை வாத்துகள்

அக்டோபர் திங்களில் வந்து மார்ச்சு திங்கள் நடுவில் திரும்பிச் சென்றுவிடுகின்றன. அந்தியிலும் இரவிலும் நடமாடும் பழக்கமுடையன. இரவு நேரங்களில் இளம்பருப்பு வகை வயல்களில் இவை கூட்டம் கூட்டமாக நடமாடும். பகற்பொழுதில் ஆறுகளில் நடுவே உள்ள மணல் திட்டுகளில் கூட்டமாகத் தங்கி ஓய்வெடுக்கும். இவை எளிதில் ஏமாறுவ தில்லை. வானில் பறக்கும்போது *'V'* வடிவத்திலோ, நீண்ட ரிப்பன் வடி வத்திலோ வரிசை அமைத்து பறந்துச் செல்லும். முக்கியமாக மேய்ச்சல் தரைக்குச் செல்லும்போது, இவ்வாறு செல்வதைக் காணலாம்.

சாதாரணமாக, குளிர்காலத்தில் காணப்படும் இளம் புல் பூண்டுகள் அல்லது இளம் பருப்பு வகைச் செடிகளை இவை உணவாக உட்கொள்ளும். இவற்றின் ஒலி இசைத்தன்மையுடன் அமைந்து கவர்ச்சிமிக்கதாக இருக்கும். பல்வேறு சுரங்களில் 'ஆங் ஆங்' என்ற ஒலியை எழுப்பும். இவை திபெத், லடாக் முதலிய இடங்களில் ஏப்ரல் முதல் ஜுன் வரையிலான காலப் பகுதியில் தங்கி இனப்பெருக்கம் செய்யும். அதிக உயரத்தில் உள்ள ஏரிக் கரைகளில் அமைந்திருக்கும் பொந்துகளில் கூடு கட்டும். தந்தவெண்மை நிறத்தில் மூன்று அல்லது நான்கு முட்டைகளை இடும்.[2]

குறிப்புகள்

1. வனபர்வம், யக்ஷயுத்த பர்வம், ப.11.

2. Salim Ali, *The Book of Indian Birds,* pp.83-84.

கோழிகள்

வலப்புறப்பாறையில், சூரியனுடைய ஊன்றியுள்ள பாதத் திற்குக் கீழே, சேவலும் பெடையுமாக இரண்டு கோழி இணைகள் காட்டப்பட்டுள்ளன. இவை அனைத்தும் தலையுயர்த்திப் பறக்க எத்தனிக்கின்றன. முன்னுள்ள பெடையானது இறக்கை விரித்துப் பறக்கிறது. அது பாறைப் பரப்பினை விடுத்து வெளியே மேல்நோக்கிப் பாய்கிறது.

இக்கோழிகள், சிவப்புக் காட்டுக்கோழிகள் (Red jungle fowl) என்னும் வகையினவாகும். காலஸ் காலஸ் (Gallus gallus) என்பது இவற்றின் விலங்கியல் பெயராகும்.

இவை, வீட்டுக்கோழிகளின் அளவில் அமைந்திருக்கும். சேவலிலிருந்து பெடை வேறுபட்டுக் காணப்படுகிறது. இவை பொதுவாகப் பழுப்பு நிறத்திலும் வயிற்றுப் பகுதிகள் செம்பழுப்பு நிறத்திலும் இருக்கும். இரண்டுமே வீடுகளில் வளர்க்கப்படும் பேந்தம் (Game Bantam) கோழிகளைப் போலிருக்கும். இணையாகவும் சிறுகூட்டமாகவும் புதர்க்காடுகளிலும் சால் மரக்காடுகளிலும் காணப்படும்.

வடக்கில், இமாலயக் குன்றுப் பகுதிகளிலும் அருணாசலப் பிரதேசத்தை யொட்டியும் கிழக்கு மத்தியப் பிரதேசத்திலுள்ள கோதாவரி ஆற்றங்கரை யிலும் கிழக்கே மியான்மர் வரையிலும் இவை காணப்படுகின்றன. சால் மரங்கள் நிறைந்திருக்கும் பகுதிகளிலும் சதுப்பு நிலங்களில் மான்கள் உள்ள இடங்களிலும் இவை அதிகமாகக் காணப்படுகின்றன...

வீடுகளில் வளர்க்கப்படுகின்ற எல்லாக் கோழி இனங்களுக்கும் மூதாதை இக்கோழி இனமேயாகும். நான்கு அல்லது ஐந்து கோழிகள் கூடி வயல் ஓரங்களிலும் சாலையோரங்களிலும் மேயும். மிகவும் கூச்ச இயல்புடைய இவை மரங்களிலும் மூங்கில் புதர்களிலும் தங்கியிருக்கும்.

தானியங்கள், இளம் காய்கறிச் செடிகள், பூச்சிகள், பல்லிகள் முதலியன இவற்றின் உணவாகும்.

காட்டுக் கோழிகள்

காட்டுக் கோழி – சேவல்கள்

இவற்றின் குரலொலி வீட்டுக்கோழிகளின் ஒலியைப்போல, ஆனால் உச்சதொனியில் இருக்கும். அவ்வொலி சட்டென்று முடியும். பொதுவாக இவை காலையிலும் உறங்கச் செல்வதற்கு முன்பு மாலையிலும் கூவும்; பகலிலும் அவ்வப்போது கூவுவது உண்டு. மார்ச்சு முதல் மே வரையிலும் இவை இனப்பெருக்கம் செய்யும். அடர்ந்த புதர்ப்பகுதிகளில் உள்ள அதிக ஆழமில்லாத பள்ளங்களில் காய்ந்த இலைகளைப் பரப்பிக் கட்டுவதே இவற்றின் கூடுகளாகும். வீட்டுக் கோழிகளைப் போலவே ஐந்து, ஆறு முட்டைகளை இடும். ஒருசேவலுக்கு ஒருபெடை என இவை வாழ்வதாகத் தோன்றுகிறது.[1]

குறிப்பு

1. Salim Ali, *The Book of Indian Birds,* p.125.

பருந்து

இடதுப்புறப் பாறையில் உடும்பு ஏறும் மரத்தின் கிளையில் அமர்ந்திருப்பது பருந்தாகும்.

இமயத்தில் வல்லூறுகள் இருப்பதை மகாபாரதம் குறிப்பிடு கிறது.[1] ஆயினும், சிற்பத்தொகுதியில் காட்டப்பட்டுள்ளதை அதனோடு தொடர்புடைய பருந்தெனக் கருதலாம்.

பருந்து

இதனை, இமயத்தில் காணப்படும் தேன் பருந்து *(Honey Buzzard)* எனக்கொள்ள இடமுண்டு. இவற்றின் விலங்கியல் பெயர் பெரினிஸ் டைலர்ஹய்ங்கஸ் *(Pernis ptilorhyncus)* என்பதாகும்.

வறட்சிமிக்க பாலைநிலப் பகுதிகளிலிருந்து பசுமைக்காடுகள் உள்ள இடம்வரை இது பரவலாக வசிக்கிறது. இமயமலையில் 1800 மீட்டர் உயரமுள்ள இடங்கள்வரை இதன் வாழ்விடம் பரவியிருக்கிறது.[2] இவ்வினப்பறவை களின் நிறம் மாறுபடக்கூடியது. பொதுவாக சாம்பல் கலந்த பழுப்பு நிறத்தோடும் அடர்சாம்பல் நிறங்கொண்ட தலையையும் பெற்றிருக்கும். கழுத்துக்குமேல் வெளிர் பழுப்பு நிறப்பட்டையும் அதன்கீழ் வெள்ளைக் குறுக்குக்கோடுகளும் கால்விரலில் ஆழ்ந்த கறுப்புநிறக் கோடும் கொண் டிருக்கும். பக்கவாட்டிலிருந்து பார்த்தால் அதே நிறக்கொண்டையும் இருக்கும். இறக்கைகள் சாம்பல் கலந்த வெள்ளிநிறத்தில் இருக்கும். அவற்றில் அடியில் அடர்ந்த கோடுகள் அமைந்திருக்கும். வட்டமான வால் சாம்பல் நிறத்தில் இருக்கும். அதன் முனையில் அகற்ற கருத்த குஞ்சம் காணப்படும்.

தேன் பருந்து

இடையில் குறுக்குக் கோடுகளும் அகற்ற வெளிர்நிறத்துப் பட்டைகளும் காணப்படும். வால் அமைப்பும் மாறுபடக் கூடியது. ஆணும் பெண்ணும் ஒன்றுபோலக் காணப்படும். பறக்கும்போது, சிறுகால் நகங்கள் உள்ள கழுகுகளைப் போலிருக்கும். ஆனால் பறக்கும்போது, சிறிய தலையையும் நீண்ட கழுத்தையும்கொண்டு அடையாளம் காணலாம். சாம்பல் வெள்ளி

நிறமான அடிப்புறத்தில் நிறைய அடர்கோடுகளைக் கொண்டும் வாலில் இரண்டு கரும்பட்டைகள் கொண்டும் காணப்படும்.

துணைக்கண்டம் முழுவதிலும் காணப்படுகிறது. குளிர்காலத்தில் இடம்விட்டு இடம் செல்லும் வழக்கமும் உணவுக்காக இடம் பெயரும் வழக்கமும் இதற்குண்டு.

பொதுவாக மரங்கள் அடர்ந்த நாட்டுப்புறங்களிலும் புறநகர்ப் பகுதி களிலும் காணப்படுகிறது. தனித்தோ அல்லது இணையாகவோ இருக்கும். உயரத்தில் பறந்துகொண்டோ உயரமான மரத்தில் அமர்ந்துகொண்டோ இருக்கும். இணையாக இரவில் தங்கும். தேன்கூடுகளிலிருந்து எடுக்கப்படும் தேனும் தேனீப் புழுக்களுமே இதன் முக்கிய உணவாகும். சிலவேளைகளில் தவளைகள், சிறிய பறவைகள், ஊர்வன, பூச்சிகள் ஆகியனவற்றையும் உட்கொள்ளும். இதன் ஒலி 'கிரீச்' என்று ஊதுவதைப் போன்ற ஒரே நீண்ட ஒலியாக இருக்கும். சிலவேளைகளில் இரவிலும் கத்தும்.

சாதாரணமாக, ஏப்ரல் முதல் ஜூன் திங்கள்வரை இது இனப் பெருக்கம் செய்யும். குச்சிகளைக் கொண்டு நெருக்கமாகக் கூட்டினை அமைத்து அதில் இலைகளைப் பரப்பித் தன் இருப்பிடமாகக் கொள்ளும். வெளிர்பச்சை, வெளிர்மஞ்சள் ஆகிய நிறங்களில் இரண்டு முட்டைகளை இடும். ஆணும் பெண்ணும் குஞ்சுகளைக் கவனமாய்க் காக்கும்.[3]

குறிப்புகள்

1. வனபர்வம், யக்ஷயுத்த பருவம், ப.11.
2. Salim Ali, *The Book of Indian Birds*, p.11
3. மேலது, பக்.97 – 98.
4. மயில்கள் – வாத்து – நாரைகள் – காண்க: பின்னிணைப்பு – 4

மரங்கள்

பலா

இடதுபுறப் பாறையில், வேடர்கள் நிற்கும் வரிசையில் முதலி லுள்ள சிங்கத்தை அடுத்து ஒரு பெரிய பலாமரம் காட்டப்பட்டுள்ளது. அதன் அடிமரம் பருத்துள்ளது. அடர்த்தியாக இலைகள் காட்டப் பட்டுள்ளன. அதன் கிளையிலிருந்து ஒன்றும் மரத்திலிருந்து ஒன்றுமாக இரண்டு பலாப்பழங்கள் காய்த்துத் தொங்குகின்றன.

பாண்டவர்கள் கந்தமானவனத்தை அடைந்தபோது, அங்கிருந்த மரங்களுள் பலாவும் இருந்ததாக மகாபாரதம் குறிப்பிடுகிறது.[1]

மார்கண்டேய புராணம், வாயு புராணம், மச்சய புராணம் ஆகியவற்றில் பலாமரம் பற்றிய குறிப்புகள் காணப்படுகின்றன.

பாண்டவர்களோடும் கௌரவர்களோடும் இணையும் வாய்ப்பைத் தவிர்க்க எண்ணும் பலதேவர், மதுமயக்கத்தாலும் விருப்பத்தினா லும் சூழ்நிலையின் தாக்கத்தாலும் சுதாவைக்கொன்று, அப்பாவப் பரிகாரத்திற்காக யாத்திரை மேற்கொள்ளும் இடத்தில் பலவகை மரங்கள் சுட்டப்பட்டுள்ளன. அவற்றுள் பாணசாவும் (*Panasa* – பலாமரம்) ஒன்றாகும்.[2]

> கந்தமாதன மலையில், ஆறு ரசங்களின் ஊற்றாக உள்ள, தெய்வீக பாணசா மரப் பழங்களின் சாற்றினை பிரமனின் மகனாகிய ஈஸ்வரன் பருகுகிறார்.[3]
>
> கட்டடம் கட்ட சந்தனமரமும் பாணசாமரமும் மிகவும் உகந்தவை என மச்சயபுராணம் குறிப்பிடுகிறது.[4]

பலாவின் தாவரவியற்பெயர் ஆர்தோகாபஸ் ஹெட்டிரோ பிசிலஸ் (*Artocarpus helerophyllus*) என்பதாகும்.

இம்மரம் எப்பொழுதும் பசுமை மாறாததாகும். மனிதரால் உண்ணப்படும் கனியில் இதுவே உலகில் மிகப்பெரியதாகும். இதன் வடமொழி பெயர் பானாஸ் (*Panas*) என்பதாகும். மேற்குத்தொடர்ச்சி மலை இதன் பிறப்பிடமாகக் கருதப்படுகிறது . . . இலைகள்

பலா மரம்

தோல்போல் பரந்து பச்சைநிறமுடன் காணப்படும். குளிர்கால இறுதியில் பூக்கள் தோன்றுகின்றன. நீள்உருண்டை வடிவினதான இதன் பழங்கள் 36 கிலோவரை எடையுள்ளவை. பழத்தின் மேற்தோலில் எண்ணற்ற கூர்மையான, கூம்பு வடிவான குமிழ்கள் காணப்படுகின்றன. இளம் பலாமரத்தில் பழங்கள் கிளைகளிலும் தோன்றுகின்றன. ஆனால், முதிர்ந்த மரங்களில் கொத்தாக அடிமரத்திலும் சிலசமயம் வேர்களில்கூடத் தோன்று

கின்றன. எட்டு வயதானதும் பலாமரம் காய்க்கத் தொடங்குகிறது. பொதுவாக மார்ச்சு முதல் ஜூன்வரையிலான காலப்பகுதியில் காய்ப்புத் தொடங்கு கிறது. மலைகளின் உயர்பகுதியிலிருக்கும் மரங்கள் செப்டம்பர் திங்கள் வரைகூடக் காய்க்கின்றன.[5]

பலாமரத்திற்கு வட்டாரப் பெயர்கள் மிகுதியாக உள்ளன.

> வங்காளத்தில் கந்தல் *(Kanthal)* எனவும் காசி *(Khasi)* மலைப் பகுதியில் டிங் – ஷோ – பன் *(Dieng – soh – phan)* எனவும் அசாமில் கதல் *(kathal)* எனவும் இம்மரம் வழங்கப்பெறுகிறது.

பலாவானது மேற்குத் தொடர்ச்சி மலையில் மிகுதியாகக் காணப் பட்டாலும் இந்தியாவின் வெப்பமான பகுதியில் அனைத்திலும் பரந்து காணப்படுகிறது. இது 1,200 மீட்டர் (M.S.L) உயரம் வரையிலும் பரவி வளரக்கூடியது. முக்கியமாக இந்தியாவின் வடபகுதியான அசாம், மேற்கு வங்காளம், பீகார் மாநிலங்களில் பரவலாகப் பயிரிடப்படுகிறது. உத்தரப் பிரதேசத்தில் கிழக்கு மாகாணங்களான கோராக்பூர், தியோரியா மாவட்டங் களில் தற்போதும் அதிகமாகப் பயிரிடப்படுகிறது . . .

பலாப்பழங்கள் காய்க்கத் தொடங்கும் பருவம் நவம்பர் முதல் பிப்ரவரி வரையிலாகும். அக்காய்கள் அதற்குப்பின் மார்சு, ஏப்ரல் மாதங்களில் முற்றிலும் பழமாகின்றன.[6]

இப்பலாமரம், இந்து சமயச் சிற்பங்களிலும் பௌத்தசமயச் சிற்பங் களிலும் பன்முறை இடம்பெற்றுள்ளது.[7]

மல்லைச் சிற்பத்தொகுதியில், இமயத்தின் வறண்ட பகுதியில், முதிர்ந்த தாகப் பலாமரம் காட்டப்பட்டுள்ளது.

குறிப்புகள்

1. வனபர்வம், யக்ஷயுத்தபர்வம், ப.11.
2. F. Eden Pargiter, *The Markandeya Puranam,* p.25.
3. Devendrakumar Rajaram Patil, *Cultural History from the Vayu Purana,* p.94.
4. Jamna Das Akhtar (Ed.), *The Matsya Puranam,* p.301.
5. R.P.N.Sinha, *Our Trees,* pp.22 - 23.
6. *The Wealth of India* (Raw Material, volume, 1. A), p.448.
7. Shakti M. Gupta, *Plants in Indian Temple Art,* p.32.

ஞெமை

சிற்பதொகுதியின் இடதுபக்கத்தில் கிராதர்கள் நிற்கும் பகுதியில் உடும்பு ஏறுகின்ற பருத்த மரமொன்று காட்டப்பட்டுள்ளது. அதன் கிளையில் பருந்தொன்று அமர்ந்துள்ளது. அது, ‘ஞெமை’ என்னும் மரமாக இருக்கலாம். ஞெமை என்னும் மரம் குறித்துச் சங்க இலக்கியங்களில் பல குறிப்புகள் காணப்படுகின்றன.

அமை ஆடு அங்கழை தீண்டிக் கல்லென
ஞெமைஇலை உதிர்த்த எரிவாய்க் கோடை
நெடுவெண் களரி நீறுமுகந்து சுழலக்
கடுவெயில் திருகிய வேனில் வெங்காட்டு . . .
(அகம்.353:7–10)

‘செவ்விதான நிலையிலேயுள்ள மூங்கிலின் அசைகின்ற தண்டினைத் தாக்கிக் கல்லெனும் ஒலியுடனே ஞெமை மரத்தின் இலைகளை வெப்பமிக்க கோடைக்காற்று உதிர்க்கும் நீண்ட வெண்மையான களர் நிலத்தின் புழுதியையும் முகந்து கொண்டதாக அது சுழன்ற டிக்கும்’ என மதுரை அளக்கர் ஞாழலார் மகனார் மள்ளனாரும்,

திருந்தரை ஞெமைய பெரும்புனக் குன்றத்து
ஆடுகழை இருவெதிர் நரலும்
கோடுகாய் கடற்ற காடு . . . (அகம்.395: 13 – 5)

‘அத்தகைய இடமாகிய, திருந்திய அடியைக்கொண்ட ஞெமை மரங்களையுடைய பெரும்புனங்கள் விளங்கும் குன்றிடத்தே, அசையும் தண்டினைக் கொண்ட பெரிய மூங்கில்கள் ஒலித்துக் கொண்டுமிருக்கும், சிமையமும் வெம்பிய மலையிடத்தாகிய அக்காடு’

என எயினந்தை மகனார் இளங்கீரனாரும்

வேர் முழுது உலறி நின்ற புழற்கால்
தேர்மணி இசையின் சிள்வீடு ஆர்க்கும்
வற்றல் மரத்த பொற் தலை ஓதி

வெயிற் கவின் இழந்த வைப்பின் பையுள் கொள,
நுண்ணிதின் நிவக்கும் வெண் ஞெமை வியன் காட்டு...
                                                                (அகம்.145:1-5)

எனக் கயமனாரும் குறிப்பிட்டுள்ளனர்.

இத்தகைய ஞெமை மரங்கள் இமயத்தில் மிகுந்திருப்பதை,

ஞெமையோங்கு உயர்வரை இமயத்து உச்சி...
                                                                (நற்.399: 7)

என மதுரை ஓலைக்கடையத்தார் நல்வெள்ளையார் குறிப்பிட்டுள்ளார்.

...ஞெமைத்தலை
ஊனசை இ யொருபருந் திருக்கும்
வானுயர் பிறங்கன் மலை.   (குறுந்.285: 6-8)

'இறந்தோரது தசையை விரும்பி, ஞெமை மரத்தின் உச்சியில் ஒற்றைப் பருந்து இருக்கின்ற, வானளவும் உயர்ந்த விளக்கத்தையுடைய மலையைப் பூதந்தேவனார் பாடியுள்ளார். இப்பாடலில் மலையின் பெயர் சுட்டப்பெற வில்லை.

சங்க இலக்கியம் காட்டும் இக்காட்சிகளை நோக்கும்போது, ஞெமை என்னும் மரம் பாலை நிலமாகிய வறல் நிலத்தோடு உறவுபட்டிருப்ப தையும், மலைகளில் குறிப்பாக, இமயத்திலும் வளர்ந்துள்ளதையும் உணர முடிகிறது.

சிற்பத் தொகுதியில் உடும்பு ஏறுகின்ற மரமானது, கிராதர்கள் வாழும் வறட்சிமிக்க இமயமலைப் பகுதியில் காட்டப்பட்டுள்ளதாலும் பருந்து பசியோடு இறைச்சியை விரும்பிக் காத்திருக்கும் காட்சி காட்டப்பட்டுள்ள தாலும் இது ஞெமை மரமாக இருக்கலாம் என்று கருத வாய்ப்புள்ளது.

ஞெமை மரத்தின் தாவரவியல் பெயர் அனோஜெய்ஸஸ் லெட்டி போலியா *(Anogeissus latifolia)* என்பதாகும். இது கடுக்காய்க் குடும்பதைச் சார்ந்ததாகும்.

இந்தியா முழுவதும் பரவலாக வளரும் இம்மரங்கள், வடமேற்கு இமயம் வரை காணப்படுகின்றன. பெரும்பான்மையும் இம்மரங்களால் மட்டுமேயான அடர்வனங்கள் இமயமலையின் அடிவாரங்களில் காணப்படு கின்றன. பொதுவாக, இமயமலை அடிவாரங்களிலும் சிவாலிக் மலைத் தொடர்களிலும் 3,600 அடி உயரம் வரை இம்மரங்கள் காணப்படுகின்றன. மிக வறட்சியும் மிகக் குளிர்ச்சியுமற்ற மிதமான வறண்ட பகுதியில் இம்மரங்கள் காணப்படுகின்றன.

90 முதல் 100 அடி வரை உயரம் வளரக் கூடிய இம்மரங்கள் உரியும் தன்மையுள்ள வெளிர் மஞ்சள் பட்டைகளை உடையன. இம்மரங்கள் கோடையில் பூக்கும். அப்பொழுது இலைகளை முற்றிலும் உதிர்த்துவிடும்.[1]

தமிழகத்திலும் குறிப்பாக மதுரை, கோவை, சேலம், நாமக்கல் பகுதிகளில் இம்மரங்கள் காணப்படுகின்றன. சவ்வாதி, கொல்லிமலைப் பகுதிகளில் வாழும் பழங்குடிகள் இவற்றை நமை மற்றும் வெள்ளை நமை என்று இன்றும் வழங்குகின்றனர். பிற பகுதியினர் வெட்காலி என அழைக்கின்றனர்.[2]

குறிப்புகள்

1. . . . *The wealth of India – Raw materials,* vol.1:A, p.297.
2. ஞெமை குறித்த தாவரவியல் குறிப்புகளைத் தந்துதவியவர் சென்னைக் கிறித்துவக் கல்லூரி தாவரவியல் துறைப் பேராசிரியர் முனைவர் து. நரசிம்மன் ஆவார். அவருக்கு நன்றி.

நமேரு

இடதுபுறப் பாறையில், முதலிரு வேடர்களுக்கு இடையே ஒரு மரம் உள்ளது. அதன் திரண்ட அடிமரம் சற்று வளைந்ததாகக் காட்டப்பட்டு, மரத்தின் மேற்பாகம் வெட்டிக் காட்டப்பட்டுள்ளது. அதன் இலைகளில் சில பாறையின்மீது சித்திரிக்கப்பட்டுள்ளன போல் காணப்படுகின்றன. இது 'நமேரு' என்ற பெயருடைய மரமாகலாம்.

அரசன் இரகு தனது திசைப் பயணத்தின்போது இமயத்திற்கு வந்தான்.

'ஹிமாலயத்தில் வீசிய குளிர்த்தகாற்று அவனுக்கு ஸுக முண்டாக்கியது. காய்ந்த பூர்ஜ இலைகளின்மேல் வீசும்பொழுது, காற்று 'மர்மர' சத்தமுண்டாக்கியது... கங்கா ஜலத்தின் சிறுதிவலை களைக் கொண்டுவந்த அக்காற்று குளிர்ந்து இருந்தது'[1]

'போர் வீரர்கள் நமேரு மரங்களின் நிழல்களில் படுத்திருந்த கஸ்தூரி மான்களின் கஸ்தூரிகளால் வாசனை யூட்டப்பெற்ற இடங்களையுடைய பாறையின்மேல், உட்கார்ந்து சிரம பரிஹாரம் செய்துகொண்டனர்'[2]

என்று காளிதாசர் குறிப்பிட்டுள்ளார். வேடர்களுக்கும் இரகுவிற்கும் சண்டை நேர்ந்த இடத்தருகிலேயே இம்மரம் காளிதாசரால் குறிப்பிடப் பட்டு உள்ளதாலும் சிற்பத்தொகுதியில் வேடர்களுடன் காட்டப்பட் டிருப்பதாலும் இதனை 'நமேரு மரம்' எனக்கொள்ளலாம்.

மேலும், காளிதாசர், சிவபெருமான் இமயத்தில் தவமியற்ற வந்தபோது, 'சிவஸேவகர்களான பிரதம கணங்கள், நமேரு மலரை அணிந்து மரவுரி உடுத்தி மனச்சிலையைப் பூசிக்கொண்டு, சிலாஜது நிறைந்த வாஸனையுள்ள பாறைகளின்மேல் அமர்ந்திருந்தனர்.'[3] என்றும்,

சிவனது தவத்தைக் கலைக்க வந்த மன்மதன்,

நமேரு மரம்

'... சுற்றுப்புறங்களில் ஒன்றோடொன்று இணைந்துள்ள நமேரு மரங்களின் கிளைகளையுடைய சிவபிரானது ஆச்ரமத்தில் புகுந்தான்.'[4]

என்றும் குமார ஸம்பவத்தில் குறிப்பிட்டுள்ளார்.

இம்மரம் *Elaeocarpus ganitrus* எனும் தாவரவியல் பெயருடையதெனக் குறிப்பிடும் சுரேஷ் சந்திரபானர்ஜி, சுரபுன்னகா *(Sura - Punnaga)* எனும் இணைப்பெயரை உரையாசிரியர் மல்லிநாதர் குறிப்பிட்டுள்ளதாகத் தெரிவித் துள்ளார். இதன் மலர்கள் அலங்காரத்திற்கு, குறிப்பாகத் தலையை அலங் கரித்துக்கொள்ளப் பயன்படுவன என்றும் நமேரு மரங்கள் இனிய நிழலைத் தருவன எனவும் குறிப்பிட்டுள்ளார்.[5]

நமேரு என்ற மரம், சுரபுன்னை அல்லது புன்னை மரத்தைக் குறிக் கலாம். சுரபுன்னை, பெரும்பாலும் கடற்கரை சார்ந்து வளர்வதாகும். ஆனால், புன்னையும் அதன் சிற்றினங்களும் கடற்கரையிலிருந்து பசுமை மாறாக் காடுகள்வரை பரவலாகக் காணப்படுகின்றன.

இதில் 'நமேரு' என்பது புன்னை மர சிற்றினங்களின் ஒன்றான காலோஃபில்லம் பாலியாந்தம் (குளூசியெசி) *Calophyllum polyanthum (Clusiaceae)* என்பதாகும். இம்மரவகை, கிழக்கு இமயப்பகுதி, மணிப்பூர் அருகில், கரோ *(Garo)*, காசி *(Khasi)* மலைப்பகுதிகளிலும் சிக்கிம் மாநிலப் பசுமை மாறாக் காடுகளிலும் பரவலாகக் காணப்படுகிறது.

இமயத்தின் வறண்ட அடிவாரங்களில் 300 மீட்டர் உயரத்திலிருந்து 1,200 மீட்டர் உயரம் வரை பரவலாகக் காணப்படுகிறது. இதனது நீண்டு, பருத்துள்ள அடிமரம், வீடுகள் கட்டவும் படகுகள் செய்யவும் பயன்படு கின்றன.

தடிமனான இதன் இலைகள், வெப்பத்தால் ஏற்படும் நீராவிப்போக் கினைத் தடுப்பதற்காக வழவழப்பாகக் காணப்படுகின்றன. இம்மரத்தின் வேர், மரப்பகுதிகள் பால்சொரியும் தன்மை கொண்டவை. இதன் விதை களிலிருந்து ஒருவிதமான எண்ணெய் எடுக்கப்படுகிறது. அதனை கரோ, காசி மலைப்பகுதிகளில் வாழும் பழங்குடியினர் விளக்கெரிக்கப் பயன் படுத்துகின்றனர்.[6]

குறிப்புகள்

1. காளிதாஸர், *ரகுவம்ச மஹாகாவ்யம்,* பா.எ.IV. 73
2. மேலது, பா.எ, IV. 74.
3. காளிதாசர், *குமார ஸம்பவம்,* I : 55
4. மேலது, III : 43.
5. Suresh Chandra Banerji, *Kalidasa-Kosa,* P.9.
6. நமேரு மரத்தைப் புன்னை சார்ந்ததாகத் தகவல் தந்து, விவரங்கள் உதவியவர்: முனைவர் ஜெ.சௌந்தர பாண்டி, தாவரவியல் ஆய்வாளர், சென்னைக் கிறித்துவக் கல்லூரி, தாம்பரம்.

வனம்

சிற்பத்தொகுதியின் இடதுபுறப்பாறையில் முயலுக்கு மேலாகப் பல மரங்கள்கொண்ட தோப்பொன்று சித்திரிக்கப்பட்டுள்ளது.

வனம்

அவற்றில் ஏழுமரங்கள் நமக்குப் புலப்படும் வண்ணம் காட்டப்பட்டுள்ளன. கனத்த அடிமரத்திலிருந்து பிரிந்துசெல்லும் கிளைகளுடன் அவை காட்சியளிக்கின்றன. அத்துடன் அவை இலைகள் உதிர்ந்து காணப்படுகின்றன.

மகாபாரத வனபர்வத்தில், இராஜரிஷியான விருக்ஷபர்வா கூறிய வழியில் பாண்டவர்கள் செல்லும்போது, அப்பகுதியில் இருந்த முப்பத்து நான்கு மரங்களின் பெயர்கள் சுட்டப்பட்டுள்ளன[1] அவற்றுள் கருங்காலி, செண்பகம், கடம்பு, நெல்லி, புங்கு போன்ற மரங்கள் கோடையில் இலையுதிர்க்கும் இயல்பின. ஆதலால் இம்மரங்கள் கொண்ட தோப்பாகவோ அல்லது இவற்றுள் ஏதேனும் ஒருவகை மரமே நிறைந்த தோப்பாகவோ இதனைக் கருதலாம்.

குறிப்புகள்

1. வனபர்வம், யக்ஷயுத்த பர்வம், ப.11.

ஒரு விளக்கம்

இச்சிற்பத்தொகுதியில் உள்ள விலங்குகள், பறவைகள், தாவரங்கள் முதலியவற்றை இவ்வாறு இமயமலையில் உள்ள காட்டுயிரிகளோடு தொடர்புபடுத்தி விளக்கும் இம்முயற்சியைக் காண்போர்க்கு 'கி.பி.7 – 8ஆம் நூற்றாண்டில் தமிழகத்தில் வாழ்ந்த சிற்பிகளுக்கு இமயத்தின் காடுகள் குறித்தும் அவற்றின் உயிரிகள் குறித்து எவ்வாறு தெரிந்திருக்க இயலும்' என்ற ஐயம் எழுவது இயற்கை. ஆனால், அந்த ஐயத்தை ஆதாரம் காட்டித் தெளிவிப்பது எளிதன்று.

ஏனெனில், மாமல்லைக்கு அருகிலுள்ள பூஞ்சேரி கிராமத்தில் காணப்படும் கல்வெட்டில் உள்ள சில பெயர்களைத் தவிர சிற்பிகள் குறித்து வேறு செய்திகள் ஏதும் இதுவரை கிடைக்கவில்லை. மாமல்லை உருவாக்கத்தில் ஈடுபட்ட சிற்பிகள் எத்தனை பேர்? அவர்கள் அனைவரும் தமிழ் நாட்டவரா? எவ்வளவுபேர் பிற பகுதிகளைச் சார்ந்தவர்கள்? அவர்களின் பயிற்சி எத்தகையது? எந்தக் கலைப் பள்ளியைச் சார்ந்தோர்? எவ்வளவு காலம் இங்குத் தொழிற்பட்டனர்? என்பன போன்ற எத்தனையோ வினாக்களுக்கு இன்னும் விடை காண இயலவில்லை.

ஆயினும் அளவை (Logic) அறிவுகொண்டு இவ்வினாக்களுக்குச் சில அமைதிகளைக் காணமுடிகிறது.

1. பல்லவர் காலத்திற்குப் பல நூற்றாண்டுகளுக்கு முற்பட்ட சங்கப் புலவர் பலர் இமயம் குறித்துத் தம் செய்யுட்களில் வியக்கத்தக்க பலநுட்பமான தகவல்களைத் தந்துள்ளனர்.

ஆகவே, சங்கச் சான்றோர்க்கு விரிவாக அறிமுகமாகியிருந்த இமயம், இடைக்காலப் பல்லவச் சிற்பிகளுக்கு அறிமுகமாகி இருந்திருக்கலாம் எனக் கருதுவதில் பிழையில்லை.

2. மகாபாரதம், இராமாயணம் முதலிய இதிகாசங்களும் மகா புராணங்களும் காளிதாசரின் படைப்புகளும் இமயம் குறித்து விரிவான தகவல்களையும் காட்சி வருணனையாகச் சொற் சித்திரங்களையும் வழங்குகின்றன.

3. பல்லவர் காலத்தைச் சார்ந்த திருமங்கையாழ்வாரின் இமயம் சார்ந்த திருப்பதிகள் குறித்த பாசுரங்களில் இமயத்தின் இயற்கை குறித்த விரிவான வருணனைகள் இடம்பெற்றுள்ளன.

மல்லைச் சிற்பிகளின் படைப்புகளைக் காணும்போது, சமய மெய்யியல், புராணங்கள், இலக்கியங்கள், நிலவியல், உயிரிகளின் உடற்கூறுகள் முதலியன குறித்த அவர்கள்தம் பேரறிவும் அவற்றைத் தம் படைப்புகளில் எடுத்தாளும் பேராற்றலும் புலப்படுகின்றன. ஆகவே, இமயத்தை நேரடியாக உணர்ந் திருக்கவும் ஏனையோர் படைப்புகள் வாயிலாக அறிந்திருக்கவும் அவர்களுக் கிருந்த வாய்ப்புகளை எண்ணிப்பார்க்க வேண்டியுள்ளது.

<pre>
மகத வினைஞரும் மராட்டக் கம்மரும்
அவந்திக் கொல்லரும் யவனத் தச்சரும்
தண்டமிழ் வினைஞர் தம்மொடு கூடிக்
கொண்டினிது இயற்றிய கண்கவர் செய்வினை ...
                          (மணிமேகலை:19 : 107 – 110)
</pre>

எனவரும் மணிமேகலை அடிகள் சங்கம் மருவிய காலத்தில் பல்வேறு நாடுகளைச் சேர்ந்த கலைஞர்கள் தமிழகக் கலைஞர்களுடன் இணைந்து படைப்பாக்கத்தில் ஈடுபட்டதை உணர்த்துகின்றன.

அதுபோல், பல்லவர் காலத்திலும் வடநாடு முதலிய பிற பகுதிகளைச் சார்ந்த கலைஞர்கள் மல்லைக் கலைஞர்களுடன் கலந்து படைத்திருக்க இயலும் என்ற சாத்தியத்தினையும் மறுப்பதற்கில்லை.

ஆகவே, சிற்பிகள் நேரடியாக இமயத்தை உணர்ந்திருக்க உள்ள வாய்ப்பு, பிறர் தம் படைப்புகள் வாயிலாக உணர்ந்திருக்க உள்ள வாய்ப்பு, பிற பகுதிக் கலைஞர்கள் இணைந்திருக்க உள்ள வாய்ப்பு ஆகியனவே நாம் எண்ணிப்பார்க்கத் தக்கனவாகும்.

மல்லையைச் சூழ்ந்திருந்த பொருள்களையே சிற்பிகள் இச்சிற்பத் தொகுதியில் சித்திரித்துள்ளனர் எனக் கருதுவது பொருத்தமற்றதாகும். ஏனெனில் நான்கு குரங்குகளைச் சித்திரிக்கும்போது, இங்குப் பொதுவாகக் காணப்படும் குரங்குகளையே சித்திரிக்காமல், அவற்றுள் இரண்டினை லங்கூர் எனப்படும் வகையினதாகப் படைத்திருப்பதையும் வரையாடுகளை அதன் இயல்பான வாழிடமாகிய மலையின் உச்சியில் அமைத்திருப்பதையும் எண்ணிப்பார்க்க வேண்டியுள்ளது. ஆக, எந்த அளவு அவர்கள் இதில் கவனமும் நுட்பமும் உடையவர்கள் என்பது உணர வேண்டிய ஒன்றாகும்.

'வண்ணங்கள் அழிந்துபட்டுள்ள நிலையில் விலங்குகள், பறவைகள் முதலியனவற்றைத் துல்லியமாக அடையாளம் காண்பது எவ்வாறு இயலும்?'

என்ற வினா எழுவதும் இயல்பே. ஆயினும் சிற்பங்களில் உள்ள உருவங்களை அடையாளம் காணமுயலும்போது, அவற்றின் வடிவம், உடலியக்கம், செயல்பாடுகள், சித்திரிக்கப்பட்டுள்ள இடங்கள் ஆகியனகொண்டே அவற்றை உய்த்துணர வேண்டியுள்ளது. இலக்கியம், அறிவியல் முதலிய புறச்சான்றுகளால் உறுதிப்படும்போது, அவை நம்பகத்தன்மையை அடைகின்றன. மான்களின் உடலமைப்பு, குறிப்பாகக் கொம்புகளின் அமைப்பைக் கொண்டே அவை இமயத்தில் உள்ள பன்றிமான்களாக இருக்கலாம் என்று முடிவு செய்யப்பட்டுள்ளது. அவற்றைப் போலவே அன்னங்களின் உடலமைப்பு, அவை இமயத்தில் உறையும் காலம், சிற்பத்தொகுதியில் பரசுராமர் காட்டப்பட்டுள்ள இடம், இன்றும் அவற்றின் வலசை செல்லும் இயல்பு குறித்த ஆய்வுத்தகவல், சங்க இலக்கியங்கள், காளிதாசரின் மேக சந்தேசம் தரும் வருணனை ஆகியன கொண்டே இவை வரித்தலை வாத்துகளாகும் என முடிவு செய்யப்பட்டுள்ளது. சிற்பத்தொகுதியில் காணப்படும் பன்றியின் உடலமைதி, ஆடுகளின் கொம்புகள், அவற்றின் வாழிடம் ஆகியன கொண்டே, அவை இமயத்தில் உள்ள விலங்குகளில் எவற்றோடு பொருந்தியுள்ளன என உய்த்துணரப்பட்டுள்ளன.

பொய்த்தவப் பூனையும் எலிகளும்

வடப்புறப் பாறையின் கீழ்ப்பகுதியில், முன்னிற்கும் பெரிய யானையின் தந்தங்களுக்குக் கீழாகக் கங்கைக்கரையில் நிற்பது போலித்தவம் செய்யும் பூனையாகும். அது தனது இடதுகாலை ஊன்றி, வலதுகாலினைச் சற்று மேல்தூக்கியுள்ளது. இரண்டு கைகளை யும் தலைக்கு மேல் உயர்த்தியுள்ளது. அதன் காதுகளின் உட்புறம் குழிவாகக் காட்டப்பட்டுள்ளன. கன்னப்பகுதி பூசி மெழுகினாற் போல் பருத்துள்ளது. மார்புக் கூட்டு எலும்புகள் தெரிகின்றன. கைகளை உயரத் தூக்கியதால் உடலுக்கும் கைக்கும் இடையே நீண்ட தோல் தெளிவாகத் தென்படுகிறது. வயிறு சற்றுப் புடைத்துக் காணப்படுகிறது. தொடையின் சதைகள் உட்குழிந்து மேலெழும்பித் திரட்சியுடன் காணப்படுகின்றன. மெத்தென்ற பாதங்களையும் உருண்டு தொங்கும் வாலின் திரட்சினையும் உணரமுடிகிறது. ஆண்குறி காட்டப்பட்டுள்ளது. அது கைகளை உயர்த்தி ஒரு காலினைத் தூக்கி நிற்கும்நிலை மேலுள்ள தவசியின் தன்மையை ஒத்துள்ளது.

அப்பூனையின் கீழ், இடதுபுறம் ஆறு எலிகளும் வலதுபுறம் ஏழு எலிகளுமாகப் பதிமூன்று எலிகள் மிக்க விரைவும் அசைவும் கொண்ட தோற்றங்களில் காட்டப்பட்டுள்ளன.

பூனையின் முன்னால் ஓர் எலி, தன் பின்னங்கால்களால் நின்றவண்ணம் கைகளையுயர்த்தி பூனையிடம் ஏதோ சொல்லுகிறது. நிற்கும் பின்னிருகால்களுக்கு இடையே இடைவெளி விடப்பட் டுள்ளது. விதைப்பைகள் காட்டப்பட்டுள்ளன. அதன் முன்னால் உள்ள எலி திரும்பிப் பார்க்கிறது. அதற்குமேல் மற்றுமோர் எலி மேலிருந்து கீழே குனிந்து அதனைப் பார்க்கிறது. நிற்கும் எலியின் பின்புறமுள்ள எலி ஏறக்குறைய பார்வையாளரை நோக்கிச் சத்தமிடு கிறது. அதற்கு மேற்பகுதியில் உள்ள எலி, உடலினைச் சுருட்டிக் கீழே பார்க்கிறது. அதனுடைய வால் துல்லியமாகக் காட்டப்பட் டுள்ளது. அதற்கு பின்னால் ஓர் எலி கீழ்நோக்கிப் பார்க்கிறது. சுருண்டு காணப்படும் எலிக்கு மேலாக மற்றொரு எலி முன்னங்கால் களால் பாறையைத் தொட்டவண்ணம் தலையை அதன்மீது பொருத்தி

அச்சப்படும் பாவனையில் பார்க்கிறது. அதன் முன்னிரு கால்களுக் கிடையே இடைவெளி நுட்பமாக வடிக்கப்பட்டுள்ளதாகத் தோன்று கிறது.

பூனையின் பின்புறத்தில், பொந்துக்குள்ளிருந்து ஓர் எலி எட்டிப் பார்க்கிறது. அதற்கு முன்னால், பொந்திலிருந்து சற்றுமுன்னர் வெளிவந்த

பொய்த்தவப் பூனையும் எலிகளும்

பாவனையில் தென்படும் எலி கீழ்நோக்கிப் பார்க்கிறது. அதற்கு முன்னுள்ள எலி ஒன்று தன்னுடலினைக் குறுக்கி, மேலிருந்து குனிந்து பார்க்கும் எலியுடன் பேசுகிறது. அதன் வால் கீழ்நோக்கிச் செல்வதாகக் காட்டப்

சா. பாலுசாமி

பட்டுள்ளது. குனிந்து பார்க்கும் எலியின் சிறிய காதுகளும் உயர்ந்துள்ள வாலும் துல்லியமாக வடிக்கப்பட்டுள்ளன. அதனை அடுத்துள்ள எலியும் தன்னுடலைக் குறுக்கி, கீழ்நோக்கிப் பார்க்கிறது. அதன் சிறிய காதுகளும் நுட்பமாக வடிக்கப்பட்டுள்ளன. தரையைத் தொட்டிருக்கும் பூனையின் வாலருகே உள்ள எலி, தன்னுடலை உயர்த்தி நின்று மேல்நோக்கிப் பார்க்கிறது.

இப்பொய்த்தவப் பூனையின் கதை மகாபாரதத்தில் இடம்பெற்றுள்ளது. போருக்கு முன்பாக, பாண்டவரிடத்தில் உலூகன் என்பவனைத் தூதாக அனுப்புகிறான் துரியோதனன். அவர்களிடம் உலூகன் தெரிவிக்க வேண்டிய செய்திகளுடன் ஒரு கதையையும் உரைத்து வருமாறு கூறுகிறான்:

> உலூக! நீ பாண்டவர் இருக்கும் இடத்துக்குச்செல். ஸோமகர்களுடன் கூடிய பாண்டவர்களை நோக்கிச்சொல். இதைக் கிருஷ்ணரும் கேட்கட்டும். பாண்டவ! பல வருஷங்களாக எதிர் பார்த்ததும், உலகத்துக்கும் பயத்தை விளைவிப்பதுமான போர் உங்களுக்கும் எங்களுக்கும் இதோ நெருங்கிவிட்டது . . .
>
> முன்காலத்தில் தேவர்கள் ராஜ்யத்தை அபகரித்தபோது, அவர்களை நோக்கிப் பிரஹலாதன் கூறினார் – "தேவர்களே! எவனுடைய தர்மத்வஜம் த்வஜம்போல விளக்கமாக எடுத்துக்காட்டப் பெறுகிறதோ, பாவங்கள் மறைக்கப்படுகின்றனவோ அவனுடைய விரதம் பைடாலம் (பூனைக்கு உரியது) எனப்பெறுகிறது என்றார்.
>
> தர்மனே! உன் விரதமும் அத்தகையதுதான். மேலும், இந்த விஷயத்தில் நாரதர் என் பிதாவுக்குச் சொன்னதும் சிறந்ததுமான சரிதத்தைச் சொல்லுகிறேன். கேள். ஒரு ஸமயம் புத்திகெட்ட பூனையொன்று எல்லாக் கருமங்களிலும் முயற்சியற்றதும், உயரத் தூக்கின கைகளையுடையதுமாகக் கங்கைக்கரையில் இருந்தது. அது, பிராணிகளுக்கு நம்பிக்கை வருவதற்காக எல்லாப் பிராணிகளையும் நோக்கி, "மனத்தினைச் சுத்தியைச் செய்துகொண்டு தர்மத்தைச் செய்கிறேன்" என்றது.
>
> பாண்டவ! நாளடைவில் பக்ஷிகள் அதனிடம் நம்பிக்கை வைத்தன. அவை அந்தப் பூனையிடம் வந்து புகழ்ந்தன. பறவைகளைத் தின்னுகிற அந்தப் பூனை எல்லாப் பக்ஷிகளாலும் பூஜிக்கப் பெற்று, தன்காரியம் செய்யப்பெற்றதாகவும் அநுஷ்டானத்தினுடைய பயனும் கிடைத்துவிட்டதாகவும் நினைத்தது.
>
> யுதிஷ்டிர! பல நாட்களுக்குப்பின் எலிகள் அந்த இடத்துக்கு வந்தன. அவ்விடத்தில் அவை, தர்மத்தைச் சீலமாக உடையதும் பெரியகாரியத்தைச் செய்வதுபோல் டம்பத்துடன் கூடியதுமான அந்தப் பூனையைப் பார்த்தன. அவற்றுக்கு நாமெல்லாரும் பல நண்பர்களையுடையவர்கள். அப்படிப்பட்ட நமக்கு இவர் மாதுலராகி, எப்பொழுதும் எங்கும் முதியவர்களையும் இளையவர்

களையும் காப்பாற்றட்டும் என்ற எண்ணம் உண்டாயிற்று. அவை பூனையை அடைந்து தங்கள் எண்ணத்தைத் தெரிவித்தன.

“பெரியவரே! உம்முடைய அருளால் ஸுகமாக ஸஞ்சரிக்க விரும்புகிறோம். நீர் எங்களுக்கு உறுதியான கதி. நீர் எங்களுக்கு மிகச்சிறந்த நண்பர். நாங்கள் எல்லோரும் சேர்ந்து உம்மைச் சரணமாக அடைந்தோம். நீர் எந்நாளும் தர்மத்தை முக்கியமாகக் கொண்டவர். நீர் தர்மத்தில் நிலைத்திருப்பவர். இந்திரன் தேவர் களைக் காப்பதுபோல் நீர் எங்களைக் காக்க வேண்டும்” என்றன.

கௌந்தேய! எலிகளின் வார்த்தையைக் கேட்ட பூனை அவற்றை நோக்கிக் கூறிற்று – எலிகளே! தவம், ரக்ஷணம் இரண்டும் சேர்ந்திருப் பதை நான் பார்த்ததில்லை. ஹிதமான உங்களுடைய சொல்லை நான் அவசியம் ஏற்க வேண்டும். நீங்களும் எந்நாளும் நான் சொல்வதைச் செய்ய வேண்டும். உறுதியான நியமத்தைக் கைப்பற்றித் தவத்தினால் மிகவும் சோர்ந்திருக்கிறேன். நடை விஷயத்தில், ஆலோசித்துப் பார்த்தும் ஒருவிதமான சக்தியையும் நான் காண வில்லை. குழந்தைகளே! அப்படிப்பட்ட என்னை இது முதல் நீங்கள் எப்பொழுதும் நதிக்கரைக்குக் கொண்டு போக வேண்டும்” என்றது பூனை.

பாண்டவ! எலிகள் அதற்கு இசைந்து முதியவை, இளையவை ஆகிய எல்லாவற்றையும் அதனிடம் ஒப்புவித்தன. பாவியும், கெட்ட எண்ணமுள்ளதுமான பூனை, அது முதல் எலிகளைத் தின்பதாகிப் பருத்தும் நல்ல நிறமுள்ளதும் உறுதியான முட்டுக்களை யுடையதாகவும் ஆயிற்று. இப்படி இருக்கையில், எலிகளின் கூட்டம் மிகவும் குறைவடைந்தது. பூனையோ பலமும் பராக்கிரமு முடையதாக வளர்ந்தது.

தர்மபுத்திர! பிறகு எல்லா எலிகளும் கூடி ஒன்றையொன்று நோக்கி, “மாமா நாளுக்கு நாள் வளர்கிறார். நாமோ மிகவும் குறைவை அடைகிறோம்” என்று சொல்லின. புத்திமானான டிண்டிகன் என்ற எலி, எலிகளின் பெருங்கூட்டத்தை நோக்கி, “நீங்கள் கூட்டமாகச் சேர்ந்து நதிக்கரை செல்லும்போது, நான் அம்மானுடன் பின்னாலே வருகிறேன்” என்றது. அதைக் கேட்ட மற்ற எலிகள் “நல்லது நல்லது” என்று புகழ்ந்தன. அதன் சொற்படியே செய்யவும் செய்தன. பூனை டிண்டிகனைத் தின்றது.

யுதிஷ்டிர! பிறகு எலிகள் எல்லாம் சேர்ந்து ஆலோசித்தன. அவற்றில் வயதுமுதிர்ந்த கோலிகம் என்ற எலி, “மாதுலன் தர்மத் தில் விருப்பமுள்ளவனல்லன். கபடமாகவே ஜடையைத் தரித் திருக்கிறான். கிழங்குகளையும் பழங்களையும் தின்பவனுடைய மலம் மயிர் பற்றினதாக இராது. இவனுடைய உறுப்புகள் விருத்தி யடைகின்றன. நம் கூட்டமும் குறைவடைகிறது. ஏழெட்டு நாளாக டிண்டிகனையும் காணவில்லை.” என்றது. இந்த வார்த்தைகளைக்

கேட்டு எல்லா எலிகளும் ஓடிவிட்டன. கெட்ட எண்ணமுடைய அந்தப் பூனையும் வந்தபடியே சென்றது.

கெட்ட புத்தியுடையவனே! நீயும் அப்படிப்பட்டவனே. பூனையின் விரதத்தை அடுத்தவனாகிப் பூனை எலிகளிடம் செய்ததுபோல் ஜ்ஞாதிகளிடம் எப்பொழுதும் செய்கிறாய். உன்னுடைய சொல் ஒருவிதமாகவும் செயல் ஒருவிதமாகவும் காண்கின்றன.[1]

பாண்டவரோடு தொடர்புடையதாலும் கங்கைக்கரையில் நிகழ்ந்த நிகழ்ச்சி என்பதாலும் நகைச்சுவை உணர்வுக்காகவும் இக்கதை இச்சிறப்புத் தொகுதியில் வடிக்கப்பெற்றுள்ளது எனக் கருதலாம்.

குறிப்பு

1. உத்யோக பர்வம், உலூக தூதாகமன பர்வம், பக்.470 – 472.

தவசி – யார்?

மாமல்லைச் சிற்பத்தொகுதியில் உள்ள கதை, சமணம் சார்ந்தது எனவும் பௌத்தம் சார்ந்தது எனவும் நாக வழிபாட்டைக் குறிப்பது எனவும் பலவாறான விளக்கங்கள் அறிஞர்களால் தரப்பட் டிருப்பினும், பேரளவில் நம்பப்படுவன பகீரதன் தவத்தைக் குறிக்கிறது என்னும் விளக்கமும் அர்ச்சுனன் செய்த தவத்தைக் குறிக்கிறது என்னும் விளக்கமுமே ஆகும்.

இத்தொகுதியில் உள்ள சிவனும் தபசியும் மட்டுமன்றி, ஏனைய இயற்கைப் பொருட்களும் தேவகணங்களும் இவ்விரு கருத்து நிலைக்குக் காரணங்களாகும். தங்கள் கருதுகோளினை, பல்லவரின் பிறசிற்பங்கள், செப்பேடுகள், இன்னும் பிற சான்றுகளின் துணை கொண்டு விளக்கியுள்ளனர்.

அர்ச்சுனன், பகீரதன் ஆகிய இருவரில் ஒருவரே சிற்பத் தொகுதி யில் இருக்கமுடியும் என்னும் நோக்கில், இவர்தம் கதைகளை நுட்ப மாகப் பார்த்து முடிவுக்கு வரமுயலலாம்.

பகீரதன் தவம்

பகீரதன் கதையை லோமசர், தருமனுக்கு விரிக்கிறார்:

சகரன் என்பவன் இஷ்வாகு வம்சத்தில் தோன்றியதொரு சிறந்த அரசன். அவனுக்கு வைதர்ப்பி, சைப்பை என்ற மனைவியர் இருவர் இருந்தனர். நெடுங்காலம் மகப்பேறின்மையால் வருந்தி, மூவரும் இமயம் சென்று கடுந்தவமியற்றினர். தவத்தால் மகிழ்ந்த சிவபிரான் 'மிக்க ஆணவமுள்ள சூரர்களாய் அறுபதினாயிரம் பிள்ளைகள் ஒரு மனைவிக்குப் பிறந்து, சிறிதுகாலம் வாழ்ந்து அழிவர் என்றும் மற்றொரு துணைவிக்குக் குலத்தை விளங்கச் செய்யும் சிறந்ததொரு மகன் பிறப்பான்' என்றும் வரமளித்தார். அதற்கேற்ப வைதர்ப்பி பெற்ற சுரைக்காய் விதைகளிலிருந்து அறுபதி னாயிரம் புதல்வர்களும் சைப்பைக்கு ஓர் அழகிய மகனும் பிறந்தனர்.

அறுபதினாயிரம் புதல்வர்களும் ஆணவம் மிக்கவர்களாய் வளர்ந்து, தேவர்களுக்கும் பிறர்க்கும் பெருந்தீங்குகள் செய்து வந்தனர்.

இந்நிலையில் அசுவமேத வேள்வியியற்றிய சகரன், வேள்விக் குதிரையை பூமி வலம்வர விடுத்தான். அதனுடன் அவர் மைந்தர் அறுபதினாயிரம் பேரும் சென்றனர். கடற்கரையை அடைந்தும் குதிரை மறைந்துவிட்டது. அதனைத் தேடியலுத்த புதல்வர்கள், மன்னனிடம் முறையிட்டனர். அவன் அதனைத் தேடிக் கொணரும்படி அவர்களுக்குக் கட்டளையிட்டான். பல இடங்களிலும் தேடிய அவர்கள், கடலருகில் குதிரையின் குளம்படியை யும் அதனருகில் பூமி தோண்டப்பட்டிருப்பதையும் கண்டனர். அவர்கள் அந்தப் பிலத்தைத் தோண்டத் தொடங்கினர். பூமியை அவர்கள் வெட்டி யெடுத்தபோது, பாதாள உலகத்திலிருந்த அசுரர், உரகர் எனப்பலரும் மாண்டனர். பாதாள உலகில் அச்சமூட்டும் பேரோசை எழுந்தது.

பல்லாண்டுகளாகப் பூமியை வெட்டி ஓய்ந்த அவர்கள், கடலின் வடகிழக்குப் பகுதியில் பூமியைப் பிளந்துகொண்டு பாதாளத்தில் புகுந்தனர். தங்கள் குதிரை அங்கிருப்பதைக் கண்டனர். அங்கு ஆசிரமத்திலிருந்த கபில மகரிஷியே தங்கள் குதிரையைத் திருடியதாக எண்ணி அவரைப் பலவாறு ஏசினர். அவதார புருடராகிய கபில மகரிஷி சினமுற்று அவர்களைப் பார்த்தார். அவரது சினம்மிக்க பார்வையே அவர்களை எரித்தது.

நாரதர் மூலம் இதனைக் கேள்விப்பட்டுத் துயரில் மூழ்கிய சகரன், தன்மகன் அம்சுமானைக் குதிரையைத் தேடப் பணித்தான். பாதாளம் சென்ற அவன் கபில மகரிஷியின் சினத்தைத் தணிவித்துக் குதிரையை மீட்டுவந்தான். சகரனுக்குப்பின் அரசாண்ட அம்சுமான், தன்மகன் திலீபனை அரசனாக்கி வீடுபேறடைந்தான்.

தன் மூதாதையருக்கு நேர்ந்தவற்றைக் கேள்வியுற்ற திலீபன் மிக்க துயரடைந்தான். அவர்கள் நற்கதியடைய வானிலிருந்து கங்கையைப் பூமிக்குக் கொண்டுவர முயன்றான். ஆனால் அவனால் வெற்றிபெற இயலவில்லை.

திலீபனுக்குப் பின்னர், நற்குணங்கள் நிறைந்த பகீரதன் அரசனா னான். தன் மூதாதையருக்கு நேர்ந்தனவற்றை அறிந்து வருந்திய அவனும் அவர்கள் ஆன்மா மோட்சம் சேரக் கங்கையைக் கொணர முடிவு செய்தான். அமைச்சர்களிடம் நாட்டினை ஒப்படைத்துவிட்டு இமயமலைக்குச் சென்று கடுந்தவம் புரிந்தான். ஆயிரம் ஆண்டுகள் தவமிருந்தபின், கங்கை அவன் முன் தோன்றி, பூமிக்குவர இசைந்தாள். ஆயினும் தான் வானிலிருந்து இறங்கும்போது, அவ்வேகத்தைப் பூமி தாளாதாகையால் சிவன் தன் தலையில் தாங்க வேண்டும் எனக் கூறி, பகீரதனைச் சிவனை நோக்கித் தவம் புரியப் பணித்தாள். மீண்டும் பகீரதன் தவமியற்றினான். சிவபிரான் அவன் முன்தோன்றி, கங்கையைத் தன்தலையில் தாங்கிக் கீழிறக்க வர மளித்தார். பின்னர் அவ்வாறே வானிலிருந்து பூமிக்கு வந்த கங்கை, பகீ ரதன் முன்னோர்தம் சாம்பலை நனைக்க, அவர்கள் நற்கதி பெற்றனர்.[1]

அர்ச்சுனன் தவம்

அர்ச்சுனன் தவ நிகழ்ச்சி வனபர்வத்தில் இடம்பெற்றுள்ளது.

வனவாசம் மேற்கொண்ட பாண்டவர்கள் இமயமலைச் சாரலை அடைந்தார்கள். பிரதிஸ்ம்ருதி வித்தையைத் தருமர் அர்ச்சுனனுக்குக் கற்றுத்தந்தார். இந்திரனை நோக்கித் தவம்செய்து ஆயுதங்களைப் பெற்று வருமாறு அவனிடம் கூறினார்.

காண்டீபம் என்ற வில்லோடு அர்ச்சுனன் வடதிசை நோக்கிச் சென்று இமயமலையை அடைந்தான். ஏழுநாள் கடுமையாகப் பயணம் செய்து ஏழாம்நாள் இந்திரகீல மலையை அடைந்தான். அதன் தாழ்வரையில், கைகளைத் தலையின்மீது உயர்த்திக் கொண்டு தவத்தில் ஆழ்ந்தான். முனிவனின் வடிவில் இந்திரன் வந்து அர்ச்சுனனுடன் உரையாடினான். பின், தன் உண்மை உருவைக்காட்டி, சிவனை நோக்கித் தவம் செய்யுமாறு கூறினான்.

அர்ச்சுனன் சிவனைக் குறித்துக் கடுந்தவம் மேற்கொண்டான். இறைவன் பார்வதியுடன் வேடுவவடிவில் அங்கு வந்தார். அவரால் துரத்தப்பட்டு ஓடிவந்த பன்றியின்மீது அர்ச்சுனன் அம்பு தொடுத்தான். வேட சிவனும் அதன்மீது அம்பெய்தார். பின்னர், இருவருக்கும் இதுகுறித்து வாக்குவாதம் எழுந்தது; சண்டை மூண்டது. அம்பெய்தவர்கள் பின், உடலால் சண்டை யிட்டனர். இறுதியில், அர்ச்சுனன் மயக்கமுற்று விழுந்தான்.

மயக்கம் தெளிந்து அவன் எழுந்தபோது, தன் உண்மை உருவில் சிவன் காட்சி நல்கினார்; முந்தைய பிறவிகளில் அவன் நாராயணனுடன் நரன் என்னும் பெயரில் இருந்த வரலாற்றைக் கூறினார். பின்னர் அர்ச்சுனன் வேண்டுகோளின்படி, அவனுக்குப் பாசுபதாஸ்திரத்தை வழங்கி மறைந்தார்.

எமன், வருணன், குபேரன் முதலியோர் அங்கு வந்து அர்ச்சுனனுக்கு முறையே தண்டம், வருணாஸ்திரங்கள், அந்தார்த்தானாஸ்திரம் ஆகிய ஆயுதங்கள் வழங்கினர். பின், அர்ச்சுனன் இந்திரன் அனுப்பிய தேரில் ஏறிச் சுவர்க்கம் சென்றான்.[2]

பகீரதனும் அர்ச்சுனனும் இவ்வாறு தவம் மேற்கொண்டு சிவனிடம் வரம் பெற்றமையால், சிற்பத் தொகுதியில் சிவனார் முன் தவக்கோலத்தில் நிற்பது யாரென முடிவு கூறுவது கடினமாக உள்ளது. பகீரதன் எனில், கங்கை, சிவன் தலையிலிருந்து விழவேண்டும். இங்கு அவ்வாறில்லை. அர்ச்சுனன் என்றால் வேடனும் வேடனால் துரத்தப்பட்ட பன்றியும் காணப்பெறவில்லை. ஆகவே, மேலும் கதையினை நுட்பமாக நோக்கியே ஒரு முடிவுக்கு வரவேண்டியுள்ளது.

பகீரதன் வரம்பெற்ற வகை

பகீரதன் கங்கையைக் கொணரத் தவம் செய்யும் நோக்கில் இமய மலைக்குச் சென்றான். இதனைப் பாரதம் இவ்வாறு விவரிக்கிறது:

> பலவிதத் தாதுக்கள் நிறைந்த சிகரங்களால் அலங்கரிக்கப்பட்டதும் காற்றின் வழியே செல்லுகின்ற மேகங்களால் நாற்புறமும் நனைக்கப் பட்டதும் சில இடங்களில் பொன் போன்றும் சில இடங்களில்

வெள்ளி போன்றும் சில இடங்களில் மை போன்றும் இருக்கின்ற இமயமலையை அடைந்தான்.

அங்கே ஜலஜந்துக்களுடன் கூடிய அநேக நதிகள் ஓடுகின்றன. புதர்கள், தாழ்வரைப் பிரதேசங்கள், குகைகள் நிறைந்திருக்கின்றன. சிங்கம், புலி, கரடி, யானை, மான், பன்றி, எருமை முதலிய மிருகங்கள் ஸஞ்சரிக்கின்றன. மயில், குயில், நீர்க்காக்கை, ஹம்ஸம், கருடன் முதலான பக்ஷிகள் ஆங்காங்கே சப்தித்துக் கொண்டிருக்கின்றன. வண்டினம் முரலும் சோலைகள் நிறைந்துள்ளன. தாமரை நிறைந்த தடாகங்களில் இனிய சப்தங்கள் ஒலித்துக் கொண்டிருக்கின்றன. கின்னரர்கள், கிம்புருஷர், வித்தியா தரர், அப்ஸரஸ்ஸுக்கள், கந்தர்வர் யாவரும் வஸிக்கின்றனர். அப்படிப் பட்ட சிரேஸ்டமான மலையில் புருஷ சிரேஷ்டனான பகீரதன், காய், கிழங்கு, பழம், தீர்த்தம் முதலியவற்றை மட்டும் உட்கொண்டு ஆயிரம் தேவ வருஷகாலம் கங்கையைக் குறித்துத் தவம் செய்தான். ஆயிரம் வருஷங்கள் கழிந்த பிறகு, கங்காதேவி மனுஷ்ய உருவத்துடன் பகீரதனுக்கு ஸேவை தந்தாள். பகீரதன் அவளை ஸேவித்துக் கையைக் கூப்பி நின்றபோது கங்காதேவி,

“அரச சிரேஷ்டனே! உன் தவஸ்ஸினால் நான் ஸந்தோஷமடைகிறேன். நீ என்னிடமிருந்து என்ன வரத்தை அபேக்ஷிக்கிறாய். நீ வேண்டுவதை நான் தருகிறேன்” என்றாள்.

பகீரதன் கைகூப்பிக்கொண்டு, “மகாநதியே! என் பித்ருக்கள் அச்வமேத யாகக் குதிரையைத் தேடிச் சென்று, கபில மகரிஷியால் எரிக்கப்பட்டு சாம்பலாகிப் பாதாள லோகத்தில் இருக்கிறார்கள். அவர்கள் நற்கதியை அடைவதற்காக உன் ஜலத்தினால் அவர்களை நனைக்க வேண்டும்...” என்றான்.

பகீரதன் சொற்களைக் கேட்ட கங்காதேவி, “மகாராஜனே! நீ வேண்டிக் கொண்டபடி செய்கிறேன். இதில் சந்தேகம் வேண்டாம். ஆகாயத்திலிருந்து பூமியில் நான் விழும்போது, என் வேகத்தைப் பூமியால் தாங்க முடியாது. நீலகண்டரான மகேச்வரரைத் தவிர வேறு எவரும் மூவுலகத்திலும் சக்தியுள்ளவராகார். சம்புவைக் குறித்துத் தவம்செய்து, அவரை சந்தோஷிக்கச் செய்து, வேண்டிய வரத்தைப் பெற்றுக் கொள்வாயாக! சங்கரர் தமது தலையால் என் வேகத்தை ஏற்றுக்கொள்வார். உன் பித்ருக்களுக்கு ஹிதத்தைச் செய்வார்” என்று சொன்னாள்.

இவ்விதம் கங்காதேவி கூறியதைக் கேட்டதும் பகீரதன் இமய மலையைவிட்டுக் கைலாஸகிரிக்குச் சென்று, ருத்திரனைக் குறித்துத் தவம் செய்தான். சிறிதுகாலம் கழித்தபிறகு, பிநாகி பிரத்தியக்ஷமாகத் தோன்றினார். அவரைக் கண்டதும் பகீரதன் வணங்கி, கங்கையைத் தலையில் தாங்கிக்கொள்ளும்படி வேண்டினான்.

அவனது பித்ருக்கள் நற்கதியடைவதற்காக, கங்கையைத் தலையில் தரிப்பதாகச் சிவபெருமான் வரமளித்தார்.³

பாரதம் கூறும் இக்கதைப் பகுதியை ஊன்றிக் கவனித்தால் இரண்டு முக்கியமான உண்மைகளைப் பெறமுடியும்.

1. பகீரதன், கங்கையைப் பூமிக்குக் கொணர இரண்டுபேரை நோக்கித் தவம் செய்தான். முதலில், பூமிக்குவர உடன்பாட்டைப் பெறுவதற்காக கங்கையை நோக்கித் தவம்செய்தான். அந்த அரிய தவத்தை அவன் செய்ததும் அதற்கு மகிழ்ந்து கங்கை அவன்முன் தோன்றி பூமிக்கு வர இசைவளித்ததும் இமயமலையில் நிகழ்ந்தவை.

2. பூமிக்குவர உடன்பட்ட கங்கை இறங்கும்போது, தன் வேகத்தைத் தாங்கிக் கொள்ளச் சிவனை நோக்கித் தவம்செய்து இசைவு பெறுமாறு பகீரதனிடம் உரைத்தாள். அதன்படியே, கடுந்தவத்தை மேற்கொண்டு சிவனது இசைவினைப் பகீரதன் பெற்றான். இவ்வாறு சிவனை நோக்கிப் பகீரதன் தவம் செய்தது கைலை மலையிலாகும்.

இமயமலை போன்றே கைலாயமலையும் பாரதத்திலும் புராணங்களிலும் பிற இலக்கியங்களிலும் வருணிக்கப்பட்டுள்ளது. அவற்றைக் காண்பது சிற்பத் தொகுதியைப் புரிந்து கொள்வதற்கு வழிகோலுவதாகும்.

'கைலாயம், இமயத்தில் உள்ள ஒரு மலையாகும். மானச ஏரியின் வடபால் இஃது அமைந்துள்ளது. சிவலோகம் அமைந்துள்ளதாகக் கூறப்படும் இது, குபேரனது உறைவிடமாகவும் சொல்லப்படுகிறது' என அகராதி குறிப்பிடுகிறது.⁴

கைலாசமலை அறுநூறு யோஜனை உயர்ந்திருக்கிறது. அங்கே தான் தேவர்கள் வந்து கூடுவர். இலந்தை மரமொன்றும் அங்கே இருக்கிறது. குபேரனுடைய மாளிகையின் ஸமீபத்தில் கணக்கிட முடியாத யக்ஷர்களும் ராக்ஷஸர்களும் கின்னரர்களும் நாகர்களும் ஸுபர்ணர்களும் கந்தர்வர்களும் வஸிக்கின்றனர்.⁵

என்பன, கைலாசம் குறித்து பாரதம் தருகின்ற விவரிப்புகளாகும். இம்மலை குறித்துப் புராணங்கள் தருகின்ற ஏராளமான தகவல்களை எஸ். எம். அலி தொகுத்துத் தந்துள்ளார்.

தேவகூடா மலையின் மையத்தில் கைலாசம் அமைந்துள்ளது. அது 100 யோசனை நீளமும் 15 யோசனை அகலமும் உடையது. விரிந்தும் பரந்தும் வெண்மையாகவும் உள்ள இதன் சிகரங்கள் அமைதியும் இன்பமும் அளிப்பன. முனிவர் பலர் இங்குறைகின்றனர். பொன்னாலும் மணிகளாலும் அலங்கரிக்கப்பட்ட மிகப்பெரும் மாளிகைகளை வரிசை வரிசையாகக் கொண்ட பெருநகரமொன்றுள்ளது. இது, சிறப்புமிகு தெய்வமான குபேரனுக்கு உரியது. இந்நகர், எதிரிகள் தாக்காதவண்ணம் நன்கு பாதுகாக்கப்

பட்டதாகவும் மகத்தானதாகவும் செல்வச் செழிப்புமிக்கதாகவும் திகழ்கிறது. நகரின் நடுவில் மக்கள் கூடக்கூடிய ஒரு மாமண்டபம் உள்ளது. அதன் தூண்கள் பொன்னால் பலவகையாக ஒப்பனை செய்யப்பட்டுள்ளன. அங்குப் பல்வகை மணிகளால் அலங்கரிக்கப் பட்ட புட்பகம் *(Puspka)* என்ற விமானம் உள்ளது. எண்ணங் களால் மட்டும் இயக்கப்படக்கூடிய அவ்விமானம் விரைந்து செல்லக்கூடியது. அதில் தேவையான அனைத்துப் பொருட்களும் உள்ளன. அதில் தங்கக் கம்பிகளும் பொருத்தப்பட்டுள்ளன. அவ்விமானம் மகாத்மா குபேரனால் மட்டும் பயன்படுத்தப் படுகிறது.

இராட்சதர்கள், யக்ஷர், கந்தர்வர்கள், கின்னரர், முனிவர்கள், அப்சரஸுகள் முதலியோரால் யக்ஷேந்தரனாகிய குபேரனும் பிங்களதேவரும்[6] வழிபடப்பட்டு வருகின்றனர். மகாத்மா குபேரனுக்கு, பத்மநிதி, மகாபத்மநிதி, மகரநிதி, கச்சகபாநிதி, குமுதநிதி, சங்கநிதி, நிலாநிதி, நந்தகநிதி என எண்நிதிகள் உள்ளன. அவை அணிகலன்களும் இரத்தினங்களும் நிறைந்தவையாய் உள்ளன. இந்நகரின் அருகில் இந்திரன் வாழ்ந்து வருகிறான். அவனோடு அக்னி, எமன் முதலியோருடன் பிறதேவர்களும் அப்சரஸுகளும் வாழ்கின்றனர். பணியாளர்கள், முதலில் யக்ஷேந்திரனைப் பணிந்து, பின் அவரைப் பின்பற்றிச் செல்வர். தெளிந்த இனிய நீரை உடைய மந்தாகினி ஆறும் இங்குள்ளது. அங்கு மலர்களும் மணிமுத்துகளும் நிறைந்த மலைச்சிகரங்கள் உள்ளன. அவை மணிகள் பதிக்கப்பட்டனபோல் காணப்படு கின்றன. அவற்றில் பொன்மையும் நீலமும் இளம்பச்சை வண்ணமும் *(Beryl - Coloured)* கொண்ட தாமரைகள் மலர்ந்துள்ளன. மந்தாகினியாற்றில் யக்ஷ மகளிரும் கந்தர்வமகளிரும் நீராடிக் களிப்பர். மந்தாகினியாற்றின் நீரையே தேவர்கள், இராக்கதர்கள், யக்ஷர்கள், கந்தர்வர்கள், பேய்கள் முதலியோர் அருந்துகின்றனர். இதனைத் தவிர அலகநந்தா, நந்தா ஆகிய அமுதம் போன்ற நீரையுடைய ஆறுகளும் அங்கே ஓடுகின்றன. அவற்றின் நீரைத் தேவர்கள் பயன்படுத்துகின்றனர்.[7]

கைலாசமலை ஆம்பல் மலர்க்குவியல்போல் வெண்ணிறமான சிகரங் களால் திசையெங்கும் பரவி இருப்பது. சிவபெருமானின் அட்டஹாஸமே (பெருஞ்சிரிப்பு) பிரதிதினம் சேமிக்கப்பட்டுக் குவிக்கப்பட்டதுபோல் உள்ளது. அம்மலை, தேவமகளிரான அப்ஸரஸ்களுக்குத் தம் முழு அழகு நோக்க அமைந்த பெரிய கண்ணாடி போலுள்ளது. (மே.ஸ., பா.எ. 58)

அம்மலையின் அருகில், கங்கையாற்றின் பக்கத்தில் (குபேரனது) அளகா புரி உள்ளது. கைலாச மலைமேல் உள்ள அந்நகரம், காதலன் மடியில் வெண்ணிறப் பட்டுடை நழுவப் படுத்திருக்கும் ஒரு காதலிபோல் காட்சி யளிக்கும் என காளிதாசர் வருணித்துள்ளார். (மே.ஸ., பா.எ. 63)

இவ்வாறு, புராணங்களும் இலக்கியங்களும் கைலைமலை குறித்து விரிவான தகவல்களை நல்குகின்றன.

இவ்வருணனைகளை உற்று நோக்கினால், பின்வரும் முடிவுகளுக்கு வரமுடிகிறது.

1. ஆறுகள் பல விளங்குவதும், புதர்கள், பள்ளத்தாக்குகள், குகைகள் நிறைந்திருப்பதும் சிங்கம், புலி, யானை, மான் முதலிய விலங்குகள் உலவுவதும் மயில், அன்னம், நீர்க்காக்கை முதலியன ஒலிப்பதும் கின்னரர், கிம்புருடர், கந்தர்வர் வாழ்வதுமான மலை இமயமலை யாகும்.

2. குபேரன் முதலான தேவர்கள் வாழ்வதும் மலர்களும் மணிகளும் மிக்கிருப்பதும் மந்தாகினி பாய்வதும் கைலைமலையாகும்.

3. மலைகள், ஆறுகள், உயிரினங்கள் தேவகணங்கள், மலைவேடர்கள் ஆகியன உள்ள இமயமலையே சிற்பத் தொகுதியில் காட்சிப்படுத்தப் பட்டுள்ளது. ஆகவே, பாறையில் சித்திரிக்கப்பட்டுள்ளது இமயமே ஆகும்.

4. பகீரதன் முதன்முதலில் தவம் செய்ததும் இமயமலையே ஆகும். ஆனால் அங்கு, அப்போது அவன்முன் தோன்றியது கங்காதேவி ஆகும்.

5. இமயக்காட்சியான இச்சிற்பத் தொகுதியில் சிவபிரான் துறவிக்கு முன் நிற்கிறார். ஆகவே துறவி பகீரதனாயின் இது கைலாயமாக இருத்தல் வேண்டும். மாறாக, இது இமயமாகிறது. இமயத்தில் தவம் செய்தபோது, பகீரதன்முன் தோன்றியது கங்கையே தவிர, சிவனல்லன். ஆகவே, இங்குள்ள தபசி, பகீரதன் அல்லன் என்று முடிவுக்கு வரலாம்.

7. புராணங்களின் கூற்றுப்படி,

கைலாயத்தின் வடக்கே பொன்மயமான சிகரத்தையுடைய மலை உள்ளது. அது சிவந்த நிறமுள்ள கனிமப்பொருள்கள் நிறைந்தது. அதன் அடிவாரத்தில் புகழ்வாய்ந்த விந்து சரோவரம் எனும் ஏரி உள்ளது. அதன் கிழக்குப் பக்கத்திலிருந்து மூன்று ஆறுகளும் மேற்குப் பக்கத்திலிருந்து மூன்று ஆறுகளும் தெற்குப் பக்கத்தி லிருந்து ஓர் ஆறும் பாய்கின்றன. கிழக்குப் பக்கத்தில் வரும் ஆறுகளுக்கு நளினி, ஹராதினி, (அல்லது) ஹலாதினி, பவானி என்று பெயர். சீதா, சாக்சு, சிந்து ஆகியன மேற்குப் பக்கத்து ஆறுகளின் பெயர்களாகும். தெற்குப் பக்கத்து ஆறு பகீரதி. சிவ பெருமானது சீற்றத்திற்கு ஆளாகியிருந்த பகீரதியை விடுவித்த பகீரதன் இப்புனித ஏரியோடு தொடர்பு படுத்தப்படுகிறான்.[8]

பகீரதன் தவம்செய்தது, இவ்வேரியின் அருகிலேயே என்று வாயு புராணம் கூறும் கருத்தினை மேற்கண்டவாறு எஸ். எம். அலி எடுத்துக்

காட்டியுள்ளார். ஆதலால், கைலாசமலைப் பகுதியே பகீரதன் தவமியற்றிய இடம் என்பதை இக்கூற்றும் வலுவாக மெய்ப்பிக்கிறது.

ஆகவே, கைலைமலையைக் குறித்துப் புராணங்கள் வருணிக்கும், சிவனும் பார்வதியும் உறையும் சிவலோகமோ, முனிவர்கள் உறைவிடமோ, பொன்னாலும் மணியாலும் அழகுறுத்தப்பட்ட மாளிகைகளைக் கொண்ட குபேரனுடைய அளகாபுரி நகரமோ, அதில் உறையும் குபேரனோ, அவனது நகருக்கு அருகில் வாழும் இந்திரனோ, அவனது வாழிடமோ, அவனோடு வாழும் அக்னி, யமன் முதலிய தேவர்களோ, இலந்தை மரமோ, மந்தாகினி நதியோ மாமல்லைச் சிற்பத்தொகுதியில் சித்திரிக்கப் பெறவில்லை என்பதுவே மிக அழுத்தமாக உணர வேண்டியதாகும்.

அத்துடன், வேடர்களின் வாழிடமாக உள்ளதும் திருமாலின் பதரி யாசிரமம் திகழ்வதும் பன்றி, குரங்குகள், மான்கள், சிங்கங்கள், யாளிகள், யானைகள், உடும்பு, ஆமைகள், மலையாடுகள் முதலியன வாழ்வதும் பலா போன்ற மரங்கள் நிறைந்துள்ளதும் தேவர்கள் உண்ண நீர் வழங்கும் மந்தாகினி போலல்லாமல் மனிதர்கள் நீராடவும் பருகவும் பிதுர்க்கடன் இயற்றவும் பயன்படுவதுமான கங்கை பாயும் இமயமலையே சிற்பத் தொகுதியில் சித்திரிக்கப்பட்டுள்ளது என்பதனை உணர வேண்டும்.

அர்ச்சுனன் தவம்

அர்ச்சுனன் பாசுபதம் பெறுவதற்காக, இமயத்தில் தவமியற்றச் சென்றமை குறித்து மகாபாரதம் இவ்வாறு குறிப்பிடுகிறது:

> பகைவர்களை வாட்டுபவனான அர்ஜுனன், தபோதர்கள் வசிக்கும் மலைகளைத் தாண்டித் தேவர்கள் வசிப்பதும் புண்ணியமானதும் சுந்தரமானதுமான ஹிமயமலையை அடைந்தான். காற்றுப் போலவும் மரம் போலவும் வெகுவேகமாகச் சென்ற அர்ஜுனன், புண்ணியமான அந்த மலையை ஒரே நாளில் அடைந்தான். இரவும் பகலும் சோம்பலின்றி வெகுவேகமாக ஹிமயமலை யையும் கந்தமாதனத்தையும் பெரிய வனங்களையும் கடந்து, இந்திரகீல மலையை அடைந்தான். ஆறு பகலும் இரவும் நடந்து சென்று ஏழாம்நாளில் இந்திரகீல பர்வதத்தை அடைந்து, அதன் தாழ்வரையில் தவம்செய்ய அமர்ந்தான். கைகளை உயரத் தூக்கிக் கொண்டான். அவனுடைய உடல் சிறிதும் அசையவில்லை.[9]

இத்தகைய தவநிலையில்தான் இந்திரன், அர்ச்சுனன் முன் தோன்றி னான். பாசுபதம் பெறச் சிவனை நோக்கித் தியானிக்கும்படி அறிவுறுத் தினான். அதன்பின்,

> அதிரதனான அர்ஜுனன் அங்கு மலர் நிறைந்த மரங்களையும் நீர்நிரம்பிய ஓடைகளையும் கண்டு ஸந்தோஷம் அடைந்தான். உக்கிரமான தவத்தில் முனைந்தான். அவன் புல்லால் ஆகிய ஆடையைத் தரித்திருந்தான். தண்டத்தாலும் மான்தோலாலும்

> அலங்கரிக்கப்பட்டிருந்தான். தனஞ்ஜயன் தவம் செய்யும் ஸமயத்தில் முதல் மாதத்தில், பழுத்துப் பூமியில் உதிர்ந்த இலையை மூன்று நாட்களுக்கு ஒரு தரம் ஆகாரமாகக் கொண்டான். ஆறு தினங்களுக்கு ஒரு தரம் கனியைப் புசித்து இரண்டாவது மாஸத்தைப் போக்கினான். பதினைந்து நாட்களுக்கு ஒருமுறை ஆகாரத்தை உட்கொண்டு மூன்றாம் மாதத்தைக் கழித்தான். நான்காம் மாதம் வந்தவுடன், பரத ச்ரேஷ்டனும் தோள்வலி அமைந்தவனுமான அர்ஜுனன் காற்றைப் புசித்துக் கொண்டும் கைகளை உயரத் தூக்கிக் கொண்டும் பிடிப்பற்றவனாகிக் கால் கட்டை விரலின் முனையில் நின்றுகொண்டும் தவம் செய்தான். அடிக்கடி ஸ்நாநம் செய்ததனால் மின்னலுக்கும் தாமரைக்கும் ஒப்பான ஜடைகள் உண்டாயின.[10]

இவ்வாறு, கடுந்தவமியற்றிய அர்ச்சுனனுடன் பன்றியை முன்னிட்டு வேட வடிவில் சிவபெருமான் பெருஞ்சண்டையிட்டார். முடிவில், தோல்வியுற்ற அர்ச்சுனன்முன் தன் உண்மையுருவில் காட்சி வழங்கினார். அந்நிகழ்ச்சியை அர்ச்சுனன் பின்னாளில் இவ்வாறு விவரிக்கிறான்:

> ...விருஷபக் கொடியோனான பரமசிவன் தமது திவ்யமான ரூபத்தை எடுத்துக்கொண்டு, திவ்யாஸ்திரத்தைக் கையில் பிடித்த வண்ணம் எனக்கு ஸேவை தந்தார். சூலத்தைக் கையில் ஏந்திய சம்பு, யுத்தம் செய்யத் தயங்காமல் நின்ற என் அருகில் வந்தார். "பகைவரை வாட்டுகின்றவனே! நான் ஸந்தோஷமடைகிறேன். இவற்றைப் பெற்றுக்கொள்." என்றுசொல்லி, ருத்ரபகவான் தமது கையில் வைத்திருந்த வில்லையும் அம்புகள் வற்றாத இரண்டு தூணிகளையும் என்னிடம் கொடுத்தார்.
>
> "பார்த்த! உனக்கு நான் என்ன செய்யவேண்டும் என்பதைச் சொல். உன் மனத்திலுள்ளதை ஸங்கோசமில்லாமல் சொல். உனக்கு வேண்டிய வரத்தைக் கொடுக்கிறேன். சாவாமையைத் தவிர நீ எதைக் கேட்டாலும் கொடுக்கிறேன்." என்று சொன்னார்.
>
> உடனே, நான் கைகளிலிருந்த அஸ்திரத்தைக் கீழே போட்டுவிட்டுக் கைகூப்பிக் கொண்டு பூமியில் படுத்து, அவருடைய திருவடிகளைத் தொட்டு வணங்கினேன். "சம்போ! மகாதேவ! தேவரீர் எனக்கு அநுக்கிரகம் செய்வதாக இருந்தால் தேவதைகளிடமுள்ள அஸ்திரங்கள் அனைத்தையும் நான் நன்கு அறிந்துகொள்ள ஆசைப்படுகிறேன். இதை எனக்கு வரமாகத் தந்தருள வேண்டும்" என்று சொன்னேன்.
>
> மஹேச்வரர், 'குந்தி நந்தன! அவற்றை உனக்குத் கொடுக்க நான் கடமைப்பட்டிருக்கிறேன்' என்றுசொல்லி, தமது கையிலிருந்த ரௌத்ராஸ்திரமான பாசுபதாஸ்திரத்தை என்னிடம் ப்ரியத்துடன் கொடுத்தார். "அர்ஜுன! இந்த அஸ்திரத்தை மனிதர்களின்மேல் பிரயோகம் செய்யாதே. அல்ப வீர்யமுள்ளவர்களின் மேல்

> இதைப் பிரயோகித்தால் இந்த அஸ்திரம் உலகத்தையே அழித்து விடும். உன்னை எவன் மிகவும் வாட்டுகிறானோ அந்தப் பகைவன் மேல் இந்த அஸ்திரத்தைப் போடு. அந்தச் சமயத்திலும் உன் கையிலுள்ள அஸ்திரங்கள் அனைத்தும் தீர்ந்தபிறகு கடைசியாக இந்த அஸ்திரத்தைப் பிரயோகம் செய்" என்று சொல்லி எனக்கு அநுக்கிரகம் செய்தார்.[11]

அர்ச்சுனன், பாசுபதம் பெற்ற நிகழ்ச்சியை பாரதம் வருணித்துள்ள முறையில் நாம் பல தகவல்களைப் பெறவியலும்.

வற்றி வறண்டு என்புதோல் போர்த்த வடிவாக அர்ச்சுனன் கைகளை உயரத்தூக்கி நின்றநிலை சிற்பத்தில் மிகநுட்பமாகத் தீட்டப்பட்டுள்ளது. சதை வற்றிய கன்னத்தில், தூக்கி நிற்கும் மண்டையோட்டின் தன்மையும் விலா எலும்புகளும் கைகளிலும் கழுத்திலும் புடைத்து வெளித்தெரியும் நரம்புகளும் வற்றிய காலில் தோன்றும் எலும்புகளும் மிகத் தெளிவாகவும் நுட்பமாகவும் காட்டப்பட்டுள்ளன.

ஆயுதம் தாங்கிய சிவனின் தோற்றமும் மிக எழிலுறக் காட்டப் பட்டுள்ளது. அவர், அர்ச்சுனன் தவத்திற்கிரங்கிவந்து அருளுவதை இடதுகை வரதமுத்திரை காட்டுகிறது. பூதகணங்கள் குறித்து மகாபாரதம் யாதும் குறிக்கவில்லை எனத் தெரிகிறது. ஆயினும், சிற்பத்தொகுதியில் அவை காட்டப்பட்டுள்ளன. "பிரகாசிப்பவரும் சூலத்தைக் கையில் தாங்கியவருமான மகாதேவரைப் பார்வதியுடன் அவ்விடத்தில் கண்டான்" என்று சொல்லப் படுகிறது.[12] ஆனால், சிற்பத் தொகுதியில் பார்வதி காட்டப்படவில்லை. ஆகவே அர்ச்சுனன் சகோதர்களிடம் விவரித்தவண்ணம் சிவன் மட்டுமே இங்குச் சித்திரிக்கப்பட்டுள்ளார் எனல் வேண்டும்.

அடுத்து, அர்ச்சுனன் தவமியற்றிய இடம் முக்கியமானது. அவன் தவம் புரிந்த இந்திரகீல மலையுள்ள காசுமீர தேசம் குறித்துப் புராணங்கள் தரும் கருத்துகளைத் தொகுத்துக் காணலாம்.

> காச்மீரதேசமானது வட இந்தியாவின் வடமேற்கு பாகத்தில் இமயமலையின் அருகில் இருக்கிறது.
>
> இந்தத் தேசத்தின் வடபாகத்திற்கு 'மஸிரம்' என்றும் தென்பாகத் துக்கு 'கந்தி' என்றும் உட்பெயர் உண்டு. இவ்விரண்டும் இந்த காச்மீரதேசத்திற்கு உபதேசங்கள் என்றும் வழங்கப்படும்.
>
> இந்தத் தேசத்தின் நடுவிலும், மேற்குப்பாகம் முழுமையிலும் எப்பொழுதும் விடாத பனி, மழை, குளிர் இவைகள் அதிகமா யிருக்கும். இந்தத் தேசத்திற்கும் இதற்கு ஸமீபத்திலிருக்கும் காம் போஜம், மாத்ர முதலிய சில தேசங்களுக்கும் தெற்குப் பாகத்தி லேயே சூர்யன் உதிப்பதும் தென்பாகத்திலேயே அஸ்தமிப்பதுமா யிருக்கும் . . .

> இந்தத் தேசத்தின் நடுப்பாகத்திலும் மேற்கு பாகம் முழுமையிலும் அனேக மலைகள் உண்டு. இந்தத் தேசத்தின் விசாலத்தில் நான்கில் ஒரு பங்கை மலைகளே ஆக்ரமித்துக்கொண்டிருக்கின்றன. ஆகிலும் இது மிகவும் குளிர்ந்த வாஸத்திற்குத் தகுந்த பூமியாகிறது. இந்தத் தேசத்தின் நடுவில் இருக்கும் மலைக்கும் மேற்கிலிருக்கும் மலைக்கும் இடையில் அனேக பெரிய காடுகள் உண்டு. இந்தக் காடுகளில் சிங்கம், புலி, கரடி முதலிய கொடிய மிருகங்கள் அனேகம் உண்டு. ஆகிலும் இந்தத் தேசத்தில் எப்பொழுதும் அதிகப்பனியுடன் குளிர்ந்த காற்று வீசுகிற படியால், இந்தத் தேச மிருகங்கள் அதிக கோபமில்லாமல் பெரும்பாலும் சாந்தமாகவே யிருக்கும். இந்தத் தேசத்துக் காடுகளில் முத்தம்பிஸூதநாதன் என்னும் பெரிய வன யானைகளும் வஸிப்பதுண்டு . . .
>
> இந்தத் தேசத்தின் கிழக்கில் இமயமலையின் தாழ்வரையில் குங்குமகிரி என்று ஒரு மலையுண்டு . . . கபிலேச்வரன் என்னும் சிவபிரானுடைய பெரிய ஆலயமும் விளங்கி வருகிறது. இவ்விதக் கபிலேச்வராலயத்தின் தெற்கில்தான் முன்பு அர்ஜுனன் பாசுபதம் என்னும் அஸ்த்ரத்தை கைலாஸ நாதனிடமிருந்து அடைய வேணுமென்று தவம் செய்கையில், ஈச்வரனே அந்த அர்ஜுனனுடைய பல பராக்ரமத்தைப் பரீக்ஷித்துப் பார்க்க வேணும் என்று ஒரு காட்டுப் பன்றியைப் பின்தொடர்ந்த வில்லியின் உருவத்தை எடுத்துக்கொண்டு, அவன் பர்ணசாலை ஸமீபம் வந்தார். அப்பொழுது அவ்விருவருக்கும் நடந்த சண்டை முதலிய விவரங்களையும் அவன் பாசுபதாஸ்திரம் பெற்ற விதத்தையும் மஹாபாரதத்திலும் கிராதார்ஜீனீயம் என்னும் காவ்யத்திலும் காணலாம்.[13]

என்று விவரித்துள்ள பி.வி. ஜகதீச அய்யர்,

> பாசுபதாஸ்திரம் கொடுத்ததை விளக்கக் கூடியதாய் அடியுண்ட ஈச்வர சிலாபிம்பமும் அர்ஜுனன் சிலா பிம்பமும் அம்மலையில் அர்ஜுனனுக்குண்டான பலநாமதேயங்கள் எழுதப்பெற்ற சிலாசாஸநமும் இப்போதும் நன்கு விளங்குகிறது.[14]

என்று சுட்டியுள்ள தகவலும் கவனிக்கத்தக்கது.

மகாபாரதம் மற்றும் புராணங்கள் தரும் வருணனை கொண்டு, சிற்பத்தொகுதியில் சித்திரிக்கப்பட்டிருப்பது இமயமலையே என்பதையும் இங்குள்ள துறவி யார் என்பதையும் முடிவு செய்ய மேலும் சில சான்றுகளைக் காணலாம்:

1. சிற்பத்தொகுதியில், நிற்கும் தபசியின் இடது கையருகில் இரண்டு அன்னங்கள் காட்டப்பட்டுள்ளன. இமயமலையில் அன்னங்கள் வாழ்வது குறித்து இலக்கியங்கள் பலப்படப் பேசியுள்ளன.

காளிதாசர் தன் இலக்கியங்களில் இவ்வன்னங்கள் குறித்து,

> மேகமே! நீ ஸமீபிக்கும்பொழுது, தசார்ணம் என்ற தேசம் முனையில் மாத்திரமே மலர்ந்துள்ள தாழை மலர்களால் வெண்ணிறமுடைய தோட்டத்தின் வேலிகளையுடையதாகவும் காக்கைகள் கூடுகட்டும் முயற்சியால் பெரும் ஒலியுடைய மரங்களையுடையதாகவும் நன்கு பழுத்த பழங்களால் கருநிறமுடைய நாவல் மரக் காடுகளை உடையதாகவும் சில நாட்களே தங்கியிருக்கும் அன்னப் பறவை களையுடையதாகவும் ஆகும்.[15]

எனக் குறிப்பிட்டுள்ளார்.

இத்தகைய அன்னங்கள் மழைக்காலத் தொடக்கத்தில், மழைபெய்து கலங்கிய நீரினைக் குடிக்க விரும்பாமல் தூயநீரை உடைய மானஸ ஸரோவர் ஏரிக்குச் செல்லும் இயல்பை உடையவை. இவ்வேரியைப் பற்றியும் அங்குச் செல்லும் அன்னங்களைப் பற்றியும் இன்றைய நிலையிலான தகவல்களை இவ்விடத்தில் சேர்த்து எண்ணுவது பயனுடையதாகும்.

> ‘கைலாயமலை அடிவாரத்தில் மானசரோவர் ஏரி உள்ளது. இந்த ஏரியில் பனிப்பாறைகள் நழுவி வந்து கலந்துகொண்டிருப் பதால் பனியொத்த நீர் நிறைந்தே இருக்கும். இந்த ஏரியின் நான்கு திக்குகளிலும் நான்கு புண்ணிய ஆறுகள் உருவாகின்றன. தெற்கிலிருந்து கங்கை, மேற்கிலிருந்து சட்லெஜ், வடக்கிலிருந்து சிந்து, கிழக்கிலிருந்து பிரம்மபுத்திரா பிறக்கின்றன. மானசரோவர் ஏரிக்கரைகளில் பல நிறங்களில் சாளிக்கிராம் என்ற புனிதக் கற்கள் கிடைக்கின்றன ... மானசரோவர் ஏரிக்கரைகளில் இருந்து ‘துமா’ என்ற ஒருவகை மூலிகையும் சேகரிக்கப்படுகிறது. ஏரிக்கரை யிலிருந்து கைலாயமலைத் தோற்றம் கம்பீரமும் எழிலும் நிறைந்து காணப்படும் என்பர்.[16]

அன்னங்கள் குறித்தும் இவ்வேரி குறித்தும் புராணங்கள் ஏராளமான தகவல்களைத் தருகின்றன. அவற்றைத் தொகுத்து,

> மானஸஸரஸ் என்னும் பெரிய ஆழ்ந்த மடுவு போன்ற நடுவாபி யானது இந்த இமயமலையின் உச்சியில் இருக்கிறது. இப்பொழுதும் இதற்கு மானஸரோவரம் என்பதாகவே பெயர் வழங்கப்பட்டு வருகிறது ... இவ்விதமான ஹம்ஸங்களுக்கு இளமைப்பருவம் முதற்கொண்டே மிகவும் நிர்மலமான ஜலத்தையே குடிப்பதும், அதிலே மூழ்கி விளையாடுவதுமான இயல்புக் குணம் ஏற்பட்டிருப் பதால், இந்த மானஸ ஸரஸ் என்பது மிகவும் ஆழமாயும் மிகவும் விரைவாய்ப் பெய்யக்கூடிய மேகங்களின் மழைத்தாரையினாலும் கலங்காமல் முத்துப்போல் மிகவும் நிர்மலமான ஜலத்தை எப்பொழு தும் குறையாதபடி அடைந்திருப்பதால், பூலோகத்தில் மழைக் காலங்களில் நதி, தடாகம், நடைவாவி முதலியவைகள் கலங்கி விடுமாகையால், வர்ஷருதுவின் ஆரம்பத்தில் மேகங்கள் ஆகாயத்

தில் ஸஞ்சரிக்கும்பொழுதே ஹம்ஸ பக்ஷிகள் எல்லாம் ஒன்றுகூடி இந்த மானஸம் என்னும் அழகிய தடாகத்தில் சிலகாலம் ஸுகமாய் வாஸம் செய்துவிட்டுப் பிறகு, தமதிருப்பிடம் திரும்பிவிடுவதாயும் ஏற்படுகிறது.[17]

என பி.வி. ஜகதீச அய்யர் குறிப்பிடுகிறார்.

கைலாசமலையின் வடமேற்கில் உள்ள அச்சோதம் மற்றும் மானஸ ஸரஸ் என்னும் இரண்டு ஏரிகளே இமயத்தில் சிறந்தவையாகும். அவற்றுள் மானஸ ஸரசுடனேயே அன்னப்பறவைகளைத் தொடர்புபடுத்திப் புராணங்கள் பேசுகின்றன.

மாமல்லைச் சிற்பத் தொகுதியில் மானஸ ஏரி காட்டப்பெறவில்லை. அது அருகில் அமைந்திருத்தலாதல் வேண்டும். ஆதலால் கங்கை, இமயத்தில் தோன்றும் கங்காதுவரத்திற்கு மேல் அமைந்திருத்தல் வேண்டும்.

சிற்பத் தொகுதியில் காட்டப்பட்டுள்ள அன்னங்கள், இமயத்தில் வாழும் வரித்தலை அன்னங்கள் Bar-headed Goose *(Anser indicus)* எனப்படும் வகையினவாகும்.[18]

இவ்வன்னங்கள் வலசை (இடப்பெயர்ச்சி) செல்வது குறித்து அண்மையில் நிகழ்ந்துள்ள ஆய்வினை இவ்விடத்தில் இணைத்தெண்ணுவது பொருத்தமானதாகும்.

வரித்தலை வாத்துகள் வலசை செல்லல்

2005ஆம் ஆண்டு ஏப்ரல் திங்கள் மேற்குச் சீனத்தில் குங்கி ஏரிப் பகுதியில் 1350 வரித்தலை அன்னங்களைப் பலிவாங்கியது ஏ.வி.என் இன்புலன்சா என்ற நோய். அதன் தாக்கத்தில் மிக அதிகமாக அன்னங்கள் இறந்தது அப்பொழுதுதான். 2006 இள வேனில் காலத்திலும் மேலும் சில வரித்தலை அன்னங்கள் அதே பகுதியில் இறந்து கிடந்தது கண்டுபிடிக்கப்பட்டது. இது, அவை இடம்விட்டு இடம் செல்லும் பாதைகளைப் பற்றி மேலும் ஆய்வு நடத்துவதன் தேவையை வற்புறுத்துவதாக அமைந்தது. இமயமலைப் பகுதியில் வரித்தலை அன்னங்கள் புலம்பெயர்வதை ஆயும் பன்னாட்டு ஒருங்கிணைந்த ஆராய்ச்சிகள் செயற்கைக்கோள் உதவியுடன் நடத்தப்பட்டன.

சுவர் போன்ற இமயமலைத் தொடர்கள் பறவைகள் புலம் பெயர்வதற்குப் பெரும் தடையாக உள்ளன. ஆனால் வரித்தலை அன்னங்கள் அதிக உயரத்தில் பறக்கும் திறனை இயற்கையாகவே பெற்றுள்ளன. அவை இமயமலையை ஓர் அகன்ற பகுதியில் கடந்து தம் புலம்பெயர்ச்சியை நடத்துகின்றன. செயற்கைக்கோள் களால் குறிக்கப்பட்ட அன்னங்கள் இந்தியா, நேபாளம் ஆகிய நாடுகளிலிருந்து (15 மார்சு 11 ஏப்ரல் 2005) காலப்பகுதியில் திபெத்திய பீடபூமியில் தாங்கள் இனப்பெருக்கம் செய்யும் இடத் திற்குப் போய்ச் சேர்ந்தன. (இந்த இடம் குளிர்காலத்தில் அவை தங்கும் இடத்திலிருந்து 750 கி.மீ வடக்கிலும் குங்கி ஏரிக்கு 700 கி.மீ. தென்கிழக்கிலும் உள்ளது. இந்த இடம் கடல் மட்டத்திலிருந்து 4450மீ. உயரத்தில் உள்ளது). 2005 இல் இந்தியாவிலிருந்து குறிக்கப் பட்ட இரண்டு பறவைகள் அதே திபெத்திய இனப்பெருக்க இடத்திற்குப் பறந்து (லேற்கு வாக் கண்பாப் ஆறு) சென்றன. நேபாளப் பறவைகள் இலாசாவுக்கு 200கி.மீ. வடமேற்காக உள்ள இடத்திற்குச் சென்றன. அந்தப் பறவைகள் தனித்தனிக் குழுவாக இனப்பெருக்க இடத்தில் வாழ்ந்திருந்த பிறகு, மீண்டும் தாங்கள் முன்னால் இருந்த (பிடிக்கப்பட்ட) இடத்திற்கே வந்து சேர்ந்தன. இந்த அன்னங்கள் குறிப்பிட்ட குழு அமைப்பைச் சார்ந்தவையாக இருக்கலாம். பொதுவாக, அன்னங்கள் இடப்பற்று அதிகம் கொண்டவை என்பது வெளிப்படை.[19]

இவ்வன்னங்கள் குறித்த முக்கியமான தகவல் ஒன்றுண்டு. அது, கிரௌஞ்ச மலையில் உள்ள பாதை வழியாகவே அன்னப்பறவைகள் மானஸ ஏரிக்குச் செல்கின்றன என்பதாகும். இதனை மேகஸந்தேச காவியத்தில் காளிதாசர் குறிப்பிடுகிறார். மேகத்தைத் தூதுவிடும் யட்சன்,

மேகமே! ஹிமயமலையின் சிகரத்தைச் சூழ்ந்துள்ள இடங்களில் பார்க்கத்தக்க பலவற்றையும் கண்டு அவற்றையெல்லாம் கடந்து மானஸஸரோவரம் செல்லும் அன்னப்பறவைகளுக்கு நுழை வாயிலாக இருப்பதும் பரசுராமரால் துளைக்கப்பட்டதுமான

> க்ரௌஞ்ச மலையின் குஹைவரைப்பாதை வழியாக, உன் உடலை நீள வடிவினதாக்கிக் (குறுக்காகக்) கொண்டு வடக்கு நோக்கிச் செல்.[20]

என்று குறிப்பிடுகின்றான். இப்பாடலுக்கு உரைவகுத்த வே.ஸ்ரீ. வேங்கட ராகவாசார்யர் இக்குகைப்பாதை ஏற்பட்ட காரணத்தை விவரித்துள்ளார்:

> ஸுப்ரமண்யரும் பரசுராமரும் சிவபிரானிடம் வில்வித்தை பயின்றனர். குமரன் ஒருசமயம் தமது பாணத்தால் க்ரௌஞ்ச மலையைத் துளைத்தார். அதனால் அவருக்கு (தாரணர் – துளைப்பவர்) என்ற பெயர் ஏற்பட்டது. அவரது புகழைக்கண்டு பொறாமை கொண்ட பரசுராமரும் ஒரு அம்பை எறிந்து அம்மலையில் பெரிய துவாரத்தை உண்டாக்கி ஸுப்ரஹ்மண்யருக்குத் தாம் சமமானவர் என்பதை நிரூபித்தார். இந்தத் த்வாரமே இவருக்குப் புகழ்தரும் வழியாயிற்று.
>
> மழைக்காலத்தில் கலங்கிய நீர்குடிக்க விரும்பாத அன்னங்கள், க்ரௌஞ்சமலைக்கு வடக்கிலுள்ள தெளிந்த நீருடைய மானஸஸரஸ் என்ற ஏரியையடைய இந்த த்வாரத்தையே வாயிலாக – வழியாக உபயோகித்தன. எனவே, இந்த த்வாரத்தை ஹம்ஸத்வாரம் என்று கூறினார்.[21]

இவ்வாறு, மலையில் ஒருபுறமிருந்து மறுபுறம் செல்லக் குடைந்து செய்யப்பட்ட குகைப்பாதை வழியாக அன்னங்கள் மானஸஸரோவரத்தை அடைகின்றன. இதனைப் பாரதமும் பேசுகிறது.

தர்மபுத்திரனுக்கு இமயமலையின் சிறப்புகளைச் சுட்டிக்காட்டிச் சொல்லிவரும் லோமசர்.

काश्मीरमण्डलं चैतत् सर्वपुण्यमरिंदम ।
महर्षिभिश्चाध्युषितं पश्येदं भ्रातृभिः सह ।। १० ।।

காச்மீரண்டலம் சைதத் ஸர்வபுண்யமரிந்தம
மஹர்ஷிபிச்சாத்யுஷிதம் பச்யேதம் ப்ராத்ருபி: ஸஹ (10)

> எதிரிகளை அடக்கும் ஓ தருமனே! மகரிஷிகளின் இருப்பிடமான, புண்ணியத்தைக் கொடுக்கும் இந்தக் காஷ்மீர மண்டலத்தை உன் சகோதரர்களுடன் பார்.

यत्रोत्तराणां सर्वेषामृषीणां नाहुषस्य च ।
अग्नेश्चैवात्र संवादः काश्यपस्य च भारत ।।११।।

யதம்ராததராணாம ஸாம்வஷாம ாஷணாம நாஹுஷஸ்யச
அக்னேஸ்சைவாத்ர ஸவாத: காச்யபஸ்ய ச பாரத (11)

> இங்குத்தான் எல்லா ரிஷிகளுக்கும் யயாதிக்கும் அக்னிக்கும் காசியபருக்கும் இடையாலான சம்வாதம் நடைபெற்றது.

एतद् द्वारं महाराज मानसस्य प्रकाशते ।
वर्षस्य गिरेर्मध्ये रामेण श्रीमता कृतम् ।।१२।।

ஏதத் த்வாரம் மஹாராஜ மானஸஸ்ய ப்ரகாசதே
வர்ஷமஸ்ய கிரோ்மத்யே ராமேண ஶ்ரீமதா க்ருதம். (12)

பரசுராமரால், மலைகளுக்கு நடுவில் மழைபொழியும்படி செய்யப்பட்டு ஐஸ்வர்யங்கள் நிரம்பும்படி செய்யப்பட்ட மானஸ நுழைவாயிலாக இது பிரகாசிக்கிறது.

அதாவது,

பகைவர்களை அடக்குபவனே! பாரத! மகாபுண்ணியமானதும் மகரிஷிகள் அனைவரும் விரும்பி வஸிப்பதுமான காச்மீர மண்டலம் இதோ தெரிகிறது. பார்! இந்த இடத்தில்தான் வட திசையிலுள்ளவர்களான எல்லா ரிஷிகளுக்கும் யயாதிக்கும் அக்கினிக்கும் காச்யபருக்கும் ஸம்வாதம் நடந்தது. மகாராஜனே! மானஸஸரஸ்ஸுக்கு இது த்வாரமாகப் பிரகாசிக்கிறது. தவறாத பராக்கிரமமுள்ளவரான பரசுராமர், இந்த மலையின் நடுவில்தான் தம் வாஸஸ்தானத்தை அமைத்துக் கொண்டார்.[22]

எனக் குறிப்பிடுவது மனங்கொள்ளத்தக்கது.

இதிலிருந்து இரண்டு அடிப்படையான தகவல்கள் பெறப்படுகின்றன. ஒன்று, காசுமீர மண்டலம்தான் மானஸஸரஸ்ஸுக்கு நுழைவாயிலாக அமைவது. இரண்டு, அங்குத்தான் பரசுராமர் வாழ்ந்தார். இவ்விடத்தில் மற்றுமோர் ஐயப்பாட்டினை நீக்கிக் கொள்வது அவசியமாகும்.

பரசுராமர் மகேந்திரமலையில் உறைந்தார் என்று மகாபாரதம் சுட்டுகிறது.[23] பரசுராமர் இருந்ததாகக் கூறப்படும் மகேந்திரமலைக் குறித்து, காளிதாசர் தம் படைப்புகளில் கூறுவனவற்றை ஆராய்ந்த பி.சி. லா கீழ்வருமாறு குறிப்பிட்டுள்ளார்:

காளிதாசரின் கூற்றுப்படி 'மகேந்திரம்' எனும் மலை கலிங்கத்தில் உள்ளதாகும். கஞ்சம் *(Ganjam)* மாவட்டத்தில் உள்ள மலையை மகேந்திராசலம் குறிப்பதாகலாம். மகேந்திர மலைத்தொடர் கஞ்சத்திலிருந்து தெற்கே, தொலைதூரத்திலுள்ள பாண்டியநாடு வரை கிழக்குத் தொடர்ச்சி மலைத் தொடராக நீளுகிறது. இது கங்காசாகர சங்கமத்திற்கும் சப்த கோதாவரிக்கும் இடையே உள்ளது. கஞ்சம் அருகில், கிழக்குத் தொடர்ச்சி மலையின் ஒரு பகுதி, இப்போதும் மகேந்திரமலை என்றே அழைக்கப்பெறுகிறது. காளிதாசர் கலிங்க அரசனை 'மகேந்திரத்தின் தலைவர்' என்று வருணிக்கிறார். மகேந்திர மலையுடன் சில சிறிய மலைகளும் இணைந்துள்ளன ... இராமச்சந்திரமூர்த்தியிடம் தோற்றபின்னர், பரசுராமர் ஓய்வுற்று இந்த மலையில் தங்கினார்.[24]

இக்கருத்தினை எண்ணிப்பார்க்கும்போது, சத்திரியர்களை அழிப்பதைக் கடனாக மேற்கொண்ட பரசுராமர், இராமனிடம் தோல்வியுற்றுத் தங்கிய

மகேந்திரமலை கலிங்க – ஒரிசா பகுதியில் இருப்பதாகும். இம்மலைக்கும் இமயமலைக்கும் தொடர்பில்லை என்பது தெளிவாகிறது. ஆகவே, சிற்பத் தொகுதியில் உள்ள இமயமலையோடு பரசுராமர் இறுதிக் காலத்தில் வாழ்ந்த மகேந்திரமலையைத் தொடர்புபடுத்திச் சிந்திக்க வேண்டிய தேவையில்லை.

மானச சரசிற்கு அன்னங்கள் செல்லுகின்ற குகைப்பாதை பரசுராமராலேயே உருவாக்கப்பெற்றது. ஆகவே, இவற்றைக் கருத்தில்கொண்டு சிற்பத்தொகுதியை நோக்கும்போது, கீழ்க்காணும் சில முடிவுகளை எட்ட முடியும்:

1. சிவனும் தபசியும் நிற்கும் பகுதி இமயத்தின் வடமேற்குப் பகுதியிலுள்ள காசுமீர மண்டலமாகும்.
2. அர்ச்சுனன் தவம் செய்தது இம்மண்டலத்திலுள்ள இந்திரகீலப் பர்வதத்திலேயே ஆகும்.
3. அன்னங்கள் மானஸஸரோவரம் செல்லும் வாயிலாக உள்ள 'ஹம்ச துவாரம்' பரசுராமரால் உண்டாக்கப்பட்டது.
4. இக்காசுமீர மண்டலத்தையே பரசுராமர் உறைவிடமாகக் கொண்டார்.

ஆகவே,

1. சிவபெருமான் திரிசூலமல்லாத, மிகப்பெரிய ஆயுதத்தை ஏந்தியுள்ளதாலும் அதைக் கையில் பற்றி ஊன்றி நில்லாமல் தோளில் சாய்த்து நிற்பதாலும் இடதுகை வரதமுத்திரையாகக் கொடுப்பதைக் குறிப்பதாலும் அவ்வாயுதத்தை அளவில் பெரிய அளவினதாக அமைந்து முக்கியத்துவம் உணர்த்தப்பட்டிருப்பதாலும்
2. கைகளை உயர்த்தித் தவக்கோலத்திலிருக்கும் தவசியின் உடல், மகாபாரதத்தில் தவம் மேற்கொண்ட அர்ச்சுனனைக் குறித்த வருணனைக்கு முழுதும் இயைந்துள்ளதாலும்
3. ஹம்ச துவாரம் வழியாக மானஸஸரோவர் ஏரிக்குச் செல்லும் அன்னங்கள் காட்டப்பட்டுள்ளதாலும்
4. அன்னங்கள் செல்லும் ஹம்சதுவாரத்தை ஏற்படுத்தியவர் பரசுராமர். இதனை உணர்த்த பரசுராமர் சிற்பத்தொகுதியில் அன்னங்களுக்கு அண்மையில் காட்டப்பெற்றிருப்பதாலும்
5. காசுமீர மண்டலத்தை உறைவிடமாகப் பரசுராமர் கொண்டிருந்தார் என்பதையும் பரசுராமர் உருவம் உணர்த்துவதாலும்
6. சிற்பத் தொகுதியில் தேவ, மனித உருவங்கள் அனைத்தும் முழு வடிவத்தில் இருக்க, பரசுராமர் மட்டும் அரையுருவில் காட்டப்பட்டிருப்பது குகைப்பாதையைக் குறிப்பதற்காகவே என எண்ண இடமிருப்பதாலும்

7. பரசுராமர் உறைந்தது காசுமீரமண்டலம் என்பது, கீழ்நிற்கும் தபசியாகிய அர்ச்சுனன் தவமிருந்த அதே மண்டலத்தைச் சார்ந்த இந்திரகீல மலையை உணர்த்துவதாலும்

8. கிராதர்கள் வாழுகின்ற இடமென்பதால், கிராத வடிவிலேயே இறைவன் வந்தான் எனப் புராணங்கள் தெரிவிப்பதாலும் அதற் கேற்பச் சிற்பத் தொகுதியில் கிராதர்கள் சிறப்பாகக் காட்டப் பட்டுள்ளதாலும்

9. மகாபாரத வருணனைக்கேற்ப நான்கு கொம்புடைய யானைகள் தங்கள் குடும்பத்தோடு வந்து நீர்பருகிக் களிப்புறுதல் காட்டப் பட்டிருப்பதாலும்

10. தருமனைக் கேலிசெய்து துரியோதனன் கூறிய கதையில் உள்ளவாறு போலி தவவேடப் பூனை காட்டப்பட்டுள்ளதாலும்

11. பாரதத்தில் பாண்டவர்கள் வழிபட்ட நர – நாராயணர் கோயி லான வதரியாசிரமம் காட்டப்பட்டுள்ளதாலும்

12. கங்கை பூமிக்கு வந்து பல்லாண்டுகளுக்குப் பின்பே அதன்கரையில் இக்கோயில் உருவாக்கப்பெற்றிருக்க முடியும் என்பதாலும்

13. வானில் பறந்து வந்தும் நீர் விளையாடியும் இன்னிசை எழுப்பியும் மகிழும் கந்தர்வர்களும் அப்சரஸுகளும் கின்னரர்களும் கிம்புருடர் களும் இருடிகளும் சித்த – சாரணர்களும் நாகங்களும் காட்டப் பட்டுள்ளதாலும்

14. கங்கையில் புனித நீராடலும் பிதுர்க்கடன் செய்தலுமாகிய மரபுகள் கங்கை பூமிக்கு வந்து ஓடியபின், நெடுங்காலத்திற்குப் பிறகே மக்களிடம் உருவாகி இருக்க வேண்டும்; பகீரதன் தவத்தால் கங்கை பூமிக்கு இறங்கும் அதேவேளையில் நிகழுதலாகக் கொள்ளு தல் இயலாது என்பதாலும்

இச்சிற்பத் தொகுதியில் சிவனுக்கு முன் தவக்கோலத்தில் நிற்பது அர்ச்சுனனே எனத் தெளியலாம்.

இச்சிற்பத் தொகுதியில் தவமுனியாக நிற்பது அர்ச்சுனன் என முடிவு செய்ய, அவன் முன் நிற்கும் சிவன் கையிலுள்ள ஆயுதத்தைக் குறித்து அறிதல் வேண்டும். ஆய்வாளர்கள் சிலர் சிவன் கையில் இருப்பது சூலம் என்று குறிப்பிட்டுள்ளனர். சூலம் என்னும் திரிசூலம் மூன்று முனை களைக் கொண்டதாகும். ஆனால் இங்கு ஓரிலைகொண்டு, வேல்போல் காணப்படுகிறது. ஆதலால் பாசுபதத்தின் தன்மை குறித்து அறிதல் தேவை யாகிறது.

சிவபெருமானுக்குப் 'பிஞ்ஞகன்' என்னும் பெயர் 'பிஞ்ஞகம்' எனும் வில்லினைக்கொண்டதால் வந்ததாகும்.

> பிஞ்ஞகம் என்பது சிவனது வில். இவ்வில் முன்பு கூரிய மூன்று முனைகளைக் கொண்ட சூலமாக இருந்தது. ஒருமுறை, சிவ

பிரானது கையில் இருந்து கீழே விழுந்தது. அவ்வாறு விழுந்த போது, வில் வடிவம் கொண்டது. அதன்பிறகு அது வில்லாகவே பயன்படுத்தப்பட்டது.[25]

இத்தகைய வில்லில் பயன்படுத்தப்பட்டதே பாசுபதம் என்னும் அஸ்திர மாகும்.

> பாசுபதம், சிவனது எறிகணையாகும் (*Missile*). தன் வனவாசத்தின் போது, சிவனைக் குறித்துத் தவமிருந்து இவ்வஸ்திரத்தை அர்ச்சுனன் அவரிடமிருந்து பெற்றான். பிஞ்ஞகம் என்னும் பெயருடைய வில்லைச் சிவன் கொண்டுள்ளார். பாசுபதம் என்னும் அம்பு அவ்வில் மூலம் பயன்படுத்தப்படுகிறது. பிஞ்ஞகம், வானவில்லின் வண்ணங்களைக் கொண்ட நாகமாகும். அதற்கு ஏழுதலைகளும் அவற்றில் வெறிநாயினது போன்ற பற்களும் உள்ளன. அவற்றி லிருந்து எப்போது நஞ்சு வழிந்தவண்ணம் இருக்கும். அவ்வில்லின் நாண் சிவனது கழுத்தைச் சூழ்ந்திருக்கும். (*The string of the bow is wound round the neck of Siva*) மரணத்தீயினுக்கு இணையான பாசுபதாஸ்திரம் சூரியனைப்போல் ஒளிரும். தான் தொடும் அனைத்தையும் அது எரிக்கும். நாராயணஸ்திரம், பிரம்மாஸ் திரம், அக்னியாஸ்திரம், வருணாஸ்திரம் எனும் எவையும் அதற் கெதிராக நிற்க முடியாது. கொடியவர்களான மூன்று அசுரர் களின் மூன்று நகரங்களைச் சிவன் இவ்வம்பினால் எரித்தார். பிரம்மனையும் விஷ்ணுவையும்கூட இப்பாசுபதாஸ்திரத்தில் கொன்றுவிட முடியும்[26]

என அனுசாசன புராணம் குறிப்பிடுவதை கலைக்களஞ்சியம் எடுத்துக் காட்டுகிறது.

பாசுபதம் குறித்த இக்கருத்துகளைத் தொகுத்து நோக்கும்போது, சிற்பத் தொகுதியில் சிவன் எப்போதும் சித்திரிக்கப்படும் திரிசூலத்துடன் காட்டப்படவில்லை. மாறாக, பெரியதொரு அம்புடனேயே காட்டப் பட்டுள்ளார். ஓர் அம்பு என்னும் வழக்கமான தன்மையிலிருந்து மாறுபட்டு, வேல்போல் பெரியதாகக் காட்டப்பட்டுள்ளமைக்கு இரண்டு காரணங்களைக் கருதலாம். ஒன்று, அவ்வம்பின் அச்சமூட்டும் இயல்புகளும் பெருமையும் இதன்மூலம் வெளிப்படுகின்றன. இரண்டு, சிற்பத்தில் நிற்கும் சிவனுக்கும் துறவிக்கும் இணையாகப் பெரிதாகக் காட்டப்பட்டுள்ளமை அக்காட்சி யில் இது பெறும் முக்கியத்துவத்தையும் வெளிப்படுத்துகிறது எனலாம்.

குறிப்புகள்

1. வனபர்வம், தீர்த்தயாத்ராபர்வம், பக். 310 – 319.
   வான்மீகி ராமாயணம் – பகீரதன் கதை – *காண்க: பின் னிணைப்பு – 5*
   கங்கை வருகை – மற்றொரு கதை – *காண்க: பின்னிணைப்பு –6*
2. வனபர்வம், கைராத பர்வம், பக்.104 – 127.

3. வனபர்வம், தீர்த்தயாத்ரா பர்வம், பக். 317 – 318.

4. John Dowson Dy, *A Classical dictionary of Hindu Mythology and Religion, Geography, History and Literature,* p.139.

5. வனபர்வம், தீர்த்தயாத்ரா பர்வம், பக்.398 – 399.

6. பிங்களர்:

அ. உலகப் போர்வையைத் தைத்துக் கொண்டிருக்கும் கைலாச மேற்கு வாயிற் காவலர். இவர்க்கு ஊசிநூல் ஆயுதம்.

ஆ. இவர் திருக்கைலையில் வாயுதிக்கில் செந்நிறமுள்ளவராய்ச் சர்வபூஷணாலங்கிருதராய் ஊசியும் நூலும் கையில் கொண்டிருப்பார். பிரம் ராத்ரியாகிய கறுப்புப்புடவை யுலகத்திற் கெல்லாம் போர்த்திருப்பதைச் சூரியன் உதயகாலையில் கிழித்துப்போட்டு உள்ளே புகுந்துவருவான், பகற்காலத்தில் உலகத்திற்கெல்லாம் போர்த்திருக்கும் வெள்ளைப்புடவையைக் கிழித்து அஸ்தமிப்பன். அவ்விரண்டு புடவைகளையுந் தைத்துக் கொண்டிருப்பவரும் தடியுடன் வாசற் காப்பவருமாயிருப்பவர்.

– ஆ. சிங்காரவேலு முதலியார், *அபிதானசிந்தாமணி.*

பிங்களனைக் குறித்த வேறு தகவல்களைக் *கலைக்களஞ்சியம்* தருகிறது:

அ. பிங்களன் என்பவன் சூரியக்கடவுளின் பணியாளனாகிய ஒரு தேவனாவான். ஏழு புரவிகளால் இழுக்கப்படும் தன் ஒற்றைச் சக்கரத்தேரில் சூரியன் தன் இருகரங்களிலும் தாமரை மலர்களை ஏந்தி வரும்போது, அவனது வலப்பக்கம் மைக் கூட்டினையும் *(Ink - Pot)* எழுதுகோலினையும் ஏந்தியவண்ணம் தண்டியும் அவனது இடதுபக்கம் தடியொன்றினை ஏந்தியவனாய்ப் பிங்களனும் வருவர். இருவரும் சூரியனுக்குப் பணி செய்யும் தேவர்களாவர்.

ஆ. பிங்களன், யட்சர்களின் தலைவன் ஆவான். அவன் சிவனுக்கு உற்ற தோழனாவான். சுடலையில் தன் பொழுதினைச் செலவிடும் சிவனுக்கு மெய்க்காவலனும் அவனே. இந்த யட்சனே உலகோர் அனைவருக்கும் மகிழ்ச்சியை வழங்குகிறான்.

– Vettam Mani, *Puranic Encyclopaedia.*

7. S.M. Ali, *The Geography of the Puranas*, p.55-56

8. Ibid., p.67

9. வனபர்வம், அர்ஜுனாபிகமன பர்வம், ப.109.

10. வனபர்வம், கைராத பர்வம், பக்.112 – 113.

11. வனபர்வம், நிவாதகவச யுத்த பர்வம், பக்.38 – 39.

12. வனபர்வம், கைராத பர்வம், ப. 118.

13. பி.வி. ஜகதீச அய்யர், *புராண இந்தியா என்னும் பழைய 56 தேசங்கள்* (இரண்டாம் பாகம்), பக்.55 – 57.
14. மேலது, அடிக்குடிப்பு, ப.59.
15. மு.நூ., பா.எ.23.
16. ஜே. மங்கள்ராஜ் ஜான்சன், *நமது ஆறுகள்*, ப.10.
17. மே.நூ., (முதல்பாகம்), பக்.18 – 19.
18. Suresh Chandra Banerji, *Kalidasa - Kosa*, p.16.
19. www.google.com
20. மு.நூ., பா.எ.57.
21. மேலது, ப.131.
22. வனபர்வம், தீர்த்தயாத்ரா பர்வம், ப.370.
23. வனபர்வம், தீர்த்தயாத்ரா பர்வம், ப.341.
24. Bimala Churn Law, *Geographical Aspect of Kalidasa's Works*, p.42.
25. Vettam Mani, *Puranic Encyclopaedia*.
26. மேலது.

மையப் பொருண்மை

இச்சிற்பத்தொகுதியின் மையப்பொருள், அர்ச்சுனன் அல்லது பகீரதனின் தவநிகழ்ச்சி எனக் கருதுவது சரியா?

இந்த ஐயப்பாட்டிற்கான அடிப்படைக் காரணம், இந்தியக் கலைகளின் அழகியலாகும். பொதுவாக, இந்தியச் சிற்பங்களும் ஓவியங்களும் குறிப்பாகச் செவ்வியல் மரபு சார்ந்தவை, உருவங் களின் ஒத்திசைவில் குறிப்பிடத்தக்க தன்மைகளைக் கடைப்பிடிக் கின்றன. தனிஉருவமாக இருப்பின், சித்திரிக்கப்படும் பரப்பின் மையத்தில் அது இடம்பெறுகிறது. ஒரு நிகழ்ச்சியை அல்லது கருத்தை விளக்கும் பல உருவங்களைக் கொண்டதாயின், அவற்றுள் அடிப்படை யான முதன்மையான உருவம் மையத்திலும் ஏனையவை அதனைச் சூழ்ந்தும் அமைக்கப்படும். அளவு, வடிவ நோக்கில் பார்க்கும்போதும் முதன்மை உருவமே பெரிதாகச் சித்திரிக்கப்படுகிறது.[1]

இவ்வடிப்படையில் மாமல்லைச் சிற்பத்தொகுதியைப் பார்க்கும் போது, எது முக்கியத்துவம் பெறுகிறது என்பதை உணருவது கடின மானதாகும். நீளத்தின் அடிப்படையில் காணும்போது, கங்கையே மையத்தில் இருப்பதாக எண்ணலாம். ஏறக்குறைய, தொகுதியின் பிற நிகழ்வுகளுக்கு ஒதுக்கப்பட்டுள்ள இடமே சிவனுக்கும் தபசிக்கும் கொடுக்கப்பட்டுள்ளது. அவர்களே முதன்மை என்று எண்ணிப் பார்த்தால், அத்தவக்காட்சிக்குத் தேவையற்ற வகையில் மிகப்பெரிய வனக்காட்சியும் அதில் வேடர்களும் விலங்குகளும் காட்டப்பட் டுள்ளனர். அவர்கள் மையப்பொருண்மைக்குத் தொடர்பற்றவர்களா கின்றனர்.

வேடர்களுக்கு மேலுள்ள பதினெண்கணத்தவரும் சிவனை நோக்கி வருவதாகத் தெரியவில்லை. முதல் வேடனின் தலைக்கு மேலுள்ள கின்னரர்கள் வேறுபுறம் நோக்கி நின்றவண்ணம் இசை மீட்டுகின்றனர். சிவனுக்கு வலப்பக்கம் அமர்ந்துள்ள கிம்புருடர்கள் கூட எவ்விதப் பரபரப்புமின்றி அமர்ந்துள்ளனர். குரங்கு, முயல், சிங்கங்கள் போன்றனவும் தத்தம் போக்கிலேயே காணப்படுகின்றன.

பதரியாச்சிரமத்தின் நிகழ்வுகளும் தனியே நிகழ்கின்றன. துறவிகள் நால்வரில், மூவர் தியானத்திலும் ஒருவர், கேட்கின்ற தன்மையில் கோயில் முன்னும் அமர்ந்துள்ளனர். அவர்கள் கங்கையையோ சிவனையோ சற்றும் நோக்கவில்லை.

தபசிக்கு இடப்புறமுள்ள அன்னங்களும் சிவன் – தபசி ஆகியோருக்கு எதிர்த்திசை நோக்கிச் செல்லுகின்றன. தபசியின் கால்களுக்குக் கீழாகப் பறந்து செல்லும் கந்தர்வர்களும் அவ்விருவரைப் பொருட்படுத்தவில்லை. அவர்களுக்குக் கீழுள்ள நாகர்களும் குரங்குகளும்கூடத் தங்கள் போக்கில் அமர்ந்துள்ளனர்.

வலப்புறப் பாறையிலுள்ள உருவங்களும் சிவன் – தபசி இருவரையும் நோக்கி வரவில்லை. யானைக் கூட்டத்திற்கு ஏறத்தாழ நான்கில் ஒரு பங்கு இடம் ஒதுக்கப்பட்டுப் பெருங்காட்சி நல்குகிறது. அவையும் நீரருந்திக் களிக்கின்றனவேயன்றிச் சிவன் செயலை நோக்கவில்லை.

இவ்வாறு எண்ணிப் பார்க்கும்போது, இது, அர்ச்சுனன் பாசுபதம் பெற்ற நிகழ்ச்சியையோ அல்லது பகீரதன் தவத்தால் கங்கை, பூமிக்கு வருகின்ற நிகழ்ச்சியையோ மையப்பொருளாகக் கொள்ளவில்லை என்ற முடிவுக்கு வரவேண்டியுள்ளது.

ஆகவே, இச்சிற்பத்தொகுதியின் கருவினை அறிய, இப்பாறைப் பரப்பு முழுவதையும் இணைத்தெண்ணிப் பார்க்க வேண்டியுள்ளது. பாறைப் பரப்பிலுள்ள உருவங்களை மட்டுமின்றி பாறையின் மேற்பகுதியையும் அடிப்பகுதியையும்கூட இணைத்தெண்ணி உணர வேண்டியுள்ளது.

இப்பாறையின் மேற்பரப்பைச் சென்று காண்பதற்கு, தற்போது இதன் வலப்பகுதியில் வழியில்லை. பேன் பார்க்கும் குரங்குகளின் சிற்பம் உள்ள இடத்திற்கு மேலாக இருந்த பிளவு அடைக்கப்பட்டுள்ளது. ஆகவே, பாறையின் பின்புறமுள்ள ஆதிவராகர் குகைக்குச் சென்றால் அதன் அருகில் படிக் கட்டுகள் அமைந்திருப்பதைக் காணலாம். வராகர் குகையின் மேற்பகுதியில் கோயில்களோ பிற சின்னங்களோ இல்லாத நிலையில் இப்படிக்கட்டுகள் இருப்பதன் தேவையையும் எண்ணிப்பார்க்க வேண்டும்.

அவற்றின்மூலம் பாறையின் மேற்பரப்பிற்கு வந்தால், அத்தடம் சரியாக, கங்கை கீழ்நோக்கிப் பாயும் பிளவுக்கு நேராக வந்து சேரும்வண்ணம் இருபுறமும் மேடான பாறையில் உட்குழிவாக அமைந்துள்ள பள்ளமொன்று காணப்படுகிறது. தற்போது காரை பூசப்பட்டு மேடாக்கப்பட்டுள்ள அப் பள்ளம், இன்னும் ஆழமானதாக முன்னர் இருந்திருத்தல் வேண்டும். அப்பள்ளம் குன்றின்மீது வடக்கிலும் தெற்கிலுமாகப் பிரிகிறது. மேலே உள்ள பாறைப் பரப்பிலிருந்து நீர் மையப்பள்ளத்திற்கு வரும்வண்ணம் ஆங்காங்கே நீர்வரும் தடங்கள் செதுக்கப்பட்டுள்ளன. பாறையின் தென் பகுதிக்கு மேலாக ஒரு பள்ளமும் கீழ் நோக்கி இறங்கும் பல நீர்த் தடங்களும் காணப்படுகின்றன.

சா. பாலுசாமி

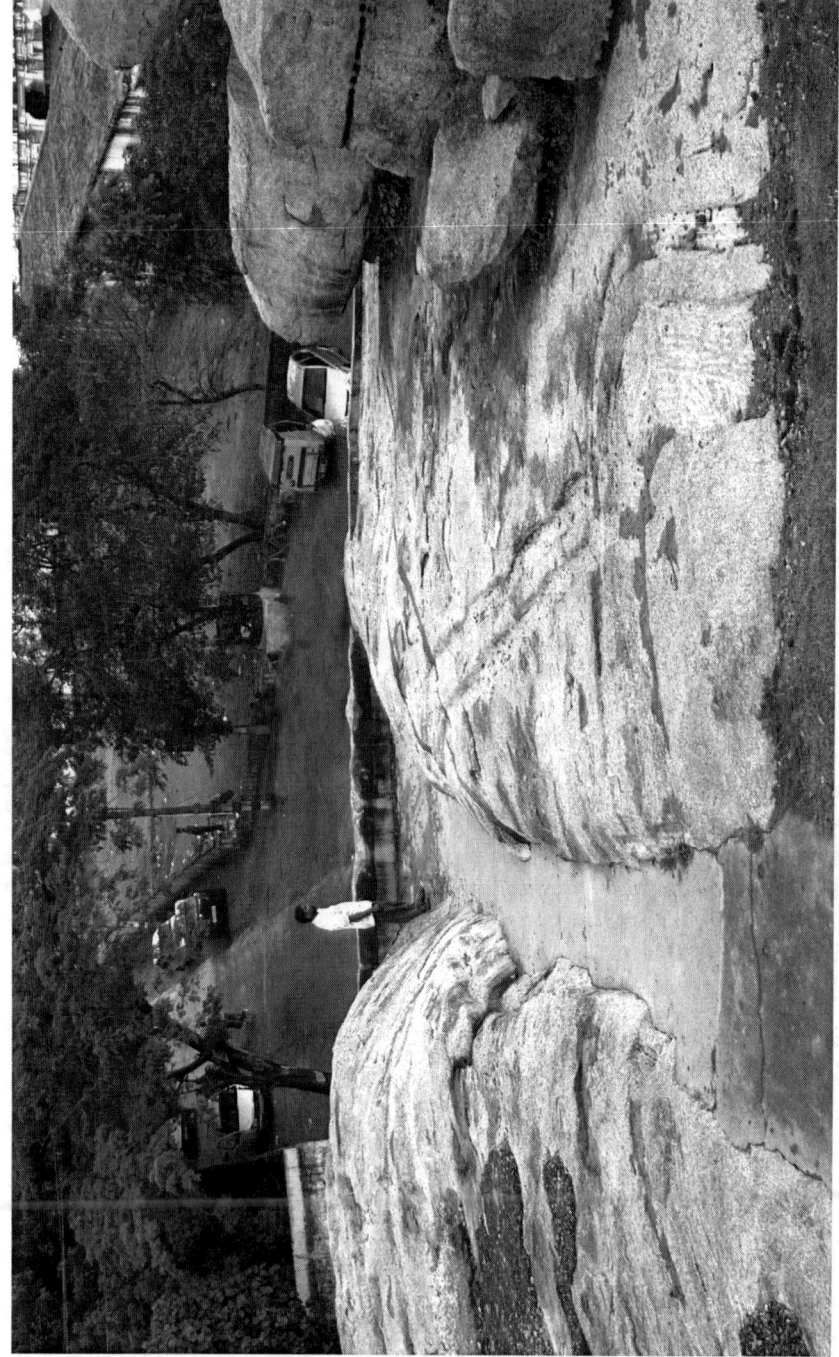

சிற்பத்தொகுதியின் மேலுள்ள நீர்த் தடங்கள்

பாறையின் நடுவே, அதாவது காட்சிப்பரப்பில், முன் கூறியவண்ணம், பல நீர்த்தடங்கள், பாறையின் இருபகுதிகளிலும், உருவங்களுக்கும் ஊடாக அமைந்திருப்பதை உணரமுடிகிறது. இவையனைத்தும் நீர்ப்பாதைகளையே குறிக்கின்றன என்பதில் ஐயமில்லை.

இறுதியாக, இச்சிற்பத் தொகுதியின் கீழ் பெரும்பள்ளமொன்று காணப் படுகிறது. தற்போது பார்வையாளர்கள் நின்றுகாணும் இடத்திலிருந்து பாறை வரை, பாறையின் மொத்த நீளத்திற்குமாக இப்பள்ளம் உள்ளது. இப்பள்ளத்தின் புறச்சுவர்கள் தற்காலத்தில் மீண்டும் செப்பம் செய்யப் பட்டதென்றாலும், இத்தகையதொரு பள்ளம் பல்லவர் காலம் முதற் கொண்டே இங்கிருந்திருக்க வேண்டும். இது குறித்து,

> நகரத்திற்கும் துறைமுகத்தின் பல்வேறு பகுதிகளுக்கும் குடிநீர் வசதியை ஏற்படுத்துவதற்குப் பாலாற்றுநீர் பயன்பட்டது என்ப தற்கும் அதனை அவ்வாறு பயன்படுத்துவதற்காக ஒரு சிறந்த நீர்வழங்கு அமைப்பு இருந்தது என்பதற்கும் தெளிவான சான்றுகள் கிடைக்கின்றன. இந்த அமைப்புக்கும் நெடுநாள் அர்ச்சுனன் தவம் என்று கருதப்பட்ட பகீரதன் தவம் என்ற திறந்தவெளிச் சிற்பத்திற்கும் தொடர்பு இருந்திருக்கும் ... [2]

என கே.ஏ. நீலகண்ட சாஸ்திரி குறிப்பிடுகிறார். சாஸ்திரியாரின் கருத்துப் படி, இப்பாறையின்மீது நீர்வரத்திற்கான வசதியொன்று பல்லவர் காலத்தி லேயே இருந்திருக்கவேண்டும் எனத் தெரிகிறது.

இச்சிற்பத்தொகுதி குறித்து விரிவாக ஆய்வு செய்த ஏ.ஹெச்.லாங் கர்ஸ்ட் இவ்வமைப்புக் குறித்து விளக்குகிறார். அவர்,

> (பாறையின் மேற்பகுதியில்) ஏழுமீட்டர் சதுரம்கொண்ட நீர்த்தடுப்பு அமைப்பொன்று இருந்ததற்கான தடயங்கள் கண்டு பிடிக்கப்பட் டுள்ளன. இது கீழேயுள்ள 26க்கு 9மீட்டர் (நீள, அகலமுள்ள) குட்டையில் தண்ணீர் விழுவதற்காகச் செய்யப்பட்ட ஏற்பா டென்று தோன்றுகிறது. [3]

என்றும்,

> பிளவின்மீது தொட்டி போன்றதோர் அமைப்பு இருந்தது. அவ்வாறு சொல்வதற்குக் காரணம் பாறையில் செங்கல், காரை ஆகியனவும் தொட்டியைத் தாங்கக்கூடிய பள்ளங்களும் காணப்படுகின்றன. விசேட நாட்களில் நீர் அதன் மூலமாக ஊற்றப்பட்டு (பாறையின் இடைப்பிளவின் வழியே) ஓடிவரச் செய்திருக்க வேண்டும். [4]

என்றும் சுட்டிக்காட்டி விளக்கியுள்ளார் (காண்க: பின்னிணைப்பு 8). மேலும் இதற்கான ஆதாரமாக, தற்போது சிற்பத்தொகுதியின் கீழுள்ள தொட்டியில் வலது மூலையில் கிடக்கும் கல்துண்டு ஒன்றைக் குறிப்பிடு கிறார். இது மேலிருந்த நீர்த்தடுப்பு அமைப்பில் இருந்த ஓர் துண்டுப் பகுதியாக *(Coping Block)* இருந்திருக்கலாம். அது நீரினைப் பகுத்து

விடுவதற்கானதோர் அமைப்பாகவும் இருந்திருக்கக்கூடும். அது கீழே விழுந்த விபத்தாலேயே பாறைப்பிளவிலுள்ள நாக அரசனின் மேற் பகுதியும் யானையின் ஒரு தந்தமும் உடைந்திருக்க வேண்டும்.[5]

ஏனெனில் மணலில் புதையுண்டு கிடந்த இவ்விரண்டும் 1871ஆம் ஆண்டு நிகழ்த்தப்பட்ட அகழ்வாய்வின்போது, கண்டுபிடிக்கப்பட்டன என்னும் தகவலும் மிக உண்மையாகவே தென்படுகிறது.

இத்தொட்டியமைப்புக் குறித்து,

> புடைச்சிற்பங்கள் காணப்பெறும் பாறைக்கு எதிரில் நீண்ட ஆழமுள்ள நீர்த்தேக்கம் இருந்திருக்கிறது. அதில் அரச குடும்பத் தினர் நீராடியிருக்கலாம் என்றும் இத்தகைய நீர்த்தேக்கமும் எதிரிலுள்ள பாறையின் யானைக் கூட்டச் சிற்பங்களும் அநுராத புரத்திலுள்ள ஈசுரமுனிய விகாரையிலும் காணப்படுகின்றன என்பது ஈண்டுக் குறிப்பிடத்தக்கதாகும் என்றும் 1966இல் வில்லியம் வில்லட்ஸ் தம் நூலில் எழுதியுள்ளார்.[6]

என நடன. காசிநாதன் எடுத்துக்காட்டியுள்ளார்.

மேலிருந்து வரும் நீர், பாறைப் பரப்பில் பல கிளைகளாகப் பிரிந்து, நடுப்பிளவில் மிகுதியாயும் பிறவற்றில் அதனினும் குறைந்தும் கீழ்நோக்கிப் பாய்ந்து வந்து, கீழே உள்ள தொட்டியில் தேங்கி நிறைகின்ற இச்சிற்பத் தொடரை ஓர் “உயிர்ச் சிற்பத்தொகுதி” *(Living sculpture)* என்றே குறிப்பிட வேண்டும். ஏனெனில், நீர்வரத்துத் தொடங்கியதும் கங்கை கரைபுரண்டு பாய்கிறது; ஏனைய ஆறுகளிலும் அருவிகளிலும் வெள்ளம் கொட்டத் தொடங்குகிறது. ஆற்றுநீரில் நாகர்கள் திளைக்கின்றனர்; தொழுகின்றனர்; மகிழ்கின்றனர். கந்தர்வக் காதலர்கள் கரையில் அமர்ந்து மகிழ்கின்றனர். யானைக் குடும்பம் நீரருந்துகிறது; நீர்விளையாடுகிறது. கங்கை நீரில் குளிப் போரும் வழிபடுவோரும் நீரெடுத்துச் செல்வோரும் அன்றாடக் கடனையும் மூதாதையர் கடனையும் நிறைவேற்றுகின்றனர். இமயத்தின் இயற்கையில் மகிழ்ந்து கின்னரர்கள் இசைக்கின்றனர். இவ்வாறு சிற்பம் உயிர்பெற்று இயங்கத் தொடங்குகிறது.

இச்சிற்பத்தொகுதியின் அருகிலுள்ள கிருட்டிண மண்டபமும் கோவர்த் தன கிரிதாரியின் சிற்பமும் இத்தகையதே! விசயநகர காலத்தில் கட்டப் பட்ட முன்மண்டபத்தை விடுத்துப் பார்த்தால், மாமல்லை மலைப்பாறையே கோவர்த்தன மலையாகக் கண்ணன் கைகளால் தூக்கியிருப்பதைக் காணலாம். மழை பெய்யும்போதோ மேலிருந்து நீர் ஊற்றப்படும்போதோ கோகுலத்தின் ஆநிரைகளையும் ஆயர்களையும் மலைக்குடை ஏந்திக் கண்ணன் காத்து நிற்கும் காட்சியை இயங்கு சிற்பமாகக் *(Dynamic Sculpture)* காணலாம்.

ஆகவே, இவ்விரு சிற்பத்தொகுதிகளும் ஒரே அடிப்படையில் உருவாக்கப் பட்டவை. இவைபோலவே, முதலாவது சிற்பத்தொகுதிக்கும் திரிமூர்த்திக் குகையின் பின்புறமுள்ள மூன்றாம் சிற்பத்தொகுதிக்கும் பல்லவச் சிற்பிகள் செய்ய எண்ணியிருந்த திட்டத்தினை முழுமையாக அறிய இயலவில்லை.

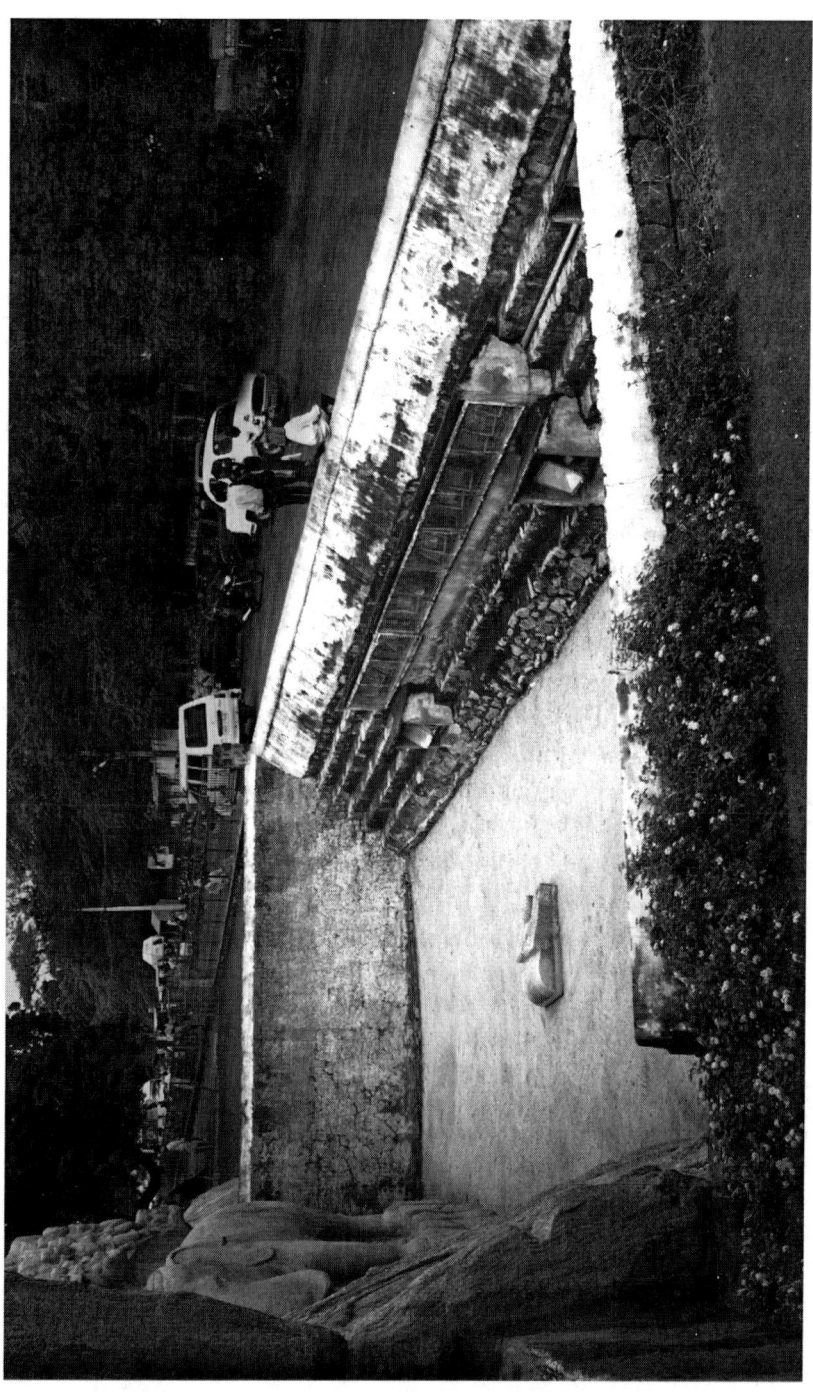

சிற்பத்தொகுதியின் கீழுள்ள நீர்த் தொட்டி

இவ்வாறு, இயக்கமுடைய உயிர்ச் சிற்பமாக அர்ச்சுனன் தவச்சிற்பத் தொகுதி வடிவமைக்கப் பெற்றதன் காரணத்தைச் சிந்திப்பது சுவையானது. அர்ச்சுனனும் சிவனும் முக்கியத்துவம் பெறாமல் இத்தொகுதியின் ஒவ்வொரு கூறும் முதன்மை பெறுவதன் அடிப்படையில் அதனை நோக்குதல் வேண்டும்.

வெள்ளிப் பனிமலையான இமயமலை வற்றாத வளமிக்க ஆறுகள் பலவற்றை உடையது. இதிகாசங்களிலும் புராணங்களிலும் அவ்வாறுகளின் இயற்கையழகும் புனிதத் தன்மைகளும் விதந்துரைக்கப்பட்டுள்ளன.

பரதகண்டத்தைக் குறித்து திருதராஷ்டிரனுக்கு எடுத்துச் சொல்லி வரும் சஞ்சயன், 'கங்கை, சிந்து, சரஸ்வதி தொடக்கமாக ஏறத்தாழ 160 நதிகளின் பெயர்களைப் பட்டியிலிட்டுக் கூறி, எல்லா நதிகளும் உலகத் திற்குத் தாய் போன்றவை. எல்லா நதிகளும் மிகுந்த பிரயோஜனமுள்ளவை. அவ்வாறே, நூற்றுக்கணக்கும் ஆயிரக்கணக்குமாயுள்ள (இன்னும் அநேக) நதிகள் மறைவாக இருக்கின்றன' என்று எடுத்துரைக்கிறார்.[7]

ஆறுகள் வாழ்வை வளப்படுத்துவன என்பது மட்டுமன்றி, ஆறுகள் புனிதத்தன்மை மிக்கன. மனிதரின் பாவங்களைப் போக்கி நற்பலன்களைத் தருவன என்பதும் தொன்று தொட்டுவரும் நம்பிக்கையாகும்.

> மனோவாக்குக் காயங்களின் செயல்களால் உண்டாகின்ற பாவ வாசனைகளும் களங்கங்களும் கழுவப்படுவது எதனாலோ அதைத் தான் தீர்த்தமென்று சொல்கிறோம். வடமொழி இலக்கணப்படி 'தீர்த்தம்' என்ற சொல்லுக்குக் 'கடத்தி விடுவது' என்று பொருள். பாவங்களிலிருந்து கரையேற உதவுவதே அது . . .

தீர்த்த பூமியாகிய பாரதத்தில் தீர்த்த யாத்திரையும் பரம்பரை பரம் பரையாகத் தொடர்ந்து வருவதாகும். உலமெங்கணும் தீர்த்தத்தலங்கள் இருக்கின்றனவெனினும், பூவுலகின் தீர்த்தத் தலமாக பாரதம் திகழ்கிறது . . .

> புராண வாக்குகளின்படி, கர்மபூமியும் புண்ணிய பூமியுமாகிய பாரதம் மூன்றுலகங்களுடையவும் தீர்த்தத் தலமாகும். தவசிகள், அவதார புருடர்கள், சுத்தர்கள், யோகிகள் முதலிய புண்ணியர் களின் பிறப்பிடமாகிய இத்தியாக பூமியின் ஆறுகளும் மலைகளும் காடுகளும் கோயில்களும் எல்லாம் தீர்த்தத் தலங்களே. தெய்வீகம், ஆசுரம், ஆர்ஷம், மானுடம் ஆகிய நால்வகைத் தீர்த்தங்கள் மூன்றரைக் கோடியிலதிகமுள்ளதாக பத்மபுராணம் பகருகிறது. மானிட தீர்த்தத்திலேயே பக்த தீர்த்தம், குரு தீர்த்தம், மாதரு தீர்த்தம், பித்று தீர்த்தம் என்ற பிரிவுகளுண்டு. இவைகளை யெல்லாம் சேர்த்து ஜங்கமம் (அசைவது), மானஸ, தாவரம் (அசையாதது) என்று மூன்று வகையாகப் பிரிக்கலாம். பிரம்ம ஞானிகளும் பசுக்களும் ஜங்கம தீர்த்தத்துட்பட்டோர். உண்மை, பொறுமை, மனமடக்கம், புலனடக்கம், இரக்கம், ஈகை, நேர்மை, நிறைவு, பிரம்மச்சரியம், அறிவு, அஞ்சாமை, தவம் முதலிய நற்குணங்கள் மானஸ தீர்த்தத்துட்படும். தாவர தீர்த்தம் என்பது

ஆறுகள், குளங்கள், புண்ணிய தருக்கள், காடுகள், புண்ணிய ஊர்கள், கடல் என்பனவாம்.[8]

என்பர்.

இத்தகைய தீர்த்தங்களின் பெருமை மகாபாரதத்தில் விரிவாகச் சொல்லப்பட்டுள்ளது. பாண்டவர் வனவாசத்தின்போது, முனிவர்கள் அவர்களுக்கு அவற்றின் பெருமைகளைக் கூறுகின்றனர்.

புலஸ்தியர் பீஷ்மரிடம்,

அப்பனே! தீர்த்தங்களில் கிடைக்கும் பலன்களைக் கருத்துடன் கேள்! கை, கால், மனம், கல்வி, தவம், கீர்த்தி இவற்றை நன்கு அடக்கியிருப்பவனே தீர்த்தபலனைப் பெறுவான்... தானம் வாங்காதவனும் கிடைத்ததைக் கொண்டு மகிழ்பவனும் 'நான்' என்ற அஹங்காரமற்றவனுமான மனிதன் தீர்த்த பலனைப் பெறு கிறான்... தீர்த்தயாத்திரை, யாகங்களைக் காட்டிலும் மிகச் சிறந்தது.

என்று கூறிப் பல்வேறு தீர்த்தங்களின் பலன்களையும் உரைக்கிறார்:

புஷ்கரம் என்னும் தீர்த்தத்தில் நீராடுபவன் எல்லாப் பாவங்களி லிருந்தும் விடுபட்டுப் பிரம்ம லோகத்திலும் கௌரவிக்கப் பெறுகிறான். அவனுக்கு மறுபிறவி கிடையாது. யயாதிபதனம் என்ற இடத்திலுள்ள கோடி தீர்த்தத்தில் ஸ்நானம் செய்தால் அச்வமேத பலன் கிட்டும். ஸ்தாணுவின் தீர்த்தத்தில் ஆடினால் ஆயிரம் பசுக்களைத் தானம் செய்வதனால் உண்டாகும் பலன் கிட்டும். மகாதேவருடைய அருளால் கணங்களுக்கும் தலைவ னாவான். நர்மதா நதியில் நீராடுபவன் அக்னிஷ்டோமத்தின் பலனைப் பெறுவான். பிங்க தீர்த்தத்தில் ஸ்நானம் செய்தால் நூறு கபிலைப் பசுக்களைக் கொடுத்த பலனைப் பெறுவான். பிரபாஸ தீர்த்தத்தில் நீராடுபவன் அக்னிஷ்டோமத்தாலும் அதிராத் ரத்தாலும் உண்டாகும் பலனைப் பெறுவான். ஸரஸ்வதி நதியும் ஸமுத்திரமும் சேரும் இடத்துக்குச் சென்று நீராடினால் ஆயிரம் பசுக்களைத் தானம் செய்த பலன் உண்டாகும்.[9]

என்று கூறுகிறார். மேலும் பாரதத்தில் பல்வேறு தீர்த்தங்களும் அவற்றின் பெருமைகளும் நீராடுவோர்க்குக் கிட்டும் பலன்களும் விரிவாகப் பேசப் பட்டுள்ளன.[10]

இவ்வாறு எண்ணற்ற தீர்த்தங்களின் பெருமையைக் கூறினாலும், கங்கையின் பெருமையே அனைத்திலும் உயர்ந்ததாகப் பாரதம் விதந்து போற்றுகிறது.

கிருதயுகத்தில் எல்லா இடமும் பாவனமானது. திரேதாயுகத்தில் புஷ்கர க்ஷேத்திரம் புண்ணியமானது. துவாபரத்தில் குருக்ஷேத்திரம் புண்ணியமானது. கலியுகத்தில் கங்கை புண்ணியமானது...

> கங்கையின் பெயரைச் சொன்னாலே பாவம் போய்ப் பரிசுத்த னாவான். கங்கையைப் பார்த்தால் மங்களம் உண்டாகும். கங்கையில் ஸ்நானம் செய்து அந்தத் தீர்த்தத்தைப் பானம் செய்தால் ஏழு தலைமுறைவரை குலம் பரிசுத்தமாகும். ஒருவனுடைய எலும்பு எவ்வளவு காலம் வரையில் கங்கை ஜலத்தைத் தொட்டுக்கொண் டிருக்கிறதோ அவ்வளவு காலம் வரையில் அவன் ஸ்வர்க்க லோகத்தில் பூஜிக்கப்படுகிறான்.[11]

இவ்வாறெல்லாம் கங்கையைப் போற்றும் பாரதம், அதில் நீராடுவதன் சிறப்பையும் விதந்து கூறுகிறது. லோமசர் பாண்டவர்களிடம்,

> புண்ணியமானதும் தேவர்களாலும் கந்தர்வர்களாலும் அமையப் பட்டதுமான இந்தப் பாகீரதி நதி, ஆகாயத்தில் காற்றினால் அசைக்கப்பட்ட கொடித்துணிபோல் விளங்குவதைப் பார். இந்தப் பாகீரதி நதி எப்பொழுதும் பள்ளங்களில் ஓடுவது போலவே சிகரங்களில் நன்கு பரவிக்கொண்டும் ஸர்ப்பம்போல் கற்களில் அடிகளில் மறைத்து கொண்டும் செல்வதைக் காண்பாயாக. இந்த நதி தாய்போலத் தென்திசை முழுவதையும் நனைத்துப் போஷிக்கிறது. ஸமுத்திர ராஜனுக்குப் பிரியமகிஷியாகிய இந்தக் கங்கை, முற்காலத்தில் சிவனுடைய ஜடையினின்றும் நழுவி விழுந்தது. மிக்க புண்ணியமான நதியில் நாம் எல்லோரும் ஸ்நானம் செய்வோமாக![12]

என்று குறிப்பிடுகிறார். மேலும் புண்ணிய ஆறுகளில் நீராடத் தீர்த்த யாத்திரை மேற்கொள்வதன் சிறப்புகளையும் பாரதம் விரிவாகக் கூறுகிறது:

> தீர்த்த யாத்திரையைச் செய்வது ஐச்வர்யத்தைக் கொடுக்கும்; ஸ்வர்க்கத்தைத் தரும்; புண்ணியமானது; பகைவர்களை அடக்கக் கூடியது; மங்களகரமானது; நல்ல அறிவைக் கொடுக்கக் கூடியது. தீர்த்த யாத்திரையின் மகிமையைச் சொல்லுவதனால் புத்திரன் இல்லாதவன் புத்திரனை அடைவான். செல்வமில்லாதவன் செல்வத்தைப் பெறுவான். அரசன் பூமியைச் ஜயிப்பான். வைச்யன் பொருளை அடைவான். நான்காம் வர்ணத்தவர் விரும்பிய பொருளை விரும்பியபடி அடைவார்கள். பிராம்மணன் இதைப் (தீர்த்த மகாத்மயத்தைப்) படித்தால் வேத சாஸ்திரங்களின் கரையைக் காண்பான்; நல்ல பாண்டியத்தைப் பெறுவான். சுத்தனாக இருந்து தீர்த்த மகாத்மயத்தைக் கேட்டால் முன் ஜன்மத்தில் நடந்தவை யாவும் நினைவுக்கு வரும். தேவலோகத்தில் ஸந்தோஷமாக வாழ்வான்.[13]

பாவங்களிலிருந்து விடுபடல், பிறவியொழித்தல், செல்வம் பெறல், துறக்கம் பெறுதல், யாகபலன் பெறுதல் முதலியனவும் பிறவும் தீர்த்த மாடலின் பலன்களாகச் சுட்டப்படுகின்றன. அவற்றுடன் தீர்த்தயாத்திரை யின் பெருமைகளைச் சொல்வதும் எண்ணற்ற நலன்களைப் பயப்பதென்றும்

உரைக்கப்பட்டுள்ளது. இத்தகைய தீர்த்த யாத்திரை மனிதர்கட்கு மட்டு மன்றித் தேவர்கட்கும் உரியதெனச் சொல்லப்பெறுகிறது. இவற்றைத் தருமருக்கு எடுத்துரைத்த தௌம்யர்,

> பூபதியே! உனக்கு வடதேசத்திலுள்ள புண்ணிய தீர்த்தங்களையும் புண்ணிய க்ஷேத்திரங்களையும் பற்றி இதுவரை சொன்னேன். வஸுக்கள், ஸாத்யர், ஆதித்தியர், மருத்துக்கள், அச்வினிதேவர்கள், தேவர்களுக்கு ஸமமான மகாத்மாக்கள், ரிஷிகள் யாவரும் இவற்றுக்கு யாத்திரையாகச் செல்கின்றனர்.[14]

என்று கூறி, தர்மரையும் சகோதரர்களுடன் சென்று நீராடி, மகிழ்ச்சியான வாழ்வைப் பெறுமாறு அறிவுறுத்துகிறார். அதன்படி, யுதிஷ்டிரர் தம்மைச் சேர்ந்தவர்களுடன் கௌசிகி நதியிலிருந்து புறப்பட்டு, மார்க்கத்திலுள்ள ஆச்சிரமங்களையும் புண்ணியமான ஆயதனங்களையும் ஸேவித்துக் கொண்டே ஐந்நூறு நதிகள் சேரும் இடமான கங்காஸாகர ஸங்கமத்தை அடைந்து அங்கு ஸ்நானம் செய்தார்'[15] எனப் பாரதம் விவரிக்கிறது.

இமயத்தில் பிறந்து வரும் ஆறுகளின் புராணப்பெயர்களையும் அவற்றின் தற்போதைய பெயர்களையும் எஸ்.எம். அலி எடுத்துக் காட்டியுள்ளார்:

> கங்கை (கங்கை), சரஸ்வதி (சரஸ்வதி), சிந்து (சிந்து) சந்திரபாகா (சீனாப்), யமுனா (யமுனை) சடாத்ரு (சட்லஸ்) விடாஸ்தா (ஜெசிலும்), ஐராவதி (ராவி), குகூ (காபுல்), கோமதி (கோமதி), துடபாபா (சாரதா), திரசாத்வதி, (சிடாங்) விபாஷா (பியாஸ்), தேவிகா (தீக்), சரயு (கோக்ரா), ரேங்சு (இராமகங்கை), நிசீரா (நிஷ்குலா, நிர்விதா, நிசீதா என்ற பெயர்களும்)... கண்டகி (கண்டக்), கயூசிகி (கோசி) (பிரம்மபுத்திரா)[16]
>
> (அடைப்புக்குறிக்குள் உள்ளவை அவ்வாறுகளுக்குத் தற்காலத்தில் வழங்கும் பெயர்களாகும்)

இவ்வாறுகளனைத்தும் இமயத்தின் பனிமூடிய சிகரங்களில் உருவாகி வருவனவாகும்.[17]

மனிதர்களுக்கு இவ்வுலக வாழ்வில் எண்ணற்ற நலன்களை நல்கி, வீடுபேற்றுக்கும் வழிவகுப்பன இவ்வாறுகளாகும்.

பல்லவர் காலத்தில் ஏற்பட்ட சமய எழுச்சி காரணமாகக் கோயில் வழிபாடுகளும் சடங்குகளும் திருவிழாக்களும் மலிந்தன. நாள், திங்கள், ஆண்டு சார்ந்த சமய விழாக்களிலும் சடங்குகளிலும் பெரும்விழைவுடன் மக்கள் ஈடுபட்டனர். மக்கள் மட்டுமன்றி மன்னர்களும் வேள்வி முதலாக அனைத்துச் சடங்குகளையும் செய்தனர்.

பல்வேறு சடங்குகளில் தீர்த்த யாத்திரை மேற்கொள்ளல் மிக இன்றியமை யாத ஒன்றாகக் கருதப்பட்டது. வடக்கில் கங்கையும் தெற்கில் காவிரியும் புனித நீராடலில் பெரும்புகழ் பெற்றன. பிற ஆறுகளும் கடல்களும் புனித நீராடலுக்கு உரியனவாயின.

பெரும் குழுவாகப் பலநாட்கள் பயணம் செய்து கங்கையில் நீராடல் சிறப்புமிக்க புனித நிகழ்வாய்க் கருதப்பெற்றது.

> இப்போது ஹோலிப்பண்டிகை கொண்டாடப் பெறும் பங்குனி பௌர்ணமியில் தீர்த்த யாத்திரை விழா என்ற ஒருவிழா சிரவாஸ்த்தி (*Sravasti*) அரச குடும்பத்தினரால் கொண்டாடப் பட்டது. இது பௌர்ணமி முழுநிலவில் தொடங்கி, ஒருமாத காலம் யாத்திரையாக அமைந்து கங்கைக் கரையில் முடிந்தது. அங்கு அரச குடும்பத்தினர் பலவகையான நீர் விளையாட்டு களில் ஈடுபட்டனர் என்று சதகுமாரசரித்திரம் என்ற நூலில் உள்ள குறிப்பினால் தெரிகிறது. இது அரச குடும்பத்தினர் கொண் டாடும் விழாக் குறித்த குறிப்பு எனினும் ஏனைய மக்களும் இதனைக் கொண்டாடி இருப்பர் எனக் கொள்ள இடமுள்ளது.[18]

என்று பல்லவர் காலத்துத் தண்டி மாகவியின் படைப்பிலிருந்து D.K. குப்தா எடுத்துக்காட்டியுள்ளார்.

மகேந்திரவர்மன் காலத்தவரான திருநாவுக்கரசர் பாவநாசத் திருக்குறுந் தொகைப் பதிகத்தில்,

கங்கை யாடிலென் காவிரி யாடிலென்
கொங்கு தண்கும ரித்துறை யாடிலென்
ஓங்கு மாகடல் ஓதநீ ராடிலென்
எங்கும் ஈசனெ னாதவர்க் கில்லையே (2)

என்றும்

கோடி தீர்த்தங் கலந்து குளித்தவை
ஆடினாலும் . . . (9)

என்றும், அவரது காலப்பகுதியில் வாழ்ந்த திருஞானசம்பந்தர் திரு மயிலாப்பூர் பதிகத்தில்,

மடலார்ந்த தெங்கின் மயிலையார் மாசிக் கடலாட்டுக் கண்டான்
கபாலீச்சுர மமர்ந்தான் . . . (6)

என்றும் குறிப்பிடுவன அக்காலச் சமய நம்பிக்கையில் புனித நீராடல் சடங்குப் பெற்றிருந்த பேரிடத்தினை உணர்த்துவனவாகும்.

மாமல்லைச் சிற்பத்தொகுதியில் காட்டப்பட்டுள்ளவை கங்கைப் பேராற்றை உள்ளிட்ட இமயத்தின் புகழ்மிகு ஆறுகளே எனக்கொள்வதில் தவறில்லை.

ஆகவே, பல்லவர் காலத்தில் சமய முக்கியத்துவம் பெறும் கங்கையிலும் இமயத்தின் பிற நதிகளிலும் புனித நீராடல் என்னும் சடங்குக்குரிய ஒன்றாக அர்ச்சுனன் தவச் சிற்பத்தொகுதியை எண்ணுதல் பொருத்தமாக உள்ளது.

எனவே, இத்தகைய கருத்தியல்களின் ஒளியில், மாமல்லைப் பாறையின் மேல், நடு, கீழ் ஆகிய பகுதிகளை ஒன்றிணைத்து அச்சிற்பத்தொகுதியினை இவ்வாறு வாசிக்கலாம்:

பனி மூடிய சிகரங்களைக் கொண்ட, ஓங்கியுயர்ந்த மலைகள் சூழ்ந்ததும் பள்ளத்தாக்குகள் நிறைந்ததும் பலா, ஞெமை, நமேரு போன்ற மரங்களடர்ந்த வனங்களை உடையதும் சிங்கங்கள், யாளிகள், யானைகள், மலையாடுகள், மான்கள், பன்றிகள், குரங்குகள், முயல்கள், உடும்புகள், ஆமைகள் முதலிய எண்ணற்ற உயிர்கள் வாழ்வதும் சூரிய சந்திரர்களால் வலம் செய்யப் படுவதும் தானே குருவாகவும் சீடனாகவும் இருந்து திருமந்திரத்தை உப தேசித்தருளியதும் நர – நாராயணனாக எழுந்தருளித் தன்னை வெளிப்படுத் தியதுடன், தவமியற்றும் யோகியர்க்கு வீடுபேறு நல்கும் திருமால் உறையும் பதரியாசிரமம் திகழ்வதும் தூவெண் மதிசூடிய சிவபெருமான் அர்ச்சுன னுக்குப் பாசுபதம் வழங்கியதும், சிரஞ்சீவியாகிய பரசுராமர் தன் வாழிடமாகக் கொண்டதும் கந்தர்வர்கள் அப்சரஸுகளுடன் களித்திருப்பதும் கின்னரர் களும் கிம்புருடர்களும் இனிய தேவ இசை முழங்குவதும் மகரிஷிகளும் சித்தர்களும் சாரணர்களும் வான்வழியே வந்து மகிழ்ந்துறைவதும் பண்ணகர், நாகர், உரகர் எனப்படும் நாக இனத்தினர் தத்தம் துணைகளோடு வந்து களிகொள்வதும் அடர்ந்த வனங்களில் சினமிக்க வேடர்கள் வாழ்வதும் மனித குலத்தினரின் இவ்வுலக வாழ்வில் வழிபாட்டிற்கு இடமாகி, அவர் தம் மூதாதையரை என்றென்றும் பிறப்பறச் செய்து, துறக்கத்தில் இன்புறுத்தி வைப்பதான கங்கையாறு பாய்வதும், அதற்கு அடுத்த நிலையில் எண்ணத் தகும் சிறப்புடைய புனித ஆறுகள் நிறைந்து திகழ்வதுமான தெய்வீகம் கமழும் இமயத்தின் புண்ணிய தீர்த்தங்களில் நீராடி, பாவங்களைப் போக்கிப் புண்ணிய பலன்களைப் பெற்று வளமும் நலமும் கொண்ட வாழ்வையுற்று உலகில் இனிது வாழ்வோம்!

குறிப்புகள்

1. இச்சிற்பத்தொகுதிக்கு அருகிலுள்ள கிருட்டிண மண்டபத்துக் கோவர்த்தனகிரிக் காட்சியேகூட இதற்குத் தக்க எடுத்துக்காட் டாகும். மனிதர்கள் பலரும் விலங்குகளும் நிற்கும் அத்தொகுதியில், பலராமனும் மலையைத் தாங்கிநிற்கும் கண்ணனுமே பேருருவங்க ளாகவும் ஏனையோர் அனைவரும் அவர்களைவிட உயரத்தில் குறைந்தவர்களாகவும் படைக்கப்பட்டிருப்பதையும் மலையைத் தாங்கி நிற்கும் கண்ணனே தொகுதியின் மையமாகத் திகழ்வதையும் எண்ணிப்பார்க்கலாம்.
2. கே.ஏ. நீலகண்டசாஸ்திரி, மு.ரா. பெருமாள் முதலியார் (மொ.ஆ.), *தென்னிந்திய வரலாறு* (இரண்டாம் பகுதி), ப.247.
3. Quotation, Michael D.Rabe, *The Great Penance at Mamallapuram*, p.7.
4. Quotation, D.R. Fyson, *Mahabalipuram or Seven Pagodas*, p.18.
5. Michael D. Rabe, *The Great Penance at Mamallapuram*, p.7.
6. நடன. காசிநாதன், *மாமல்லபுரம்*, பக்.43 – 44.
7. T.V. ஸ்ரீநிவாஸாசார்யர் (மொ.ஆ.), *ஸ்ரீமஹாபாரதம், பீஷ்மபர்வம்*, பக்.30 – 31.

8. சுவாமி பரமேசுவரானந்த, சுவாமி மதுரானந்த (பொ.ஆ.), *ஹிந்து தர்மபரிசயம்,* பக்.373 – 375.

9. தீர்த்தயாத்ரா பர்வம், பக். 235–236.

10. வருண தீர்த்தம், சமீ எனும் தீர்த்தம், வஸோர் தாரையிலுள்ள தீர்த்தம், சிந்தூத்தமத் தீர்த்தம், பீமையின் தீர்த்தம், விமல தீர்த்தம், விதஸ்தைத் தீர்த்தம், மணிமான் தீர்த்தம், ருத்திர தீர்த்தம், யஜன தீர்த்தம், யாஜன தீர்த்தம், ப்ரஹ்ம வாலுக தீர்த்தம், புஷ்பாம்பஸ் தீர்த்தம், விநசன தீர்த்தம், சிவோத்பேத தீர்த்தம், நாகோத் பேதத் தீர்த்தம், குமாரகோடித் தீர்த்தம், ருத்ரகோடித் தீர்த்தம், சரஸ்வதி சங்கமம்.

மேலும் பரிப்லவம், ப்ருதிவி, தசாச்வமேதம் ஸ்ர்ப்பதர்வி, கோடி, அச்வினிதேவம், ஸோமம், ஏக ஹம்ஸம், வம்சமூலம், காய சோதனம், லோகோத்தரம், ஸ்ரீதீர்த்தம், கபிலம், சூரியன், கோப வனம், சங்கினி, யக்ஷராஜம், ஸீதீர்த்தம், மாத்ரு, கவாநலோக மாபஹம், தசாப்வமேதிகம், மானுஷம், ஆபகை, கபிஞ்ஜல கேதாரம், சக்கரம், சுத்தாஸ்பம், கிந்தானம், கிஞ்ஜப்யத்தியம், சங்கரம், அஜாநந்தை, புண்டரீகம், த்ருஷத்வதி, ஸர்வதேவம், மிவரம், மனோஜீவம், தேவி, கிந்தத்தம், வேதி, அஹஸ்ஸு¬தினம், வாமனம், குலம்புனம், சாலிசூர்ப்பம், கந்யா, பிரம்மம், ஸோமம், ஸப்தஸாரஸ் வதம், ஔசனம், கபாலமோசனம், அக்கினி, விச்வாமித்திரம், ப்ருதூதகம், குருஷேத்திரம், ப்ருதூதகம், அவதீர்ணம், சதஸஹஸ் ரகம், ரேணுகா, தைஜஸம், குரு, அநரகம், பாவனம், கங்கஹ்ரதம், ஆபதை, ஸ்தாணுவடம், ஏகராத்ரம், ஸோமம், தசீதர், கன்யா, ஸ்ந்நிஹநி முதலியனவும்

தர்மம், கவேராஜ்யுஷிதம், நாகராசம், லலிதம், ஸீநந்தம், ருத்திரா வர்த்தம், சரஸ்வதி நதிகளின் கூடுதுறை, பத்ரகர்ணேச்வரம், குப்ஜாவிதி, அருந்ததீவடம், ஸாமுத்ரசம், பிரம்மாவர்த்தம், யமுனை யின் உத்பத்திஸ்தலம், தர்வீஸங்க்ர மணம், சிந்துவின் உத்பத்திஸ் தானம், வேதி, ரிஷிகுல்யை, வாஸிஷ்ட்யை, ஒருகுதுங்கம், க்ருத் ரிகம், மாகம், வித்யா, மஹாச்ரமம், வேதஸிகை என்பனவும் ஸீகந்தம், கங்கோத்பேதம், பாகுதை, க்ஷீரவதி, விமலாசோகம், கோப்பிரதாரம், கண்டகிநதி, விசல்பை ஆறு, கம்பனை, மஹேச்வர பதம், ஜாதிஸ்மரம், ஜேஷ்டிலம், கன்யா ஸம்வேத்யம், நிர்வீரம், வஸிஷ்டாச்சரம், தேவகூடம், கௌசிகி, விச்வாமித்திரமடு, மஹாஸ் ரதம், அக்கினிதாரை, பிராமஹ ஸரஸ், குமாரதாரை, காளிகா ஸங்கமம், உர்வசீபம், கோகாமுகம், ப்ராங்கு ஆறு, ஔத்தாலகம், பாசீரதி என்பனவும்

லோஹிதம், கரதோயை, விரஜா ஆறு, சோணம், ஜ்யோதிரத்யை, வம்சகுல்மம், ரிஷபம், காலம், புஷ்பவதி, பதரிகா, லபேடிகை, ராமதீர்த்தம், கேதாரம், காவேரி, கோதாவரி, தேவஹ்ரதமும், ஜாதிஸ்மாரம், ஸ்ர்வஹ்ரதம், மகாபுண்யை, பயோஷ்ணி, ராம

தீர்த்தம், ஸப்த கோதாவரம், மேதாவிகம், தேவஹ்ரதம், மந்தாகினி, பாத்ரு ஸ்தானம், ஜ்யேஷ்ட ஸ்தானம், பிரயாகை, போகவதி, ஹம்ஸப்ரபதனம், தசாச்வமேதிகம், முதலியனமாகிய நான்கு திசைகளிலுமுள்ள முக்கியத் தீர்த்தங்களும் கூறப்பட்டுள்ளன,
– வனபர்வம், தீர்த்தயாத்ராபர்வம், பல பக்கங்கள்.

11. மேலது, ப.264.
12. மேலது, ப.296.
13. மேலது, பக்.265–266.
14. மேலது, ப.277.
15. மேலது, ப.331.
16. S.M. Ali, *Geography of the Puranas.* pp.114 - 115.
17. மேலது, அடிக்குறிப்பு, ப.115.
18. D.K. Gupta, *Society and Culture in the time of Dandin,* p.271

மதிப்பீடு

கிறித்துப் பிறப்பிற்குப் பன்னெடுங்காலத்திற்கு முன்பிருந்தே இந்தியச் செவ்வியல் மரபு, ஒழுங்கமைவில் முழுமை பெற்றுவிட்டது. வரலாற்றுக்கு முன்னிருந்தே வளர்ந்த கலைமரபு, மக்கள் சமுதாயத்தின் நிலைபேறு, வளர்ச்சிக்கேற்பச் செம்மையுற்று மேலோங்கி வளர்ந்துள்ளது.

பண்டைய இந்தியாவில் சமயங்களைச் சார்ந்தும் சாராமலும் கலைகள் பெருவளர்ச்சி பெற்றன. இந்தியச் செவ்வியல் மரபின் செழுமையை அஜந்தாக் குகைகளும் அவற்றில் இடம்பெற்றுள்ள ஓவியங்களும் சிற்பங்களும் எடுத்துக்காட்டுகின்றன. அத்தகையதொரு மரபு, அன்றைய இந்திய நிலப்பரப்பிலிருந்த பல்வேறு அரசுகளாலும் புரக்கப்பட்டுள்ளன.

இன்று நமக்குக் காணக்கிடைக்கும் கலைச் சின்னங்களைக் கொண்டு, அஜந்தாவின் கலைமரபு சாதவாகனர்களிடமும் இஷ்வாகுகளிடமும் சாளுக்கியர்களிடமும் பல்லவர்களிடமும் மிகச்சிறந்த அரவணைப்பைப் பெற்று வளர்ந்துள்ளதை உணர முடிகிறது.

தமிழகத்தைப் பொருத்தமட்டிலும் இன்று காணக்கிடைக்கும் முழுமையான பழைய கோயில் கட்டடங்களும் சிற்பங்களும் ஓவியங்களும் பல்லவர் காலத்தவையே ஆகும். உறுதியான கருங்கல்லினை ஊடகமாகத் தேர்ந்தெடுத்தமையால் நிலைபேறுமிக்க கலைச்சின்னங்களை அவர்கள் உருவாக்கிவிட்டனர். பல்லவர்களுக்கு முன்னிருந்த குறுநில மன்னர்களும் சங்ககால வேந்தர்களும் களப்பிரரும் உருவாக்கிய சிற்பங்களையும் ஓவியங்களையும் நிறைவாக அறிய இலக்கியமன்றிப் பிற சான்றுகளில்லை. இடிபாடுகளாக அகழ்ந்தெடுக்கப்பட்டுள்ள கட்டடப் பகுதிகளும் சுடுமண் சிற்பங்களும் பிறவும் மிகவுயர்ந்த செவ்வியல் மரபு தமிழகத்தில் இருந்துள்ளதைக் காட்டுகின்றன.[1] சங்க இலக்கியங்கள் செவ்வியல் கலைமரபின் வளர்ச்சியைக் காட்டுகின்றன. ஆனால், தமிழகத்தில் வளர்ந்திருந்த கலைமரபுகளைப்

பல்லவர்கள் கைக்கொண்ட முறை குறித்தும் அளவு குறித்தும் அறிய வழியில்லை. கோதாவரி – கிருஷ்ணா படுகையில் தலைநகர மைத்து ஆண்டுவந்த பல்லவர்கள், ஆறாம் நூற்றாண்டில் தெற்கு நோக்கி நகர வேண்டியதாயிற்று. அவர்கள் காஞ்சியைத் தலை நகராகக் கொண்டு காவிரி வரையிலான தென்பகுதியை ஆண்டனர். அப்போது அவர்கள் பெருமைமிக்க கலைச் சின்னங்களைப் படைத்தனர்.

அஜந்தாவின் கலைமரபு, அமராவதியிலும் நாகார்ச்சுனகோண்டா விலும் சாக்கிய பீடத்திலும் தொடர்ந்து பேணப்பட்டு வளர்ச்சியுற்றது. அவையிருந்த ஆந்திரப் பகுதியிலிருந்து தமிழகத்திற்கு வந்து ஆளத்தலைப் பட்ட பல்லவர்கள் அம்மரபுகளின் தொடர்ச்சியாகவே தங்கள் கலை களைப் படைத்திருப்பதை உணர முடிகிறது.[2]

ஆயினும், கேவாதப் பெருந்தச்சன், குணமல்லன், சாதமுக்யன், திருவொற்றியூர் ஆபாஜன் என்று மாமல்லைப் பூஞ்சேரிக் கல்வெட்டுகளில் காணப்படும் சிற்பிகளின் பெயர்கள், தமிழகக் கலைஞர்களே மல்லைச் சிற்பங்களை உருவாக்கியவர்கள் என்பதைக் காட்டுகின்றன.

எந்தவொரு கலையும் தனக்கு முன்னும் தன்காலத்திலும் வழங்கும் பாணிகளை உட்கொண்டே வளர்ச்சியுறுகின்றது. அதனால்தான் ஒரு பாணியின் தொடர்ச்சியைக் காணுகின்ற அதேவேளையில், அக்கலை தோன்றுகின்ற வட்டாரத்தின் பண்பினையும் காணமுடிகிறது.

ஆதலால், அஜந்தாவிலிருந்து ஆந்திரக்கலையாக மலர்ச்சி பெற்றுத் தொடர்ந்த கலைமரபும் தமிழகத்தில் செழித்திருந்த செவ்வியல் கலை மரபும் இணைந்தே பல்லவக்கலை உருவாகியிருக்க வேண்டும்.[3] (பின் னிணைப்பு – 6)

மரபும் பாணியும்

தமிழகக் கலை வரலாற்றைப் பொருத்தவரை, தனக்குப் பின்வந்த எந்தவொரு காலப்பகுதியையும்விடக் கற்சிற்பக்கலையில் பல்லவர்காலம் உன்னத உயர்வை எட்டியிருந்தது. கோயில் கட்டடம் முழுவதையும் சிற்பமாகக் கொண்ட பல்லவக்கலை, குறிப்பாக இடைக்காலப் பல்லவக் கலை என்பது தனக்கான தனித்தன்மைகள் கொண்டு தன் உன்னதங் களால் இந்தியக் கலை வரலாற்றில் மட்டுமன்றி, உலகக் கலை வரலாற் றிலும் தனக்கான தனி இடத்தை உறுதிசெய்து கொண்டதாகும்.

மாமல்லை, கலைஞர்களின் பல்கலைக்கழகமாக விளங்கியதென்பர். கலைஞர்களின் சுதந்திரம் அங்குள்ள ஒவ்வொரு படைப்பிலும் வெளிப்படு கிறது. இறுக்கம் மிகுந்த ஆகமக் கோட்பாட்டு அளவுகளுள் நிற்காத சிற்பங்களில், கலைஞர்களின் விடுதலைபெற்ற உணர்வுகளின் மலர்ச்சி களையும் எழுச்சிகளையும் காணமுடிகிறது. நிகழ்வுச் சிற்பங்களும் இறை யுருவங்களும் அரச உருவங்களும் விலங்குகளும் பறவைகளும் புரவலன் – கலைஞன் எனும் இருவரின் உள்ளார்ந்த ஈடுபாடுகளையும் அர்ப்பணிப்பு

களையும் புதியன படைக்கும் வேட்கையினையும் ஆற்றல்களையும் உணர்த்தி நிற்கின்றன.

கோயில்களைப் போன்றே அவற்றிலுள்ள சிற்பங்களும் ஒன்றுபோல் மற்றொன்று இல்லாமல் தனித்தன்மைகளுடன் படைக்கப்பெற்று, பல்லவக் கலைஞர்களின் படைப்பார்வத்தையும் வெளிப்படுத்தி நிற்கின்றன. பொருண்மை *(Theme)* வெளிப்பாட்டை மட்டும் முன்னிறுத்தும் நோக்க மின்றி, அழகியல் வெளிப்பாட்டிற்கு முதன்மை தந்துநிற்கும் அச்சிற்பங்கள் புதுமையானவை. சிவன், விஷ்ணு, கொற்றவை முதலிய வேறு தெய்வங் களின் பல்வேறு நிலைப்பட்ட தோற்றங்களையும் தத்துவ உள்ளடக்கம் கொண்ட புராணச் செயற்பாடுகளை விவரிக்கும் நிகழ்ச்சிகளையும் கொண்டவை. அரசகுலத்தினர், பொதுமக்கள், பறவைகள், விலங்குகள் முதலியன போன்ற இயற்கைப்பொருட்கள் இயல்புத் தன்மையுடனும் கற்பனைப் பண்புகளுடனும் மிகுநேர்த்தியாகவும் கலைநயமிகு நுணுக்கங்க ளுடனும் *(exquisite)* எழில் நலமும் பெருமிதமும் ததும்பப் படைக்கப் பட்டுள்ளன.

கடவுளர் உருவங்களும் தேவ உருவங்களும் அரசன் – அரசியர் உருவங்களும் நீண்டொடுங்கிய *(Elongated)* பான்மையுடன் அகலம் குறைந்து, சற்று நீண்ட உருவ அமைதியுடன் படைக்கப்பட்டுள்ளன. இதனால், இயல்பான உலகியல் உருவங்களாக அமையாமல் மகாபுருட இலட்சணங் களை உள்வாங்கிய நிலையில் அருள் ததும்பும் பாவனையுடனும் எளிமையும் மென்மைத்தன்மையும் *(Pliant)* மிக்கவையாகவும் காணப்படுகின்றன.

மென்மை ததும்பும் பெண் உடல்களில் அளவான மார்புகளும் ஒடுங்கிச் சிறுத்த இடையும் மெலிந்து நீண்ட கை கால்களும் நேர்த்திமிக்க பான்மையில் புனைவுகளற்ற இயற்கை அழகுடன் திகழ்கின்றன. அதே போல், திரண்ட பாவனையில்லாமல் நீண்ட உடலுடன் அகன்ற மார்புடன் ஆண் உருவங்கள் செம்மார்ந்து விளங்குகின்றன.

அதேவேளையில், உலகியல் சார்ந்த மனித உருவங்களும் விலங்கு களும் மிகவும் இயற்கையான பான்மையில் எளிமையாகக் படைக்கப்பட் டுள்ளன. அத்தகு உருவங்களின் யதார்த்த வடிவங்களும் செயல்பாடுகளும் கவர்ச்சிமிக்கதாக *(Charm)* அமைந்து மனதை மயக்கி மகிழ்விக்கின்றன.

தெய்வ உருவங்களிலும் அரச உருவங்களிலும் மிகவும் அளவான அணிகலன்களும் ஆடைகளுமே காட்டப்பட்டுள்ளன. ஆடைகள், உடலு டன் ஒட்டியமைந்து வடிவத்துடன் இயைந்துள்ளன. அதனால், ஆடை யினைத் தனித்து உணரத் தேவையின்றி உருவத்துடன் ஒன்றி உணர முடிகிறது.

தனிச்சிற்பங்களாயினும் நிகழ்ச்சிச் சிற்பங்களாயினும் அவற்றை வெளிப்படுத்தியுள்ள ஒழுங்கமைவும் வெளி *(Space)* குறித்த சிற்பிகளின் புரிதலும் வியக்க வைக்கின்றன.

வராக மண்டபத்திலுள்ள கொற்றவைச் சிற்பம் மிகச் சிறந்த எடுத்துக் காட்டாகும்.[4]

பல்லவச் சிற்பங்களின் உன்னதக் கூறு, அதனது இயக்கமே *(Animation)* ஆகும். உயிருள்ளனபோல் இயங்கும் உருவங்கள், அந்நிகழ்ச்சியின் பல்வேறு பாவங்களையும் வெளிப்படுத்தி, நிகழ்த்து கலையாக *(Perfoming Art)* மாறுகின்றன. வராக மண்டபத்திலுள்ள திரிவிக்கிரம அவதாரச் சிற்பத் தொகுதி அதற்கொரு சிறந்த எடுத்துக்காட்டாகும்.[5]

பல்லவச் சிற்பக்கலை குறித்த இத்தகைய புரிதல்களோடு அர்ச்சுனன் தபசு சிற்பத்தொகுதியை ஆழ்ந்து நோக்கினால், அதன் வியக்கத்தக்க உருவாக்கத்தை உணரமுடியும்.

மிகப்பெரும் பரப்பில் அமைக்கப்பட்டுள்ள இச்சிற்பத்தொகுதியின் ஒருங்கமைவு மிகநுட்பமானது. இடதுபுறப் பாறையின் மேற்பகுதி நான்கு வரிசைகளாக அமைக்கப்பெற்றுள்ளது. இரண்டு விலங்குகள், கிம்புருடர், இரண்டு கந்தர்வ இணைகள், கின்னரர், பரசுராமர், சந்திரன் ஆகியோர் ஒரு பிரிவில் அமைகின்றனர். அடுத்தவரிசையில் இரு கந்தர்வ இணைகளும் இடையில் ஒரு கின்னர இணையும் அமைந்துள்ளனர். மூன்றாம் வரிசையில் நான்குவேடர்களும் அவர்களுக்கு இடை இடையே மரங்களும் நடுவில் பல மரங்கள்கொண்ட தொகுதியும் அதன்கீழ் குரங்கு, முயல், சிங்கம், பன்றி, மரத்தில் உடும்பு, பருந்து ஆகிய வனஉயிரிகளின் கூட்டமும் அமைந்துள்ளன. இவற்றை அடுத்து, கிம்புருட இணையும் சிவனும் தவசியும் நிற்க, சிவகணங்கள் சூழ்ந்துள்ளனர்.

மூன்றுவரிசையில் உள்ள உருவங்கள் நேர்கோட்டில் அமைய, அவற்றி லிருந்து வேறுபட்டுச் சிவன் – தபசி இருவரையும் சூழ்ந்து சிவகணங்கள் அரைவட்ட மாலை வடிவில் அமைந்துள்ளன.

திருமாலின் கோயிலைச் சூழ்ந்து, அதன் இடதுபுறம் கந்தர்வ இணை, குரங்கு, நாக இணை, நான்கு தபசிகள் ஆகியோர் உருவங்களும் வலது பக்கம் மூன்று சிங்கங்கள், மான் இணை மற்றும் தனித்த மூன்று மான்கள், சிங்கம் அமைந்து ஒரு முழுவட்டத்தை உருவாக்குகின்றன.

கங்கைக்கரையில் நிற்போர் நேர்வரிசையில் அமைந்து ஒரு தொகுப் பான காட்சியினை நல்குகின்றனர்.

திருமால் கோயில் உட்குழிக்குள் செதுக்கப்பட்டு, ஏறக்குறைய முழுச் சிற்பமாக்கப்பட்டுள்ளதுடன், முன்னால் நான்கு துறவிகள் அமர்வதற் கான இடப்பரப்பு உருவாக்கப்பட்டு இயல்பான காட்சி படைக்கப்பட் டுள்ளது. ஏனைய மூவரினும் கோயில் முன்னுள்ளவர் வேறானவர்; வேறு வகையான செயலில் உள்ளவர்; இறைவன் உரைக்கும் மந்திரத்தின் பொருளைக் கூர்ந்து கேட்பவர் எனும் பான்மையில் சற்று உயர்ந்த பீடப் பகுதியில் அமர்ந்துள்ளதாகப் படைக்கப்பட்டிருக்கிறார்.

வலப்புறப்பாறையில் மூன்று நேர் வரிசைகளில் உருவங்கள் படைக்கப் பட்டு கங்கைக் கரைக்கு வரும்போது, உருவங்கள் கீழ்நோக்கி இறங்கும் பாவனையில் காட்டப்பட்டுள்ளனர். அதேவேளையில், சித்தர் – சாரணர், இருடிகள், கந்தர்வ இணைகள், கின்னர, கிம்புருட இணைகள், ஆடுகள்,

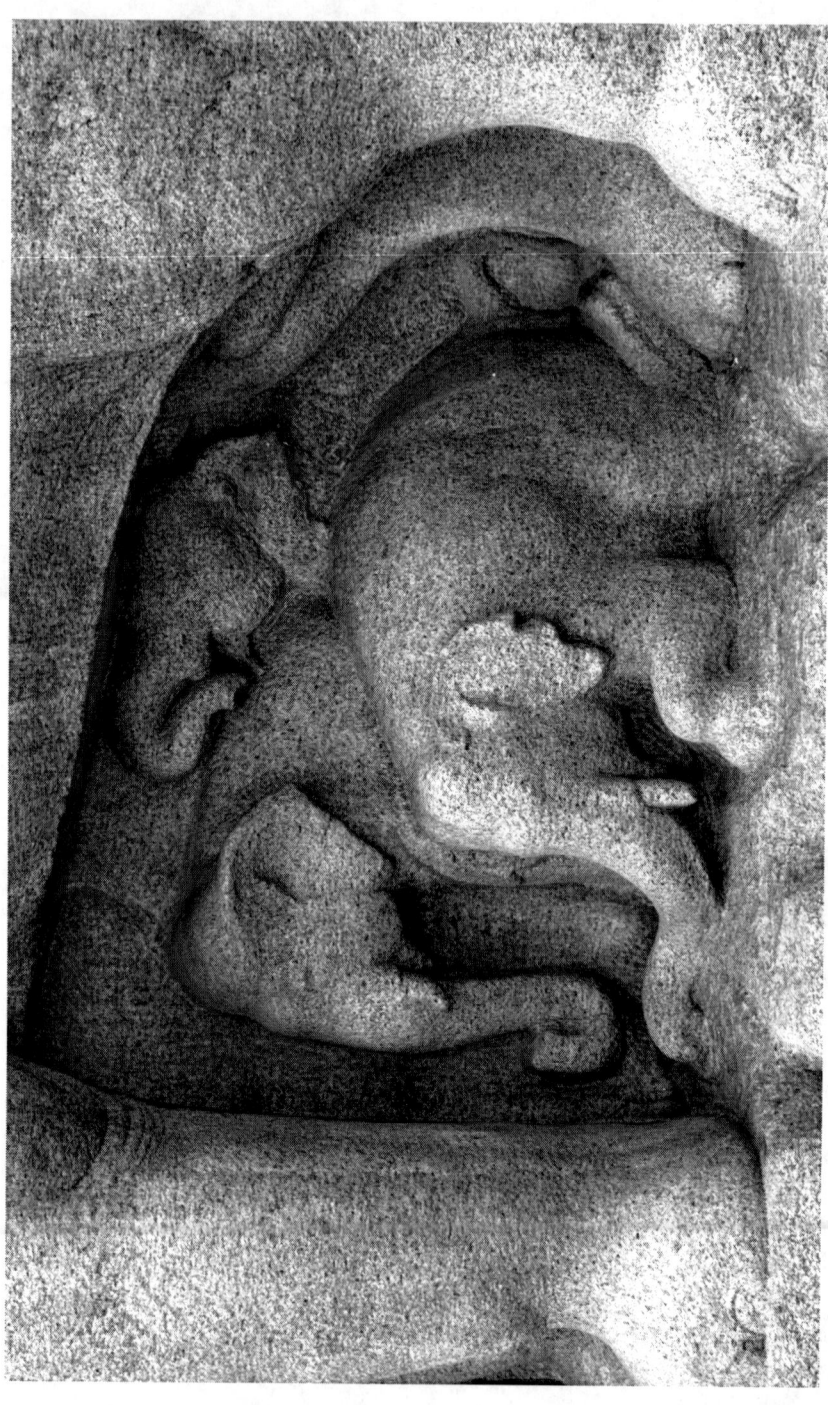

யானைகள்

மான்கள் ஆகியனவற்றை இரண்டிரண்டாக காணும்வண்ணம் உருவாக்கப் பட்டுள்ளன. யானைக் கூட்டத்தில் உள்ள அனைத்து யானைகளும் ஒரே அளவிலும் முழுமையாகவும் காட்டப்பெறாமல் இரண்டு மட்டுமே பெரிய அளவில் காட்டப்பட்டு, ஏனையவை கண்பார்வையில் தொலை வினை *(Perspective)* உணரும்வண்ணம் அவற்றின் கீழே, கால்களின் ஊடாகச் சிறிய அளவில் காட்டப்பட்டுள்ளன. அவற்றிலும் மூன்று யானைகளின் தலைப்பகுதி மட்டும் காட்டப்பட்டு, இரண்டு யானைகளின் முன் பகுதியாக அரைப்பகுதி மட்டும் காட்டப்பட்டுள்ளன.

ஆற்றின் கரையில் நிற்கும் பாவனையில் பூனையும் எலிகளும் தனியாகக் காட்டப்பட்டுள்ளன. பூனையின் வலதுபுறம் ஏழு எலிகளும் இடதுபுறம் ஆறு எலிகளுமாக காட்டப்பட்டு, பூனையினைச் சூழ்ந்து அரைவட்டமாக அமைக்கப்பட்டுள்ளன.

ஆற்றின் மையப்பகுதியில் அமைந்துள்ள நாக அரசன், அரசி, மற்றொரு நாகம் ஆகியோர் மேலிருந்து கீழாக உருவ அளவில் சிறிதாகிக்கொண்டே வரும் வண்ணம் திறமையாக அமைக்கப்பட்டு, இருபாறைகளுக்கு இடைப் பட்ட பிளவு நிரப்பப்பட்டுள்ளது. நடுப்பிளவில் உள்ள நாகர்களின் வலதுபுறமும் இடதுபுறமும் பிற நாகர் உருவங்கள் அமைக்கப்பட்டுள்ளன. இத்தகைய உருவமைப்பால்,

1. பார்வைக்குத் தடையற்ற தன்மை.
2. உருவங்களை தனித்துக் காணும் வாய்ப்பு.
3. இணைகளாக உணரும் வாய்ப்பு.
4. உருவங்களின் கூட்டத்தினைக் குவியலாகக் காணாமல் ஒன்று அல்லது இரண்டு உருவங்களால் தெளிவாக உணரும் வாய்ப்பு.
5. கந்தர்வ இணைகளின் வரவு, கிம்புருடர்களின் இருப்பு, கின்னரர் களின் இசை, கிராதர்களின் செயல்கள், விலங்குகள், மரங்கள், பறவைகள் கொண்ட வன உயிரிகளின் காட்சி, ஆசிரமும் அதில் தபசிகளின் தவச் செயல்கள், கங்கைக் கரையில் மனிதர்களின் செயல்கள், யானைகளின் செயல்கள், பூனையைச் சூழ்ந்த எலி களின் நிகழ்ச்சி, கங்கைக்கரைக்கு நாகர்களின் வருகை, சித்த – சாரணர் வருகை, இருடிகள் வருகை, ஆடுகள் – மான்களின் அமைதியின் ஓய்வு என அனைத்து நிகழ்ச்சிகளையும் தனித் தனியாக உணர முடிகிறது.
7. இத்தகைய அமைப்பு முறையால் உருவங்கள் தடையற்று நின்று, காட்சியின்பத்தையும் நிகழ்ச்சிகளைத் தெளிவாகக் காட்டிக் கருத்தின்பத்தையும் வழங்குகின்றன.

பல்லவ காலச் சிற்பங்களின் சிறப்புக் கூறுகளாக உணரப்படும் நீண்டு, அகலம் குறைந்த உடலமைப்பு உடையவர்களாக இறைவன், தபசி, கந்தர் வர், வேடர், துறவியர், சித்த – சாரணர், இருடிகள், நாகர்கள், கங்கைக் கரையில் நிற்கும் மனிதர்கள் என அனைவரும் படைக்கப்பட்டுள்ளனர்.

அகன்ற மார்பும் அளவான உடற்திரட்சியும் உடையவர்களாகக் கந்தவர்களும், வேடர்களும் விளங்குகின்றனர்.

கே.ஆர். சீனிவாசன்,

> பல்லவக் கலைகளின் பொதுவான பாணி (*Style*), தொண்டை மண்டலப் பகுதியில் உள்ள அனைத்துச் சிற்பங்களிலும் சிறுசிறு மாற்றங்களுடன் காணக்கிடக்கின்றது ... மாமல்லன் காலத்துச் சிற்பங்களில் (மகேந்திரன் காலத்து) கனத்த தன்மைகள் சற்றே மெலிந்து காணப்படுகின்றன. பொதுவான பண்புக்கூறுகளைத் தொடர்ந்து கொண்டிருந்தாலும் மாமல்லன் காலத்துச் சிற்பங்கள் மென்மையும் குழைவோடும் உள்ள உறுப்புக்கள் அச்சிலைகளின் நிலைகளிலும் வெளிப்பாட்டிலும் நுட்பத்தைக் காட்டுகின்றன. அணிகலன்கள் மிகக் குறைவாகவே காட்டப்பட்டுள்ளன. ஆடைகள் தேவையான அளவில் மட்டுமே அமைத்துக்காட்டப்பட்டுள்ளன.
>
> தோற்ற அமைப்புகளைத் தெளிவாகக் காட்டுதல், சிறிய குழுக்களில் தெளிவான அமைப்புகளோடு தோற்றநிலைகளை (*Perspective*) எடுத்துக்காட்டுதல். உருவ அமைப்பில் உறுப்புகள் தெளிவாக வருமாறு அமைத்தல், இயற்கையான செயல் முறைமை, துடிப்பு, இயக்கம் ஆகியவற்றை பல்லவச் சிற்பிகள் நுட்பமாகக் காட்டுவதில் சிறந்தவர்களாகக் காணப்படுகிறார்கள்.
>
> நிற்கும்நிலை அதிக நளினமுடையதாக அமைக்கப்பட்டுள்ளது. இது உடல் நிறுத்தப்பட்டுள்ளநிலை, அதன் கால்கள் அமைந்துள்ளநிலை, கருத்துகளை வெளியிடும் கைகளின் முத்திரைகள் ஆகியவை பல்லவச் சிற்பங்களுக்கு மிகச்சிறந்த நளினத்தை உண்டாக்குகின்றன.[6]

எனக் குறிப்பிடுவதற்கேற்ப சிவன், துறவியர், பதினெண் கணத்தவர், கங்கைக்கரை மனிதர் ஆகியோர் உருவங்கள் அமைந்துள்ளன. நீள்வட்டமாக அமைந்துள்ள முகமும் கூர்மையான நாசியும் எடுப்பான இதழ்களும் அருள்ததும்பும் நீண்ட கைகால்களும் ஒயில்மிகுந்த தோரணையும் கொண்டு எழில்மிக்கக் காட்சி நல்குகின்றன. அதுபோலவே, தேவமகளிர் நீள்வட்டமான முகத்தில் விதவிதமான தலையலங்காரங்களுடன் காணப்படுகின்றனர். பிற்கால விசயநகர – நாயக்கர் கால உருவங்கள் போலின்றி, கூர்மையான மெல்லிய நாசியும் மெல்லிய இதழ்களும் மென்மை வெளிப்படும் உடலமைதியும் கொண்டுள்ளனர். அளவான மார்பகங்களும் ஒடுங்கிய இடையும் உருவத்திற்கு இயைந்த மெல்லிய, உருண்டு நீண்ட கை, கால்களும் கொண்டு அழகின் வடிவமாகக் காட்சி தருகின்றனர்.

கின்னர மிதுனங்களின் உடல் அமைப்பு இடைவரை இத்தகைய தன்மையிலே விளங்குவது குறிப்பிடத்தக்கது. அவர்தம் உடலமைப்பும் அதிகத் திரட்சி அற்றதாய் மென்மைத் தன்மையுடன் காட்சியளிக்கிறது.

இசையில் ஆழ்ந்து ஈடுபடும் எல்லையற்ற அமைதியுடன் அவர்தம் முக பாவனைகள் விளங்குகின்றன.

இவர்களுக்கு மாறுபட்ட தன்மைகளுடன் கிம்புருட இணைகள் தோன்று கின்றனர். வட்டவடிவமான முகமும் உடலுடன் ஒட்டி, இல்லாததுபோல் தோன்றும் கழுத்தும் மென்மை மிகுந்து, ஆனால் பருத்துக் குட்டையாய்க் காணப்படும் உடலும்கொண்டு விளங்குகின்றனர். இருடிகள் இருவரும் பல்லவப் பொது இயல்புக்குட்பட்ட உடலுடன் காணப்படினும் முக அமைப்புச் சற்று வேறுபட்டுக் காணப்படுகின்றனர்.

சித்தர் – சாரணர் இருவரின் உடலமைப்புகளும் பொது அமைதிக்கு உட்பட்டே விளங்குகின்றன. ஆயினும், சடாமுடியும் மீசை தாடியும் உள்ள சித்தரின் முகம் சற்று நீண்டு காணப்படுகிறது. தளர்ந்த புருவங்களும் சுருங்கிய நெற்றியும் முதுமையைத் தோற்றுவிக்கின்றன.

இவர்களிடமிருந்து பொதுப்பண்பால் ஒன்றுபட்டும் நீள்வாட்டில் அமையாது குறுகியுள்ள இறுக்கமான முகம், சற்று தூக்கிய கன்ன எலும்புகள், பருத்த உதடுகள், சதைத்திரட்சி மிக்க உடல் ஆகிய சில தன்மைகளால் மாறுபட்டும் கிராதர் உருவங்கள் விளங்குகின்றன.

கங்கைக் கரையில் நிற்கும் நால்வரின் உடலமைப்புகளும் பொதுப் பண்புகளுடையனவாகச் சித்திரிக்கப்பட்டுள்ளன. ஆயினும் நீரெடுத்து நிற்பவர், துணி பிழிந்து நிற்பவர் ஆகிய இருவரின் முக அமைப்புகள், ஏனைய இருவரின் முக அமைப்புகள் இளமைத் தன்மையுடனும் வழி படும் இருவரின் முக அமைப்புகள் சற்று முதிர்ந்த, இயல்புத்தன்மை யுடனும் படைக்கப்பட்டுள்ளன. திருமாலின் கோயிலின் முன் தலையற்ற நிலையில் காணப்படும் மூன்று துறவியர் உடல்களும் மெலிந்து நீண்டு காணப்படுகின்றன. ஆதலால், தேவ கணங்களும் துறவியர், வேடர்கள், நீராடுவோர் முதலியோர் தத்தம் விண், மண் சார்ந்த இயற்கை, வாழ்நிலை சார்ந்த பண்புகள், வயதிற்கேற்ற உடலமைதிகள், நிலைக்கேற்ற ஆடை – அணிகலன்கள், செய்கைகளுக்கேற்ற உடலியக்கங்கள்கொண்டு மிக்க இயல் புத்தன்மை பொருந்தி யதார்த்தக் காட்சி வழங்குகின்றனர்.

மனிதர்கள் மட்டுமின்றி, யானைகள், சிங்கங்கள், யாளிகள், மான்கள், குரங்குகள், ஆடுகள், முயல், பன்றி, பூனை, எலிகள், உடும்பு முதலிய விலங்குகளும் அன்னங்கள், காட்டுக்கோழிகள், பருந்து முதலிய பறவை களும் தங்களது உடலமைதிக்கேற்பவும் செயல்பாடுகளுக்கேற்பவும் இயல் பான உடல்மொழி *(Body Language)* கொண்டு படுத்தும், அமர்ந்தும், எழுந்தும், நடந்தும், நீர் அருந்தியும், நீர் இரைத்தும், பறந்தும், முகத்தினைச் சொறிந்தும் உயிர்த்துடிப்பு மிக்க யதார்த்தக் காட்சியினை நல்குகின்றன.

அணிகலன்கள்

மிக குறைந்த அணிகளே உருவங்களில் அமைக்கப்பட்டுள்ளன. சில தலையணிகள், பெரும்பாலும் ஒன்றில் பத்ரகுண்டலமும் மற்றொன்றில்

மகர குண்டலமும் போன்ற காதணிகள், ஏகாவளியாகவும் இரட்டை வடமாகவும் திரிசரியாகவும் பஞ்சரியாகவும் அமைந்த மணியாரங்களான கழுத்தணிகள், தோள்வளைகள், பெரும்பாலும் மூன்றடுக்குகளாக அமைந்த கடகங்கள், கையணிகள், தண்டை என்னும் காலணிகள் ஆகியனவே பெரும்பாலும் காட்டடப்பட்டுள்ளன. சில உருவங்களில் இரு செவிகளில் குழைகளாகவும் இரு செவிகளிலும் பத்ர குண்டலங்களாகவும் காட்டப் பட்டுள்ளன. சிலவற்றில் கையணிகளும் சிலவற்றில் காலணிகளும் காட்டப்பெறவில்லை. விரல் முதலியவைகளில் அணிகள் இருப்பதாக உணர இயலவில்லை.

இவ்வணிகள் ஒவ்வொரு உருவத்திலும் எவ்வெவ்வகையில் சித்திரிக்கப் பட்டுள்ளன என்பது ஒவ்வொரு உருவத்தைப் பற்றிய விளக்கத்தில் முன்னரே சுட்டப்பட்டுள்ளது.

ஆடைகள்

சூரியனும் சந்திரனும் உடலோடு ஒட்டிய அரையாடை அணிந்துள்ள னர். கந்தர்வர்களின் இடை ஆடை உடலோடு ஒட்டிக் காட்டப்பட்டிருப் பினும் இடையில் உள்ள துணிப்புரிகளும் ஆடை மடிப்புகளும் தெளிவாகவும் நுட்பமாகவும் காட்டப்பட்டுள்ளன.

தேவமகளிர் சிலர் திறந்த மார்புடனும் பலர் கச்சுடனும் காட்டப் பட்டுள்ளனர். அவர்களுடைய ஆடை உடலுடன் மிகவும் ஒட்டியதாய், இருப்பதையே உணரமுடியாத அளவிற்கு உடலுடன் பொருந்தியதாகச் சித்திரிக்கப்பட்டுள்ளது.

கந்தர்வருக்கும் தேவமகளிருக்கும் பக்கவாட்டில் காட்டப்பட்டுள்ள ஆடையின் பகுதிகள், அவர்கள் பறந்துவரும் பான்மையை உணர்த்து வனவாக அமைந்திருப்பது குறிப்பிடத்தக்கது. கிம்புருடர்கள் சற்றுத் தடித்த ஓர் ஆடையினை முக்காடிட்டு உடல் முழுவதும் போர்த்துள்ளனர்.

இருடிகள், சித்தர், சாரணர் முதலியோர் அணிந்துள்ள இடையாடை சற்று முரட்டுத்தன்மை மிக்க பருத்தி ஆடையாக உணரத்தக்க வகையில் காட்டப்பட்டுள்ளன. கிராதர்களின் இடை ஆடை பெரும்பாலும் தோலால் அமைந்ததாகத் தெரிகிறது. சிவன், முழங்கால் வரையிலான புலித்தோல் ஆடையுடனும் தவசி தவத்திற்கு ஏற்ற சிற்றாடையுடனும் காட்டப்பட் டுள்ளனர். அதேபோல், திருமால் கோயிலைச் சூழந்து தவத்தில் ஈடுபட் டிருக்கும் துறவிகள் தவத்திற்குரிய துவர் ஆடையை அணிந்துள்ளனர் எனலாம். கங்கைக்கரை மனிதர்கள் இயல்பான வேட்டியினை அணிந் துள்ளனர். இவ்வாடை அமைப்புகள் அவரவர் வாழ்நிலைகளுக்கு ஏற்பப் பொருத்தமுற அமைந்துள்ளமை உணரத்தக்கதாகும்.

முத்திரைகளும் ஆசனங்களும்

சிற்பத்தொகுதியில் இறை உருவங்களும் இருடி, துறவியர் மற்றும் நாகர்களிடம் சில முத்திரைகள் காணப்படுகின்றன.

நான்கு கரங்களோடு தபசிமுன் நிற்கும் சிவனது இடது முன் கை, வரத ஹஸ்தம் எனும் வரதமுத்திரை காட்டுகிறது. திருமாலின் இடது முன்கை கடி ஹஸ்தமாக இடையில் வைக்கப்பட்டுள்ளது. வலது முன்கரம் அபய முத்திரைகாட்டுகிறது.

இருடிகள் இருவரில் பின்னுள்ளவரின் வலக்கை சிம்மகர்ண முத்திரை காட்டுவதாகத் தெரிகிறது. தலையற்ற துறவியர் மூவரின் கரங்களில் விரல்கள் சிதைவுற்றுள்ளதால் முத்திரைகளைத் தெளிவாக அறிய இயல வில்லை. மூவரில் நடுவில் அமர்ந்துள்ளவரின் வலதுகரம் கடக ஹஸ்தத்தை அல்லது சிம்மகர்ண ஹஸ்தத்தை காட்டுவதாகலாம்.

திருமால் கோயிலின் வலப்புறமுள்ள நாக இணையில் பெண்ணும் எதிர்ப்புறமுள்ள நாக இணையில் ஆணும் பாறையின் நடுப்பிளவில் உள்ள நாக அரசனும் அரசியும் நீராடுவோரில் இரண்டாமவரும் அஞ்சலி முத்திரை காட்டுகின்றனர்.

கோயிலுள் நிற்கும் திருமாலும், துறவி முன்நிற்கும் சிவபிரானும் சமபாத ஸ்தானகத்தில் காட்சி தருகின்றனர். சிவன் முன் துறவி ஒருகாலை ஊன்றி முழங்காலினை மடித்து பாதத்தை ஊன்றிய காலின் முழங்கால் மீது வைத்து ஏகபாத ஸ்தானக நிலையில் நிற்கிறார். போலித் தவப் பூனையும் இந்நிலையில் நிற்கிறது.

தலையற்ற துறவியரில் ஒருவர் யோக பட்டமணிந்து யோகாசனத்தில் காணப்படுகிறார். ஏனைய மூவரும் தியானாசனத்தில் அமர்ந்துள்ளனர்.

பார்க்கும் முறை

அர்ச்சுனன் தபசுச் சிற்பத்தொகுதியை எவ்வாறு பார்க்கவேண்டும் என்பது ஒருவினா. பாறையின் மையப்பிளவு இத்தொகுதியின் நடுவணாக அமைந்திருக்கிறது. அதனை நோக்கி, இருபுறப்பாறைகளும் இமயமாகக் கருதப்பட்டு, உருவங்கள் சமைக்கப்பட்டுள்ளன. இடதுபுறமுள்ள பாறையில் சிலவற்றைத் தவிரப் பிறவனைத்தும் வலப்புறம் நோக்கி அமைக்கப்பட் டுள்ளன. குகையில் படுத்திருக்கும் சிங்கங்களும் ஓடிவரும் மானும்கூட அவ்வாறே அமைந்துள்ளன. கந்தர்வர்களும் அவ்வாறே பறந்து வருகின்றனர். நீராடுவோர் வலப்புறம் நோக்கியுள்ளனர். துறவிகள், சில விலங்குகள், வேடர், கின்னரர், கிம்புருடர் மட்டும் நேர்பார்வையாக உள்ளனர்.

வலப்புறப்பாறையிலும் உருவங்கள் இடப்பக்கம் நோக்கி வருகின்றனர். கந்தர்வர், கின்னரர், யானைகள் இவ்வாறு வருகின்றனர். தவம் செய்யும் பூனையும் இடப்புறம் நோக்கியுள்ளது.

சந்திரனும் சூரியனும் முறையே வலப்புறம் நோக்கியும் இடதுபுறம் நோக்கியும் உள்ளனர். ஆகவே இடமிருந்து வலமாகவும் வலமிருந்து இட மாகவும் இத்தொடரைப் பார்த்துவந்து மையத்தில் முடித்துச் சிற்பத்தை உணர வேண்டும். அவ்வாறு பார்க்கும்போது, மற்றுமொரு உண்மை யையும் மனதில்கொள்ள வேண்டும். இடப்புறம் மேலே பறந்துவரும்

கந்தர்வர்கள், சிவன் நிற்கும் நிலைகடந்து கீழிறங்குவதையும் வானரத் திற்குக் கீழ் ஒரு நாக இணை இறங்கியுள்ளதையும் மேலே சந்திரன் கீழ் முகமாகத் திரும்பியிருப்பதையும் கண்டுணர வேண்டும்.

வலப்புறப் பாறையிலும் கீழிறங்கிக் கொண்டுள்ள சூரியனுக்குக் கீழ் இரண்டு கந்தர்வர்கள் தனித்தனியே இறங்கிவிட்டதையும் பாறையின் மேல்வரிசையில் கந்தர்வர்கள் பறந்துவந்து சூரியனுக்கு அருகில் கீழிறங்கு வதையும் காணவேண்டும். கீழ்வரிசையில் உள்ளோரும் கங்கை நோக்கி வருவதை உணர வேண்டும்.

ஆகவே, வலமிருந்து இடமாகவும் இடமிருந்து வலமாகவும் பார்த்தும் வரும்போது, தேவகணத்தவரும் விலங்குகளும் மையத்திற்கு வருவதை உணருவதுடன் தேவகணத்தவர் மேலிருந்து படிப்படியாகக் கங்கைக் கரைக்கு வருவதையும் வந்து சேர்ந்தவர்கள் தொழுவதையும் உணர வேண்டும்.

இசைவுப்பொருத்தம் *(Composition)*

1. முழுப்பாறைப் பரப்பிலும் எந்தவொரு வெற்றிடமும் (செதுக்கப் படாமல் நின்றுபோயுள்ள இடப்புறப் பாறையின் கீழ்ப்பகுதி தவிர) விடப்படவில்லை. அதன்மூலம் பாறை, உருவங்களால் நிறைக்கப்பட்டு, எந்தவொரு விடுபடுதலும் இல்லாமல் செய்யப் பட்டுள்ளது.

2. கங்கை வழியும் பகுதிகூட நாகச் சிற்பங்களால் பெரிதும் நிரப்பப் பட்டுள்ளது.

3. எண்ணிக்கை அடிப்படையில் பார்த்தாலும் ஒவ்வொரு பாறை யிலும் ஏறக்குறைய சம அளவில் உருவங்கள் தீட்டப்பட்டுள்ளன.

4. மனித உடலோடு காட்டப்பட்டுள்ள உருவங்கள் மட்டுமன்றி, விலங்குகளும் பரவலாக அமைக்கப்பட்டுள்ளன. இரண்டு பாறை களின் தொடக்கத்திலும் முடிவிலும் சிங்கங்களும் மான்களும் இடம்பெற்றுள்ளன.

5. காட்சித்தொகுதியின் முக்கியமான சிவன்–தபசி, வதரிக் கோயில், நாகர்கள், கந்தர்வர்கள், யானை, சூரியன், சந்திரன் ஆகியன மையப்பிளவிற்கு மிக அண்மையிலேயே சித்திரிக்கப்பட் டுள்ளதால், பார்வை முடிவாகச் சேருமிடத்தையே சற்று நீண்ட நேரம் நோக்கவும், கதைப்பகுதியின் மையமான பாத்திரங்களைக் காணவும் வாய்ப்பு வழங்கப்பட்டுள்ளது. பலரும் அங்குக் கூடுதலா லேயே பிற இடங்களைக் காட்டிலும் மையத்தை ஒட்டி, அதிக உருவங்கள் நெருக்கமாக உள்ளதை உணரமுடிகிறது. அவ்வாறு இருந்தபோதிலும் மேலிருந்து கீழாகப் பார்த்து வரும்போது, ஒவ்வொன்றின் அழகையும் இயக்கத்தையும் ஆழ்ந்து உணரும்

வண்ணமே இடைவெளி தந்து உருவங்கள் காட்சிப்படுத்தப் பட்டுள்ளன.

6. உருவங்களின் அளவு மிகவும் விதந்து குறிப்பிடவேண்டிய ஒன் றாகும். பரசுராமராக உணரப்படும் சிற்பத்தைத் தவிர எல்லா உருவங்களும் முழு உருவங்களாகவே சித்திரிக்கப்பட்டுள்ளன. இதனால் ஒரு பரந்த மலைத்தொடரில் நிகழும் இயல்பான காட்சியைத் தொலைவிலிருந்து முழுமையாகப் பார்க்கிறோம் என்ற மன உணர்வையே பார்வையாளனுக்கு ஏற்படுத்துகிறது.

இவ்வாறின்றிச் சிலவும் பலவும் முழுமையும் பகுதியுமாகப் படைக்கப்பட்டிருப்பின், பார்வையாளன் இப்போது தடையற்ற மனநிலையில் முழுமையாகவும் இயற்கையாகவும் கண்டுணரும் மனநிலையை எட்டவியலாது போயிருக்கும்.

7. இத்தொகுதியே இயங்கு சிற்பமாக – உயிர்ச்சிற்பமாக – உணரப் படுவதற்கும் உருவங்களின் இத்தகு முழுத்தன்மையொரு காரண மாக அமைகிறது.

கந்தரவர் – அப்சரஸ்கள் ஆகியோர் கைகளின் அமைப்புகள், கால் களின் அமைப்புகள் ஆகியவற்றால், பறந்து வரும் பான்மை அடிப்படை யில் இசைவுப்பொருத்தம் பெற்றுள்ளனர். கின்னர இணைகளும் கிம்புருட இணைகளும் இசைமீட்டும் பணியில் இணைந்துள்ளன. வனத்தில் உள்ள வேடர்கள், மரங்கள், வனவிலங்குகள் ஆகியோர் வறண்ட மலைப்பகுதி எனும் அடிப்படையில் வாழ்நிலையால் ஒத்திசைவு பெற்றுள்ளனர்.

பூதகணங்களுடன் வரும் சிவனும் தவசியும் தவமியற்றல் – வரமருளல் எனும் நிலையில் ஒன்றுபட்டுள்ளனர். கங்கையைச் சேர்ந்துவிட்ட நாகர்கள், அதனை வழிபடும் பான்மையில் ஒன்றுபட்டுள்ளனர்.

திருமால் திருப்பதி முன்னுள்ள முனிவர்கள் தியானத்தாலும் யோகத் தாலும் ஒன்றுபட்டுள்ளனர். கங்கைக்கரை மனிதர்கள் நீராடல், வழிபடுதல் எனும் சடங்குகளால் இயைந்துள்ளனர். போலித்தவப் பூனையை அஞ்சியும் சந்தேகமுற்றும் அலமரும் எலிகள், பரபரப்பான மனநிலையாலும் செயல் நிலையாலும் ஒத்துள்ளன. வெப்பம் தணிக்கத் தங்கள்மேல் நீரிரைத்து விளையாடியும் நீர்வேட்கைத் தணிய நீரருந்தியும் நிற்கும் யானைகள் கருத்தாலும் அசைவுகளாலும் ஒன்றுபட்டுள்ளன.

கோடை நண்பகலின் வெப்பப் பொழுதில் ஓய்வாக அமர்ந்தும் படுத்தும் உறங்கியும் கிடக்கும் மான்களும் சிங்கங்களும் ஆடுகளும் குரங்கு களும் அமைதியான மனநிலையால் ஒன்றுபட்டுள்ளன.

இம்முழுச் சிற்பத்தொகுதியில் உள்ள அனைத்து உருவங்களும் கங்கை பாயும் இமயப் பரப்பில் உள்ளதால், களத்தால் ஒன்றுபட்டுள்ளன. பல்வேறு நோக்கங்களும் செயல்பாடுகளும் கொண்ட இத்தனை உருவங்களும் ஒன்றோடு ஒன்று தொடர்புபட்டு, ஒரே சமயத்தில் நிகழும் இமயக்காட்சி

யாக இசைவுப்பொருத்தம் பெற்றுள்ளமை எல்லையற்ற வியப்பினை நல்குகிறது.

சமநிலை (Balance)

முன்னர் குறிப்பிட்டுள்ளபடி, இருபுறப் பாறைகளிலும் ஏறக்குறைய சமமான அளவில் உருவங்கள் வடிக்கப்பட்டிருப்பதுடன் பார்வையாளர் கண்ணுக்குத் தடையின்றிக் காட்சி வழங்கும் வண்ணம் உருவங்கள் சமநிலையுடன் (Balance) சித்திரிக்கப்பட்டுள்ளன. இதனை மையப்பகுதியை ஒட்டி உருவங்களை அமைத்துள்ள பான்மையை நோக்கி உணரலாம்.

இடப்புறத்தில் சந்திரனுக்கேற்ப வலப்புறத்தில் சூரியனும் சிவன் மற்றும் துறவிக்கேற்ப வலப்புறத்தில் கந்தர்வர்களும் இடப்புறத்தில் அன்னங்களுக்கு ஏற்ப வலப்புறத்தில் நான்கு பறவைகளும் கந்தர்வ இணைக்கு எதிராக மற்றொரு கந்தர்வ இணையும் வானரத்திற்கு எதிராகக் குரங்கு இணையும் நாகர்களுக்கு எதிராக நாகர்களும் ஆற்றில் நீராடி வழிபடுவோருக்கு எதிர்ப்பாறையில் பூனை மற்றும் எலிகளின் கூட்டமும் அமைக்கப் பெற்றுள்ளன.

திருமால் கோயிலும் துறவிகளின் கூட்டமும் சேர்ந்து ஒரு தொகுப்பான பெரிய காட்சியை நல்குகின்றனர். எனினும், எதிர்ப்புறமுள்ள யானைக் கூட்டத்தின் பேருருவத் தன்மைக்கும் பெற்றுள்ள பரப்புக்கும் இணையானது என்று கூறமுடியாது. அவ்வகையில் இடப்புறப் பாறையில் சமன் செய்யப் பெற்றுள்ள இடத்தில் யானைக் கூட்டத்தின் தன்மைக்கேற்ப, ஒரு பெருங் காட்சியை நல்கும் சிற்பங்கள் இடம்பெற நியாயமுண்டு எனலாம். ஆனால், பல்லவக் கலைஞர்கள் அப்பரப்பில் யாது செய்ய எண்ணியிருந்தனர் என இன்று ஊகிக்க வழியில்லை.

செய்முறை

இச்சிற்பத்தொகுதி எவ்வாறு செய்யப்பட்டிருக்கும் என்பதை ஊகிக்க இயலுகிறது. வரைதல் நிலையான முதற்கட்டம், செதுக்கு நிலையான இரண்டாவது கட்டம். நுட்பமாகச் செப்பம் செய்து முழுமைப்படுத்தும் மூன்றாம் கட்டம் ஆகியன செய்யப்பெற்றனவாய்க் கோயில் வரையிலான சிற்பங்கள் காணப்படுகின்றன. கோயில் முன்னுள்ள துறவியை அடுத்துக் காணப்படும் மூன்று சிங்கங்கள், அவற்றிற்கு மேலுள்ள இரண்டு மான்கள் மட்டும் மூன்றாவது கட்டத்தை எட்டவில்லை எனத் தெரிகிறது.

இடப்புறப் பாறையை நோக்க வலப்புறப் பாறை முழுமை பெற்றுள்ளது. ஆதலால், அது முதலிலும் வலப்புறப் பாறையின் மேற்பகுதி அடுத்தும் கோயில் மூன்றாவதாகவும் செய்யப்பட்டிருக்க வாய்ப்புள்ளது எனலாம். முன்னர் குறிப்பிட்டதுபோல, இடப்புறப் பாறையின் கீழ்ப்பகுதிதான் விடுபட்டுள்ளதே தவிர, இருபக்கப் பாறைகளின் மேற்பகுதியிலுள்ள கட்டங்களாக உள்ள பாறைகள் தேவை கருதி, மலைகளையும் ஆறுகளையும் உணர்த்தவிடப்பட்டுள்ளவை ஆகும். ஆகவே, அவையும் சிற்பத்தின் பகுதிகளே யாகும்.

சிற்பத்தொகுதி

பன்முகக் கோணங்கள்

கந்தர்வர்கள், அப்சரசுகள், கின்னரர்கள், கிம்புருடர்கள், யானைகள், துறவிகள், சிங்கங்கள், மான்கள் என ஒரே வகைப்பட்ட உருவங்களே சிற்பத்தொகுதி முழுதும் அமைந்திருந்த போதிலும், ஒன்று மற்றொன்றைப் போல் எவ்வகையிலும் காட்சி தரவில்லை என்பது வியக்கத்தக்க உண்மை யாகும்.

பறந்து வருகின்ற கந்தர்வ இணைகள் உடல் அமைப்பிலும் அசைவிலும் வேறுபட்டுள்ளனர். ஒவ்வொருவரது ஆடை அலங்காரங்களும் பல வேறுபாடு களுடன் காணப்படுகின்றன. வானவெளியில் பறந்து வரும்போது பார்வை யாளர்கள் உள்ள திசையில் பார்த்துவரும் அவர்கள் கங்கைக்கு அருகில் வந்ததும் அதனை நோக்கித் திரும்பியுள்ளனர்.

அப்சரசுகளின் தலையலங்காரம், நகைகள், மார்புகளின் தன்மை முதலியன மாறுபட்டுள்ளன. கைகளையும் பலநிலைகளில் வைத்துள்ளனர்.

நாகர்களும் ஐந்துதலைகள், மூன்றுதலைகள் கொண்ட நாகப்படங் களுடன் மாறுபடுத்திக் காட்டப்பட்டுள்ளனர். கந்தர்வர்களுக்கு முன்பாகவே கங்கைக் கரையை அடைந்த நாகர்களும் நாக அரசியரும் அதனை வழி படுகின்றனர்.

யானைகள் ஒவ்வொன்றும் ஒவ்வொரு செயலைச் செய்கின்றன. பெரிய யானை நீரினை உறிஞ்சும்போது, பின்வரும் யானை துதிக்கையைத் தாகத்துடன் நீட்டுகிறது. ஒரு யானை மண்டியிட்டு நீரினை உறிஞ்சும் போது, மற்றொன்று நீரினைத் தன் வாயினுள் ஊற்றிக்கொள்கிறது. இவ்வாறு யானையின் செயல்களும் அசைவுகளும் பலவாகக் காட்டப் பட்டுள்ளன.

கோயிலின் முன்னுள்ள துறவியரும் பல கோணங்களில் பல பாவனை களில் அமர்ந்துள்ளனர். ஒருவர் திருமால் சொல்வதை உற்றுக் கேட்க, மற்றொருவர் யோகபட்டத்துடன் தவநிலையில் உள்ளார். மற்றொருவர் உபதேசமுத்திரைகாட்ட, மற்றொருவரும் ஏறக்குறைய அவ்வாறே காட்சி தருகிறார்.

ஆற்றில் நீராடும் நால்வரும் நான்குவிதமான கோணங்களில் உள்ளனர். ஒருவர் நிமிர்ந்து வானம் நோக்க, மற்றொருவர் குனிந்து ஆற்றினை வழி படுகிறார். ஒருவர் ஆற்றிலிருந்து நீரெடுத்துப் பானையுடன் நிற்க, மற்றொருவர் நீர் போகத் துணியைப் பிழிந்து நிற்கிறார்.

வனத்திலிலுள்ள வேடர்களும் ஒவ்வொரு வகையான ஆடை, தலை முடி, தாடி, மீசை முதலியன பெற்றுள்ளனர். கையில் வெவ்வேறு வகை யான வில், பழம், கழி முதலியவற்றை ஏந்தியுள்ளனர்.

விலங்குகளும் பல நிலைகளில் காட்சி தருகின்றன. சிங்கம் ஒன்று பாய்கிறது. மற்றொன்று துயில்கிறது. ஒன்று அரவம் கேட்டு உறுமுகிறது. ஒன்று தலைநிமிர்த்தி வேடிக்கை பார்க்கிறது, மற்றொன்று குட்டிகளுக்குப் பால் தருகிறது.

முயலும் பன்றியும் திரும்பிப் பார்க்கின்றன. உடும்பு, மரத்திலுள்ள பறவையை நோக்கிச் செல்கிறது.

சிவபிரானது பூதகணங்களும் பல்வேறு கோணங்களில் உள்ளன. உதரமுக கணம் நேரே பார்க்க, வலப்பக்கத்தில் உள்ளது கீழேபார்க்கிறது. அதற்குமேல் இடையில் உள்ளது நிமிர்ந்து சிவனைப் பார்க்கிறது. அதற்கு மேல் உள்ளதும் சிவனை நோக்குகிறது.

வலப்புறப்பாறையிலுள்ள பறவைகளில் இரண்டு பறக்க எண்ணி, உயரத்தை நோக்குகின்றன. மற்றொன்று பறந்துவிட்டது. அது ஏறக்குறைய பாறைப் பரப்பினை விட்டு வெளியே வந்துவிட்ட பாவனையை ஏற்படுத்தி வியக்கச்செய்கிறது.

இவ்வாறு ஒவ்வொரு உருவமும் ஒவ்வொரு செயலிலும் ஒவ்வொரு கோணத்திலும் காட்டப்பட்டுள்ளமை வியப்பளிப்பதுடன் காட்சியை மிகவும் யதார்த்தப்படுத்துகின்றது.

காலம்

சித்திரிக்கப்பட்டுள்ள நிகழ்வுகள் நிகழும் பெரும்பொழுதும் சிறு பொழுதும் சிற்பத்தொகுதியிலேயே மிகநுட்பமாக வெளிப்படுத்தப்பட்டுள்ளன.

பெரும்பொழுதாகிய பருவத்தை இடப்புறப்பாறையில் உள்ள பலா மரம் காட்டுகின்றது. பலா மரத்தின் கிளையிலும் தண்டிலும் இரண்டு பலாப்பழங்கள் காய்த்துத் தொங்குகின்றன.

‘பொதுவாகப் பலாவில் மார்ச்சு மாத முதலில் காய்ப்புத் தொடங்குகிறது. மலைகளின் உயர் பகுதியிலிருக்கும் மரங்கள் செப்டம்பர் திங்கள் வரைகூடக் காய்க்கின்றன.’[7]

சிற்பத்தொகுதியில் இரண்டாவதாக நிற்கும் வேடன், தோளில் சுமந்திருப்பது நன்கு முதிர்ந்த பலாப் பழம் என்பதை அதன் திரட்சியும் எடையின் காரணமாகச் சுமந்துள்ள முறையும் வெளிப்படுத்துகின்றன. ஆதலால், இது இளவேனில் தொடங்கி, முதுவேனில் பருவமாகிய சித்திரை முதல் ஆடி வரையிலான கோடைக் காலமாகும்.

இந்நிகழ்வுகளின் சிறுபொழுதினைக் கங்கைக் கரையில் நின்று, ‘மாத்யானீகம்’ என்னும் கதிரவ வழிபாட்டினைச் செய்கின்றவர் உணர்த்துகிறார் எனத் தொல்லியல் அறிஞர் தியாக. சத்தியமூர்த்தி குறிப்பிட்டார்.[8] அது நண்பகல் 12 மணிக்கு நிகழ்த்தப்படுகிறது. ஆகவே, இந்நிகழ்வுகளின் சிறுபொழுது சரியான நண்பகல் வேளையாகும்

> ஆதலால், கடுங்கோடையின் நண்பகலில், சுட்டெரிக்கும் வெப்பப் பொழுதில் கோடைக் காலங்களில் யானைகள் நீர்நிலைகளை அடுத்தே அலைந்து கொண்டுள்ளன. சில சமயங்களில் நீருக்காக வெகுதொலைவு அலைந்து செல்கின்றன ... கோடைக்காலங்

> களில் வெப்பம் தாங்காத யானைகள் நீரில் படுத்துக்கொள்ளும்; துதிக்கைகளால் நீரைத் தங்கள் முகத்திலும் தலையிலும் ஊற்றிக் கொள்ளும். ஆறு, குளங்களில் நீரில் விளையாடும்.[9]

என்பதற்கேற்ப, இங்கே யானைகள் வேட்கையின் மிகுதியால் நீரினை உறிஞ்சிப் பருகியும் தங்கள் மேல் இறைத்து விளையாடியும் வெப்பம் தணிக்கின்றன.

> சிங்கங்கள் பொதுவாகக் காலை, மாலை, இரவு நேரங்களிலேயே வேட்டையாடுகின்றன ... தங்களுக்குத் தேவைப்பட்டாலன்றி இரையைப் பிடிப்பதில்லை ... உணவுக்குப் பின் நீண்ட உறக்கத்தில் ஆழ்ந்துவிடுகின்றன ... பெரும்பாலான நேரத்தை ஓய்விலோ அல்லது உறக்கத்திலோ கழிக்கின்றன.[10]

என்று விலங்கியலாளர் கூறுவதற்கேற்ப, சிற்பத் தொகுதியிலுள்ள பெரும் பாலான சிங்கங்கள் குகைகளில் படுத்து உறங்கியும் உறங்கி விழித்தும் ஓய்வாக நின்றும் காட்சியளிக்கின்றன.

'காட்டுப்பன்றிகள் அதிகாலையிலும் பின் மாலையிலும் உணவு உண்கின்றன. அதிகத் தொந்தரவு உள்ள காலங்களில் மட்டும் இரவில் உண்ணுகின்றன'[11] என்னும் தகவலுக்கேற்பச் சிற்பத்தொகுதியில் காட்டுப்பன்றி நண்பகல் பொழுதில் ஓய்வான நிலையில் காணப்படுகின்றது.

முயலும் பன்றியும் உணவு உண்ணுவதாகவோ ஓடுவதாகவோ இல்லா மல் ஓய்வாகப் படுத்தும் நின்றும் காணப்படுகின்றன.

அனுமக் குரங்குகள் 'காலையிலேயே உணவு உட்கொள்ளத் தொடங்கி விடும். வெயில் நேரத்தில் மரமடர்ந்த பகுதிகளிலும் நீர் நிலைகள் அருகிலும் ஓய்வெடுக்கும்'[12] என்னும் இயற்கையியலாளர்கள் கூற்றிற்கேற்ப சிற்பத் தொகுதியில் மரநிழலிலும் கங்கைக் கரையிலும் நிழலையும் குளிர்ச்சியையும் விரும்பி அமைதியாக அமர்ந்துள்ளன.

'மலையாடுகள் உணவருந்திப் பகலிலேயே ஓய்வு கொள்கின்றன. தம் வண்ணத்திற்கும் வடிவத்திற்கும் வேறுபடுத்திக் காணமுடியாத இடத்தைத் தேர்ந்தெடுத்து அங்கே ஓய்வுகொள்ளும்'[13] எனும் கருத்தின் உண்மைக் கேற்பச் சிற்பத்தொகுதியில் மலையின் உயர்ந்த பகுதியில் ஆடுகள் ஓய்வெடுத் துக் கொண்டுள்ளன.

'நரந்தையையும் நறிய புல்லையும் மேய்ந்த கவரிமா, சுனை நீரை நுகர்ந்து தகர மரத்தின் குளிர்நிழலில் தன் பிணையோடு தங்கும்' எனும் இலக்கிய வருணனைக்கேற்பவும் 'அதிகாலையும் மாலை நேரமுமே இவற்றின் மேய்ச்சல் நேரமாகும். வெப்பமான நேரத்தில் பசியாறிய மான்கள் மரநிழலில் ஓய்வாகப் புற்களிடையே ஓய்வெடுக்கும்'[14] எனும் இயல்பிற்கேற்பவும் படுத்தும் நிம்மதியான மனநிலையில் முகம் சொறிந்தும் காட்சியளிக் கின்றன. பொழுதின் மிக வெப்பமான தன்மை காரணமாகவே பருந்தும் மரக்கிளையில் தங்கி இளைப்பாறுகிறது.

'ஏப்ரல் முதல் ஜூன் வரையிலான காலப்பகுதியில் திபெத், லடாக் முதலிய இடங்களில் தங்கி அன்னங்கள் இனப்பெருக்கம் செய்யும்'[14] என அன்னங்கள் குறித்து இயற்கையியலாளர் கூறும் கருத்திற்கேற்ப இக் கோடையில் இமயத்தில் அன்னங்கள் காட்டப்பட்டுள்ளன.

'மலையடிவாரத் தட்பவெப்பக் காடுகள், பொதுவாக வறட்சிமிக்கதாய் இருக்கும். கோடைக்காலத்தில் மரங்கள் இலைகளை உதிர்த்துவிடும் 'இலை யுதிர் காடுகளாக' அவை அமைந்திருக்கும்' என்னும் இயற்கையின் தன்மைக் கேற்பச் சிற்பத்தொகுதியில், கோடைக்காலத்தில் இலைகள் உதிர்த்த நிலையில் இருக்கும் வனப்பகுதி வேடர்கள் நிற்கும் இடத்தில் காட்டப் பட்டுள்ளது.

வேட்டையாட வந்த மலைவேடன், பலா மரத்தின் நிழலின், வில்லினை ஊன்றி இளைப்பாறிக் கொண்டுள்ளான். வேட்டை முடித்தவர்களும் பழம் பறித்தவனும் இருப்பிடம் நோக்கித் திரும்புகின்றனர்.

குளிர்ச்சியை விரும்பிய கந்தர்வ இணைகளும் நாக இணைகளும் முனிவர்களும் சித்த – சாரணர்களும் கங்கைக் கரையை விரும்பியவர்களாய் விரைந்து வருகின்றனர்.

சுட்டெரிக்கும் இக்கடும் வெப்பத்தையும் தாங்கி, மனத்திண்மை வெளிப் பட அர்ச்சுனன் தவமியற்றுகிறான். ஒன்றிய உள்ளத்தோடு நிகழும் அந்தத் தவத்திற்கிரங்கிய சிவபெருமான் அவன்முன் தோன்றுகிறார்.

இயல்பும் நுட்பமும்

'செவ்வியல் கலைகள் அழகியல் ரீதியிலான இலக்கண அமைதிகளைத் தழுவியவை; அவற்றில் மண்சார்ந்த இயல்புத் தன்மைகள் இல்லை' என்பது பொதுவாக, பலரால் முன்வைக்கப்படும் விமர்சனமாகும். ஆனால் இக்கருத் தில் முழு உண்மை இல்லையென்பதை நுட்பமாக நோக்குவார் உணர்வர். செவ்வியல் மரபுக்கலைஞர்கள், குறிப்பாகப் பல்லவக் கலைஞர்கள் அழகியல் இலக்கண ரீதியான மகாபுருஷ இலட்சணங்களைத் தழுவியிருப்பதுடன் இனத்திற்குரிய தன்மைகளையும் (ethnic features) மிகக் கவனமாகவும் அழகாகவும் கையாண்டுள்ளனர்.

தங்களது இப்படைப்பாக்க விதியினையே பல்லவக் கலைஞர்கள் அர்ச்சுனன் தபசுச் சிற்பத்தொகுதியிலும் மேற்கொண்டுள்ளனர்.

சிவன், தேவகணத்தவர், சூரிய – சந்திரர் ஆகியோர் புனைவோடு காட்டப்பட்டுள்ளனர். தபசி, முனிவர்கள், ஆற்றங்கரையில் உள்ள மனிதர்கள், ஆடுகள், உடும்பு, பன்றி, முயல், மான்கள், யானைகள், குரங்குகள் ஆகியன மிக்க இயல்புத்தன்மையுடன் சித்திரிக்கப்பட்டுள்ளனர்.

எவ்வளவு அளவு இயல்பாகவும் நுட்பமாகவும் பல்லவக் கலைஞர்கள் யதார்த்தச் சித்திரிப்பில் ஈடுபட்டு வெற்றிகண்டுள்ளனர் என்பதற்குச் சில சான்றுகளைக் காணலாம். விண்ணில் பறந்து வந்து கங்கைக் கரையில் இறங்குகின்ற கந்தர்வர்களின் உடல்மொழி (body language) மிகநுட்பமாகச்

தபசி

சித்திரிக்கப்பட்டுள்ளது. வானில் உயரத்தில் பறந்து வரும்போது, மடித்துள்ள கால்கள், இடுப்பிற்கு நேராகப் பெரும்பாலும் உள்ளன. ஆனால் கங்கைக்கு அருகில் வரவர அவர்தம் கால்கள் தரையில் ஊன்றத்தக்க பாவனையில் கீழ்நோக்கி நீளுவதைக் காணலாம். குறிப்பாக, திருமால் திருப்பதிக்கு அருகிலுள்ள கந்தர்வரின் காலும் எதிரில் உள்ள கந்தர்வ இணைகளின் கால்களும் நிலத்தைத் தொட்டு நிற்கத் தொடங்கும் நிலையையும் கங்கையைக் கண்ணால் கண்டுவிட்டதால் வணங்கிக் கைகூப்பியுள்ளமையையும் காணலாம்.

சிவபிரான் முன் தபசி நிற்கிறார். காலங்காலமாகக் கடுந்தவம் புரிந்து, இறுதியில் காற்றையே புசித்து நிற்கும் நிலையை எட்டிவிடுகிறார். அத்தகு தவத்தால் அவர்தம் உடல்வற்றி வறள்கிறது. அதனைத் தலை முதல் கால்வரை மிகநுட்பமாகச் சிற்பி காட்டியுள்ளான். கன்னங்கள் உட்குழிந்து, கன்ன எலும்புகள் முன் துருத்தி நிற்கின்றன. வளர்ந்த தாடி மார்பில் கிடக்கிறது. நெஞ்சக்கூட்டின் எலும்புகள் ஒவ்வொன்றும் வெளியே தெரி கின்றன. சதை வற்றிப்போன கைகள் சூம்பிப்போயுள்ளன. அதில் நரம்புகள் புடைத்துத் தெரிகின்றன. பட்டினி வயிறு, முதுகுத்தண்டோடு ஒட்டிப்போ யுள்ளது. உயர்த்தியுள்ள காலில் முழங்காலிலிருந்து பாதம் வரை கால் எலும்பு வெளியே துருத்தித் தெரிகிறது. உயர்ந்துள்ள முகத்தில் கண்களோ மூடிய நிலையில், மனம் ஒன்றிலேயே குவிந்து இலயித்துக் கிடப்பதைக் காட்டுகிறது.

அர்ச்சுனன் தபசு சிற்பத்தொகுதியில் உள்ள மிக உன்னதமான சிற்பங் களில் ஒன்றாக உணரத்தக்கது, திருமால் கோயிலின் முன் அமர்ந்து, கூர்ந்து கேட்கும் முனிவரின் உருவமாகும்.

எந்தவொரு பெரும் எத்தனிப்பின்றி மிக இலகுவாக ஒரு முதிய முகத்தோற்றம் அதில் கொண்டு வரப்பட்டுள்ளது. கன்னப்பரப்பில் காணப் படும் சுருக்கங்களும் மொய்த்த தாடியும் அடர்ந்து கீழே சாதாரணமாக வளைந்து காணப்படும் மீசையும் தளர்ந்த தோளோடு வெளியே துருத்திக் காணப்படும் குரல்வளையும் தொங்கும் காதும் அம்முதுமையை மிகச் சிறப்பாக, மிக நுட்பமாக முகத்தில் ஏற்படுத்துகின்றன. கூர்ந்து நோக்கினால் புருவத்தின் கீழுலுள்ள மண்டையோடும் நெற்றியில் விளிம்புப் புடைப்பும் அதன்கீழ் கன்ன எலும்பின் புடைப்பும் காட்டப்பட்டிருப்பதைக் காணலாம். அவை போலவே, கழுத்தின் நரம்புகளும் மார்புக் கூட்டின் எலும்புகளும் நுட்பமாகச் சித்திரிக்கப்பட்டுள்ளன. எலும்புகள் இணையும் இடங்கள்கூடச் சித்திரிக்கப்பட்டிருப்பதும் வற்றிய உடலில் முதுகின் பின்புறமும் மார்புக் கூட்டு எலும்புகள் தெரிவதும் வியக்கவைக்கும் காட்சியாகும்.

இத்தனைக்கும் மேலாக, அவரது வலது கையில் தோளுக்கும் முழங் கைக்கும் இடையே, முதுமை காரணமாக எலும்பிலிருந்து சதையின்றித் தனித்து விடுபட்டுத் தளர்ந்து காணும் தோலினைச் சிற்பி சமைத்திருப்பது எல்லையற்ற வியப்பினை நல்குவதாகும். உளியையும் சுத்தியையும் எளிதில் பயன்படுத்த முடியாத அவரது வயிற்றுப் பகுதியையும் வற்றிய தோலாய்ச் சித்திரித்துள்ளது பார்த்துப் பார்த்து வியக்கத்தக்கதாகும்.

வதரியாசிரமத் துறவி – முன்பக்கம்

வதரியாசிரமத் துறவி – பின்பக்கம்

அர்ச்சுனன் தவச் சிற்பத்தில் உள்ள யானைகள் உலகப்புகழ் பெற்றவை யாகும். யானையின் எலும்புக் கூட்டினை இதனோடு ஒப்பிட்டுப் பார்த்தால், அதன் உடற்கூறுகள், எவ்வளவு தூரம் நுட்பமாகவும் இயல்பாகவும் சித்திரிக்கப் பட்டுள்ளன என்பதை உணரலாம்.

முன்னிற்கும் பெரிய யானையின் துதிக்கை உட்புறம் காணப்படும் மடிப்புகளும் சிறப்பாக வடிவமைக்கப்பட்டுள்ளன. அதுபோல் நீரினை

யானையின் துதிக்கை – உட்புறம்

கண்டதும் யானைகளுக்கு வரும் களிப்பும் அது மண்டியிட்டும், துதிக்கை யால் நீரினை உறிஞ்சியும் மனமகிழ்வோடு செய்யும் செயல்பாடுகள் ஒவ்வொன்றும் இப்பத்து யானைகளிலும் மூன்றாம் தொகுதியிலுள்ள குட்டி யானையிலும் மிகஅழகுறக் காட்டப்பட்டுள்ளன.

போலித்தவம் செய்யும் பூனையும் நுட்பமாக வடிவமைக்கப்பட்டுள்ளது. முன்னிரு கைகளை மேலுயர்த்துவதால் மார்பின் பக்கங்களிலிருந்து இழுக்கப்பெறும் தோலும் நரம்பும் காட்டப்பட்டுள்ளன. மார்புக் கூட்டின் எலும்புகள் முன்துருத்தி வெளியே தெரிகின்றன. பக்கவாட்டிலிருந்து பார்த்தால், பூனையின் காலும் அதிலுள்ள சதைத் திரட்சியும் உடலை உயர்த்தியுள்ள பான்மைக்கேற்ப உருண்டு திரண்டு காணப்படுகிறது. பூனையினைப் பக்கவாட்டில், யானையின் துதிக்கை அருகில் காணும்போது, அதன் இடதுதொடைப் பகுதியின் சதை அமைப்பு மிகவும் இயல்பாகவும் நுட்பமாகவும் அமைக்கப்பட்டிருப்பதை உணரமுடிகிறது.

எலிகள்

பூனையினைச் சூழ்ந்துள்ள எலிகளின் இயக்கம் வியக்கத்தக்க வகையில் யதார்த்தமாகச் சித்திரிக்கப்பட்டுள்ளது. பொந்துக்குள்ளிலிருந்து அச்சத்தோடு எட்டிப்பார்க்கும் எலி முதல், பூனை முன்னால் இரண்டு காலில் நின்று பேசும் எலிவரை மிகச் சிறப்பாகக் காட்டப்பட்டுள்ளன. நிற்கும் அதன் சிறிய பின்கால்களுக்கு இடையே கூட இடைவெளி நுட்பமாக செதுக்கப்பட்டுள்ளதை காணமுடிகிறது. யானையின் துதிக்கையருகே மேலுள்ள எலியும் கீழுள்ள எலியும் செய்தி பரிமாறிக்கொள்ளும் காட்சியும் அதற்கேற்ப உடல் குறுகியும் மேலிருந்து தலை நீண்டும் காணப்படும் காட்சிகளும்

மேலிருக்கும் எலியின் வாலும்கூடத் துல்லியமாகச் சித்திரிக்கப் பெற்றிருப்பது எல்லையற்ற மகிழ்வையும் வியப்பையும் ஏற்படுத்துகின்றது.

பறவைகள் மற்றும் பிற விலங்குகளின் இயல்புத் தன்மைகளும் நுட்பங் களும் முன்னர் எடுத்துக்காட்டப்பட்டன.

இத்தனை கலைநுட்பம் மிக்க வேலைப்பாடுகள் அனைத்தும் மிக கடினத் தன்மையுடைய சார்னோகைட் *(charnockite)* என்ற வகையைச் சார்ந்த மாமல்லை மலைப் பாறையில் செய்யப்பட்டுள்ளன என்பதுதான் நம்புதற்கு இயலாததாகவும் பெருவியப்பளிப்பதாகவும் உள்ளது.

குறிப்புகள்

1. சங்ககாலத் தமிழகச் செவ்வியல் சிற்பமரபுக்கு கரூர் அமராவதி ஆற்றுப்படுகையில் கிடைத்த மோதிரம்கூடச் சிறந்த சான்றாகலாம். அம்மோதிரத்திலுள்ள தலைவன் – தலைவி உருவங்களும் அவர்கள் நிற்கும் தோரணையும் பல்லவர் காலச் சிற்பங்களில் காணும் அழகியல் பண்புகளை ஒட்டியே அமைந்துள்ளன. இந்நோக்கில் பண்டைய தமிழக அழகியலை உணரும் முயற்சி முழுமையாகவும் ஆழமாகவும் மேற்கொள்ளப்படவில்லை.
2. அஜந்தா – அமராவதி – பல்லவக் கலைகளில் விளங்கும் ஒப்புமைத் தன்மைகளை சி. சிவராமமூர்த்தி *(South Indian Paintings, pp.33 and 39)* விரிவாக எடுத்துக்காட்டியுள்ளார்.

   பல்லவக் கலை மரபு – காண்க: *பின்னிணைப்பு – 7*
3. ‘6 ஆம் நூற்றாண்டு முதல் 8 ஆம் நூற்றாண்டு வரை பல்லவர்கள் அழகியலைப் பற்றி மிகவும் தீவிரமாகச் சிந்தித்துள்ளனர். ஏனென்றால், அதற்குமுன் தமிழகத்தில் இவ்வாறான கலைக் கூறுகளை, அழகியலை யாரும் படைக்கவில்லை’ என்பர். (க. குளத்தூ ரான், *காஞ்சிக் கோயில்கள்,* ப.41) இக்கூற்றின் வன்மை, மென்மை மேலும் ஆராயத்தக்கது. ஏனெனில், தமிழகத்தில் விளங்கிய பெரும் செவ்வியல் மரபை முற்றிலும் புறக்கணிப்பது வரலாற்று முரணாகும். அவ்வாறாயின் சங்க, சங்கமருவிய இலக்கியங்கள் காட்டும் ஏராளமான சான்றுகள் வெறும் கற்பனை என்றாகி விடும்.

4. சிற்பங்களில் வெளி *(Space)* – வராக மண்டபத்துக் கொற்றவை

வராக மண்டபத்தின் கருவறைக்குத் தென்புறச் சுவற்றில் மேற்குநோக்கி கொற்றவை இச்சிற்பத் தொகுதி வடிவமைக்கப்பட்டுள்ளது. இதன் மையப் பொருள் கொற்றவையே ஆவாள். கீழே உள்ள பீடத்தின்மீது கொற்றவை நான்கு கரங்களுடன் சமபங்கமாக துலங்க, முன் இடதுகரம் தொடைமீது வைக்கப்பட்டு வலதுகரம் அபய முத்திரை காட்டுகிறது. அவளது கொற்றத்தை உணர்த்தும் குடை தலையின்மீது திகழ்கிறது. கீழுள்ள பீடம் முதலாக மேலுள்ள குடை ஈறாக, அவள் நிற்கும் நிலை அச்சிற்பத்தொகுதிகளான

இடத்தில் முழு உயரத்தையும் தொட்டு நிற்கிறது. இதனால் சமமாகப் பகுக்கப்படும் இச்சிற்ப வெளி இருபுறத்திலும் மேலிருந்து கீழாக வாகனம், பூதகணங்கள், அடியவர்கள் ஆகியனவற்றைக் கொண்டுள்ளது. அதிலும் மானும் சிங்கமும் எதிர்எதிர் நிலைகளில் கொற்றவை தலையின் இருபுறங்களிலும் அமைக்கப்பட்டுள்ளன.

அவற்றின் கீழாக இருபுறங்களிலும் வானில் பறந்துவரும் பான்மையில் குள்ள பூதகணங்கள் வலப்புறம் இரண்டும் இடப்புறம் இரண்டுமாகச் சித்திரிக்கப்பட்டுள்ளன. அவை எதிர்எதிர் திசைகளில் கொற்றவையை நோக்கி அமைந்துள்ளன. கொற்றவையின் வலதுபக்கம் காலடியில் தன்னைப்

வராக மண்டபத்துக் கொற்றவை

பலியிடும் அடியவர் ஒருவர், மண்டியிட்டுச் சிரமறியும் நிலையிலும் இடதுபுறமுள்ளவர் மண்டியிட்டு மலர்கொண்டு வழிபடும் நிலையிலும் படைக்கப்பட்டுள்ளனர். இந்தச் சமன்பாடும் ஒழுங்கமைவும் உருவங்கள் ஒத்திசைந்து தடையற்ற காட்சியை நல்க ஏதுவாகின்றன.

இந்த ஒத்திசைவைச் சற்று விரிவாகவும் உணரலாம். கீழே உள்ள இரு அடியவர்களும் மண்டியிட்டு வழிபாடு நிகழ்த்துகின்றனர். அந்நிலையால் அவர்தம் உடலில் உயரங்கள் சமன்பாடு பெற்றுள்ளன. கொற்றவைக்கு வலதுபுறம் உள்ள பூதகணங்களும் இடப்புறமுள்ள பூதகணங்களும் நேர் கோட்டில் அமையவில்லை. வலப்புறமுள்ளவை சற்று உயரத்திலும் இடப்புற முள்ளவை அவற்றினும் குறைந்த உயரத்திலும் உள்ள இவ்வமைவால் இவற்றிடையே ஒரு தோரணமாலை போன்ற ஒழுங்கமைதியைக் காண முடிகிறது.

இவற்றுடன் இச்சிற்பத்தொகுதியின் உருவங்கள் இயங்கும் பான்மை (animation) குறிப்பிடத்தக்கது. அடியவர்கள் மண்டியிட்டிருப்பினும் சிரமறிந்து கொடுப்பவரின் முதுகுப்புறமே பார்வையாளருக்குத் தெரியத் திரும்பி அமர்ந்துள்ளார். மற்றொரு அடியவர் கொற்றவையை நோக்கி அமர்ந் துள்ளார். பூதகணங்களின் கைகள் அசைவுகள் ஒவ்வொன்றும் வேறுபட் டுள்ளது. இதனால், அவை வெற்றிக் களிப்போடு அசைவதாக உணரமுடி கிறது. மேலுள்ள சிங்கமும் ஒரு காலினை நீட்டியவண்ணம் கர்ஜித்துப் பாய்கிறது. மானின் தலை நீண்டு நில்லாமல் கழுத்துடன் குறுகி அமைந்து, அது நடையிடும் தோரணையில் உள்ளது. ஆகவே, கொற்றவையைச் சூழ்ந்த எட்டு உருவங்களின் இயக்கத்தையும் வீரவழிபாட்டின் வேகத்தையும் அவற்றின் உடல்மொழிகள் உணர்த்தி உயிர்த்துடிப்புடன் திகழ்கின்றன.

5. உருவங்களின் இயக்கம் *(animation)* – திரிவிக்கிரம அவதாரச் சிற்பம்

வராக மண்டபத்தின் தென்புறச் சுவற்றில் வடக்கு நோக்கி திரிவிக்கிரம அவதாரச் சிற்பம் வடிக்கப்பட்டுள்ளது. மாபலிச்சக்கரவத்தியின் வேள்விக் களத்தில் தானம்பெற்று, பூமிக்கும் வானுக்குமாக உயரும் நெடியோனது தோற்றம், இத்தொகுதியின் மையமாகத் திகழ்கிறது. பல்வகையான ஆயுதங் களை ஏந்தியுள்ள அவர் வலது கரத்தால் விண்ணைத்தொடுகிறார். இந்த உருவத்தின் வளர்ச்சியைக் கண்டு, என்ன நடக்கிறதெனப் புரியாமல் திகைத்துக் குழம்பும் அசுரர்களின் முகத்தில் மருட்சியும் அச்சமும் வெளிப்படு கின்றன. தரையில் அமர்ந்தவண்ணம் காணும் அவர்களது தளர்ந்த உடலும் தளர்ந்த கரங்களும் தோல்வியினை வெளிப்படுத்துகின்றன. மாபலிக்குத் துணையாக வாளுடனும் கேடயத்துடனும் ஓடிவந்த நமுச்சி, திருமாலின் காலால் உதைபட்டு அந்தரத்தில் உருளுகிறான். தளர்ந்து தொங்கிக் கிடக்கும் அவனது இருகரங்களும் கால்களும் அவனது தன்மையையும் தோல்வியையும் வேதனையையும் வெளிப்படுத்துகின்றன. தனது உலகைத் தீண்டும் தந்தையின் கால்களில் நீரூற்றும் நான்முகனின் முகத்தில் பக்தியும் பெருமிதமும் நிலவுகின்றன.

நேர்பட நிற்கும் திருமாலின் உருவத்தில் அவரது அசைக்கவொண்ணா உறுதியும் வெற்றியும் வெளிப்படுகின்றன. மேலுள்ள சூரியனும் பிற வான் உருவங்களும் இறைவனின் ஆற்றலை உணர்ந்து பணிகின்ற பான்மையில் உள்ளன. ஆக, இச்சிற்பத்தொகுதியிலுள்ள ஒவ்வொரு உருவமும் மற்றவற்

திரிவிக்கிரம அவதாரம்

றுடன் ஒன்றிணைந்தும் மையப் பொருண்மையுடன் நீங்காத தொடர்பு பட்டும் அக்கருவின் வெளிப்பாட்டின் அங்கமாகியும் செயலாற்றியும் உயிர்த்துடிப்புடன் இயங்குகின்றன. பல்லவர் சிற்பிகளின் கலை உன்னதம் இப்பான்மையிலேயே தங்குகிறது என்பது உட்கிடந்து வெளிப்படும் உண்மையாகும்.

6. K.R.Srinivasan, *The Dharmaraja Ratha and Its Sculptures Mahabalipuram*, p.57

7. R.P.N. Sinha, *Our Trees*, p.23.

8. மாத்யானீகத்தால் இங்கே நண்பகல் வேளை உணர்த்தப்பட்டிருப் பதைத் தனக்கு ஒரு மகாபெரியவர் கூறியதாக திரு. தியாக. சத்தியமூர்த்தி அவர்கள் இந்நூலாசிரியரிடம் கூறினார். 21.12.2007.

9. ப.சி. சுப்பையன், *இந்திய வன விலங்குகள்*, ப.261.

10. மேலது, ப.100.
11. S.H.Prater, *The Book of Indian Animals*, p.299
12. Ibid, p.40.
13. Ibid, p.253.
14. கே.கே.ராஜன், *உலகில் உள்ள மான்கள்*, பக்.102 – 104
15. Salim Ali, *The Book of Indian Birds*, p.84.

தொகுப்புரை

ஆரியர்கட்கு முற்பட்ட இந்திய சமய நம்பிக்கைகளும் ஆரியர் களது சமய நம்பிக்கைகளும் ஒன்றுதிரண்டு, மறுமலர்ச்சி பெற்ற 'இந்து சமயமாக' உருப்பெற்றன. குறிப்பாக, குப்தர் காலம் இத்தகைய உருமாற்றத்தின் நிலைக்களனாக விளங்கியது. சமண, பௌத்த சமயங் களின் செல்வாக்கை எதிர்த்துத் தனது மேலாதிக்கத்தை நிலைநிறுத்தி இச்சமயம், பக்தி இயக்கமாக எழுச்சியுற்று, மக்கள் இயக்கமாக உருவாகியது. அரசர்களின் பேராதரவுடன் பக்தி இலக்கியங்கள், மெய்யியல் நூல்கள் ஏராளமாகப் படைக்கப்பெற்றன. தொல்புராணங் கள், இதிகாசங்கள் மீண்டும் புதுப்பித்து எழுதப்பெற்றன. புதிய புராணங்கள் உருவாக்கப்பெற்றன.

பக்தி இயக்க எழுச்சியின் இலட்சிய வெளிப்பாடாக நூற்றுக் கணக்கான கோயில்கள் எழுப்பப்பெற்றன. அவற்றுள் இந்தியத் தன்மையோடு எண்ணற்ற சிற்பங்கள் வடிக்கப்பெற்றன; ஓவியங்கள் தீட்டப்பெற்றன. புத்தெழுச்சி பெற்ற இந்து சமயத்தின் மெய்யியல்கள், இதிகாசங்கள், புராணங்கள், நம்பிக்கைகள் ஆகியவற்றின் வெளிப் பாடாக அச்சிற்பங்களும் ஓவியங்களும் திகழ்ந்தன.

முதலாம் மகேந்திரவர்மன் சமண சமயத்திலிருந்து சைவத்திற்கு மதமாற்றம் பெற்றது முதல் வீறுகொண்ட இந்து சமயத்தின் புத்தெழுச் சியின் விளைவையே மாமல்லைச் சின்னங்கள் பிரதிபலிக்கின்றன. அங்குள்ள குடைவரைகள், ஒற்றைக் கற்றளிகள், கட்டுமானக் கோயில் கள் ஆகியன இந்திய கலைமரபின் ஓர் புதிய அத்தியாயமாக உரு வாக்கப்படினும், தனித்தன்மைகள் கொண்ட 'திராவிடக் கலை மரபாகவும்' மலர்ச்சியுற்றது. அக்கோயில்களில் படைக்கப்பட்டுள்ள சிற்பங்கள், தமக்கு முந்தைய இந்திய பாணிகளின் வழித்தடத்தில் அமைந்து, இந்து சமய நம்பிக்கைகள், மெய்யியல்கள், இதிகாசங்கள், புராணங்கள் முதலியனவற்றைச் சித்திரித்து, சமயத்தின் பல்வேறு உட்கிடக்கைகளை வெளிப்படுத்தி நிற்கின்றன.

'அர்ச்சுனன் தபசு' என அழைக்கப்பெறும் சிற்பத்தொகுதி, இம்மாபெரும் மரபின் ஓர் அங்கமாக அமைகிறது. இப்பரந்துபட்ட

புடைப்புச் சிற்பத்தொகுதி, காலந்தோறும் பல்வேறு விளக்கங்களுக்கும் வருணனைகளுக்கும் இடமளித்துள்ளது. அர்ச்சுனன் அல்லது பகீரதன் தவத்தையே இத்தொகுதி குறிப்பதாக கூறிப் பல்வேறு கருத்துகள் இதற்கு அமைதி கண்டுள்ளன. அவற்றிலும் 'பகீரதன் தவம்' என்ற விளக்கமே மிகுதி எனலாம். ஆயினும் இவ்விளக்கங்களிலும் நிறைவற்ற கூறுகள் இருந்துள்ளன.

இடையில் பெரும்பிளவுகொண்ட இப்பாறையின் மேற்பரப்பில் காணப் படும் மேடுகளும் பள்ளங்களும் ஒரு பெருமலைத் தொடரினைக் காட்சிப் படுத்துகின்றன.

ஆதலால், முற்றுப்பெறாத பகுதியை விடுத்துப் பார்க்கும்போதும் இவை அம்மலைத்தொடரின் உயர்ந்த சிகரங்களையும் ஆழமான பள்ளத் தாக்குகளையும் சித்திரிக்கின்றன. அர்ச்சுனன் அல்லது பகீரதன் தவத்திற்கு நிலைக்களனான இமயத்துடன் இயைத்துக் காணும்போது, இவை இமயத்தில் உள்ள சிகரங்களாகவும் தாழ்வரைகளாகவும் பெருக்கெடுத்துப் பாயும் கங்கை முதலிய ஆறுகளாகவும் அருவிகளாகவும் உணரத்தக்க வகையில் வடிவமைக்கப் பெற்றுள்ளன.

மகாபாரதத்தில் கூறப்பட்டுள்ள, இமயமலையில் நிகழ்ந்த அர்ச்சுனன், பகீரதன் தவங்கள் குறித்த வருணனைகளும் பிற பகுதிகளில் சொல்லப் பட்டுள்ள வருணனைகளும் இச்சிற்பத்தொகுதிக்கு முழுமையாகப் பொருந்தி வருகின்றன. ஆகவே, மகாபாரத இமய வருணனையின்படி கந்தர்வர், அப்சரஸுகள், கின்னரர்கள், கிம்புருடர்கள், சித்தர் – சாரணர்கள், இருடிகள், கிராதர்கள் முதலியோர் இதில் இடம்பெற்றுள்ளனர் எனலாம். இத்தொகுதி யில் பெரும்பகுதி இடத்தை எடுத்துக்கொண்டுள்ள வதரியாசிரியமும் நான்கு தந்தங்களையுடைய யானை மற்றுமதன் கூட்டமும் பாரத வருணனை களில் இடம்பெற்றுள்ளன. போலித் தவம் செய்யும் பூனையின் கதையும் பாரதத்திலேயே கூறப்பட்டுள்ளது. கங்கையில் நீராடி வழிபாடு செய்யும் மனிதர்கள் இந்துசமயத்தின் பல்வேறு நம்பிக்கைகளைப் பிரதிபலிக் கின்றனர்.

மகாபாரதம், புராணங்கள், சங்க இலக்கியங்கள், காளிதாசரின் படைப்புகள், நாலாயிர திவ்யப்பிரபந்தம் ஆகியன கொண்டு, இத்தொகுதியில் உள்ள யானைகள், யாளிகள், சிங்கங்கள், வானரங்கள், மான்கள், ஆடுகள், பன்றி, முயல், உடும்பு ஆகிய விலங்குகளும் அன்னங்கள், காட்டுக்கோழி கள், பருந்து முதலிய பறவைகளும், பலா, ஞெமை, நமேரு முதலிய மரங் களும் இமயத்தைச் சார்ந்தவையே எனக் கண்டறிய முடிகிறது.

சிற்பத்தொகுதியிலுள்ள ஒவ்வொன்றின் இயல்புகளையும் வரலாறு களையும் அறியும்போது பெறும் உண்மைகள், எல்லையற்ற பார்வை விரிவை நல்குகின்றன. கந்தர்வர், அப்சரஸுகள், நாகர், கின்னரர், கிம்புருடர், கிராதர் முதலியோர் பழங்குடிகளாகவும் பண்டைக்கால இந்தியாவின் வளமார்ந்த அரச மரபினராகவும் அறிய முடிகிறது. மெய்மை வரலாற்று

மாந்தர்கள், எவ்வாறு தொன்ம வடிவங்களாவர் என்பதை அறிவதற்கு இவை சிறந்த சான்றுகளாகத் திகழ்கின்றன. தொன்மங்களில் உள்ள வீழ் படிவுகள் குறித்த ஆய்வுகள் பண்டை உலகினைக் குறித்த ஆழ்ந்த பார்வை களை நல்கும் என்பதை இவை மெய்ப்பிக்கின்றன.

சிவன் முன் தவம்செய்யும் துறவி, 'அர்ச்சுனன்' என்று முடிவு செய்வதற் கான தடயங்கள் இச்சிற்பத்தொகுதியில் உள்ளன.

பகீரதன், இமயமலையில் தவம்செய்து கங்கையிடம் வரம் பெற்றான்; பின்னர் கயிலைமலையில் தவம்செய்து சிவனிடம் வரம் பெற்றான் என்று மகாபாரதம் கூறுகிறது. சிற்பத்தொகுதியில் காட்சிப்படுத்தப்பட்டுள்ள மலைப்பகுதியும் அதிலுள்ள உருவங்களும் இமயம் குறித்த இதிகாச, புராண வருணனைகளுக்கே பொருந்திச் செல்லுகின்றன. கயிலைமலை குறித்த இதிகாச, புராண வருணனைகளுக்கு இது பொருந்திவரவில்லை. ஆதலால் இச்சிற்பத்தொகுதி, பகீரதன் சிவனை நோக்கித் தவம் செய்த கயிலைமலை அன்று என அறிய முடிகிறது.

அர்ச்சுனன் தவம் செய்த இந்திரகீல மலை, காசுமீர மண்டலத்தைச் சார்ந்தது என்றும் அதிலேயே பரசுராமர் வாழ்ந்த மகேந்திரமலை உள்ளது என்றும் மகாபாரதம் கூறுகிறது. சிற்பத்தொகுதியில் துறவிக்கு மேல், பரசுடன் காணப்படும் அரையுருவம் பரசுராமர் எனக் கொள்ளத்தக்கது. அத்துடன், அருகில் காட்டப்பட்டுள்ள வரித்தலை அன்னங்கள், வலசை போகும் இயல்புடையன. மழைக்காலத்தில் அவை, மானஸ ஸரோவரம் செல்கின்றன என்பது இன்றைய அறிவியலாலும் மெய்ப்பிக்கப்பட்டுள்ளது. கிரௌஞ்சமலையைத் துளைத்து, 'ஹம்ச துவாரம்' அன்னங்கள் செல்லும் குகைப்பாதையைப் பரசுராமர் அமைத்தார் என இலக்கியங்கள் சுட்டு கின்றன. ஆகவே, இட அமைதிகொண்டும் கையில் உள்ள பரசு கொண்டும், அருகில் அன்னங்கள் காட்டப்பட்டுள்ளது கொண்டும் அங்குள்ள அரை உருவம் பரசுராமர் என முடிவுசெய்ய முடிகிறது. ஆதலால், பரசுராமர் உள்ள இப்பகுதி காசுமீரமண்டலமாதலால் இங்குக் காட்டப்பட்டுள்ள தவசி, அர்ச்சுனன் என்று உறுதி செய்ய இயலுகிறது.

இச்சிற்பத்தொகுதியினை விளங்கிக்கொள்ள, இந்நிகழ்வுகளின் களமாகிய இமயம் முக்கியத்துவம் பெறுவதைப் போல, இந்நிகழ்வுகளின் காலமும் மிக முக்கியத்துவம் வாய்ந்தாகும்.

கங்கைக் கரையில் நிற்கும் ஒருவர் 'மத்யானீகம்' செய்வதால் இந்நிகழ்ச்சி களின் சிறுபொழுது நாளின் நண்பகல் வேளை என்பதை உணர முடி கிறது. மரத்தில் பழுத்துத்தொங்கும் பலாக்கனிகளும், வேடன் சுமந்து செல்லும் முதிர்பலாவும் முதுவேனிலாகிய கோடைக்காலமென்பதைக் குறிப்பால் உணர்த்துகின்றன. ஆகவே, முதிர்கோடையின் நடுப்பகல் உச்சி வேளையில் இத்தவம் நிகழுகின்றது; வேட்கைகொண்ட யானைகள் நீரில் அருந்தியும் ஆடியும் களிக்கின்றன; விலங்குகள் ஓய்வாகப் படுத்தும் உறங்கி யும் காணப்படுகின்றன. நீராடவும் கோடை வெப்பமாற்றவும் வழிபடவும்

அர்ச்சுனன் தபசு

தேவகணத்தினர் விண்ணில் பறந்து வந்து கங்கைக் கரையில் இறங்குகின்றனர். கின்னரர்களும் கிம்புருடர்களும் இசைபாடி மகிழ்கின்றனர்.

அர்ச்சுனன் தவமொன்றே இதன் மையப் பொருண்மை என்று கொள்ள இயலவில்லை. அது மட்டுமே அதன் மையப் பொருண்மை எனின், இச் சிற்பத்தொகுதியில் இவ்வளவு விரிவாக மற்ற உருவங்களும் நிகழ்வுகளும் தேவையில்லை. அத்துடன் தபசியின் தவம் சிற்பத்தொகுதியின் மையத்திலும், ஏனையவற்றினும் அளவால் முக்கியத்துவம் பெற்றும் பிற உருவங்கள் அதனையே நோக்கியும் இருந்திருக்கவேண்டும். ஆனால், இங்கு அவ்வாறில்லாமல் அர்ச்சுனன் தவநிகழ்ச்சி தனித்த முக்கியத்துவமின்றி உள்ளது.

ஆனால், கங்கை இச்சிற்பத்தொகுதியின் மையத்தில் இடம்பெற்றுள்ளது. பிற உருவங்களுள் பல அதனை நோக்கி உள்ளன. ஆனால், கிராதர், கிம்புருடர், திருமால் கோயில் துறவியர், பல விலங்குகள் ஆகியன கங்கையை நோக்கி அமையாமல் தங்கள் போக்கில் உள்ளனர். ஆதலால், மையம் என்று சொல்லுவதற்கான முக்கியத்துவம் கங்கைக்கும் இல்லை.

கங்கை மட்டுமன்றிப் பிற ஆறுகளும், அருவிகளும் சிற்பத்தொகுதியில் காட்டப்பட்டிருப்பதையும் பாறையின் மேல், கீழ் அமைப்புகளையும் இணைத்து நோக்கும்போது, உண்மையாகப் பலரும் நீராடுவதற்கேற்ற இயங்கு சிற்பமாக இது உள்ளதை உணர முடிகிறது. ஆகவே, இது முழுமையான இமயக் காட்சியாக விரிவுறுகிறது. எல்லையற்ற பலன்களை நல்கும் பல்வேறு இமயத் தீர்த்தங்களின் பெருமைகளை மகாபாரதம் சுட்டுவதற்கேற்ப, அதில் பல்வேறு புனித ஆறுகள் பெருக்கெடுத்து வருவதைச் சித்திரித்துக் காட்டி, ‘கடவுளரும் தேவர்களும் உறையும் இமயத்தில், கங்கை முதலிய புனித நதிகளில் தீர்த்தமாடுதல்’ என்னும், இந்துசமய அடிப்படை நம்பிக்கைகளுள் ஒன்றினை இச்சிற்பத்தொகுதி மையப்படுத்துகிறது எனலாம்.

பல்லவச் சிற்பங்களின் மிக உயர்ந்த அழகியல் பண்புகளை இத்தொகுதியின் உள்ள பல்வேறு சிற்பங்களிலும் காணமுடிகிறது. அவை மிக நுட்பமாகவும் யதார்த்தப் பண்புகளுடனும் படைக்கப்பட்டுள்ளன. அவற்றின் ஒழுங்கமைவும், சமநிலையும், இயக்கமும் பல்லவச் சிற்பிகளின் உன்னதமான படைப்பாற்றலை வெளிப்படுத்தி நிற்கின்றன.

தெய்வங்கள், தேவகணங்கள், மனிதர்கள், விலங்குகள், பறவைகள் எனப் பல்வேறு வகைப்பட்ட உருவங்களை அவற்றின் இயற்கை மாறாமல், பல இயல்புகள் தோன்றப் படைத்து, பல்வேறு நிகழ்வுகளையும் ஒழுங்கமைவு செய்து, மிகச் சிறந்த முறையில் உருவங்களைச் சமநிலையில் சித்திரித்து, களம், காலம் ஆகியவற்றை நுட்பமாக உள்ளிருத்தி, உயிரோட்டம் மிக்க இயங்கு சிற்பமாக அமைக்கப்பட்டுள்ள இம்மல்லைச் சிற்பம், உலகக் கலை வரலாற்றிலேயே உன்னதமானது என்பதில் ஐயமில்லை.

இயல் 3 உரையாடல்

அறிஞர் கருத்துகளுடன் உரையாடல்   309

அறிஞர் கருத்துகளுடன் உரையாடல்

மாமல்லையின் கலைச்சின்னங்கள், உலகக் கலையியல் அறிஞர் பலராலும் ஆராயப் பெற்றனவும் போற்றப்பட்டனவும் ஆகும். குறிப்பாக, 'அர்ச்சுனன் தபசு' எனப்படும் சிற்பத்தொகுதி, தன் ஒப்புயர்வற்ற பண்புகளால் அறிஞர்களின் கருத்தினைக் கவர்ந்த தாகும். எப்போதும் ஒரு புதிராக விளங்கும் அச்சிற்பத்தொகுதியின் பல்வேறு கூறுபாடுகளை மனதிற்கொண்டு, அறிஞர் பலரும் அது குறித்த தங்கள் விளக்கங்களை முன்வைத்துள்ளனர். ஆழ்ந்த பார்வை, கடுமையான உழைப்பு முதலியவற்றால் வெளிவந்த அக்கருத்துகள் ஒவ்வொன்றும் போற்றி, எண்ணிப் பார்க்கத்தக்கன. அவற்றுடன் தொடர்ந்து உரையாடல் நிகழ்த்துவதன் மூலம், மேலும் இத்தொகு தியை நுட்பமாக விளங்கிக் கொள்ளமுடியும் எனும் நம்பிக்கையில் இங்குக் கருத்துகள் பணிவோடு முன்வைக்கப் பெறுகின்றன.

அலெக்ஸாண்டர் ஹண்டர் *(Alexander Hunter)*

1872இல் இவர், 'இப்புடைப்புச் சிற்பங்கள் புத்தமதத் தோற்றம் பற்றியதோ அல்லது அது பற்றிய ஒரு சிறு பகுதியோ எனக் கருத வேண்டியுள்ளது' எனத் தெரிவித்துள்ளார்.[1]

இச்சிற்பத்தொகுதி பௌத்தம் சார்ந்தது என்ற கருத்து, காட்சி ரீதியாகவும் வரலாற்று ரீதியாகவும் ஏற்புடையதன்று. ஏனெனில், இடைக்காலப் பல்லவ மன்னர் யாரும் புத்தமதத்தைச் சார்ந்திருக்க வில்லை. உண்மையில், ஏழாம் நூற்றாண்டுக் காலப்பகுதியில் புத்த மதம் தன் செல்வாக்கை வெகுவாக இழந்து சரியத் தொடங்கியது. புத்தரைத் திருமாலின் அவதாரங்களுள் ஒன்றாக்கும் கருத்தியலும் வளர்த்தெடுக்கப்பட்டது. பல்லவர்களும் புத்தரைத் திருமாலின் அவதார மாகக் குறிப்பிட்டுள்ள,

> மத்சய கூர்ம வராஹஸ்ச நாரசிம்மஸ்ச வாமணஹ
> ராமோ ராமஸ்ச ராமாஸ்ச புத்தக் கல்கி தஸாஸ்மிகுதா

என்ற கல்வெட்டு, மல்லை ஆதிவராகர் குகையிலேயே கிடைக்கிறது.[2]

பல்லவ மன்னன் மகேந்திரவர்மன் தானியற்றிய மத்தவிலாசப் பிரகசன நாடகத்தில் புத்தக் கருத்தியலையும் புத்த பிட்சுகளையும்

மிகவும் எள்ளி நகையாடியுள்ளான். பல்லவர்களின் ஆட்சி மற்றும் சமூக வாழ்வை விரிவாக ஆய்வு செய்த ஜி. மீனாட்சி,

> பல்லவர் காலத்தில் சைவமும் வைணவமும் பெரும்புகழ் பெற்றன. அத்துடன் அரச ஆதரவையும் அவை பெற்றுக்கொண் டன. பௌத்த மடங்களும் அவர்தம் போதனை மையங்களும் தொடர்ந்து பணியாற்றின. உண்மையில், பௌத்த மடங்கள் கி.பி.14ஆம் நூற்றாண்டு வரையில் காஞ்சிபுரத்தில் இருந்தன. ஆனால், பல்லவ ஆட்சியின் இரண்டாம் பாதியில் கி.பி.7ஆம் நூற்றாண்டு முதலாக மடங்களில் பௌத்தக் கல்வி பயில்வது கீழ்நோக்கிச் செல்லத் தலைப்பட்ட அடையாளங்களைச் சீனப் பயணிகளின் குறிப்புகளிலிருந்தும் நாயன்மார், ஆழ்வார்களின் படைப்புகளிலிருந்தும் அறியமுடிகிறது.[3]

எனக் குறிப்பிடுவது இங்கு மனங்கொளத்தக்கது. ஆகவே, புத்த ஜாதகக்கதை எதனோடும் உறவுபடுத்திக் காண முடியாதது இச்சிற்பத்தொகுதி என்பதாலும் பல்லவர் காலத்தில் புத்தசமய நிலை தாழ்ந்திருந்தது என்பதாலும் இது புத்த சமயம் சார்ந்ததன்று எனலாம்.

ஜேம்ஸ் பெர்குசன் *(James Fergusson)*

> இந்தியச் செவ்வியல் கலை யுகத்தினைச் சார்ந்த மாபெரும் நாகச் சிற்பங்கள் அண்மையில் எனக்கு அறிமுகமாயின. சென்னையி லிருந்து நாற்பது மைல் தொலைவில் கிழக்குக் கடற்கரையில் மகாவேலிப்பூரில் *(Mahavellipore)* உள்ள புகழ்வாய்ந்த அப்புடைப்புச் சிற்பத்தொகுதி, ஏறத்தாழ கி.பி.13ஆம் நூற்றாண்டில் உருவாக்கப் பட்டதாகலாம். கடினமான இரு பெரும்பாறையில் செதுக்கப்பட் டுள்ளது. இது வடக்குத் தெற்காக 90 அடி நீளமும் 30 அல்லது 35அடி உயரமுமுடையது. வலது பக்கப்பகுதியில், நடுமையத்தை நோக்கிக் கூட்டமாகச் செல்லும் யானைகள் மிக அழகாகச் செதுக்கப்பட்டுள்ளன. அவற்றுக்கு மேலாகச் சிங்கங்கள், பிற விலங்குகள் உள்ளிட்ட முப்பது உருவங்கள் அதே திசைநோக்கிச் செல்வனவாகக் காட்டப்பட்டுள்ளன. இடதுபக்கப் பாறையின் கீழ்ப்பகுதி, எஞ்சியுள்ள விலங்கினத்தின் வகை மாதிரிகளைச் சித்திரிப்பதற்கானது என்பதில் ஐயமில்லை. ஆனால், அது தொடங்கப் பட்ட நிலையில் மட்டும் உள்ளது. இதன் மேற்பகுதியில் மறு பாதிப் புடைச்சிற்பங்கள் போலவே பல மனித உருவங்கள் சித்திரிக்கப்பட்டுள்ளன. அவையனைத்தும் நடுமையத்தை நோக்கியே உள்ளன. வடக்குப் பாறையின் ஓரங்களையும் கலைஞன் பயன் படுத்தியுள்ளான். ஆகவே அவனது முதன்மை உருவங்கள் சமதளப் பகுதியில் அதிகப்புடைப்பினைப் பெற்றுள்ளன. மேலும், அவை பின்புறம் நிழல்பெறச் செய்ததன் மூலம் அச்சிற்பங்கள் நன்கு உயர்த்தியும் காட்டப்பட்டுள்ளன. ஆனால், துரதிர்ஷ்டவசமாக

இக்காரணத்தால் அவை தங்கள் மேல் பகுதியை இழந்துவிட்டிருக்கின்றன.

கி.பி.1827இல் பேபிங்டன் (*Babington*) இதனை ஓவியமாக வரைந்த போது, மிகப்பெரிய நாகத்தின் கீழ்ப்பகுதி மட்டுமே எஞ்சியிருந்தது. ஆனால் அவரை அடுத்திருக்கும் அவர் மனைவியின் உருவம் மிகச் செம்மையாக இருந்தது. சாஞ்சி, அமராவதி அல்லது அஜந்தாவில்கூடக் காணக்கிடைக்காத வடிவமாக இது நமக்குக் காட்சியளிக்கிறது. இங்குள்ள ஆண் மற்றும் பெண் நாகங்கள் நீண்ட பாம்புடலைக்கொண்டும், இடையிலிருந்து மேலே மனித உருவத்தோடும் உள்ளன ...[4]

ஜேம்ஸ் பெர்குசன் கருத்துகளில் இச்சிற்பத் தொகுதியின் காலம் 13ஆம் நூற்றாண்டு என்னும் கருத்து, பின்னாள்களில் தக்க ஆதாரங்கள் கொண்டு இடைக்காலப் பல்லவர் காலமாக அறியப்பட்டுவிட்டது.

இச்சிற்பத்தொகுதியில் இடையே உள்ள பிளவு கங்கையைக் குறிப்பதாகக் கருதுபவர்கள் எவ்வாறு இருபக்கப் பாறைகளிலும் உள்ள உருவங்கள் கங்கையைக் காணச் செல்வதாகக் கொள்கிறார்களோ அதுபோலவே, பெர்குசனும் இச்சிற்பத்தொகுதி பண்டைக் காலத்திலிருந்து வரும் வழிபாடான (*Primaeval worship*) பாம்பு வழிபாடாகக் கொண்டுள்ளார். நடுப்பிளவு கங்கையைக் குறிப்பதாக அவர் எண்ணவில்லை. நடுவிலுள்ள நாகங்களே சிற்பத் தொகுதியின் மையப் பொருண்மையாகக் கொண்டுள்ளார். ஆனால், இச்சிற்பத்தொகுதி நாகவழிபாட்டைக் குறிப்பதாகக் கொண்டால்,

1. சிவனும் தவசியும் ஏன் நிற்கின்றனர்?
2. ஏன் விஷ்ணு கோயிலும் துறவிகளும் காட்டப்பட்டுள்ளனர். நாகவழிபாடு செய்யாமல் அவர்களில் இருவர் திரும்பி அமர்ந்திருப்பது ஏன்?
3. விலங்குகளில் பலவும் எந்தவிதக் கவலையுமின்றிப் படுத்திருப்பதும் துயிலுவதும் ஏன்? அவை எதற்காகக் காட்டப்பட் டுள்ளன?
4. பொய்த்தவம் செய்யும் பூனை எதனை உணர்த்தி நிற்கிறது?
5. யானைகள், வழிபடாமல் நீரருந்தியும் நீர்விளையாடியும் இருப்பது ஏன்?
6. வேடர்கள் ஏன் வழிபட வரவில்லை?
7. கின்னரர்களும் கிம்புருடர்களும் வேறு திசைநோக்கி இசைத்தவர்களாய் இருப்பது ஏன்?
8. சூரிய சந்திரர்களும் நாகங்களை வழிபட்டனரா?

என்னும் வினாக்களுக்கெல்லாம் பெர்குசனிடம் விடையில்லை. இருபுறப் பாறைகளிலிருந்து உருவங்கள் மையம் நோக்கி நகர்வதாகக்கொண்டு, இடையே உள்ள நாகங்களே வழிபடு பொருட்களாகக் கருதித் தன் கருத்தினை முன்வைத்துள்ளார். அதனாலேயே தேவர்களையும் மனிதர்களெனப் பொதுவாகக் குறிப்பிட்டு நாகவழிபாட்டுடன் இணைத்து அமைதி கண்டுள்ளார்.

இடையில் உள்ள நாகங்கள்தாம் வழிபடும் கோலத்தில் நிற்கின்றன. கீழுள்ள மனிதர்கள் நீராடி முடித்துச் சூரியனை வழிபடுகின்றனர் என்பதும் தெளிவானதே.

நாகங்களே வழிபடு பொருள்களாக, சிற்பத்தொகுதியின் மையப் பொருண்மையாக இருந்திருப்பின் அவையே பேருருவத்தினை உடையதாகக் காட்டப்பட்டிருக்க வேண்டும். அத்துடன் மையத்திலும் நிறுத்தப்பட்டிருக்க வேண்டும். தற்போதுள்ளதுபோல் தொடரின் கீழ்ப்பகுதியில் இருக்க இந்தியச் சிற்ப அழகியலின்படி வாய்ப்பில்லை. இங்கோ நாகங்கள் தனியொரு சிறப்பின்றி, ஏனைய உருவங்கள் பெறும் முக்கியத்துவத்தினையே அளவாலும், வடிவத்தாலும் இடத்தாலும் பெற்றுள்ளன. ஆகவே பாறையின் நேராக நடுவிலிருந்து பார்ப்பதினாலேயே இரண்டு நாகங்கள் நேராகத் தென்படு கின்றன. ஆனால், இந்நாகங்களுக்குக் கீழே முழுமையாகப் பாம்பு வடிவத்தில் மற்றொரு நாகமும் வலப்புறத்திலும் இடப்புறத்திலும் பிற நாக இணைகள் இருப்பதையும் அவையும் கூப்பிய கையோடு தொழுவதையும் பார்க்கும் போது, அனைத்து நாகங்களும் பிறிதொன்றினையே தொழுகின்றன என்று உணர்வதே பொருத்தமுடையதாகும்.

விக்டர் கோலோவ்பவ் *(Victor Goloubew)*

கோலோவ்பவ் *LeFalaise d, Arjuna deMavalipuram et la Descente de laGanga Selon le Ramayana et be de le Mahabharata (Journal Asiatique, Paris, 1914)* என்ற பிரெஞ்சு மொழியில் எழுதிய கட்டுரை, பேராசிரியர் நீலகண்ட சாஸ்திரியால் ஆங்கிலத்தில் மொழிபெயர்க்கப்பட்டு *Journal of Oriental Research, Madras* என்ற இதழில் வெளியிடப்பட்டது.

> பாறையிலுள்ள பிளவு ஆற்றினைத்தான் குறிக்கிறது என்பது மறுக்கவே முடியாத உண்மை. தொல்லியல் துறையினரால் அடைக்கப்பட்டுவிட்ட அதன்வழியே மழைக்காலத்தில் விழும் நீர் ஓடிவந்து நாகங்களின் உடல்களை நனைத்து முன்னுள்ள துதிக்கையினையும் தொட்டுச் செல்லும். இதுவே இதன் மூல உண்மையாகும். வானிலிருந்த கங்கையைப் பகீரதன் ஆயிரம் ஆண்டுகள் தவம்செய்து பூமிக்குக் கொண்டுவந்த வரலாறு, மகா பாரதத்திலும் இராமாயணத்திலும் இடம்பெற்றுள்ளது. சிவனால் பாதுகாப்புடன் பூமிக்கு இறக்கிவிடப்பட்ட கங்கையே இங்குத் தோற்றமளிக்கிறது.
>
> பேரிதிகாசக் கவிதைகளின் வருணிப்புக்கு ஏற்ப ஒவ்வொரு பகுதியும் விளங்குவதை இரு தெய்வீகச் சான்றுகளால் எளிதில் உணரலாம். பெருமிதமிக்க அந்நிகழ்ச்சியில் வியக்கத்தக்க வகையில் கங்கை கீழ் உலகில் பாய்கிறது. அது கட்டறுத்துப் பொங்கிப் பாய்வதையே அதனைச் சூழ்ந்து நிற்கும் நாகர்கள் உணர்த்து கின்றனர். மற்றொன்று, துறவிகள் தங்கள் மனமகிழ்ச்சியை வெளிப் படுத்த, இறைவனை நோக்கித் தாழ்ந்த குரலில் துதிக்கின்றனர்.

> கவிதையில் உள்ள ஆர்ப்பாட்டத்திற்கு ஏற்ப, மாவேலிபுரச் சிற்பி, வடகிழக்குப் பருவகாலம் தன் மேகங்களோடும் மின்னல் களோடும் பாறையினைச் சூழ்ந்துகொள்ளும் வண்ணம் இயற்கை யிடம் ஒப்படைத்திருக்கிறான்.[5]

உணர்வோட்டம்மிக்க இவ்வருணனையில் கங்கை பாதாள உலகில் பாய்வதையும் நாகர்கள் சூழ்ந்து வியப்பதையும் துறவிகள் இறைவனைத் துதிப்பதையும் ஏற்றாலும், அவர்களுக்குக் கீழாக மனிதர்கள் நீராடுவதாக எப்படிச் சித்திரிக்க இயலும் என்ற ஐயம் எழுகிறது. கீழுலக வாசிகளுக்கும் கீழாகப் பூவுலகத்தினர் காட்டப்பட்டிருத்தல் இயலுமா? மேலே தேவர்கள் காட்டப்பட்டு இடையில் வேடர்களாகிய பூவுலகினர் காட்டப்பட்டு அதன்பின்னர் பாதாளத்தினர் காட்டப்பட்டிருந்தால், மூலவுலகில் கங்கை பாயும் கோட்பாட்டிற்குச் சரியாக அமைந்திருக்கும். ஆனால் பூவுலகம் தாண்டிக் கீழுலகமும் அதன்பின் மீண்டும் பூவுலக மனிதர்களும் உள்ளனர் என்பது பொருந்தி வரவில்லை.

டாக்டர் ஆனந்த குமாரசாமி

மாமல்லைச் சிற்பத்தொகுதி பகீரதன் தவத்தைக் குறித்ததே என்று ஆனந்த குமாரசாமி கருதுகின்றார். அவர்தம் விவரிப்பில்,

> பொதுவாக, அர்ச்சுனன் தவம் என்று சொல்லப்படும் பாறைச் சிற்பங்களைப் பற்றி இங்கே குறிக்க வேண்டும். இங்கு இடை பிளவுப்பட்ட பெரியபாறை உள்ளது. பிளவின் இரு பக்கங்களி லும் தெய்வங்கள், மனிதர், நாகர் மற்றும் பல வகையான விலங்கு களின் வடிவங்கள் வடிக்கப்பட்டுள்ளன. அவை பெரும்பாலும் பிளவை நோக்கிச் செல்லும் நிலையிலும் கைகள் அஞ்சலியாகக் கூம்பிய நிலையிலும் காணப்படுகின்றன. பிளவை அடுத்து இடதுபக்கத்தில் ஒரு கோயில் காணப்படுகிறது. பண்டைய திராவிட முறையிலான வழிபாட்டுத் தலத்தின் எடுத்துக்காட்டாக இது இருக்கலாம். இதில் நின்ற கோலத்தில் நான்கு கரங்கள் கொண்ட தெய்வஉருவம் ஒன்று காணப்படுகிறது. இது சிவனது வடிவமாக இருக்கலாம். மெலிந்து, தளர்ந்த ஒரு யோகியின் சிற்பம் கோயிலுக்கு முன்னர் உள்ளது. இந்த யோகியின் மற்றொரு வடிவம் மேலே காணப்படுகிறது. இது கைகளை உயர்த்தி (ஊர்த்துவ பாவத்தில்) தவம்செய்யும் நிலையில் காணப்படுகிறது. நீரோடு தொடர்புடைய நாகர்களின் வடிவம் பிளவில் காணப்படுகிறது. பிளவின் இருபக்கங்களிலும் தெய்வங்களின் வடிவங்கள் வடிக்கப் பட்டுள்ளன. கீழே காட்டு விலங்குகளின் வடிவங்கள் காணப்படு கின்றன. அவற்றுள் சிறந்து நிற்கும் யானைகள் குறிப்பிட்டுச் சொல்லத்தக்கன. இந்தச் சிற்பம் கங்கை பூமிக்கு வந்ததைக் குறிக்கிறது என்ற கோலோபவ்வின் *(Goloubew)* கருத்துக்கு மேலும் ஆதாரம் சேர்ப்பதாக இருக்கிறது தவம் செய்யும் பூனை.

இந்தப் பூனை ஊர்த்துவ பாவத்தில் தவம் செய்வதாகவும் அதன் கால்களைச் சுற்றி அதனை நம்பும் எலிகள் விளையாடிக் கொண் டிருப்பதாகவும் காட்டப்பட்டுள்ளது. இதோபதேசம், மகாபாரதம் போன்ற பல நூல்களிலும் கங்கைக் கரையில் போலியாகத் தவம்செய்து அப்பாவி எலிகளை ஏமாற்றும் பூனைகளைப் பற்றிய கதைகள் பல உள்ளன. தனியாகக் காணப்படும் குரங்குகளின் குடும்பம் விலங்குகளைச் சிற்பமாக வடிப்பதில் மிகஉயர்ந்த தரத்தை எடுத்துக்காட்டுவதாக உள்ளது. அனுராதபுரத்து ஈசுரு முனிய விகாரத்தில் காணப்படும் கபிலரின் வடிவமும் முடிக்கப் படாத யானைச் சிற்பங்களும் இதேபாணியில் காணப்படு கின்றன. அவை இதே காலத்தவையாக இருக்கலாம் [6]

என்று குறிப்பிட்டுள்ளார்.

ஆனந்தகுமாரசாமியின் கருத்தில் சில ஐயங்கள் ஏற்படுகின்றன:

1. பாறைப்பிளவை நோக்கிவரும் எல்லா உருவங்களும் அஞ்சலி யாகக் கைக்கூப்பி வரவில்லை.
2. சிற்பத்தொகுதியில் காட்டப்பட்டுள்ள கோயிலில் நான்கு கரங் களுடன் நிற்பது சிவன் அல்லன். மாறாக, அது திருமால் வடிவ மாகும்.
3. 'கோயிலின் முன் அமர்ந்துள்ள துறவியே மேலே சிவனுக்கு முன்னால் நிற்கும் யோகியாவார்' என்னும் அவர்தம் கருத்து சிவனை வழிபட்டு, பின்னர் சிவனை நோக்கித் தவமிருந்த பகீரதன் என்ற எண்ணத்தின் விளைவாகும். ஆனால், கீழே உள்ளது திருமால் ஆதலால் அவரை வழிபட்டுத்தான் பகீதரன் சிவனை நோக்கி தவமிருந்தார் என்று கொள்ளப் புராண, இலக்கியச் சான்றுகள் யாதொன்றும் இருப்பதாகத் தெரியவில்லை. மகா பாரதம் விவரிக்கும் கதைப்படி பகீரதன் முதலில் தவமியற்றியது கங்காதேவியை நோக்கியாகும்.
4. கோயிலின் முன்னுள்ள ஒரு துறவியை மட்டும் பகீரதனாக எடுத்துக்கொண்டால் ஏனைய மூவருக்கும் விளக்கம் தேவைப் படும்.
5. 'கங்கை பாதாள உலகத்துள் பாய்ந்து செல்கிறது' என்று கருதுவ தாலேயே அனுராதபுரத்துச் சிற்பத்தைக் கபிலமுனி என்று தொடர்பு படுத்திக் கூறியுள்ளதாகவும் எண்ணவேண்டியுள்ளது.

ஹென்ரிக் ஜிம்மர் *(Heinrich Zimmer)*

ஜிம்மர், பகீரதன் தவத்தைக் குறித்துக் கீழ்க்கண்ட கருத்துகளை வெளியிடுகிறார்:

முதலாவதாக, பகீரதன் தனது முன்னோர்கள் நற்கதி அடைவதற்காக விண்ணிலிருந்து புனித கங்கை நதியை மண்ணிற்குக் கொண்டுவர நினைத்து,

அதற்காகப் பிரமனைக் குறித்து மிகப்பெரும் தவம் செய்தான். நெடுங்காலம் அவன் செய்த கடுந்தவத்தைக் கண்டு மகிழ்ச்சி அடைந்த பிரமன், அவன் முன் தோன்றி, அவனுக்கு வேண்டிய வரத்தை அளிப்பதாகக் கூறினார். அப்போது அவன், 'விண்ணுலகத்துக் கங்கை, மண்ணுலகம் வர வேண்டும்' என்று வரங்கேட்டான். பிரமன், தான் அந்த வரத்தை அளிக்க முடியும் என்றும் ஆனால், கங்கையின் வேகத்தைப் பூமி தாங்காது என்றும் அதனைத் தடுத்துத் தாங்கிப் பூமியில் தவழவிடச் சிவன் அருள்வேண்டும் என்றும் அதற்காக அவன் சிவனைக் குறித்துக் கடுந்தவம் புரிய வேண்டும் என்றும் கூறினார். இதைக் கேட்டு பகீரதன் இமயப்பகுதிக்குச் சென்று அங்கு ஒற்றைக்காலில் நின்று ஊர்த்துவ நிலையில் கைகளை மேலே உயர்த்திக் கடுந்தவம் புரிந்தார்.

பாறைச் சிற்பங்களில் கோயில் முன் இருக்கும் தளர்ந்த யோகியின் வடிவமும் மேலே இருக்கும் நின்று தவம் செய்யும் யோகியின் வடிவமும் பகீரதன் தவத்தின் முன்கூறிய இரண்டு நிலைகளைக் காட்டுகின்றன; கோயில் தென்னிந்தியாவில் உள்ள கோகர்ணம் என்ற இடத்தில் உள்ள கோயிலைக் குறிக்கிறது. அதில் உள்ள தெய்வத்தின் வடிவம் பிரமனைக் குறிக்கிறது. கோயில் முன்னுள்ள பகீரதனுக்கு அருகில் தலையற்ற நிலையில் காணப்படும் உருவங்கள் தவப்பயிற்சி பெறும் பகீரதனின் மாணவர்கள் அல்லது பணியாளர்களாவர்.

கீழே ஆறு முடியுமிடத்தில் சிலர் ஆற்றில் குளித்துக் கொண்டிருக் கின்றனர். மேலும் சிலர் ஒரு குழுவாகக் கரையில் காணப்படுகிறார்கள். அவர்களில் ஒருவர் நீர் நிறைந்த பானையைச் சுமந்துகொண்டிருக்கிறார். குளிப்பவரில் ஒருவர் தமது நீண்ட சடைமுடியை முறுக்கி நீரை அகற்றி உலரச் செய்துகொண்டிருக்கிறார்.[7]

இதன் மூலம் ஜிம்மர் மூன்று கருத்துகளை முன்வைக்கிறார்:

1. சிற்பத்தொகுதியில் உள்ள கோயில் தென்னிந்தியாவைச் சார்ந்த திருக்கோகர்ணமாகும்.
2. அக்கோயிலில் நின்றவண்ணம் உள்ள தெய்வம் நான்முகனும் முன்னால் அமர்ந்துள்ளது பகீரதனுமாகும்.
3. கங்கைக் கரையில் உள்ள நால்வரில் ஒருவர் தனது நீண்ட சடைமுடியை முறுக்கிப் பிழிந்து கொண்டுள்ளார்.

இக்கருத்துகளை ஆழ்ந்து நோக்கினால் கீழ்க்காணும் ஐயங்கள் எழு கின்றன:

1. அபிதான சிந்தாமணியிலுள்ள கருத்தின்படி, கோகர்ணத்தில் பிரம்மா எழுந்தருளிய குறிப்பு பிரம்ம புராணத்தில் இருப்பதாகத் தெரியவில்லை.
2. திருக்கோகர்ணம் என்ற பெயரில் கேரளத்திலுள்ள ஊர், இராவணன் தான் கொண்டுவந்த இலிங்கத்தைப் பிள்ளையாரிடம்

கொடுக்க, பின்னர் திரும்ப எடுக்க முடியாமல் நிலைபெற்ற தலம் என்று குறிப்பிடப்படுகிறது.

புதுக்கோட்டையிலுள்ள திருக்கோகர்ணமும் சிவதலமேயாகும்.

கோவா அருகிலிருக்கும் திருக்கோகர்ணம், அரபிக்கடலில் அமைந்துள்ள சிவத்தலமாகும். 'தென்னிந்தியாவிலுள்ள' என்று பொதுவாகக் குறித்துள்ள ஜிம்மர், எவ்வூரிலுள்ள கோயிலென்று தெரிவிக்கவில்லை. அப்பெயரில் திகழும் கோயில் எவற்றிலும் பிரம்மா முதற்தெய்வமாக வழிபடப்படு வதாகத் தெரியவில்லை.

3. அறிஞரின் கருத்துப்படி, சிற்பத்தொகுதியில் இருப்பது தென்னிந்தி யாவில் உள்ள திருக்கோகர்ணக் கோயில் என்று கொண்டால், அது கங்கைக்கரையில் காட்டப்பெற வேண்டியதில்லை. அதுவும் தொகுதியில், கோயில் கங்கையில் நீராடும் நால்வருக்கும் மேலாகக் காட்டப்பட்டிருப்பதைக் கவனிக்க வேண்டும். ஆகவே, சிற்பத் தொகுதியிலுள்ள கோயில், இமயத்தில் கங்கைக்கரையில் உள்ள கோயிலேயன்றி தென்னிந்தியக் கோயிலன்று.

4. கோகர்ணக் கோயிலென்று சுட்டிய அறிஞர், அதில் உள்ளது நான்முகனாகிய பிரமன் என்று கூறுகிறார். ஆனால் அங்கே உள்ள தெய்வம் ஒரே ஒரு முகம்கொண்டு, நான்கு கரங்களுடன் உள்ளது. மேலும் பின்னிரு கரங்களில் சங்கும் சக்கரமும் ஏந்தி யுள்ளது. பிரம்மாவிற்குச் சங்குச் சக்கரம் காட்டும் மரபே இல்லை. ஆகவே, அத்தெய்வம் திருமாலேயன்றி நான்முகனாகாது.

5. மேலும், அங்குத் தவமியற்றும் பிறர் பகீரதனின் மாணவர்கள் அல்லது பணியாளர்கள் என்று குறிப்பிடுகிறார். ஆனால், உபதேச முத்திரையுடன் காணப்படும் அச்சிலையின் குறிப்புகள் அவர் களைப் பயிற்சிபெறும் மாணவர்களாகக் காட்டவில்லை.

6. கங்கைக்கரையில் நீராடும் நால்வரில் ஒருவர் தன் ஜடா முடி யினைப் பிழிவதாக ஜிம்மர் கருதுகிறார். ஆனால், சிற்பத்தை நன்கு உற்று நோக்கினால், அது முறுக்கிப் பிழியப்படும் துணி என்பதை உணர முடியும். அடிப்புறத்தில் வைக்கப்பட்டுள்ள கையில் துணி உருண்டும் மேலே செல்லச் செல்லச் சிறுத்தும் காணப்படுகிறது துணிக்குரிய அமைப்பே ஆகும். அதுவுமன்றி அவருடைய தலைமுடி நன்கு கட்டப்பட்டுள்ளதேயன்றி, நீராடு வதற்காக விரிக்கப்பட்டுத் தொங்கவில்லை. அருகில் குடமேந்தி யுள்ளவரின் தலைமுடியமைப்பு எவ்வாறு உள்ளதோ அவ்வாறே இவர்க்கும் உள்ளது. ஆகவே, முடியப்பட்டதிலிருந்து ஒற்றைக் கற்றையை மட்டும் நீரில் நனைத்துப் பிழிகிறார் என்ற கருத்துப் பொருந்தி வரவில்லை.

இதுகுறித்து தொல்லியல் அறிஞர் தியாக.சத்தியமூர்த்தி தெரிவித்த கருத்துகள் இங்குக் குறிப்பிடத்தக்கன:

கங்கைக் கரையில் நான்காவதாக நிற்பவர் தன் ஜடையினைப் பிழிய வில்லை. மாறாக, துணியினையே பிழிகிறார். எந்தப் புனிதச் சடங்கையும் ஈரமான துணியினை உடுத்திச் செய்யக்கூடாது என்பது விதி. யாராவது இறந்துபோனால் மட்டும் ஈர உடையுடன் சடங்குகளைச் செய்யலாம்.

'குளிக்கும்போது ஆடை ஈரமாகிவிடுகிறது; ஆனால் உலர்ந்த ஆடையை உடுத்தித்தான் சடங்குகளைச் செய்யவேண்டும்' என்று நிகழ்ந்துவிடும் நேரங்களில் கைக்கொள்ள வேண்டிய முறைகளைச் சாத்திரங்கள் கூறு கின்றன. நனைந்த உடையினை ஏழுமுறை பிழிந்து உதறிவிட்டால் அது உலர்ந்துவிட்ட ஆடையாகக் கருதப்படும். பின்னர் அதனைப் பயன் படுத்தலாம்.

மேலும், இதற்கு ஒரு மந்திரம் உண்டு. நீராடிய பிறகு துணியைப் பிழிய வேண்டும். நமது மூதாதையர் பலர் நரகத்தில் துன்பப்பட்டுக் கொண்டிருக்கலாம். அவர்களுக்குச் சில உணவுகள் தேவைப்படும். குளித்த பிறகு தண்ணீரைத் தரையில் விடுதல் வேண்டும். அதற்கொரு மந்திர முண்டு. அதன்பிறகு துணியினைப் பிழிதல் வேண்டும். அதற்கொரு மந்திர முண்டு. அப்போது துணியிலிருந்து வெளிப்படும் நீரானது மூதாதையரைச் சென்று சேர்ந்து அவர்களைத் துயரத்திலிருந்து நீக்குகிறது. இது குளித்த உடனே செய்யப்பெற வேண்டும்.

பண்டைய இந்தியாவில் மட்டுமன்றி இப்போதும்கூட நடைமுறையி லுள்ள பழக்கம். அஸ்தியைத் தண்ணீரில் போடக்கூடாது. அது தவறு. 'பாசான ஸ்தானம்' என்று சாத்திரங்கள் அதனைச் சொல்லுகின்றன.

எலும்புகள் உள்ள கலசத்தினைக் கரையில் புதைத்துவிட வேண்டும். புதைத்த பிறகு வேண்டுமானால் உடைத்துவிடலாம். ஆற்றுநீர் தானாக வந்து வேண்டுமானால் எடுத்துச்கொள்ளலாம். நாம் ஆற்றுநீரை மாசு படுத்துதல் கூடாது. யசுர் வேதத்தில் முதல் காண்டம் இதனைப் பற்றி யெல்லாம் விரிவாகக் கூறுகிறது. தண்ணீரில் அஸ்தியைப்போட அனுமதியே இல்லை. ஏனெனில் எலும்பு நச்சுத்தன்மை உடையது. உண்மையான மரபுப்படி, இறந்தோர் எலும்புகளைச் சேகரிக்க வலதுகையைப் பயன் படுத்தக்கூடாது; இடது கையாலேயே செய்தல் வேண்டும். பதினைந்து நாட்கள்வரை அந்த நஞ்சு கையில் இருக்கும் எனக் கருதப்படுகிறது.

கலசத்தை எடுத்துச் செல்பவர் தலைமுடியினை முடிந்திருத்தல் கூடாது. தலைமுடி பிரித்துப் போடப்பட்டே இருத்தல் வேண்டும். தெய்வீகச் சடங்குகளுக்குத் தலைமுடி முடியப்பட்டிருத்தல் வேண்டும். இறப்புச் சடங்குகளுக்குத் தலைமுடி விரித்துப் போடப்பட்டிருத்தல் வேண்டும். பத்து நாள் நிகழ்ச்சிகளுக்கும் அவ்வாறே இருத்தல் வேண்டும். இன்னும் அந்த மரபு தொடர்கிறது.[8]

மயிலை சீனி. வேங்கடசாமி

1950ஆம் ஆண்டு மயிலை சீனி. வேங்கடசாமி வெளியிட்ட 'மகாபலி புரத்து ஜைன சிற்பம்' என்ற சிறுநூல் அர்ச்சுனன் தபசு குறித்து வெளி வந்த முக்கியமான ஆய்வுகளில் ஒன்றாக மதிக்கப்பெற்றது.

‘அர்ச்சுனன் தவசு என்று பாமர மக்களாலும், பகீரதன் தபசு’ என்று வேறு சிலராலும் பெயர் கூறப்படுகிறது. ஆனால், இக்கதைகளுக்கும் இச்சிற்பத்திற்கும் யாதொரு பொருத்தமும் காணப்படவில்லை. ஜைனரின் அஜிதநாதர் புராணத்தில் கூறப்படுகின்ற சகர சாகரர்களின் கதை இச் சிற்பத்தில் எழுதப்பட்டிருக்கிறது என்ற தனது கருதுகோளை இவ்வாய்வுக் கட்டுரையில் சீனி.வேங்கடசாமி மெய்ப்பிக்க முயன்றுள்ளார். அவர் குறிப்பிடும் கதை:

ஜீத–சத்துர என்னும் அரசன் பரத கண்டத்தை அரசாண்ட காலத்தில், அவருக்கு இரண்டு ஆண் குழந்தைகள் பிறந்தனர். மூத்த குழந்தைக்கு அஜிதன் என்றும் இளைய குழந்தைக்கு சகரன் என்றும் அரசன் பெயரிட்டு வளர்த்தான். மூத்த குழந்தை வளர்ந்து வயதடைந்த பிறகு அஜிதநாதர் என்னும் தீர்த்தங்கரராக விளங்கி, உலகத்திலே ஜைன மதத்தைப் பரவச்செய்து இறுதியில் வீடுபேறடைந்தார். இளைய பிள்ளை யாகிய சகரன், பெரியவனாக வளர்ந்து, தனது தந்தைக்குப்பிறகு அரசாட்சியை ஏற்றுப் பரத கண்டத்தின் சக்கரவர்த்தியாக விளங்கினார். இந்தச் சகர சக்கரவர்த்தி அரசாட்சி செய்துவருங்காலத்தில், ஒரு சமயம் கண்டப் பிரபாத மலைக்குத் தன் மந்திரி முதலியவர்களுடன் சென்று நாட்ய மாலகன் (இந்திரன்) என்னும் தெய்வத்தைக் குறித்து மூன்று நாள் நோன் பிருந்தார். இவர் நோன்பிருந்ததைத் தன்னுடைய சிம்மாசனம் துளங்கிய தனால் அறிந்த நாட்யமாலகன் என்னும் தெய்வம், சகர சக்கரவர்த்தியின் முன்பு தோன்றி, எண்ணிறந்த செல்வங்களைக் கொடுத்து, சக்கரவர்த்திக்கு வேண்டிய உதவிகளை எந்த நேரத்திலும் செய்யச் சித்தமாயிருப்பதாகத் தெரிவித்தது. அந்த வரத்தை ஏற்றுக்கொண்ட சகர சக்கரவர்த்தி, தனது மந்திரிகளைக்கொண்டு அந்தத் தெய்வத்திற்குச் சிறப்புச் செய்வித்து அனுப் பினார். பிறகு சக்கரவர்த்தி கங்கைக்கரையை அடைந்து, நவநிதி என்னும் ஒன்பதுவிதமான செல்வங்களைப் பெறுவதற்காக மூன்றுநாள் கடும்நோன் பிருந்தார். நோன்பின் முடிவில் நவநிதிகள் அவருக்குக் கிடைத்தன. அந்த ஒன்பது வகையான நிதிகளாவன:

1. நைசர்ப்பம் 2. பாண்டுகம் 3. பிங்கலம் 4. மகாபத்மம் 5. காலம் 6. மகாகாளம் 7. மானவம் 8. சங்கம் 9. சர்வரத்னம் என்பன.

இந்த நவநிதிகள் ஒவ்வொன்றுக்கும் தலைமையாக ஒவ்வொரு தேவ குமாரனும், காவலாக ஆயிரம் ஆயிரம் பூதங்களும் இருந்தனர். ஒன்பது நிதிகளுக்கும் தலைவராக இருந்த ஒன்பது தேவகுமாரர்களும் அந்தந்த நிதியின் பெயரைக் கொண்டவர்கள். நவநிதியோடு தோன்றிய இவர்கள், சகர சக்கரவர்த்தியைப் பார்த்து, “உமது நல்வினையால், நாங்கள் உமது ஊழியர்களானோம். நவநிதிகளாகிய எங்கள் துணையைக்கொண்டு உமது விருப்பப்படி எல்லா இன்பங்களையும் துய்ப்பீராக. பெரியதாகிய கடல் நீர் வறண்டாலும் வறண்டுவிடும். எங்கள் நிதிச்செல்வம் ஒருபோதும் குறையாது. சக்கரவர்த்தியாகிய தங்களது கட்டளைப்படி ஏவல் செய்ய நாங்கள் காத்திருக்கிறோம்,” என்று பணிந்து கூறின. இவ்வாறு பெறுதற்

கரிய நவநிதிகளைச் சகர சக்கரவர்த்தி தமது புண்ணிய வசத்தினால் அடையப்பெற்றார்.

இந்த ஒன்பது வகையான செல்வங்களின் இயல்பாவன: நைசர்ப்பநிதி, வீடுகள் பாசறைகள் கிராமங்கள் அரண்பொருந்திய நகரங்கள் முதலிய வற்றை அமைத்துக்கொடுக்கும். பாண்டுகம் என்னும் நிதி, நெல், கோதுமை, பருப்புவகைகள் முதலிய தானியங்களையும் உணவுப் பொருள்களையும் வேண்டிய அளவு உண்டாக்கிக் கொடுக்கும். பிங்கலநிதி, ஆடவர்க்கும் பெண்டிர்க்கும் யானை, குதிரை முதலிய பரிவாரங்களுக்கும் உரிய அணி கலன்களை அமைத்துக்கொடுக்கும். மகா பதுமம் என்னும் நிதி, வெண்மை, கருமை, செம்மை முதலிய பலவித நிறங்களையுடைய பட்டினாலும் பருத்தியினாலும் ஆன உடைகளைப் பலப்பல உருவத்தில் அமைத்துக் கொடுக்கவல்லது. காலம் என்னும் நிதியானது, இறந்த காலம், நிகழ் காலம், எதிர் காலம் என்னும் முக்கால நிகழ்ச்சிகளையும் அறிவிப்பதோடு, உழவு, கைத்தொழில் முதலியவற்றின் பலாபலன்களையும் முன்னதாகவே தெரிவிக்கவல்லது. மகாகாளம் என்னும் நிதியானது முத்து, பவழம், பொன், வெள்ளி, இரும்பு முதலிய உலோகச் செல்வங்களை வேண்டிய அளவு அளிக்கவல்லது. மானவம் என்னும் நிதியானது போருக்குரிய சேனைகளையும் யானைப்படை, குதிரைப்படை, தேர்ப்படைகளையும் ஆயுதத் தளவாடங்களையும் குறைவற அளிக்கவல்லது. சங்கநிதி, குழல், யாழ் முதலிய இசைகளையும் நாடகம், பாட்டு, சிற்பம் ஓவியம், காவியம் முதலிய கலையின்பங்களையும் அளிக்கவல்லது. சர்வ ரத்தின நிதியானது ஜீவரத்தினம் ஏழினையும் அஜீவரத்தினம் ஏழினையும் அளிக்கவல்லது. (ஜீவரத்தினம் ஏழாவன : சக்கரம், குடை, வாள், தண்டம், சூடாமணி, தோல், காசிணி என்பன). நவநிதிகளின் இயல்புகளையும் ஜீவ அஜீவரத்தினங் களின் இயல்பையும் ஜீவசம்போதனை என்னும் ஜைன நூலில் விரிவாகக் கூறப்பட்டிருக்கிறது.

இவ்வாறு, நவநிதிகளையும் அடைந்து சக்கரவர்த்தியாகச் செங்கோல் நடாத்தி அளவற்ற இன்ப சுகங்களை அனுபவித்து வருகிற சகர சக்கரவர்த் திக்கு அறுபதினாயிரம் பிள்ளைகள் பிறந்தார்கள். அப்பிள்ளைகளுக்கு சாகரர் என்பது பொதுப்பெயர். அதாவது சகரன் பிள்ளைகள் என்பது கருத்து. இவர்களில் மூத்த மகன் பெயர் ஜானு என்பது.

தக்க வயதடைந்த பிறகு, சகர குமாரர்கள் அறுபதினாயிரவரும், தேசத்தைச் சுற்றிப் பார்க்க விரும்பினார்கள். விரும்பியபடியே அவர்கள் சக்கரவர்த்தியிடம் போய் உத்தரவு கேட்டார்கள். அவர்கள் விருப்பத்திற்கு இணங்கிய சக்கரவர்த்தி, ஸ்திரீ ரத்தினம் ஒன்று தவிர ஏனைய ஆறு ஜீவ ரத்தினங்களையும் ஏழு அஜீவரத்தினங்களையும் அவர்களுக்குத் துணையாகக் கொடுத்து விடைகொடுத்து அனுப்பினார். பிறகு, சகர குமாரர்கள் புறப்பட்டுச் சென்று பலநாடு நகரங்களைச் சுற்றிப்பார்த்த பிறகு கடைசியாக அஷ்டாபத மலைக்கு வந்து சேர்ந்தார்கள். அஷ்டாபதமலை என்பது கயிலாயமலை. இதற்கு ஹரார்த்திரி என்றும் ஸ்படிகாத்திரி என்றும் வேறு பெயர்கள் உண்டு.

(இந்தக் கயிலாய மலையில், சகர குமாரர்களின் முன்னோரான ரிஷபதீர்த்தங்கரர் வீடுபேறடைந்தார். ரிஷப தீர்த்தங்கரரின் மகனான பரதச் சக்கரவர்த்தி, ரிஷபதீர்த்தங்கரர் வீடுபேறடைந்த இடமாகிய இந்த மலையிலே விலைமதிக்க முடியாத செல்வங்களைக் கொண்டு சிறந்ததோர் திருக்கோயில் அமைந்திருந்தார். இத்திருக்கோயிலுக்கு எதிரில், ரிஷபதீர்த்தங் கரரின் உபதேசங்களைச் செவிசாய்த்துக் கேட்பது போன்று தன்னுடைய (பரதச் சக்கரவர்த்தியுடைய) உருவத்தையும் அவர் அமைத்திருந்தார்).

கயிலாயமலைக்கு வந்த சகரகுமாரர்கள், பரதச் சக்கரவர்த்தி கட்டிய இக்கோயிலுக்குள் சென்று வணங்கினார்கள். பிறகு, மிக்க அழகுள்ளதும் விலை மதிக்கப்படாததுமான இப்பொற்கோயிலைப் பாதுகாக்காவிட்டால், வரப்போகிற துஷ்மயுகத்தில் மக்கள் இக்கோயிலிலுள்ள இரத்தினங்களையும் பொன்னையும் கொள்ளையடிப்பார்கள் என்று நினைத்து, அக்கோயிலுக்குப் பாதுகாப்பு அமைக்க முயன்றார்கள். கோயிலைச் சுற்றிலும் அகழி தோண்டி அதில் நீரை நிரப்பிவிட்டால் ஒருவரும் கோயிலுக்குள் சென்று கொள்ளை யிட முடியாது என்று கருதினார்கள். கருதினபடியே, தம்மிடம் இருந்த அஜீவரத்தினங்களில் ஒன்றான, தண்ட ரத்தினத்தினால் கோயிலைச் சுற்றிலும் அகழி தோண்டினார்கள். ஆற்றல்மிக்க அந்தத் தண்ட ரத்தினம் ஆயிரம் யோசனை ஆழமாக நாகலோகம் வரையில் அகழ்ந்துவிட்டது. அதைக்கண்ட நாகர்கள் அஞ்சினார்கள். ஜுவலனைப் பிரபன் என்னும் நாகராசன் பூலோகத்துக்கு வந்து கடுங்கோபத்துடன் சகர குமாரர்களைப் பார்த்து, "பவன லோகத்தை ஏன் அழிக்கிறீர்கள். அஜிதநாத சுவாமியின் தம்பியாகிய சகர சக்கரவர்த்தியின் பிள்ளைகளாகிய நீங்கள் இத்தகாத செயலை ஏன் செய்கிறீர்கள்?" என்று வினவினான்.

நாகராசன் கோபத்தோடு வினவியதைக் கேட்ட, சாகரரில் மூத்தவனான ஜானு. "உமது நாகலோகத்தை அழிக்க நாங்கள் நினைக்கவில்லை. ரிஷப தீர்த்தங்கரரின் கோயிலைச் சூழ்ந்து அகழி தோண்டினோம். தண்டரத்தினத் தின் ஆற்றலினால், அகழி நாகலோகம் வரையில் ஆழமாக அகழப்பட்டது. இனி, உங்களுக்குத் துன்பம் உண்டாகாதபடி பார்த்துக் கொள்கிறோம்" என்று கூறி, நாகலோகம் போய்விட்டான்.

பிறகு, சகர குமாரர்கள், தம்மிடமிருந்த தண்ட ரத்தினத்தின் உதவியி னால், கங்கையின் நீரைத் திருப்பிக் கொண்டுவந்து தாங்கள் தோண்டிய அகழியில் பாய்ச்சினார்கள். கடல் நீர் பெருக்கெடுத்தது போன்று கங்கை நீர் புரண்டோடி வந்து ஆயிரம் யோசனை ஆழமுள்ள அகழியை நிரப்பிற்று.

கங்கை, பாதாளம் வரையில் சென்று பாயவே, நாகலோகம் வெள்ளக் காடாயிற்று. நாகர்கள் அஞ்சி நடுங்கினார்கள். நாகராசனாகிய ஜுவலனைப் பிரபன், அங்குசத்தால் குத்துண்ட மத யானை வெஞ்சினம் கொண்டது போல, கடுஞ்சினங்கொண்டு நாககுமாரருடன் புறப்பட்டுச் சாகரர் இடம் வந்து தீப்பொறி பறக்கும் தன் விஷக்கண்களினால், அறுபதினாயிரவரையும் விழித்துப்பார்த்தான். திருஷ்டி விஷப் பார்வையினால், சாகரர் அறுபதினா யிரவரும் எரிந்து சாம்பலாயினர்.

குமாரர்கள் இறந்த செய்தியைக் கேட்ட சகர சக்கரவர்த்தி ஆற்றொணாத் துயரம் அடைந்தார். இதற்குள், அரண்மனை வாயிலில் பெருங்கூட்டமாக மக்கள் கூடி பெருங்கூச்சலிட்டழுவதைக் கேட்டு, அவர்களை அழைத்து விசாரித்தார். "சகர குமாரர்கள் கங்கையை அகழியில் திருப்பிப் பாய்ச்சிய படியால், அந்நீர் அகழியை நிரப்பியதோடு மேலும் மேலும் வெள்ளப் பெருக்கெடுத்து வந்து சுற்றுப்புற நாடுகளையும் ஊர்களையும் அழித்து விட்டது. மேன்மேலும் வெள்ளம் பெருகிவருகின்றது. எங்களைக் காப்பாற்ற வேண்டும்" என்று அவர்கள் முறையிட்டார்கள். இதைக்கேட்ட சகர சக்கரவர்த்தி, தன்னுடைய பேரனான பகீரதனை அழைத்து, "நீ போய் தண்டரத்தினத்தின் உதவியினால், ஊரை அழிக்கும் கங்கையைக் கொண்டு போய் கடலிற் பாய்ச்சிவிட்டு வா" என்று கட்டளையிட்டார். பாட்டன் கட்டளைப்படி, பகீரதன் கயிலாய மலைக்குச் சென்று தண்ட இரத்தினத்தின் உதவியினால் கங்கையை இழுத்துக் கொண்டுபோய் கடலில் பாயச் செய்தான்.

இதுதான் திரிசஷ்டி சலாகாபுருஷர் (அறுபத்து மூன்று பெரியார்) சரித்திரம் என்னும் ஜைன நூலிலே அஜிதநாத சுவாமி சரித்திரத்திலே கூறப்படுகிற சகர சாகரர்களின் கதை. இந்தக் கதையைத்தான், மகாபலி புரத்தில் உள்ள, சிற்ப உருவத்தில் விளக்கமாகக் காட்டப்பட்டிருக்கிறது.[9]

மயிலை சீனி. வேங்கடசாமி அக்கதையின் அடிப்படையில் சிற்பத்திற்குக் கொடுக்கும் விளக்கங்கள் பலவும் ஏற்பதற்கு ஐயங்களையும் இடர்ப்பாடு களையும் விளைப்பன.

முதற்கண், மாமல்லையில் உள்ள பல்வகைப்பட்ட கோயில்களும் சிற்பங்களும் சைவ, வைணவம் தொடர்புடையனவாக இருக்க, இவ்வொன்று மட்டும் ஏன் சமணக்கதை தழுவியதாக இருக்கவேண்டும்? என்பது ஐயமாகிறது. ஏனெனில், வேறெங்குமில்லாத அளவில் செய்யப்பட்ட பரந்துபட்ட இச்சிற்பத்தொகுதி உருவாக வேண்டுமானால் அங்குச் சமணம் பெருவழக்காகவும் அரச சமயமாகவும் இருந்திருக்க வேண்டும் எனலாம். ஆனால் இடைக்காலப் பல்லவர்களில் மகேந்திரன் முதலாக சைவ, வைணவம் தழுவிவிட, சமணத்திற்கு இத்தகையச் செல்வாக்கு அவர்களிடம் இல்லை. அத்துடன் பிற சின்னங்கள் அனைத்தும் பிற மதம் சார்ந்திருக்க இஃதொன்றுமட்டும் சமணம் சார்ந்திருக்க யாதொரு நியாயமுமில்லை. இனி, அவர்தம் ஒவ்வொரு கருத்தினையும் காணலாம்.

1. தபசு செய்கின்ற அர்ச்சுனனிடத்திற்குச் சிவபெருமான், வேடன் உருவங்கொண்டு போனார் என்றும் உமையம்மையார் வேடுவச்சி உருவம் எடுத்துச் சென்றார் என்றும் புராணம் கூறுகிறது. வேடன், வேடுவச்சி உருவங்கள் இதில் காணப்படவில்லை[10]

   வேடன் உருவத்தில் அர்ச்சுனனுடன் போரிட்ட சிவபெருமான் தன் உண்மையுருவிலேயே பாசுபதம் நல்கியதாகப் பாரதம் கூறுகிறது. ஆகவே, ஒரு தொடர்நிகழ்ச்சியின் ஒரு கூறினை அதிலும் உச்சநிகழ்ச்சியை எடுத்துக்கொண்டு அருளும் நிலையைக்

காட்டும் சிற்பம், முன் நிகழ்ச்சியைக் காட்டவேண்டிய தேவை யாதொன்றும் இல்லை.

இங்கும்கூட, நிற்கும் தபசியின் முன் சிவன் வரத முத்திரையுடன் அருள்பாலித்து நிற்கிறார். துறவி இன்னும் தபசு நிலையிலேயே உள்ளார். ஏன் துறவி ஏற்கும் நிலையில் – தவம் முடிந்த நிலையில் காட்டப்பெறவில்லை?

இத்தகையதொரு தவத்திற்கு, இத்தகையதொரு ஆயுதம் இறைவனால் வழங்கப்பட்டது என்பதே காட்சியின் கருத்து வெளிப்பாடு. அதுவே உணரத்தக்க கூறு.

யானைபோல் நாகராசன் சினந்து வந்தான் என்றும் உவமையை – நேர்க்காட்சியாக – யானையாகவே காட்டப்பட்டுள்ளதாக எண்ணும் அளவு செல்லும் மயிலை சீனி.வேங்கடசாமி, வேடன், வேட்டுவச்சியைக் காட்சியாக எதிர்பார்க்க வேண்டியதில்லை.

2. கதைக்குத் தொடர்பில்லாத அநாவசியமான உருவங்கள் இதில் காணப்படுகின்றன.[11]

இந்த முடிவு, மயிலை சீனி.வேங்கடசாமி கருதுகோளாகக் கொண்ட கதையின் விளைவாகும். அக்கதைக்கு இத்தகைய மாபெரும் காட்சித் தொகுதியோ பதினெண்கணங்களோ, விலங்குகளோ பறவைகளோ தேவையில்லை. இவையனைத்திற்கும் சரிசமமான முக்கியத்துவம் இருப்பதே அவர் கருதும் பொருண்மைக்கும் சிற்பத்திற்குமுள்ள தொடர்பின்மையைக் காட்டுவதாகும்.

3. கங்கையில் நாக அரசனும் அவன் மனைவியும் ஏன் காணப் படுகிறார்கள்?[12]

கங்கையின் மையத்தில் அவர்கள் இருவரையும் தவிர, முழுவதும் பாம்பு உடலோடு ஒரு நாகமும் காட்டப்பட்டுள்ளது. மேலும், அவர்களைச் சூழ்ந்து பிற நாக இணைகள் காட்டப்பட்டுள்ளன. அனைத்தும் நுட்பமான வேறுபாடுகளுடன் பல்வேறு நாக இனத் தோரையும் அவர்கள் கங்கையாடியும் கரையில் விளையாடியும் மகிழ்வதைக் காட்டுகிறது.

4. பகீரதனுக்கு எதிரில் காணப்படுகின்ற உருவத்தைச் சிவன் என்று ஏற்றுக்கொள்ள முடியவில்லை. ஏனென்றால், இந்த உருவத்திற்குத் தலையில் கிரீட மகுடம் காணப்படுகிறது.[13]

தலையில் ஜடையே அணிசெய்யப்பெற்ற மகுட அமைப்புடன் உள்ளதாகத் தோன்றுகிறது. அத்துடன் ஜடையின்மீது நிலா, பிறையாகக் காட்டப்பெறாமல் முழுப்பிரபையாகக் காட்டப்பட் டுள்ளது. ஆகவே, இஃது தூவெண்மதிசூடிய சிவனேயாகும். அத்துடன் கைகளில் மழுவும் அக்கமாலையும் பாம்பும் இவரைச் சிவனெனவே காட்டும். கீழ்நிற்கும் பூதகணங்களை உருவகமாக வேங்கடசாமி கொள்ளுவதால் இது நேருகிறது. அர்ச்சுனனுக்குப்

பாசுபதமருளும் தஞ்சை முதலிய பிற இடங்களிலுள்ள சிற்பங்களில் பூதகணங்கள் இருப்பதும் குள்ளபூதமே ஆயுதமேந்தி வருவதும் இத்துடன் தொடர்புபடுத்திக் கவனமாகக் கருதத் தக்கனவாகும். அத்துடன் சிவனுடன் காட்சிதரும் உதர முகமுள்ள பூதத்தையும் இணைத்தெண்ணிப் பார்க்க வேண்டும்.

5. ...இவ்வுருவத்தின் கையில் கதாயுதம் போன்ற ஆயுதம் காணப்படுகிறது. சிவனுக்குச் சூலம், மழு முதலிய ஆயுதங்கள் உண்டே யன்றிக் கதாயுதம் கிடையாது. எனவே இந்த உருவம் சிவனைக் குறிப்பது அன்று.[14]

சிவனுக்குச் சூலம், மழு முதலிய ஆயுதங்கள் உண்டெனின் இதில் பின்புற இடக்கையில் மழுவாயுதம் உள்ளதைக் கவனிக்க வேண்டும். இவ்வுருவின் கையில் இருப்பது சூலமென்று மைக்கேல் லாக்வுட், மைக்கேல் ராப் போன்றோரும் குறித்துள்ளனர். ஆனால், இது சிவனுக்குரிய மூவிலைச் சூலமன்று. வேல்போல் காணப்படுகிறது. ஆகவே இது பாசுபதாயுதம் என்றே கருதவேண்டும்.

6. இந்த உருவம் நாட்யமாலகன் (இந்திரன்) என்னும் தெய்வம் என்பதில் சிறிதும் ஐயமில்லை.[15]

சமண சமய இந்திரனுக்கு நான்கு கைகள் உண்டெனும் கூற்று மெய்யே. ஆயினும் கையில் பரசும், அக்கமாலையும் நாகமும் தலையில் நிலவும் இந்திரனுக்கு இல்லை.

7. ஒடுங்கிய வயிறும் வளர்ந்த தாடியும் உள்ள ஒருவர், தனது இரண்டு கைகளையும் தலைமேல் தூக்கி ஒற்றைக்காலில் நின்று தபசு செய்கிறார். இது சகர சக்கரவர்த்தியின் உருவம்.[16]

சகர சக்கரவர்த்தி கண்ட பிரபாத மலைக்குத் தன் மந்திரி முதலியவர்களுடன் சென்று நாட்யமாலகன் (இந்திரன்) என்னும் தெய்வம் குறித்து மூன்றுநாள் நோன்பிருந்தார் என்று சீனி.வேங்கடசாமி சுட்டுகிறார். மூன்றுநாட்கள் நோன்பிருந்த உருவத்திற்கும் வற்றி எலும்பும் தோலுமாய்ச் சிற்பத்தில் காணப்படும் உருவத்திற்கும் பொருத்தப்பாடே இல்லை.

மேலும், சிவனுக்கு வலப்பக்கம் வனப்பகுதியுள் நிற்கும் நான்கு உருவங்களும் சகர சக்கரவர்த்தியுடன் சென்ற மந்திரிகளைக் குறிக்கின்றன என்கிறார்.[17]

நிற்கும் நால்வரின் உருவ அமைதியே அவர்கள் மலைவாழ் வேடர்கள் என்பதைத் தெளிவாக உணர்த்தி நிற்கின்றது. தலை மீது முடிந்த கொண்டையும் வாழ்வின் கடுமையை உணர்த்தும் முகமும் அணிகலன்கள் இல்லாத கழுத்தும் மார்பும் குறைந்த தோலாடையும் கையில் ஏந்திய வில்லும் அவர்கள் மலைவாழ் மக்கள் என்பதைப் புலப்படுத்துகின்றன. கையில் ஆயுதமுள்ள மந்திரிகள் என்று நிறைவு காண்கின்ற ஆய்வாளர், அவர்களில்

ஒருவர் தோளில் பலாப்பழ மொன்றினைச் சுமந்தும் மற்றொருவர் ஏதோ பொருட்களைத் தோளில் காவடியாகச் சுமந்து செல் வதையும் காணாது விடுத்தார். அர்ச்சுனன் தபசுச் சிற்பத்தொகுதி ஒன்றுடன் ஒப்பிட்டு நோக்கியிருந்தால் உடும்புகளைக் கழியில் சுமந்து செல்லும் வேடர்களைக் கண்டிருக்கலாம்.

8. சகர சக்கரவர்த்தி, நாட்யமாலகன் உருவங்களுக்குப் பக்கத்தில் மிகக் குறுகிய குறளுருவங்கள் குறுகிய கை கால்களுடன் காணப்படு கின்றன. இவ்வாறு, ஆறு குறள் உருவங்கள் காணப்படுகின்றன. இந்தச் சிற்பப் பகுதியின் இடது கோடியில் இன்னும் இரண்டு குறள் உருவங்கள் காணப்படுவதை நேரில் காணலாம்.[18]

சீனி. வேங்கடசாமியின் இக்கணக்கு வியப்பூட்டுகிறது. பூதகணங் களாக நான்கும் அதனருகில் கிம்புருட இணையொன்றுமாக ஆறு உருவங்கள் உள்ளன. அவை அனைத்தையும் ஒன்றுபோல் குறளுருவங்களாகக் காண்கிறார். சிற்பப்பகுதியின் இறுதியில் இரண்டு குறளுருவங்கள் ஏதுமில்லை.

9. இடப்பக்கத்தில் உள்ள கந்தர்வர்கள் எட்டு நிதிகள் என்றும் அவர்கள் தம் துணைவியரோடு வருகின்றனர் என்றும் வலப் பக்கத்தில் ஒன்பதாவது நிதி உள்ளதென்றும் பிறவெல்லாம் ஜீவ ரத்தினங்கள் ஏழு, அஜீவரத்தினங்கள் ஏழு ஆக பதினான்கு இரத்தினங்களையும் இப்பகுதியின் பற்பல உருவங்கள் விளக்கிக் காட்டுகிறது.[19]

இடப்பக்கத்தில் உள்ளதைக் கணவன் – மனைவியாகக் கொண்ட சீனி. வேங்கடசாமி, வலப்பக்கம் உள்ள இருடிகள், சித்தர், சாரணர் முதலியோரை எவ்வாறு கொண்டார் என்பதற்கு விளக்கமே இல்லை. அவ்வாறு விளக்கவியலாத நிலையில்தான் ‘பற்பல உருவங்கள்’ என்னும் பொதுத்தொடரில் சுட்டிவிட்டுச் செல்வதாகத் தோன்றுகிறது.

10. (சிற்பத்தொகுதியில் உள்ள கோயில்) கயிலாய மலையில் பரதச் சக்கரவர்த்தி அமைத்த ரிஷப தேவர்கோயிலையும் அக்கோயிலுக்கு எதிரில் பரதச் சக்கரவர்த்தி தமது உருவத்தை, ரிஷபர் செய்யும் உபதேசத்தைச் செவிசாய்த்துக் கேட்பதுபோல் அமைத்திருப்பதை யும் குறிக்கின்றன.[20]

சகரசக்கரவர்த்தி தவம்செய்த கண்டபிரபாதமலை மேலே காட்டப் பட்டதென்றால் கைலாயமலை அதற்குக் கீழே காட்ட வேண்டியது ஏன்?

இக்கோயிலில் உள்ள உருவம் ரிஷபதீர்த்தங்கரரைக் குறிக்கிறது எனவும் ஆனால், விஷ்ணு உருவம் காட்டப்பட்டிருப்பதற்கு திருமால் (விஷ்ணு) ரிஷப தீர்த்தங்கரராக அவதாரம் செய்து

ஜைன மதத்தைப் பரவச்செய்தார் என்று பாகவத புராணம் கூறுகிறது. அதாவது, ரிஷப தீர்த்தங்கரரும் விஷ்ணுவும் ஒருவரே என்று கூறுகிறது. ஆகவே, சிற்பங்கள் ரிஷப தீர்த்தங்கரருக்குப் பதிலாகத் திருமால் திருவுருவத்தை அமைத்தார்கள் போலும் என்று விளக்கமளித்துள்ளார் சீனி.வேங்கடசாமி.[21]

ஆய்வாளர் இவ்விடத்தில் பாகவத புராணக் கருத்தை சிற்பிகள் சமண சிற்பத்தொகுதியில் ஏற்றுள்ளதாகக் கூறுகிறார்.

பொதுவாக, பாகவத புராணத்தின் சில கதைகள் இக்கோணத்தில் நுட்பமாகக் கவனிக்கத்தக்கவை.

திருமால் புத்தராக அவதாரம் செய்து திரிபுர அரக்கர்களைச் சைவத்தி லிருந்து பௌத்தத்திற்கு மாற்றி, பின்னர் சிவனால் அழிவுறச் செய்ததாகச் சிவபுராணமும் பாகவதமும் கூறுகின்றன. அதுபோல இங்கு இக்கதையும் உள்ளது. இவை புத்த, சமண மதங்களை எதிர்த்தல் அல்லது தன்வயப் படுத்திக் கொள்ளுதல் என்னும் வைதீகத்தின் செயல்பாட்டையே சுட்டுகிறது. இத்தகையதொரு கதையைச் சிற்பி – அதாவது சமணமற்ற பிறிதொரு மதம் கூறுகின்ற கதையை ஏற்றுப் படைத்திருக்க நியாயமுண்டா என்று எண்ணிப் பார்க்கவேண்டும்.

11. 'இக்கோயிலுக்குப் பக்கத்தில் ஆறு போன்ற காட்சியும் அதில் நாகர்களின் உருவங்களும் காணப்படுகின்றன. இதைக் கங்கையாறு என்று சிலர் தவறாகக் கருதுகிறார்கள். இது ஆறு அன்று. சகர குமாரர்கள், கோயிலைச் சுற்றிலும் தோண்டிய அகழியின் ஒரு பகுதியை இச்சிற்பம் காட்டுகிறது' என்று குறிப்பிட்டுள்ளார்.[22]

ஒன்று, இது அகழியாக இருப்பின் கோயிலைச் சூழ்ந்து வட்டமாக இருத்தல் வேண்டும். ஆனால் அவ்வாறின்றி இது மேலிருந்து கீழாகப் பாய்கிற ஆறாகவே தென்படுகிறது. 'அகழியின் ஒருபகுதி' எனக் கொண்டாலும் தேவர்கள் உறையும் வானுலகத்திற்கு இது காட்டப்பெற வேண்டிய அவசியமில்லை.

இரண்டு, முதலாவது சிற்பத்தொகுதியில் கோயிலே காட்டப்பெற வில்லை. அத்துடன் நாகங்களும் இல்லை. ஆனால் ஆறு இருக்கிறது. ஆகவே அதே தன்மையில் படைக்கப்பட்டுள்ள இச்சிற்பத்தொகு தியில் உள்ள இடைப்பிளவையும் ஆறாகக் கருதுவதே பொருத்த மாகும்.

12. நாகராசனின் கோபப் பார்வையால் மாண்ட சாகரர்களையே தலையற்ற உடலோடு உள்ள (மூன்று உருவங்களில்) காட்டப்பட் டிருக்கிறது.[23]

கங்கையில் நீந்துவதுபோல் காணப்படும் நாகங்கள், ஆங்கில அரசின் தொல்லியலாளர்களால், சிற்பத்தொகுதியின் கீழ் காணப் படும் நீர்க்குட்டை அமைப்பினுள் கண்டறியப்பட்டன என்றும்

1871ஆம் ஆண்டு மேற்கொள்ளப்பட்ட அகழ்வாய்வின்போது, ஏழுதலை நாகராசனின் மேல் பாதி உடலும் பெரிய யானையின் இடது தந்தமும் மீண்டும் கண்டுபிடிக்கப்பட்டன என்றும் தெரிய வருகிறது.[24]

அவ்வாறாயின் தற்செயலாகவோ அல்லது கலையுணர்வற்றவர்களின் விசமச் செயல்களாலோ உடைபட்டிருக்கவேண்டும். கணேச ரதம், பீம ரதம், தர்மராச ரதம் ஆகியவற்றின் கலசங்களும் பிற உறுப்புகளும் சிதை வுண்டிருப்பதையும் இங்கு ஒப்பிட்டு எண்ணிப்பார்க்க வேண்டும். இம்மூவர் சிலைகளும் புடைப்புச் சிற்பங்களாக இல்லாமல் தனி முழுச்சிற்பங்களாக இருப்பதும் அத்தகைய அழிப்பிற்கு வாய்ப்பாக இருந்திருத்தல் கூடும்.

அடுத்ததாக, இங்குள்ள மூவரும் தியான நிலையில் உள்ளனர். ஒருவர் யோகபட்டம் அணிந்து வடக்கு நோக்கி உள்ளார். ஏனைய இருவரும் ஆசனமிட்டு அமர்ந்துள்ளனர். உடல் அமைப்புகளும் அமர்ந்துள்ள நிலையும் அவர்களை யோகியராகவே எண்ணச்செய்கின்றன. அவர்களை அரச குமாரர்களாகக் கருத யாதொரு வாய்ப்புமில்லை.

நாகம் என்ற சொல்லுக்கு யானை என்றும் பாம்பு என்றும் பொரு ளிருப்பதுகொண்டு பாதாள உலக அரசனாகிய நாகராசனே தனது கூட்டத்துடன் வருகிறான். சாகரர்களின் செய்கையால் கங்கை பாதாள உலகில் பாய்ந்து நாசம் செய்தது கண்டு சினந்து வந்து அவர்களை அழிக்கிறான்.[25]

இவ்வாறு, சீனி.வேங்கடசாமி தருகின்ற விளக்கம் சுவையாக உள்ளது. ஆனால், இது சிற்பத்தொகுதியின் வெளிப்பாட்டிற்குப் பொருந்திவர வில்லை. நாகராசனாகிய முதல் யானை சினந்து பார்க்கிறது என்றால், ஏன் பின்வரும் யானை அமைதியாக வருகிறது? பிற யானைகள் ஏன் விளையாடி மகிழ்கின்றன? ஏன் மகிழ்வுடன் நீரை உறிஞ்சியும் கொப்பளித் தும் விளையாடுகின்றன? அவையும் அரசன் பின்னே சினத்துடன் அல்லவா அணிவகுத்திருக்க வேண்டும்?

13. ஆற்றங்கரையில் நால்வர் உள்ளனர். அதில் குடம் வைத்துள்ளவர் இறந்தோர் எலும்புகளை ஆற்றில் போடுகிறார். அடுத்து, ஒருவர் துணியினைப் பிழிகிறார். அது துணியன்று. இது எதைக் காட்டுகிறது என்றால் தண்டரத்தினத்தைக் காட்டுகிறது. தண்டரத்தினத் தினால் சாகரர் அகழி தோண்டி, அதனால் தான் கங்கையைக் கொண்டுவந்தார்கள் என்று கதை கூறுகிறது. அந்தத் தண்ட ரத்தினத்தைத் தான் ஒரு ஆள் கையில் வைத்திருப்பதுபோன்று இச்சிற்பத்தில் காட்டப்பட்டுள்ளது. அது கனமாக இருப்பதால் இந்த ஆள் இரண்டு கைகளாலும் பிடித்துத் தூக்கிக் கொண்டிருக் கிறான் என்று இதனை வேங்கடசாமி விவரித்துள்ளார்.[26]

முதற்கண், அறிஞரது விளக்கத்தில் ரத்தினம் என்னும் ஆயுதம் குறித்தும் அதன் அமைப்புக் குறித்தும் இலக்கியத்திலிருந்தோ பிற சிற்பங்களிலிருந்தோ

ஆதாரம் ஏதும் கொடுக்கப்படவில்லை. அந்த ஆயுதம் எவ்வாறு இருந்தது என்பது குறித்த விளக்கம் ஏதுமில்லை.

அடுத்ததாக, நிற்கும் நால்வரில் முதலாமவர் நீராடிச் சூரியனை வழிபடுகிறார். அடுத்தவர் கங்கையை வழிபடுகின்றார். மூன்றாமவர் தோளில் பானையொன்றினைச் சுமந்தவண்ணம் நிற்கிறார். அவரது வலதுகை சற்று மேலுயர்ந்து விரல்கள் பிரிந்து காணப்படுவதால் அவர் பானையிலிருந்து ஏதோ ஒன்றினைக் கங்கையில் எறிவதாகக் கருதப்பட்டது. அது முன்னோர் களின் அஸ்தி என்று மயிலை சீனி. வேங்கடசாமி கருதுகிறார்.[27]

வை. ராஜகோபால கனபாடிகள் என்பார், எனது வைதிக ஸ்ரீ. நிதுந்தி ராஜ் பித்ரு பூஜனம் என்ற நூலில் பிதுர்களுக்குச் செய்யவேண்டிய சடங்கு களை விரிவாக விவரித்துள்ளார்.

அதில் அவர் இறந்த ஒருவருக்கு இரண்டாம் நாள் செய்யவேண்டிய சடங்குகளை விவரிக்கும்போது,

"இறந்தவர் உடலை எரித்தபிறகு, பின்னர் அனலும் வெம்மையும் நீங்கப் பால் தெளித்து, எலும்புகளை ஒன்றுவிடாமல் இடக்கையால் சேகரித்துப் பானையில் இடவேண்டும் என்றும் அதற்கு 'அஸ்தி சஞ்சயணம்' என்று பெயர் என்றும் குறிப்பிட்டுள்ளார். அதன்பின், அது நீர் நிலைகளில் அருகில் நிலத்தில் ஆழமாகத் தோண்டப்பட்ட குழியினில் புதைக்க வேண்டும்" என்று போதாயன மகரிஷி குறிப்பிட்டுள்ளதாகத் தெரிவித்துள்ளார்.

இறந்தவரின் சாம்பலையும் எலும்புகளையும் கங்கையில் போடலாமோ? என்ற வினாவை எழுப்பிக் கொண்ட அவர், அதுகுறித்து இன்னும் விவாதங் கள் தொடர்வதாகவும் அறிஞர்களுக்கு இன்னும் அதில் முடிந்த முடிவு ஏற்படவில்லை எனவும் கூறி, ப்ராஹ்ம புராணத்தில் 'ஒருவனுடைய எலும்பு எவ்வளவு காலம் கங்கை நீரைத் தொட்டுக்கொண்டு உள்ளதோ அவ்வளவு காலம் அவர் சொர்க்கத்தில் இன்புற்றிருப்பான்' என்று எழுதப் பட்டிருப்பதைக் குறிப்பிட்டு, ஆகவே கங்கையில் இறந்தோரின் சாம்பலைக் கரைக்கலாம் என முடிவு தெரிவித்துள்ளார்.[28]

ஆனால், இந்தியத் தொல்லியல் துறை சென்னை மண்டல மேனாள் கண்காணிப்பாளர் தியாக. சத்தியமூர்த்தி,

அஸ்தியைத் தண்ணீரில் போடக்கூடாது. அது தவறு. பாசான ஸ்தா பனம் என்று சாத்திரங்கள் அதனைச் சொல்லுகின்றன. பண்டைய இந்தியா வில் மட்டுமன்றி இப்போதும்கூட நடைமுறையிலுள்ள பழக்கமாகும்.

எலும்புகள் உள்ள கலசத்தினைக் கரையில் புதைத்துவிட வேண்டும். புதைத்த பிறகு வேண்டுமானால் உடைத்துவிடலாம். ஆற்றுநீர் தானாக வந்து வேண்டுமானால் அதனை எடுத்துக் கொள்ளலாம். நாம் ஆற்றுநீரை மாசுபடுத்துதல் கூடாது. யசுர் வேதத்தில் முதல் காண்டம் இதனைப் பற்றியெல்லாம் விரிவாகக் கூறுகிறது. தண்ணீரில் அஸ்தியைப் போட அனுமதியே இல்லை. ஏனெனில், எலும்பு நச்சுத்தன்மை உடையன. உண்மை

யான மரபுப்படி, இறந்தோர் எலும்புகளைச் சேகரிக்க வலது கையைப் பயன்படுத்தக் கூடாது. இடது கையாலேயே செய்தல் வேண்டும். பதினைந்து நாட்கள் வரை அந்த நஞ்சு கையில் இருக்கும் எனப்படுகிறது.

கலசத்தை எடுத்துச் செல்பவர் தலைமுடியினை முடிந்திருத்தல் கூடாது. தலைமுடி பிரித்துப் போடப்பட்டே இருத்தல் வேண்டும். தெய்வீகச் சடங்குகளுக்குத் தலைமுடி முடியப்பட்டிருத்தல் வேண்டும். இறப்புச் சடங்குகளுக்குத் தலைமுடி விரித்துப் போடப்பட்டிருத்தல் வேண்டும். பத்து நாள் நிகழ்ச்சிகளுக்கும் அவ்வாறே இருத்தல் வேண்டும். இன்னும் அந்த மரபு தொடர்கிறது.[29] ஆகவே, சிற்பத்தொகுதியிலுள்ள நாலாமவர் நீரெடுத்துச் செல்பவர்தான் என்பது உறுதி' எனக் குறிப்பிட்டார்.

14. மேலும், போலித்துறவுப் பூனையும் எலிகளும் குரங்குகளும் புலி முதலிய உருவங்கள் அனைத்தும் இச்சிற்பத்தை அழகுபடுத்துவதற்காக அமைத்தார்கள் எனக் குறிப்பிட்டுள்ளார்.[30]

ஒரு பரந்துபட்ட சிற்பத்தொகுதியில் விளங்கும் பலவும் அதன் மையப் பொருள் சார்ந்ததாகவோ பின்புலமாகவோ அமைத்தல் இயல்பு. சிற்ப அலங்காரம் இவ்வளவு விரிவாக அமைந்துள்ளது என்பது ஏற்புடைத்தன்று. இங்குச் சித்திரிக்கப்பட்டுள்ளன யாவையும் மையக் கருத்துச் சார்ந்து வருவனவே.

சிற்பத்தில் காணப்படுகின்ற உருவங்கள் குறித்தும் அவற்றின் வகைகள் குறித்தும் சீனி. வேங்கடசாமி விரிவாக எண்ணிப்பார்க்கவில்லை. அதற்கு முதன்மையான காரணம், தான்கருதுகோளாகக் கொண்ட ஒரு கதைக்குள் அனைத்தையும் அடக்கி விவரிக்க முயன்றதேயாகும். அது அவரை முழுமையான ஒப்பீட்டு நிலைக்குக் கொண்டு செல்லாமலும் அளவை (Logic) நோக்கு இன்றியும் செய்துள்ளது.

டாக்டர் மா. இராசமாணிக்கனார்

டாக்டர் மா. இராசமாணிக்கனார் தனது புகழ்பூத்த ‘பல்லவர் வரலாறு’ எனும் நூலில் இச்சிற்பத்தொகுதி குறித்து,

> இதனை ‘அர்ச்சுனன் தவம்’ எனப் பலர் கூறுவர். ஆனால், இங்குள்ள காட்சிகள் அதற்கு மாறாகவே இருக்கின்றன ... (மலை மீதிருந்து தண்ணீர் விழுந்து கொண்டிருக்கப் பழைய காலத்தில் ஏற்பாடு செய்யப்பட்டிருந்தது என்பதை உணர்த்தும் அறிகுறிகள் இன்னும் காணப்படுகின்றன) ... இக்காட்சிகள் அனைத்தும் இமயமலை அடிவாரத்தில் கங்கைக்கரைக் காட்சிகளையே ஒத்துள்ளன. இச்செய்திகள் அனைத்தும் மகாபாரதம் – உத்தியோக பருவத்துள் கூறப்பட்டுள்ளவையே ஆகும்.[31]

மிகக் குறைந்த அளவே இச்சிற்பத்தொகுதி பற்றித் தன் நூலில் குறித்திருந்தாலும் அறிஞர் பலரிடமிருந்தும் மாறுபட்டு, இதனை இராசமாணிக்கனார் நோக்கியுள்ளார் என்பது குறிப்பிடத்தக்கதாகும்.

இத்தொகுதியிலுள்ள காட்சிகள் 'இமயமலை அடிவாரத்தில் கங்கைக் கரைக் காட்சிகளையே ஒத்துள்ளன' என்னும் அளவிற்கு இதனை நெருக்க மாக உணர்ந்து குறிப்பிட்டுள்ளார். அத்துடன் இக்காட்சிகளுக்கு மகா பாரதம் – உத்தியோக பருவத்துடன் கூறப்பட்டுள்ளனவே என்று சுட்டிக் காட்டியுள்ளார்.

ஆயினும் 'அர்ச்சுனன் தவம்' என்று இதனைப் பலரும் கூறுவர். ஆனால், இங்குள்ள காட்சிகள் அதற்கு மாறாகவே இருக்கின்றன என்று சுட்டியுள்ளார். ஆனால், தபசி யார் என்பது குறித்தும் அவர்முன் சிவன் வந்து நிற்பது ஏன் என்பது குறித்தும் சூலமன்றிப் பிறிதொரு பெரிய ஆயுதத்தை அவர் தாங்கியுள்ளது ஏன் என்பது பற்றியும் அவர் விவாதிக்கவோ கருத்துத்தெரிவிக்கவோ இல்லை.

அத்துடன், இச்சிற்பத்தொகுதிக்கான அடிப்படை பெரிதும் மகாபாரதம் வனபருவத்தில் உள்ளதெனக் கருதுதலே பொருத்தமுள்ளதாகப்படுகிறது.

ஹென்றி ஹீராஸ் பாதிரியார் *(Rev. Henry Heras)*

மகாபாரதத்தில் குறிப்பிடப்படும் பூனை பற்றிய நிசேஸ்த சர்வ கர்மஸு *(Niseesta Servakarmasu)* என்னும் கதையையும் மற்றும் பஞ்சதந்திரம், ஹிதோபதேசம் ஆகியவற்றில் குறிப்பிடப்படும் பூனைக்கதைகள் ஆகிய வற்றையும் இணைத்து வெளிப்படுத்தும் காட்சியே கடல்மல்லைச் சிற்பங்கள் என்று 1952இல் எழுதியிருக்கிறார்.[32]

மகாபாரதத்தில் உள்ள பூனைக்கதை, தர்மனை எள்ளி நகையாடித் துரியோதனன் கூறிய கதையாகும்.

ஆனால், அக்கதையும் பிற பூனைக்கதைகளுமே இச்சிற்பத்தொகுதி முழுதும் சித்திரிக்கப்பட்டுள்ளன என்பது பொருந்துவதாக இல்லை.

மேலும், இச்சிற்பத்தொகுதியில் சிறிய அளவிலும், குறைந்த இடப்பரப் பிலும் காட்டப்பட்டுள்ள பூனையும் எலிகளும் எவ்வாறு இதன் மையப் பொருளாக முதன்மை பெறவியலும்?

கே.ஏ. நீலகண்ட சாஸ்திரி

இச்சிற்பத்தொகுதி 'அர்ச்சுனன் தவம் என்று கருதப்பட்ட பகீரதன் தவம்' என்று குறிப்பிடும் சாஸ்திரியார்,

> அருவியின் இருபக்கங்களிலும் பல்வேறு தெய்வ உருவங்களும் மனித உருவங்களும் விலங்குருவங்களும் புடைப்புச் சிற்பங்களாகக் காட்சியளிக்கின்றன. அவையெல்லாமே அருவியைப் பார்ப்பது போலவோ அதனை நெருங்குவதுபோலவோ செதுக்கப்பட் டுள்ளன.

என்றும்

> இடப்பக்கத்தில் அருவிக்கரையில் இருக்கின்ற ஒரு சிறுகோயிலில் சிவபெருமான் நின்ற திருக்கோலத்தில் காட்சியளிக்கிறார். அந்தக் கோயிலின் முன் பகீரதர் குனிந்து கும்பிட்டு நிற்கிறார். அவருடைய உடல் மிகவும் மெலிந்திருக்கிறது. அதற்குச் சற்று மேலேயும் பகீரதருடைய உருவம் ஒன்று இருக்கிறது. கையைத் தலைக்குமேல் தூக்கித் தவஞ்செய்யும் நிலையில் அது செதுக்கப்பட்டுள்ளது.

என்றும்

> எதிரில் நடக்கின்ற செயல்களைப் பற்றித் துளியும் கவலையில்லாமல் சற்றே தள்ளி அமர்ந்திருக்கும் குரங்குக் குடும்பம், இவை எல்லாவற்றைக் காட்டிலும் வியத்தகு காட்சியாய் இருக்கிறது. ஆண் குரங்கு பெண் குரங்குக்குப் பேன் பார்க்கிறது. பெண் குரங்கு தன்னுடைய தன் இரு குட்டிகளுக்கும் பால் கொடுத்துக் கொண்டிருக்கிறது.

என்றும் விவரித்துள்ளார்.[33]

இருபுறப் பாறைகளில் காணும் பல்வேறு உருவங்கள் கங்கையை நோக்கி வருவது உண்மையே. ஆயினும், உறங்கும் சிங்கங்கள், இளைப்பாறும் ஆடுகள், மான்கள், முயல், பறவை, கின்னரர்கள், கிம்புருடர்கள், வேடர்கள் முதலியோர் ஆற்றினை நோக்கி வரவில்லை.

அடுத்து, அருவிக்கு அருகில் உள்ள சிறுகோயிலில் உறைவது திருமாலேயன்றிச் சிவனன்று. திருமாலினைக் குனிந்து கும்பிட்டு நிற்பது பகீரதன் என்பதும் பொருத்தமன்று. அங்கு முதிர்ந்த துறவி அமர்ந்துள்ளார். முன்னோக்கிக் குனிந்துள்ளார். ஏதோ உற்றுக் கேட்கும் பாவனையில்தான் அவர் உள்ளாரேயன்றி வணங்கி நிற்கவில்லை. மேலே உள்ள தபசியும் பகீரதன் எனின், இரண்டு இடத்தில் பகீரதனைச் சித்திரிக்க வேண்டிய தேவையுமில்லை. கீழே வழிபடும் பகீரதனே, மேலே தபசியாய் நிற்கிறான் என்றால் கால முரண் ஏற்படுகிறது. அவ்வாறு பல்வேறு கால நிகழ்வுகளை இச்சிற்பத்தில் ஒன்றிணைத்துச் சித்திரித்துள்ளதாகக் கருதப் பிற கூறுகள் இடம் தரவில்லை. மொத்த நிகழ்வுகளும் ஒரே சமயத்தில் நிகழ்ந்ததாகவே கருதி உணர முடிகிறது.

மேலும், கோயிலின் முன் தவம்செய்யும் ஏனைய மூவரும் யார் என்பது குறித்து சாஸ்திரியார் ஏதும் கூறவில்லை.

அடுத்து, பேன் பார்க்கும் குரங்குக் குடும்பம், அர்ச்சுனன் தபசுச் சிற்பத்தொகுதியைச் சார்ந்ததன்று. அது முகுந்தநாயனார் கோயில் என அழைக்கப்படும் முகலிப்பாமுடையார் கோயிலுக்குக் கிழக்கில் மணலில் புதைந்து கிடந்து, கண்டெடுக்கப்பட்ட ஒன்றாகும்.[34] மேலும் பேன் பார்த்துக் கொள்ளும் பெண் குரங்கின் கையில் ஒரு குட்டியே காணப்படுகிறது.

தி.நா. இராமச்சந்திரன் – இரா.நாகசாமி

பல்லவ மன்னர்களுடன் நட்புரிமை கொண்டிருந்த பாரவி எனும் கவிஞரால் 'கிரார்தார்ச்சுண்யம்' என்னும் இலக்கியம் படைக்கப்பட்டது. புகழ்பெற்ற இவ்விலக்கிய ஆக்கத்தின் காட்சிப்படைப்பாகவே (*Visual Kiratarjuniyam*) இச்சிற்பத்தொகுதி விளங்குகிறது என தி.நா. இராமச்சந்திரன் விவரித்துள்ளார்.

> சிற்பிகளின் படைப்பைக் காணத் தண்டி அழைக்கப்பட்டார் என்பது முக்கியமானது; ஏனெனில், அந்தக் காலக்கட்டத்தில் தண்டி தான் பல்லவ அரசவையில் 'அரசகவி'யாக இருந்தார் . . . தாமோதர் அதேபோல் மகேந்திரவர்மனால் பயன்கொளப் பட்டார். ஆகவே, தாமோதரருக்கோ அல்லது அவர் நண்பராகிய அரசருக்கோ முதன்முதலில் மனதில் தோன்றிய 'கரு' கிராதார்ச் சுண்யமாகத்தான் இருந்திருக்க வேண்டும் . . . அப்படி இருப்பதில் வியப்பேதுமில்லை. ஏனெனில், அது அவரது நண்பரால் படைக்கப் பட்ட காவியத்தின் கருவாகவும் அமைந்திருந்தது. ஒருக்கால் அவர் அக்கவிஞர் பாரவியை மகாமல்லபுரம் அழைத்துச்சென்று, அவர் முன்னிலையிலேயே அவர் காவியம் கல்லில் செதுக்கப்படு வதைக் காட்டிப் பெருமைப்படுத்தியிருக்கலாம். இதனால், சொல்லில் மட்டும் விளங்கிவந்த கிரார்தார்ச்சுண்யத்தின் பெருமையைக் கல்லில் ஏற்றி, காலத்தைக் கடந்து நிற்கச் செய்யும் செயலை அரசன் செய்திருக்கிறார்.[35]

கற்பனை நலன்மிக்க இவ்வருணனை மிகுந்த சுவையுடையது. எனினும், ஓர் ஐயம் தோன்றுவதைத் தவிர்க்க இயலவில்லை.

இன்றுகூடப் பல வழி நூல்களும் சார்பு நூல்களும் தோன்றுவதற்கான முதல் நூலாகப் பாரதம் திகழ்கிறது. எண்ணற்ற கருக்களும், கதை மாந்தர் களும் கொண்டு எண்ணற்ற நூல்கள் எழக் களமாக அமைந்துள்ளது. அவ்வாறு எழுந்த ஒரு வழி நூலே கிராதார்ச்சுண்யம்.

கடல்மல்லைச் சிற்பத்தொகுதியில் காணப்படும் கூறுபாடுகள் அனைத்திற்குமான வருணனைகள் மகாபாரதத்திலேயே நிறைந்திருக்கும் போது, மூல நூலான அதனை விடுத்து, வழிநூல் ஒன்றினைச் சிற்பி ஏன் தேர்ந்தெடுக்க வேண்டும்? மகாபாரதத்தில் பெறமுடியாத வருணனை ஏதும், பாரவியின் நூலிலிருந்து சிற்பத்தொகுதிக்குத் தேர்ந்து கொள்ளப் பட்டுள்ளதாகத் தெரியவில்லை.

இச்சிற்பத்தொகுதியில், ஈர்ப்புமிக்க பகுதியாக அமையும் போலித் துறவுப் பூனை – எலிகளின் கதை மகாபாரதத்தில் உள்ளதேயன்றி கிராதார்ச் சுண்யத்தில் இடம்பெறவில்லை என்பது இங்கு விதந்து குறிப்பிடத்தக்க தாகும்.

'மாமல்லை' என்னும் தன் புகழ்பெற்ற நூலில் இரா. நாகசாமி பதி மூன்று பக்கங்களை இத்தொகுதிக்கு மட்டும் ஒதுக்கி மிகச்சிறப்பாக விவரித்துள்ளார்.

ஆயினும், தொகுதியில் வனப்பகுதியை விவரிக்கும்போது, கழுத்தில் கேசத்துடன் காணப்படும் கருங்குரங்கு மற்றொரு மரத்தின்மேல் உள்ளதைக் காணலாம் எனக் குறிப்பிட்டுள்ளார்.[36] ஆனால், மரத்தின்மீது அமர்ந்த நிலையில் குரங்கேதும் காட்டப்பெறவில்லை.

அடுத்து, பேன் பார்க்கும் குரங்குச் சிற்பம் முகுந்த நாயனார் கோயிலின் கிழக்கே கண்டெடுக்கப்பட்டது என்று குறிப்பிடும் இரா. நாகசாமி, அதனை இச்சிற்பத்தொகுதியுள் ஒரு கூறாகச் சுட்டியிருப்பதன் காரணம் விளங்க வில்லை.[37]

பாரவியின் கிராார்தார்ச்சுண்யமே இங்குச் சிற்பத்தொகுதியில் சித்திரிக்கப்பட்டுள்ளது என்னும் தி.நா. இராமச்சந்திரனின் கருத்தினையே தானும் உடன்பட்டு ஏற்றுக்கொண்டுள்ளார்.[38]

மேலும், 'விண்ணிலே வாழும் தேவர்கள் . . . விசும்பில் திரியும் வித்யா தரர்கள் . . . நாட்டகத்தே வாழும் முனிவர், அந்தணர்கள், ஊர்வன, நடப்பன, பறப்பன என்ற விலங்குகள், பறவைகள், பாதாள உலகில் வாழும் பாம்புகளாகிய நாகர்கள் இவையனைத்தும் ஒரு மாபெரும் இயக்கமாக, தெய்வீக விளையாட்டில் ஆடும் பாவைகளாக, அறிய முடியாத ஏதோ உண்மையை அறியத் துடிப்பவையாகக் காண்கிறோம் . . .[39] என்றும் இச்சிற்பத்தொகுதி உருவங்களைச் சுட்டிச் செல்கிறார்.

விண்ணக, மண்ணக உயிர்கள் இத்தொகுதியில் உள்ளதாகக் கருதலாம். ஆனால் பாதாள உலகில் வாழும் நாகர்கள் இங்குச் சித்திரிக்கப்பட்டுள்ள தாகக் கருத வேண்டுவதில்லை. ஏனெனில், முன்னர் எடுத்துக்காட்டியது போல் பல்வகை நாகங்களும் கைலை சார்ந்தும் அதன் வடமேற்கு நிலப் பரப்பு சார்ந்தும் வாழ்வோராகப் புராணங்கள் விவரிக்கின்றன. மற்று மோர் எடுத்துக்காட்டாக,

> 'பரதவம்சத்தில் பிறந்தவனே விதஸ்தையை அடைந்து, பித்ருக் களுக்கும் தேவர்களுக்கும் நன்கு தர்ப்பணம் செய்பவன் வாஜ பேயத்தின் பலனை அடைகிறான். இந்த விதஸ்தை காச்மீர நாட்டில் இருக்கிறது. தக்ஷகன் என்ற ஸர்ப்பம் இதில் வஸிக்கிறது. இதில் நீராடினால் எல்லாப் பாவங்களும் தொலையும்'[40]

என்று குறிப்பிடுவதையும் எண்ணிப்பார்த்தால், மண்ணுலக நாகங்களும் நீரில் வாழும் நாகங்களுமே கங்கைக் கரையில் இணைகளோடு இன்புறு கின்றன என்பதை உணர முடிகிறது. கங்கைக்குள் நீராடுவதாகக் காட்டப் பெற்றுள்ள நாக அரசனையும் அரசியையும்கூட இத்தகைய நீர்வாழ் நாக அரச இணைகளாய்க் கருத இயலும்.

இச்சிற்பத்தொகுதியின் காலம் குறித்துக் கூறும் தி.நா. இராமச் சந்திரன்,

‘இந்தச் சிற்ப அமைப்புகள் முதலாம் மகேந்திரவர்மன் அரசாண்ட காலத்தில் (600 – 640) அமைக்கப்பட்டிருக்க வேண்டும். அவர் மகன் முதலாம் நரசிம்மவர்மன் (640 – 674) காலத்திலன்று என்று கொள்ளத்தக்க காரணங்கள் உள்ளன. ஏனெனில், நரசிம்மவர்மன் காலத்தில் செய்யப்பட்ட தற்கான எந்தச்சான்றும் இல்லை’ எனக் குறிப்பிட்டுள்ளார்.[41]

இரா. நாகசாமி தன் நூலில் ‘மாமல்லைச் சிற்பங்களைத் தோற்றுவித் தவன் இராஜசிம்மன் (கி.பி.690 – 728) என்ற இரண்டாம் நரசிம்மவர்மனே’ என்று தன் முடிவை வற்புறுத்தியுள்ளார்.[42] அவ்வாறாயின், இச்சிற்பத்தொகுதி மட்டும் எவ்வாறு முதலாம் மகேந்திரவர்மனால் (கி.பி.580 – 630) தோற்று விக்கப்பட்டது? இது குறித்த தனிச் சிறப்பு விளக்கம் வேண்டப்படுகிறது.

ஹார்மன் கோயெட்ஸ் *(Hermann Gowtz)*

> இது, கி.பி. ஏழாம் நூற்றாண்டைச் சேர்ந்த மகேந்திரவர்மன் அவைப் புலவராகிய பாரவி படைத்த கிராதார்சுண்யத்தின் உச்சப்பகுதியை எடுத்துக்காட்டுவதாக இருக்கலாம். மகாபாரதத்தில் சிவனுடைய அருளை வேண்டித் தவம் செய்த அர்ச்சுனனுக்கு வேடன் வடிவில் வந்த சிவபிரான், அர்ச்சுனனுடன் மோதி அவன் திறமைகளைச் சோதித்த பிறகு, தன் முழுவடிவத்தைக் காட்டி அவனுக்குத் தெய்வ அஸ்திரங்களைக் கொடுத்தருளினார். சிவபிரானின் வடிவத்தைக் கண்டு வியப்பிலும் பக்தியிலும் ஆழ்ந்துபோன அர்ச்சுனனை மண்டியிட்டிருக்கும் நிலை காட்டப் பட்டுள்ளது. சிவன் தன் வடிவத்தை அர்ச்சுனனுக்குக் காட்டியதை வியந்து பார்த்து நிற்கும் கடவுளர் மற்றும் மிருகங்களின் வடிவங் களும் சுற்றி அமைக்கப்பட்டுள்ளன.[43]

என்று அர்ச்சுனன் தபசு சிற்பத்தொகுதியின் படத்திற்குக் குறிப்பினை எழுதியுள்ள அறிஞர் ஹார்மன் கோயெட்ஸ்,

> அர்ச்சுனன் தவமென்றும் பகீரதன் கங்கையைக் கொண்டுவந்தது என்றும் மாறிமாறி அழைக்கப்படுகின்ற ஒரு பெரிய புடைப்புச் சிற்பத்தொகுதி உள்ளது. இது மகாபாரதத்தில் சிறப்புப் பெற்ற வீரனாகிய அர்ச்சுனனுக்கும் வேடன் (கிராதன்) வடிவில் வந்த சிவனுக்குமிடையில் ஏற்பட்ட ஒரு சிறுமோதலின் விளக்கமாகிய கிராதார்ச்சுண்யத்தை விளக்கும் வகையில் உள்ளதென்றும் கூறப்படு கிறது. பாறையின்மீது விழும் நீர், வழிந்தோடி வந்து கீழே ஒரு குளத்தில் சேரும் வகையிலிருக்கும் பாறைப் பிளவின் இரு பக்கங் களிலும் பல வடிவங்கள் அமைக்கப்பட்டுள்ளன. நீரில் தோன்றும் நாக தெய்வங்களும் இடப்பக்கத்தில் ஒரு சிறிய சிவன்கோயிலும் அதில் பல துறவிகளும் வலப்பக்கத்தில் யானை வடிவங்களும் காணப்படுகின்றன. அதற்குமேல் சிவபெருமான் தன்னுடைய முழு மகத்துவம் பொருந்திய உருவத்தை அர்ச்சுனனுக்குக் காட்டும் நிலை படைக்கப்பட்டுள்ளது. இதனைச் சுற்றிலும் பறக்கும் நிலையி

லுள்ள பல்வேறு கடவுளர் வடிவங்களும் பல்வேறு மிருகங்களும் காணப்படுகின்றன. ஐயப்படாத எலிகளைத் தவ வடிவத்தைக் கொண்டு ஏமாற்ற முயலும் ஒரு பூனையின் வடிவமும் நகைச்சுவை யாக இங்குச் சேர்க்கப்பட்டுள்ளது. மேலும், யானைகள், எருதுகள், சிங்கங்கள் ஆகியவற்றோடு பேன் பார்த்துக்கொண் டிருக்கும் குரங்குகளின் வடிவமும் சிற்பங்களாகச் செதுக்கப்பட் டுள்ளன.[44]

என்று விவரித்துள்ளார்.

இக்கருத்தும் மகாபாரதத்தின் வழிநூலாகிய கிராதார்சுண்யத்தையே சிற்பத்தொகுதியின் அடிப்படையாகக் குறிப்பிடுகிறது. ஆகவே, மேலே குறிப்பிட்ட விளக்கமே இதற்கும் பொருந்துவதாகும்.

சிவபெருமான் முன் அர்ச்சுனன் ஏகபாத நிலையில் நிற்கிறானேயன்றி, அறிஞர் குறிப்பிட்டுள்ளதுபோல் மண்டியிட்ட நிலையில் இல்லை.

சிற்பத்தொகுதியிலுள்ளது சிவன் கோயில் என்று குறிப்பிட்டுள்ளார். ஆனால், அது திருமால் கோயிலாகும். சிற்பத்தொகுதியிலுள்ள போலித் தவ பூனையின் கதை கிராதார்சுண்யத்தில் இல்லை. மகாபாரதத்தில் உள்ள அக்கதை, தர்மனை எள்ளி நகையாடுவதற்காக துரியோதனனால் கூறப்பட்டதாகும். ஆகவே, பாண்டவரை எதிர்மறையாகச் சுட்டும் அக் கதை, நகைச்சுவை உணர்வுக்காக மட்டும் சிற்பத்தொகுதியில் இடம் பெற்றிருப்பதாகக் கருதமுடியாது.

சிற்பத்தொகுதியில் அறிஞர் குறிப்பிட்டுள்ளதுபோல், எருதுகள் ஏதும் இடம்பெறவில்லை. அத்துடன் பேன் பார்க்கும் குரங்கும் சிற்பத்தொகுதியைச் சார்ந்ததன்று.

வின்சென்ட் எ. சுமித் *(Vincent A.Smith)*

இந்திய – இலங்கை நுண்கலைகளின் வரலாற்றை எழுதிய சுமித், ‘மாமல்லபுரத்தில் உள்ள மாபெரும் புடைப்புச் சிற்பத்தொகுதி 96 அடி நீளமும் 43 அடி அகலமும் கொண்ட பாறைப்பகுதியில் அமைந்துள்ளது. தற்போது காணாமல் போய்விட்ட மைய உருவத்தை, விண்ணுலக மண் ணுலகப் படைப்புகள் அனைத்தும் சூழ்ந்து நின்று வழிபடுகின்றன. சிறு கடவுளர்களும் வான்வெளியில் வாழும் தெய்வங்களும் அப்பெருந்தெய் வத்தை விலங்குகளும்கூட வழிபடுகின்றன. மகாபாரதத்தில் வரும் அர்ச்சுனன் கதையினை இது குறிப்பதாகத் தவறாகக் கூறப்பட்டு வருகிறது’ என்று குறிப்பிட்டுள்ளார்.[45]

இது, அர்ச்சுனன் குறித்த கதை என்பது பிழையென்று கூறும் சுமித், இது ஒரு தெய்வ வழிபாட்டினைப் புலப்படுத்துவது என்று கருதுகிறார். ஆனால், தன் கருதுகோளுக்குக் காரணம் ஏதும் சுட்டவில்லை. தெய்வ உருவம் ஒன்று நடுவில் இருந்ததாகக் கொள்ளும் அவர், அதற்கான தடயம் ஏதும் தரவில்லை. இருபுறத்திருந்தும் உருவங்கள் மையம் நோக்கி

வருவதை உணர்ந்த அவர், இடையிலிருந்த பிளவு வெறுமையாக இருப்பதை நோக்கி அங்கொரு தெய்வ உருவம் இருந்திருக்க வேண்டும் என ஊகிக்கிறார்.

ஆனால், தவசி முன்னால் சிவபெருமான் நிற்பதையோ, துறவிகள், கோயிலில் எழுந்தருளியுள்ள திருமாலை வணங்கியும் தியானித்தும் உள்ளதையோ பொருட்படுத்தவில்லை.

வேதகாலத்தில் இந்திரன் பெற்றிருந்த முதன்மை மகாபாரத காலத்தில் மாறிவிட்டது. மகாபாரதத்தில் சிவனும் திருமாலும் முதற்பெருங் கடவுளர் களாகப் போற்றப்படுகின்றனர். பல்லவர்கள் காலத்திலும் சைவ, வைணவ மிரண்டும் ஏற்றம் பெற்றுவிட்டன. இந்நிலையில், சிவனும் திருமாலும் இருக்கும் சிற்பத்தில் இவர்களுக்கும் மேலான மற்றொரு தெய்வமென்று சுமித், யாரை மனதில் கொண்டார் என்பது விளங்கவில்லை. எந்த ஒரு பிற குறிப்புமின்றி அவ்வாறு அவர் கொண்டது பொருத்தமாகவும் தெரிய வில்லை.

அத்துடன் விலங்குகள் தவம் செய்வதாக சுமித் குறிப்பிடுவது பூனைக்கு மட்டுமே பொருந்தக்கூடியது. ஏனைய பலவும் ஓடவும் முழங்கவும் இளைப் பாறவும் நீர் விளையாடவும் செய்து, தத்தம் போக்கில் இயங்கி நிற்கின்றன. அப்பூனைகூட இறைவனை நோக்கித் தவமியற்றுவதாகக் கொண்டால், அதனைச் சூழ்ந்து நிற்கும் எலிகளின் இயக்கம் பொருளற்றதாகிவிடும்.

முனைவர் ஜி. மீனாட்சி

கிருஷ்ண மண்டபத்தை அடுத்து 96 அடி நீளமும் 43 அடி அகலமும் 30 அடி உயரமும் கொண்ட பெரிய பாறைப் பரப்பில் அர்ச்சுனன் மற்றும் பகீரதன் எனப்படும் புராணக்கதை நாயகரின் தவக்காட்சி சித்திரிக்கப்பட் டுள்ளது. பாறை, பிளவினால் பிரிக்கப்பட்டுள்ளது. நாகர்கள் பூமியுள்ளிருந்து மேல்வருவதைக் காட்ட, இப்பிளவு மிகத் திறமையாகப் பயன்படுத்திக் கொள்ளப்பட்டுள்ளது. வரம் வழங்க பரமசிவன் தோன்றும் அர்ச்சுனன் அல்லது பகீரதன் தவ நிகழ்ச்சியே இதன் தலைமைக் காட்சியாகும் என மீனாட்சி குறிப்பிட்டுள்ளார்.[46]

பல்லவர்கள் குறித்து மிக விரிவாகவும் ஆழமாகவும் ஆய்வு மேற் கொண்ட முனைவர் மீனாட்சி, இச்சிற்பத்தொகுதியில் சிவன் முன் தவ மியற்றும் துறவி யார்? என்னும் விவாதத்தினுள் செல்லாமல் இச்சிற்பத்தை விவரித்துள்ளார்.

பாறையின் இடைப்பிளவு கங்கை வழிவதற்கான ஒன்று மட்டுமே என்று கருத வேண்டியுள்ளது. ஆனால் இப்பிளவு, நாகங்கள் மேல் வருவ தற்காகவும் பயன்படுத்தப்பட்டுள்ளது என்பது ஐயத்திற்கு இடமானது. நாகங்களைப் பாதாள உலகம் சார்ந்ததெனக் கருதுவதால் இங்கு அவர்கள் பூமியுள்ளிருந்து வருவதாகக் கருதியுள்ளார் எனத் தெரிகிறது. அவ்வாறு கருதுவதாயின் கதைப்படி இது, பகீரதன் தவம் குறித்த சிற்பமாகக் கருத வேண்டிவரும். ஆனால் அர்ச்சுனன், பகீரதன் எனும் இரண்டினுள் ஒன்றினை மீனாட்சி துணியவில்லை.

இதிலும் ஓர் ஐயம் எழுகிறது. நாக அரசன், நாக அரசி ஆகியோருக்குக் கீழ் முழுநாக வடிவத்துடன் மற்றொன்றும் சேர்ந்து, மூன்று நாகங்கள் உள்ள நிலையில் அவர் இரண்டினை மட்டும் சுட்டியுள்ளது ஏனென விளங்கவில்லை.

மைக்கேல் லாக்வுட் *(Michael Lockwood)*

'பகீரதன் தவமியற்றியதால் வானிலிருந்து பூமிக்கு வந்து பாதாள உலகில் கங்கை பாய்ந்து சென்ற நிகழ்ச்சியே இங்குச் சித்திரிக்கப்பட்டுள்ளது' என்ற மூவோ துப்ராயல், கோலாவ்பவ் ஆகியோரது கருத்தினையே வழி மொழிந்த லாக்வுட், அதனைத் தன் இயல்பில் விவரித்துள்ளார்.

பறந்து வரும் தேவகணங்கள் முதல் பல்வேறு விலங்குகளும் பறவை களும் இம்மையத்தை நோக்கி வருவதால் கங்கையிறக்கமே இத்தொடரின் பொருண்மை என்பது அவர் கருத்து.

அதனால், இதனை 'அர்ச்சுனன் தபசு' என்று சுட்டுவது குறித்தெழும் இரண்டு சிக்கல்களை முன்வைத்துள்ளார்.

1. இது அர்ச்சுனன் பாசுபதம் பெறுகின்ற காட்சியாயின் தேவகணங் களும் மனிதர்களும் விலங்குகளும் சிவனையும் தபசியையும் நோக்கி இருத்தல் வேண்டும். அவ்வாறின்றி, அர்ச்சுனன் காலுக்குக் கீழேயே கந்தர்வ இணைகள், அவர்களைப் பொருட்படுத்தாமல் கடந்து செல்கின்றனர். அன்னங்கள் இவர்களைப் புறக்கணித்து நடுப்பிளவை நோக்கிச் செல்கின்றன. நாக இணையும் குரங்கும் இவர்களுக்கு முதுகைக் காட்டிக் கொண்டுள்ளன. ஆதலால், வரம்பெறுவது முக்கியத்துவம் பெறவில்லை.[47]

   இது, கலங்கரை விளக்கத்திற்கு அண்மையில் உள்ள அர்ச்சுனன் தபசு சிறிய தொகுதியில் தெளிவாகத் தெரிகிறது. மூன்று உலகங் களைச் சார்ந்தோரும் சிவனையும் துறவியையும் புறக்கணித்து நடுப்பிளவை நோக்கி விரைகின்றனர்.[48]

2. அர்ச்சுனன் ஒற்றைக் காலில் தவம் செய்துகொண்டிருக்கும் போது, சிவன் வந்து வரம் தரவில்லை. தவத்தைப் பன்றி கலைக்க, பன்றியை அர்ச்சுனன் அம்பால் துளைக்க, வேடனாக வந்து வழக்காடிய சிவனுடன் சண்டையிட்டுத் தோற்க, அதன் பின்னரே சிவன் தன் உண்மையுருவை வெளிப்படுத்திப் பாசுபதம் அருளி னார். ஆகவே இது அர்ச்சுனன் அல்லன்.

இவ்விரண்டு கருத்துகளும் 'அர்ச்சுனன் தவம்' என்பர் கூற்றிற்கு உறுதியான எதிர்வினாக்கள் ஆகும். ஆயினும், இங்குச் சில ஐயங்கள் எழுகின்றன:

1. இந்தச் சிற்பத்தொகுதி அர்ச்சுனனோ அல்லது பகீரதனோ தவமிருந்து வரம் பெறுவது தானா?

2. இதன் பிற உருவங்கள் அனைத்தும் நிகழ்த்துவன அக்கதைகளை ஒட்டியவைதாமா?

3. பகீரதனால் கொண்டு வரப்பட்ட கங்கை பூமிக்கு வருவதைக் காணவே அனைத்தும் செல்லுகின்றன என்பது உண்மையானால், பெரும்பாலான கின்னர இணைகள் ஏன் நேர்ப்பார்வையாக நிற்கின்றனர். இசை மீட்டி மகிழ்ந்துள்ளனர்?

4. கிம்புருட இணைகளில் ஒன்றுகூடக் கங்கையை நோக்கிச் செல்லாமல் அமர்ந்துள்ளதன் காரணம் என்ன?

5. ஆடுகளும் பல்வேறு மான்களும் சிங்கங்களும் பாறையிலும் குகைகளிலும் அமைதியாகப் படுத்துள்ளனவே. ஏன்?

6. கங்கை, சிவன் முடியிலிருந்து வழியும்போதே அதன் கரையில் கோயில் எழுந்துவிட்டதா? ஆற்றங்கரையில் கோயில், காலப் போக்கில் உருவாவதுதானே இயல்பான நடைமுறை?

7. கோயிலில் இருக்கும் துறவியர்களுக்குக் கங்கை விழுவது கேட்க வில்லையா? ஏன் அவர்கள் வேறு வினைகளில் ஈடுபட்டுள்ளனர்?

8. கங்கை பெருக்கெடுத்து வானிலிருந்து பாய்கிற போதே, பூனை தவம் செய்யத்தொடங்கியிருக்கச் சாத்தியமுண்டா? எலிகள் ஏன் கங்கையைப் பார்க்கவில்லை?

9. கங்கை விழுவது தெரிந்த உடனேயே ஆற்றங்கரைக்குக் குளிப்ப தற்கும் பிற சடங்குகள் செய்வதற்கும் மனிதர்கள் வந்துவிட்டனரா?

10. நான்கு வேடர்களில் ஒருவர் வில்லை ஊன்றி நேராகப் பார்த் திருக்க, ஏனைய மூவரின் கவனமும் வேறு எங்கோ நிலைத் துள்ளதே ஏன்?

11. பறவையும், பறவையைப் பிடிக்கச் செல்லும் உடும்பும் அமர்ந் துள்ள வானரமும் முயலும் திரும்பி நோக்கும் பன்றியும் ஏன் கங்கையைக் காண விருப்பமின்றி உள்ளன?

ஆகவே, மைக்கேல் லாக்வுட் முதலியோர் சொல்லும் இடைப்பிளவு என்னும் கருதுகோள் பல்வகையிலும் இடர்பாடு உடையது. அதனைக் கொண்டு காட்சியை விளக்க முடியவில்லை. கோயிலும் துறவிகள் நிலையும் ஓடிவராத கணங்களும் பறவைகளும் விலங்குகளும் இச்சிற்பத்தொகுதியின் பொருண்மை வேறு என உணர்த்துகின்றன.

இத்தொகுதியில் கங்கை மையத்தில் இருப்பதையும் முக்கியத்துவம் பெறுவதையும் மறுக்க முடியாது. அதேவேளையில், அதுமட்டுமே முதன்மை பெறுகிறது என்பதையும் ஏற்க இயலாது. தொகுதியில் உருவங்களின் அசைவுகளுக்கு இரண்டு காரணங்களைக் கூறலாம்.

1. கங்கையில் நீராடவும் கரையில் விளையாடவும் பல தேவகணங் களும் யானைகளும் வருகின்றன.

2. இரண்டாகப் பகுக்கப்பட்டுள்ள, எதிரெதிராக உள்ள பாறையில் சித்திரிக்கப்படும் உருவங்கள் வடக்கிலிருந்து தெற்காகவும் தெற்கிலிருந்து வடக்காகவும் சித்திரிக்கப்படுவதே சிற்பத்தின் கட்டுமானத்திற்கும் ஒத்திசைவுக்கும் வழிவகுத்து ஓர்மையைத் தோற்றுவித்துச் சந்தத்தை விளைவிக்கும். அதனாலேயே, கங்கையை நோக்கி வராமல் குகையில் படுத்திருக்கும் விலங்குகளாயினும் வடபுறப் பாறையில் உள்ளவை தெற்கு நோக்கியும் தென்புறப் பாறையில் உள்ளவை வடக்கு நோக்கியும் படுத்துள்ளனவாகவோ நிற்பவையாகவோ காட்டப்பட்டுள்ளன. இவையன்றிப் பல்வேறு உருவங்களும் நேர்பார்வையாகப் பார்த்துக் கொண்டிருப்பதையும் கூர்ந்து கவனித்தால் இத்தொகுதியின் பொருண்மை, மையத்தை நோக்கியதன்று என்பதை உணரலாம்.

அடுத்ததாக, வேடனாகச் சிவன் வந்து அர்ச்சுனன் போரிட்ட பின்னரே வரமருளப்பட்டது என்றும் இங்கு அவ்வாறின்றித் தபசு செய்யும் போதே சிவன் தோன்றுவது முரணாக உள்ளது என்றும் கொண்டால் இதுபோல் வினாவைப் பகீரதனுக்கும் கேட்கலாம். ஏனெனில், பகீரதன் வேண்டுகோளை ஏற்று வரமளித்த பின் சிவன் வானதியைத் தலையில் தாங்கிப் பூமியில் ஓடவிட்டார். இங்கு கங்கை பூவுலகைக் கடந்து ஓடுகிறது என்பது உண்மையானால் அஃது சிவனார் தலையிலிருந்து வெளிப்பாய்ந்து வருதல் வேண்டும். அவ்வாறே பல்லவர்களது பிற கங்காதரச் சிற்பங்கள் அனைத்தும் காட்டப்பட்டுள்ளன. ஆனால், இங்குச் சிவன் வரமருளிக் கொண்டிருக்கும்போதே கங்கை மூவுலகையும் தொட்டுப் பாய்வது எங்ஙனம்?

ஆகவே 'இத்தகையதொரு பெருந்தவத்திற்குச் சிவனார் வரமருளினார்' என்று கோடலே பொருத்தப் பாடுடையதாகும்.

போலித் துறவுப் பூனையின் கதை இந்தியக் கதை மரபில் பல இடங்களில் இடம்பெற்றிருப்பதாகவும் இங்கு இப்போலித்துறவிப் பூனை பகீரதனைக் கேலி செய்வதாகவும் லாக்வுட் கருதுகிறார்.[49]

இதுவும் எவ்வித அடிப்படையும் இல்லாத விளக்கமாகும். ஒருவகையில் நகைச்சுவை நோக்கி இது வடிவமைக்கப் பெற்றிருந்தாலும் அர்ச்சுனன் தவத்தை எள்ளி நகையாடி இக்கதை மகாபாரதத்தில் சொல்லப்படுகிறது. ஆகவே, இது அர்ச்சுனனோடு தொடர்புபடுத்தப் பெறுவதே பொருத்தமானதாகும்.

பெரு யானைகள் இரண்டுடன் கீழ்வரும் எட்டு யானைகளை அவற்றின் குட்டிகள் என லாக்வுட் கருதுகிறார்.[50] பொதுவாக ஆண் – பெண் யானை இணைகளுக்கு ஒரு குட்டி காட்டலே இயற்கை. இங்கு எட்டு யானைகள் காட்டப்பட்டுள்ளன. கூர்ந்து கவனித்தால் அவை சிறு தந்தங்களுடன் இருப்பதைக் காணலாம். ஆகவே, அவையும் பெரிய யானைகளே. தொலைவை உணர்த்துவதற்காக அவை உள்ளே காட்டப்

பட்டுள்ளன. இரு யானைகளுக்குரிய இடப்பரப்பில் ஒரு யானைக்கூட்டத்தையே சிற்பிகள் காட்டியுள்ளனர். மகாபாரதத்திலும் பல யானைக் கூட்டங்கள் நீரருந்தி விளையாடி மகிழ்வது சுட்டப்படுகிறது.

சிற்பத்தொகுதியில் ஓர் ஆமை இருப்பதாக லாக்வுட் குறித்துள்ளார்.[51]

ஆனால், குட்டிகளுக்குப் பால்தரும் சிம்மத்திற்கு முன்னும் இளைப் பாறும் மான் இணைகளுக்கும் முன்னுமாக இரண்டு ஆமைகள் உள்ளன.

நடன. காசிநாதன்

'மாமல்லபுரம்' என்னும் தன் நூலில் அர்ச்சுனன் தவச்சிற்பம் குறித்த அறிஞர்தம் கருத்துகளை வழங்கித் தனது ஆய்வையும் நல்கியுள்ளார் நடன. காசிநாதன்.

1. வேடர்கள் நிற்கும் காட்சியை விளக்கும் அறிஞர், தொண்டை மண்டலத்தில் நெய்தல் நிலப்பகுதியையொட்டிய முல்லை நிலப் பகுதியில் வாழ்ந்த வேட்டுவ மக்களையும் பல்வகையான விலங்கு களையும் ... தத்ரூபமாகச் (சிற்பி) செதுக்கியுள்ளான் என்கிறார்.[52]

சிற்பத்தொகுதியில் உள்ளவர்கள் இமயமலை சார்ந்த கிராதர்களே யன்றி, தமிழகத்தில் தொண்டைமண்டலப் பகுதியில் வாழ்ந்த வேட்டுவ ரல்லர். மேலும், இங்குள்ள விலங்குகளும் இமயத்து விலங்குகளாக எண்ணத் தக்கனவேயன்றி, மல்லைப் பகுதி விலங்குகளல்ல. குறிப்பாக, சிங்கங்கள் தொண்டைமண்டல பகுதியில் இருந்தனவென்பதற்குத் தடயங்கள் யாது மிருப்பதாகத் தெரியவில்லை.

2. ஆற்றங்கரைக் காட்சியில் மூவரைமட்டும் குறித்துள்ள நடன. காசிநாதன், ஆற்றைத் தொழுபவர்போல் இரண்டாவதாக நிற் பவரைக் குறிப்பிடவில்லை.[53]
3. பாதாளலோகத்தில் வாழ்பவர் என்று நாக அரசனையும் நாக அரசியையும் குறிப்பிட்டுள்ளார்.[54] ஆனால், இருபுறப்பாறைக ளிலும் காட்டப்பட்டிருக்கும் நாக இணைகள் குறித்தும், நாக அரசிக்கு அடுத்துவரும் நாகம் குறித்தும் கருத்தேதும் தெரிவிக்க வில்லை.
4. இப்புடைச்சிற்பம் பகீரதன் தவத்தைச் சித்திரிப்பது எனத் துணியும் நடன. காசிநாதன் பின்வரும் காரணங்களைத் தருகிறார்:

   அ. பகீரதன் கடுந்தவம் செய்து, கங்கையைக் கொண்டு வந்த செயல் தமிழ்நாட்டில் சோழர்காலத்திலும் மிகப்பிரபல்ய மாக இருந்தது.

   திருவாலங்காட்டுச் செப்பேடு, எசாலம் செப்பேடு ஆகியன இராசேந்திரன் கங்கைப்படையெடுப்பில் வென்று வடபுல மன்னர் தலையில் கங்கை நீரைச் சுமக்கச்செய்து கொணர்ந் ததைப் பகீரதன் தவமிருந்து கங்கையைக் கொணர்ந்த செயலோடு ஒப்புமைப்படுத்திப் பேசுகின்றன.

ஆ. அர்ச்சுனன் தவத்தினும் பகீரதன் தவமே கடுமையானதென்று பொதுமக்கள் இன்றும் கருகின்றனர்.

இ. அசோகவர்மனிடமிருந்து உருவாகிய பல்லவ குலம் கங்கை யைப்போல் வலிவுகொண்டு மாசின்றியும் இருந்ததென நந்தி வர்மனின் காசாக்குடிச் செப்பேடு ஒப்பிடுகிறது.⁵⁵

தி.ந. இராமச்சந்திரன், இரா. நாகசாமி முதலாகப் பிறர் கருத்துகள் எதனையும் மறுக்காமல் டாக்டர் மீனாட்சி, நீலகண்ட சாஸ்திரி, லாக்வுட் ஆகியோரின் கருத்துகளை ஏற்று நடன.காசிநாதன் கருத்து வழங்கியுள்ளார். சிற்பத்தின் கூறுபாடுகளுக்கிடையே சென்று அவை எவ்வாறு பகீரதன் தவத்தைக் குறிக்கிறதென்று தெரிவிக்காமல், பகீரதன் கதை பல்லவர் காலத்திலும் சோழர் காலத்திலும் பரவலாக அறியப் பெற்றிருந்தமையையும், புகழ் பெற்றிருந்தமையையும் தன் கருத்துக்கு ஆதரவாகக் கொண்டுள்ளார். பகீரதன் தவம் என்பது பரவலாக அறியப்பட்ட கதை என்பதாலேயே சிற்பத்தொகுதியில் உள்ளது பகீரதன் தவம் என்று கொள்ள இயலுமா ?

மைக்கேல் டி. ராபே *(Michael D. Rabe)*

மாமல்லையின் அர்ச்சுனன் சிற்பத்தொகுதியைக் குறித்து மிக விரிவான ஆய்வினைச் செய்தவர் ராபே ஆவார். அவருடைய *The Great Penance at Mamallapuram* என்ற நூல், 198 பக்கங்களில் இது குறித்த முழு ஆய்வாக அமைகிறது.

மைக்கேல் டி.ராபே தனது ஆய்வில், 'சிற்பத்தொகுதியில் உள்ள கந்தர்வர்களைப் பற்றிக் கூறும்போது, ஆண்களும் சில துணைகளும் தங்கள் உள்ளங்கைகளை உயர்த்திக் காட்டும் விஸ்மைய முத்திரை *(Vismaya Mudra)* வியப்பினை உணர்த்தும் குறிப்பாகும்'⁵⁶ எனக் கூறியுள்ளார்.

ஆனால், விஸ்மைய முத்திரை குறித்து, 'இந்த கையின் நிலை அதிசயத்தையும் மருட்கையையும் காட்டுவதாக அமைந்துள்ளது. இந்தக் கைநிலை, முன்கை மேலே தூக்கப்பட்டு, உள்ளங்கை உட்புறமாக திருப்பப்பட்டு, விரல்கள் வட்டவடிவமாக விரிந்து காணப்படுகிறது. இது, (ஒன்றினைப்பற்றித் தெரிந்துகொள்வதற்காக) கேள்வி கேட்கும் நிலையைக் காட்டுகிறது என்பர்.⁵⁷

இக்கருத்தின்படி, மாமல்லைச் சிற்பத்தொகுதியில் உள்ள எந்தவொரு கந்தர்வரும் விஸ்மைய முத்திரை காட்டுவதாகத் தெரியவில்லை.

அவர்களது உள்ளங்கைகள், பார்ப்பவரை நோக்கியுள்ளனவேயன்றி உட்பக்கம் திரும்பியனவல்ல. ஆதலால், அங்கு நிகழும் ஏதோ ஓர் அரிய

புதுமையான நிகழ்ச்சியினைச் சுட்டும் குறிப்பினை அவர்கள் காட்டுவதாகக் கருத முடியாது. நடன அசைவுகள் இந்தியச் சிற்பங்களில் இடம்பெறும் தன்மையினை உட்கொண்டு, இவர்களுடைய வடிவங்களும் வான்வெளியில் கந்தர்வர் கானமிசைத்துப் பாடிப் பறந்துவரும் பான்மையினையும் செல்லும் திசையை உணர்த்தும் பான்மையினையும் கொண்டிருப்பதாகக் கருதுவதே பொருத்தமுடையதாகும்.

தபசியின் முன்னால் எழுந்தருளும் சிவனைச் சூழ்ந்து ஆறு பூதகணங்கள் இருப்பதாக ராபே குறிப்பிட்டுள்ளார்.[58] ஆனால், சிற்பத்தில், சிவனுக்கும் அர்ச்சுனனுக்கும் இடையில் உதரமுகம் கொண்ட பூதமொன்றும் சிவனுக்கு வலப்புறம் பூதகணங்கள் மூன்றுமாக நான்கு பூதகணங்களே சித்திரிக்கப் பட்டுள்ளன.

மேலும் ராபே,

> நம் குறிப்புக்குக் கீழ்க்கண்டவற்றை முக்கியமாக எடுத்துக்கொள் வோம். அந்த (சிவன்) உருவத்தின் இடதுகை ஒரு கோடரியைத் தாங்கி உயர்த்தப்பட்டிருக்கிறது. அவரது பெயர்பெற்ற திரிசூலம் *(Trident)* பின்னகம் அவரது தோளில் சார்த்தப்பட்டுள்ளது.[59]

என்று குறிப்பிட்டுள்ளார்.

ஆனால், வலது தோளில் அவர் சார்த்தி வைத்திருப்பது மூவிலைகள் கொண்ட திரிசூலமன்று. அதுபோல், பின்னகம் என்பது சிவபிரானுடைய வில்லின் பெயராகவே பெரும்பான்மையான நூல்கள் குறிப்பிடுகின்றன. ஆகவே, சிற்பத்தொகுதியில் அவர் ஏந்தியிருப்பது பின்னகமென்னும் திரிசூலம் எனக் கொள்வது பொருத்தமுடையதாகத் தெரியவில்லை.

அடுத்ததாக, இச்சிற்பத்தொகுதி முழுமையாக வடிக்கப்பட்டுள்ளது என்னும் கருத்து முக்கியமாகக் கவனிக்கத்தக்கதாகும்.

> பலர் எண்ணுவதுபோல இந்தச் சிற்பத்தொகுதி முற்றுப்பெறாத தாக இருக்க முடியாது. அடுத்து ஒரு குகையை அமைப்பது என்று முடிவெடுத்த உடனேயே இந்தச் சிற்பத்தொகுதியை ஒட்டி யுள்ள பகுதி தேவையற்றதாகிவிடுகிறது. எனவே, இது நாடகத்தில் காட்சிகளுக்கு இடையே விடப்படும் இடைவெளிபோல, இடை வெளிப் பகுதியாக விடப்பட்டுள்ளது. கற்றறிந்த அறிஞர்கட்கு இந்தச் சிற்பத்தொகுதியை இடப்புறமாகப் பார்த்துவரும்போது, இமயச் சிகரத்திலிருந்து எளிதில் எட்டமுடியாத ஆழ்ந்ததோர் பகுதியைச் சுட்டி நிற்பதாகத் தோன்றும். பண்டைய இந்தியக் கட்டுமானமுறையில் சிற்பங்களும் கட்டிடங்களும் முழுமையாக முடிக்கப்பட்டபிறகு அவற்றின்மீது எடுப்பான வண்ணங்கள் பூசப்படுவது மரபு. இவற்றால் கீழே இருக்கும் குகைப்பகுதி கண்ணுக்குத் தெரியாமல் போயிருக்கலாம். இந்தப் பெரும் சிற்பத் தொகுதியில் பாதுகாப்பான சில இடுக்குகளில் வண்ணப்பூச்சுகள்

இன்னும் காணப்படுகின்றன. எடுத்துக்காட்டாக, தவசியின் வலது தோளுக்கருகில், வராக மண்டப விதானத்தில் இருப்பதைப் போல, அதே வகையான வண்ணப்பூச்சு காணப்படுகிறது. உதிர்ந்து போன வண்ணப்பூச்சும் சில சிற்பங்களில் காணாமல்போன தலைகளும் நீங்கலாக மற்ற வகையில் இந்தச் சிற்பத்தொகுதி முழுமை பெற்றதாகவே கொள்ளவேண்டும். எனவே, இவை எந்தப் பொருளைக் காண்பதற்காக அமைக்கப்பட்டனவோ அதைப் பற்றி ஆராயத் தகுதியான நிலையில் உள்ளன.[60]

இச்சிற்பத்தொகுதி முழுமை வடிவாக்கம் குறித்து ராபே குறிப்பிட்டுள்ள கருத்து பரிசீலனைக்கு உரியதாகும். இச்சிற்பத்தொகுதி முதலில் வலப்பகுதி முழுவதும் செய்து முடித்த பின்னரோ அல்லது இடப்பகுதியில் சரிபாதியாக அமையும் மேற்பகுதி செய்து முடித்து, வலப்பக்கப் பாறை முழுவதும் செய்து முடித்த நிலையிலோ திருமால் கோயிலுக்கு இடப் புறமிருக்கும் பகுதி செய்யத் தொடங்கப்பட்டிருக்கலாம். எத்தனை சிற்பிகள் இப்பணியில் ஈடுபட்டிருந்தனர் என்பது குறித்து அறிவதற்குச் சான்றுகள் ஏதுமில்லாத நிலையில் தெளிவாக இதனை உய்த்துணர்வது கடினம்.

ஆயினும், சிற்பங்களின் பாணியும் நுட்பமான வேலைப்பாடுகளுக் குரிய முயற்சிகளும் வியக்கத்தக்க வகையில் ஒருவரே செய்ததுபோல் காட்சியளிக்கின்றன.

சிற்பம் செய்முறையில் வலப்பக்கச் சிற்பங்களும் இடப்பக்க மேல் பகுதிச் சிற்பங்களும் மெருகூட்டப்பட்டு இறுதிக்கட்ட வேலையை எட்டி யிருப்பதை உணரமுடிகிறது.

தற்போது காணப்படும் குறைபட்ட பகுதியில் அமைந்திருக்க வேண்டிய சிற்பங்களை முதற் சிற்பத்தொகுதி கொண்டு ஓரளவு உய்த்துணர முடிகிறது.

முதற்சிற்பத்தொகுதியில் திருமால்கோயில் இல்லை. வலப்புறப் பாறையின் கீழ்ப்பகுதியில் இடமிருந்து வலமாக, பின்புறம் திரும்பிக் கர்ஜிக்கும் சிங்கம் ஒன்றும் அதனை அடுத்து நாரை ஒன்றும் வாத்து ஒன்றும் காட்டப்பட்டுள்ளன. அவற்றின் கீழே பின்நோக்கிப் பார்க்கும் மான் ஒன்று உள்ளது. அதனை அடுத்துச் சிங்கமொன்று படுத்துள்ளது. அதன் கீழாக நாரையொன்று காணப்படுகிறது. சிங்கத்தின் மேலாக வலப்புறம் இரண்டு மயில்களும் அவற்றை அடுத்து நிற்கும் இரண்டு மான்களும் உள்ளன. அவற்றின் கீழ் குகையில் படுத்துப் பாதி உருவம் மட்டும் வெளித் தெரியும் சிங்கம் ஒன்று உள்ளது.

இந்தக் காட்சியை நாம் இரண்டாவது தொகுதியில் திருமால் கோயிலுக்கு இடப்புறம் உள்ள விலங்குகளோடு ஒப்பிட்டால் சிலவற்றை உணரலாம். நிற்கும்நிலையில் திரும்பிப் பார்க்கும் சிங்கம், படுத்துள்ள சிங்கம் ஆகியன வற்றின் இடத்தில் இங்கு மூன்று சிங்கங்கள் குகைகளில் பல்வேறு நிலை களில் படுத்துள்ள பான்மையில் காட்டப்பட்டுள்ளன. கீழுள்ள இரண்டில் இடப்பக்கம் காணப்படுவது ஆழ்ந்த உறக்கத்தில் உள்ளது. அதற்கு வலப்புறம்

உள்ளது உறங்கி எழுந்து வெளியே நோக்கி உறுமும் நிலையிலும் அதற்கு மேல் உள்ளது முழுவிழிப்புடன் தலை நிமிர்த்திக் கர்ஜிக்கும் நிலையிலும் காட்டப்பட்டுள்ளன.

முதலாவது சிற்பத்தொகுதியில் பின்னோக்கிப் பார்க்கும் மானின் இடத்தில் இங்கு இரண்டு மான்கள் உள்ளன. ஒன்று, புதரில் படுத்துள்ள நிலையில் சிங்கத்திற்கு மேலாகவும் அடுத்தது, புதரிலிருந்து வெளிப்படும் நிலையில் சிங்கத்திற்கு வலமாகவும் காட்டப்பட்டுள்ளன. முதலாவது சிற்பத்தொகுதியில் நிற்கும் மான் இணைகள் இரண்டாவது தொகுதியில் படுத்துத் தன் முகத்தினைக் கால்களால் சொறிந்துகொள்ளும் மானாகவும் அதன் இணையாகவும் காட்டப்பட்டுள்ளன எனக் கருதலாம்.

இவ்வாறு எண்ணிப்பார்க்கும்போது, மயில்களும் நாரைகளும் வாத்தும் இரண்டாவது சிற்பத்தொகுதியில் இடம்பெறவில்லை. ஆகவே, கந்தமாதன நீர்த் தடாகங்களில் உறையும் நீர்வாழ் பறவைகளைக் குறித்து மகாபாரதம் தரும் காட்சியே இங்குச் சித்திரிக்கப்பட்டிருப்பதைப் பொருத்தி நோக்கினால், முற்றுப்பெறாமல் விடுபட்டுள்ள மூன்று சதுரங்களில் நீர்வாழ் பறவைகள் மற்றும் மயில்களின் காட்சி உறுதியாக இடம்பெற்றிருந் திருக்கும் எனக் கொள்ளலாம். மூன்றாவது சிற்பத்தொகுதியில் யானை களுக்கு மேலாக வலப்புறத்தில் குரங்குடன் மயில் ஒன்று சித்திரிக்கப் பட்டுள்ளமை இங்கு இணைத்தெண்ணத்தக்கது. ஆனால், தரையின்மேல், வெட்டப்பட்டுச் செப்பம் செய்ய முற்பட்டுள்ள பாறைப்பகுதிக்குக் கீழ் தொடப்படாத பெரும்பகுதி உள்ளது. அதில் எத்தகைய காட்சிகள் இடம்பெற்றிருக்கும் என உய்த்துணர இயலவில்லை.

ஆகவே, செய்யப்பட்டுள்ள சிற்பங்கள் அவற்றின் இறுதிக்கட்டம் வரை செப்பம் செய்யப்பட்டுள்ளது உண்மையே எனினும், சிற்பத்தொகுதியில் குறைந்தபட்சம் ஐந்தில் ஒரு பங்கு நிறைவு செய்யப்படாமல் இருப்பதும் உண்மையாகும். வெட்டிச் செப்பனிடத் தொடங்கிய பகுதியை மட்டும் எடுத்துக்காட்டியுள்ள ராபே, அதற்குக் கீழ் தொடங்கவே செய்யாத பகுதியைக் கவனத்தில் எடுத்துக்கொள்ளவில்லை.

வராகர் குகையில் ஓவியச் சுவடுகள் இருப்பதைச் சுட்டிக்காட்டி, அதுபோல் உயரத் தூக்கியுள்ள அர்ச்சுனன் கைகளுக்கு இடையே வண்ணச் சிதைவு காணப்படுவதையும் ராபே எடுத்துக்காட்டியுள்ளார். ஆனால், இது சிற்பத்தின் முழுமையோடு தொடர்புடையதாகக் கொள்ள இயல வில்லை. ஏனெனில், முதலாவது சிற்பத்தொகுதியில்கூட வலப்புறப் பாறையில் சூரியனுக்குக் கீழாக உள்ள தனி உருவத்திலும் அதற்குக் கீழ் கின்னர உருவத்திலும் அப்சரஸ் உருவத்திலும் சுண்ணாம்புப் பூச்சுகள் காணப்படு கின்றன. இதனையும் தன் நூலில் ராபே குறிப்பிட்டுள்ளார்.[61] ஆகவே, இத்தகு ஓவிய முயற்சிகளை, இத்தொகுதிகள் உருவான காலத்தியவை என்று கொள்வதைவிட, இதனை மேலும் செதுக்க முயற்சிக்காமல், உள்ளவாறே வைத்து இரசிக்கத் தலைப்பட்ட, சிறிது பிற்பட்ட காலத்தவரின் முயற்சி எனக்கொள்ளுதல் பொருத்தமாகப்படுகிறது.

ஏனெனில், மாமல்லையில் சாளுவன் குப்பத்திலுள்ள அதிரணசண்டேஸ்வர கிரகம், புலிக்குகை, ஐந்து ரதங்கள், பஞ்சபாண்டவர் குடைவரை எனப்பலவும் முற்றுப்பெறாமல் உள்ளன. உறுதியாகக் கூறமுடியாத, ஏதோ ஒரு காரணத்தால் இவையனைத்தும் ஒரே சமயத்தில் நின்றுபோனதாகத் தோன்றுகிறது. வண்ணப் பூச்சு ஒன்றினை மட்டும் வைத்து இவை முற்றுப் பெற்றுள்ளனவாகக் கருத முடியாது. திரிமூர்த்தி குடைவரையில் உள்ள மகிடாசுரமர்த்தினியின் சிற்பம்கூட முழுமை பெறாததை அதன் எருமைத் தலையினைப் பார்த்ததும் அறிய இயலும். ஆனால், அதே சிலையில் துர்கையின் மேல்புறம் பல்லவர்கால வண்ணப்பூச்சு இன்றும் காணத்தக்க நிலையில் உள்ளது. ஆகவே, முற்றுப்பெறாத சிற்பமும் வண்ணப்பூச்சு பெற்றிருப்பதற்கு இது சிறந்த எடுத்துக்காட்டாகும். அர்ச்சுனன் தபசுச் சிற்பத்திற்கு அருகிலுள்ள பஞ்சபாண்டவர் மண்டபத்திலும்கூட வண்ணத் துணுக்குகள் காணப்படுகின்றன. இன்றும் பல்வேறு இடங்களிலும் வண்ணத் துணுக்குகளைப் பார்க்க இயலும்.

இராசசிம்மன் காலத்திற்குப் பிந்தைய நந்திவர்மன் முதலான பல்லவ மன்னர்கள் பலரும் மாமல்லையில் கோயில்களைக் கட்டியுள்ளனர் என்பது சாளுவன்குப்பம் மற்றும் கடற்கரைக் கோயிலருகில் அண்மையில் நிகழ்த்தப் பட்ட அகழ்வாய்வில் கண்டறியப்பட்ட தடயங்களிலிருந்து அறிய இயலு கிறது. ஆனால், முற்றுப்பெறாமல் முன்னம் நின்றுபோன சின்னங்களை அவர்கள் ஏன் முற்றுவிக்க முற்படவில்லை என்பது இதுவரை விளங்காத புதிராகும்.

ஆதலால், முற்றுவிக்காமலேயே மாமல்லையில் உள்ள சிற்பங்களுக்கு அவை செய்யப்பட்டு நின்றுபோன காலப்பகுதியின் பின்னால் வண்ணப் பூச்சுப் பணி நிகழ்ந்திருக்க வேண்டும் என்பது தெளிவு.

கடல்மல்லைச் சிற்பத்தொகுதிக்கும் ஈழத்திற்குமான உறவினை ராபே மிக விரிவாக எடுத்துரைத்துள்ளார். அதன்மூலம், அர்ச்சுனன் தபசுச் சிற்பத்தொகுதி முதலாம் நரசிம்மனால் செய்விக்கப்பெற்றது என்று முடிவுக்கு வரும் அவர், அக்காலத்தில் ஈழத்தை ஆண்ட பௌத்தமன்னன் மானவம் மனுக்கும் நரசிம்மனுக்கும் இருந்த பெருநட்பினைப் பல சான்றுகளுடன் எடுத்துக் காட்டியுள்ளார். போர்க்காலங்களில் படையுதவி செய்து கொண்டது மட்டுமன்றி, ஒருவர் மற்றொருவர் நாட்டிற்கு வந்து அரண்மனைகளில் தங்கி நட்பாடிய விதத்தையும் விவரித்துள்ளார். இருவரும் யானை மீதமர்ந்து உலா நிகழ்த்தியபோது, நரசிம்மன் தானருந்திய இளநீரை மானவம்மனுக்கு வழங்க, அவனதைப் பருகி மகிழ்ந்த நட்பின் திறத்தினை மகாவம்சத்தின் குறிப்பிலிருந்து எடுத்துக்காட்டியுள்ளார். இந்நட்புறவின் மூலம் தமிழகத் திற்கும் ஈழத்திற்கும் கலைத்தொடர்புகள் நேர்ந்ததையும் அனுராதபுரச் சிற்பங்களுக்கும் மாமல்லைச் சிற்பங்களுக்குமுள்ள உறவுகளையும் விரிவாக எடுத்துக்காட்டியுள்ளார்.[62]

இவ்வாய்வின் மூலம் அவர் கண்டறிந்துள்ள மிக முக்கியமான முடிவு மூன்றாம் சிற்பத்தொகுதி குறிப்பதாகும்.

திரிமூர்த்தி குடைவரையின் பின்புறமுள்ள சிற்பத்தொகுதியில் உள்ள யானைகளின் மேலாகக் குரங்கு ஒன்றும் மயில் ஒன்றும் சித்திரிக்கப்பட்டுள்ளமை குறித்து இதுவரை யாரும் ஐயுறவு கொள்ளவில்லை எனத்தெரிவிக்கும் ராபே, அது, புத்த ஜாதகக் கதைகளில் 37வது கதையான தைத்திர ஜாதகம் (Tittira Jataka) என்னும் கதையினைக் குறிக்கிறது என்று முடிவு கூறியுள்ளார்.

முன்னொரு காலத்தில் இமயமலையின் அடிவாரத்தில் இருந்த ஆலமரத்தடியில் ஒரு கௌதாரியும் (Partridge) ஒரு குரங்கும் யானையொன்றும் வாழ்ந்து வந்தன. நண்பர்களாக விளங்கிய அவற்றுள் நாளடைவில் மனவேறுபாடுகள் தோன்றின. ஒன்றையொன்று மதியாமல், முறையின்றி நடக்கத் தலைப்பட்டன. ஆனால், அவ்வாறு இருப்பது சரியன்று என்பதை உணர்ந்து, தங்களுக்குள் யார் வயதில் மூத்தவரோ அவருக்கு ஏனைய இருவரும் கட்டுப்பட்டு நடக்க வேண்டும் என முடிவுசெய்தன.

பறவையும் குரங்கும் யானையைப் பார்த்து இந்த ஆலமரத்தை நீர் முதன்முதலாகப் பார்த்தபோது, "இது எவ்வளவு பெரியதாக இருந்தது? நினைவுபடுத்திச் சொல்லும்!" என்று கேட்டன.

அதற்கு யானை, "நான் குழந்தையாக இருந்தபோது, இந்த ஆல மரம் சிறு புதராக இருந்தது. நான் இதன்மீது நடந்து செல்வது வழக்கம். நான் இதன்மீது நின்றால் இதன் உச்சிக்கிளைகள்கூட என் வயிற்றளவிற்குத்தான் வரும்" என்று கூறியது.

அடுத்ததாகக் குரங்கிடம் அதே கேள்வியை மற்ற இரண்டு மிருகங்களும் கேட்டன. அதற்குக் குரங்கு, "நான் சிறுவனாக இருந்த காலத்தில், தரையில் உட்கார்ந்தபடியே தலையை நீட்டினால் போதும், இதன் உச்சிக் கிளையிலுள்ள பழங்களையெல்லாம் தின்றுவிடலாம். அவ்வளவு சின்னஞ்சிறிதாக இந்த ஆலமரம் இருந்த காலத்திலிருந்தே இதை எனக்குத் தெரியும்" என்று பதிலளித்தது.

அடுத்ததாகப் பறவையைப் பார்த்து ஏனைய இரண்டும் அதே வினாவை எழுப்பின. அதற்கு அப்பறவை "நண்பர்களே! பழங்காலத்தில் மிகப்பெரிய ஆலமரமொன்று ஓரிடத்தில் இருந்தது. நான் அதன் விதைகளைத் தின்று வந்தேன். அவற்றில் சில விதைகளை இங்கு எச்சமிட்டேன். அதன்மூலம்தான் இந்த ஆல மரம் இங்கே தோன்றியது. எனவே இந்த ஆலமரம் பிறப்பிற்கு முன்பே இதைப்பற்றி எனக்குத் தெரியும். நான்தான் உங்கள் இருவரினும் மூத்தவன்" என்றது. அதனை ஒப்புக்கொண்ட குரங்கும் யானையும் அன்றுமுதல் பறவையின் சொல்லுக்குக் கட்டுப்பட்டு அடக்கத்தோடு வாழ்ந்து மேலுலகுச் சென்றன.[63]

'மோக்கலானா யானையாகவும் சாரிபுத்தர் குரங்காகவும் தான் அப்பறவையாகவும் பிறந்திருப்பதாகப்' புத்தர் குறிப்பிடும் அக்கதைக்கும்

சிற்பத்தொகுதிக்குமான பொருத்தப்பாடுகளாகத் தான் கருதுவனவற்றை ராபே கொடுத்துள்ளார், அவற்றை இவ்வாறு குறிக்கலாம்:

1. புத்த ஜாதகத்திலுள்ள கௌதாரிப் பறவையோ ஆலமரமோ இச்சிற்பத்தொகுதியில் காட்டப்படவில்லை. இருப்பினும், இது புத்த ஜாதகக் கதையையே உணர்த்துகிறது. மகாவம்சம் குறிப்பிடும் இளநீர் பருகிய நிகழ்ச்சி, நரசிம்மனுக்கும் மானவம்மனுக்குமான நட்புறவை எடுத்துக்காட்டுகிறது. ஆகவே, தன்னோடு அடிக்கடி வந்து மகிழ்ந்துறவாடும் நண்பனின் மகிழ்ச்சிக்காக, அவனது பௌத்த சமய நம்பிக்கையைப் போற்றி, புத்த ஜாதகத்திலிருந்து ஒரு கதையினை இங்கு நரசிம்மன் வடிக்கச் செய்துள்ளான்.[64]
2. கௌதாரிப் பறவைக்குப் பதிலாக மயிலை இங்குக் காட்டியிருப்பதற்கு இரண்டு விளக்கங்களை அளிக்கலாம். முதலாவது, இப்புத்த ஜாதகக் கதை பல இடங்களில் பல்வேறு மாறுபாடுகளுடன் வழங்கி வந்ததாகலாம். அவற்றில் மயில் இடம் பெற்றிருக்கலாம்.

அடுத்ததாக, மயில் அரச பறவையாகும். தென்னகத்தில் போர்க்கடவுளான ஸ்கந்தன் அல்லது முருகனின் வாகனமாகவும் அது அமைந்துள்ளது. அத்துடன் கண்ணனின் தலையினையும் (அதன் இறகு) அணி செய்கிறது.

பௌத்தரான மகாஅசோகரின் மகனான மகிந்தாவால் மகாவம்சமான ஈழ அரசமரபு நிறுவப்பட்டது. சொற்பிறப்பியலின்படி 'மௌரிய' என்னும் சொல்லும் அதற்குப் பதிலியான மோரா (*Mora*) என்னும் சொல்லும் மயில் என்பதற்குச் சமஸ்கிருதத்தில் வழங்கும் 'மயூரம்' என்னும் சொல்லோடு உறவுடையன.[65]

மேலும்,

> நாம் நம் புன்சிரிப்பில் (முடிவுகளில்) நிச்சயமாகத் தனித்திருக்கவில்லை ... சிற்பியின் நோக்கங்களை, சிதைபட்டுப் புன்சிரிப்போடு வலப்புறத்தில் தன்னுடைய துதிக்கையை நீட்டித் தன் மகிழ்ச்சியைக் காட்டும் யானையின் தலையை வைத்துப் பார்க்கும்போதும் தோற்கடிக்கப்பட்ட குரங்கும் தொன்மப் பறவையும் நம் கருத்துக்கு வலுச்சேர்க்கின்றன. கீழே ஒரு குட்டியானை குட்டிக்கரணம் அடிப்பது போலவும் அல்லது ஆலஞ்செடியின்மீது தான் நடந்து சென்ற நிகழ்ச்சியை மீண்டும் செயலாக்கிக் கொண்டுள்ளது. மேலே, ஆழமாகச் செதுக்கப்பட்ட மயில் மௌனமாகக் காணப்படுகிறது. அது இலங்கையில் பரவலாகக்கொள்ளப்படும் மயூரக் கொள்கைக்கு வலுச்சேர்க்கிறது.[66]

புத்த ஜாதகக் கதைக்கும் மூன்றாவது சிற்பத்தொகுதிக்கும் ராபே பொருத்திக்காட்டும் உறவுகளை எண்ணிப்பார்த்தால் பல்வேறு ஐயங்கள் தோன்றுகின்றன.

1. அர்ச்சுனன் தபசுச் சிற்பத்தொகுதி எந்த அரசரால் படைக்கப் பெற்றது என்பது இன்னும் தெளிவாக்கப் பெறாமல், அறிஞர்களால்

விவாதிக்கப்பட்டே வருகிறது. ஆனால், அது நரசிம்மனுடையது என்று ராபே உறுதியாக நம்பி ஆய்வு செய்துள்ளார்.

2. மூன்றாம் சிற்பத்தொகுதி தன் நண்பனுக்காக நரசிம்மனால் உருவாக்கப்பட்டது என ராபே கருதுகிறார். அவ்வாறே வைத்துக் கொண்டாலும், நண்பனிடம் தான்கொண்ட அன்பினை வெளிப் படுத்தச் சிற்பம் செய்ய நரசிம்மன், மும்மூர்த்தி குடைவரையின் பின்புறம், பெரும் பாறையொன்று எதிரில் மறைத்து நிற்கும் ஓர் இடுக்கான வழியிலுள்ள இடத்தையா தேர்ந்தெடுத்திருப்பான்? உயர்ந்த நட்பிற்கு அடையாளமாக இரண்டாவது சிற்பத்தொகுதி யையே அல்லவா அவ்வாறு படைத்துத் தன் நட்பின் ஆழத்தைப் புலப்படுத்திருக்கக் கூடும்?

3. புத்த ஜாதகக்கதையில் மயில் இடம் பெறவில்லை. ஒருவேளை பல்லவ நாட்டில் அத்தகையதொரு மாற்றத்தோடு அக்கதை உலவி இருக்கலாம் என்பதற்கு ஆதாரம் ஏதுமில்லை. அது வலிந்து செய்யப்படும் ஊகமாகவே தென்படுகிறது.

4. ஒரு யானை மட்டுமே கதையில் கூறப்பட்டிருக்க, சிற்பத்தில் நான்கு யானைகள் காட்டப்பட்டுள்ளன.

5. இச்சிற்பத்தொகுதியில் மட்டும் மயில் இடம்பெற்றிருப்பது போன்ற தொனியுடன் கருத்துக் கொண்டிருப்பது ஏனெனத் தெரியவில்லை. முதலாவது சிற்பத்தொகுதியிலேயே ஐந்து மயில்கள் காட்டப்பட் டுள்ளன.

6. மூன்றாவது சிற்பத்தொகுதியின் மேல் நீர் தத்திவரும் பான்மையில் மேடுபள்ளங்களுடன் நீர்த்தடம் ஒன்று காட்டப்பட்டுள்ளது. அதனை ராபே கவனிக்கவில்லை அல்லது குறிப்பிடவில்லை.

7. அவ்வாறு கொட்டும் அருவி நீரையே மேலுள்ள யானை துதிக்கை யால் உறிஞ்சி விளையாடுகிறது. கீழுள்ள யானைகள் நீரருந்து கின்றன. குட்டியொன்று நீரில் விளையாடுகிறது. துதிக்கையினை நீட்டி மேலுள்ள யானை நீரை உறிஞ்சிக் களிப்பதாகக் கருதுவதே பொருத்தமானது. மாறாக, குரங்குடன் உரையாடுவதாகக் கருதுவது மேலுள்ள நீர்த்தடத்துடன் இணைத்துக் காண்கையில் பொருந்துவ தாக இல்லை.

8. மாமல்லைச் சிற்பங்களைப் பொருத்தமட்டில் குறிப்பிடத்தக்க தொரு சிறப்பான அம்சத்தைக் கருதிப்பார்த்தல் வேண்டும். பல பெரும் சிற்பங்களுக்குச் சிறு சிற்பங்கள் (Minor Sculptures) காணப்படுகின்றன. மகிஷாசுரமர்த்தினி குகையிலுள்ள கொற் றவை – மகிஷன் போர்க்காட்சி, அதிரணசண்டேஸ்வரத்தின் முன்னுள்ள சிறிய பாறையிலும் சாளுவன்குப்பத்தில் உள்ள யாளிக் குகையில் முன்பக்கம் காணப்படும் மண்டபமும் அம்பாரி சுமந்துவரும் இரண்டு யானைகளும் குதிரையொன்றும், கடற்

கரைக் கோயிலுக்குத் தென்புறம் மணலில் உள்ள இரண்டு சிறிய பாறைகளிலும் யாளிக் குகையின் வடபுறம் சிங்க வயிற்றில் சிறு கருவறை செதுக்கப்பட்ட, முற்றுப்பெறாத கொற்றவை கோயில் கடற்கரை கோயில் வளாகத்தினுள் தென்புறத்திலும் காணப்படு கின்றன. ஆகவே, இவைபோன்றே மூன்றாவது சிற்பத்தொகுதியை முதலிரு சிற்பத்தொகுதிகளுக்கான சிறு சிற்பத்தொகுதியாகக் *(Minor Panel)* கருதுவதே பொருத்தமுடையதாகும்.

9. மேலும், மகாபாரத இமயமலை வருணனையில், மயில்களின் பல்வேறு நிலைகளும் ஆடல்களும் ஒலிகளும் வருணிக்கப்பட் டிருப்பதையும்[67] பீலி மாமயில் நடம்செய்யும் காட்சியினை திருப் பிரிதிப் பாசுரத்தில் (பெரிய திருமொழி, முதற்பத்து, பா.எ.11) திருமங்கையாழ்வார் வருணித்திருப்பதையும் பொருத்திப் பார்த்தால், முதல் சிற்பத்தொகுதியிலும் மூன்றாம் சிற்பத்தொகுதி யிலும் மயில்கள் இடம்பெற்றிருப்பது இமயக் காட்சியைக் காட்டுவதே அன்றி, புத்த ஜாதகக் கதை பற்றியதன்று என்பது தெளிவு.

சிற்பத்தொகுதியில் சிவபெருமானைச் சூழ்ந்து நிற்கும் பூதகணங் களைக் குறித்து மிகச் சுவைமிகுந்த விளக்கத்தை ராபே நல்கியுள்ளார்:

> சாங்கிய தத்துவத்தின்படி, பூதகணங்களைப் பஞ்சபூதங்களோடு ஒப்பிட்டுப் பார்ப்பது இயல்பாகும். சிவனுக்கு வலப்பக்கக் கோடியில் இருக்கும் இசை வல்லுநர், வலக்கரத்தால் தாளம் போட்டுக்கொண்டிருக்கும் நிலை, கேட்பதை (ஒலி) – ஆகாயத்தைக் குறிக்கிறது. அடுத்துள்ள வயிறு பெருத்த வடிவம், யோகப் பயிற்சி யால் பெருமளவு பிராண சக்தியை (வாயு) உட்கொண்டு இருப்ப தால் வயிறு பெருத்திருக்கலாம். இது மோப்பசக்தியைக் காட்டுவத னால் உயிர்ப்புப் புலனைச் சுட்டி நிற்கிறது. அதற்குக் கீழே தலையை உயர்த்திப் பார்க்கும் இரண்டு உருவங்களும் நீண்ட மூடி போடப்பட்ட பானையையும் மறுகையில் நீண்ட கழுத்துடைய குடுவையை வைத்துக்கொண்டும் நிற்கின்றனர். கழுத்தணியைக் கொண்டிருக்கும் இவ்வுருவம் திருச்சியில் காணப்படும் கங்கா தரச் சிற்பத்தின் கீழுள்ள பூதகணத்தைப் போல் உள்ளது. இந்தக் கருத்தை மேலும் வலியுறுத்துமாறு சிவபிரானது காலடியில் ஆமை அமைக்கப்பட்டுள்ளது. கால்பகுதியில் பறந்து செல்லும் கின்னர இணை வானத்தையும் காற்றுப் பூதங்களையும் குறிக் கின்றன . . .[68]
>
> ஓதுக்கல் முறைப்படி பார்க்கும்போது, ஒளிவடிவமான தோற்றத் திற்கு அருகிலுள்ள உருவம் நெருப்பைக் குறித்து நிற்கிறது. வளைந்த புருவமும் பிதுங்கிய கண்களும் இந்தக் கருத்தை மேலும் வலுப் படுத்துகின்றன. மேலும், சிவன் தனக்குப் பின்னால் வைத்திருக்கும்

பல தலைகள் கொண்ட, தீயை உமிழ்கின்ற பாம்பு இக்கருத்திற்கு வலுச்சேர்க்கிறது. அவரது கைகளிலுள்ள பொருட்கள் இதுவரை முழுமையாக ஆராயப்படவில்லை. இருக்கும் சூழ்நிலையை மனதில் கொண்டு பார்க்கும்போது, அவரது கரத்தில் சக்கரம்போல் இருப்பது ஒரு கண்ணாடியையே குறிக்கிறது என்று கொள்ளலாம். தெய்வ உருவங்களின் கைகளில் மாயையைக் குறிப்பதற்காகக் கண்ணாடியை அமைப்பது மரபாகும்.[69]

இவ்விளக்கத்தை உற்றுநோக்கும்போது, சில ஐயங்கள் தோன்றுகின்றன. சாங்கிய தத்துவத்தின்படி, பூதகணங்கள் பஞ்சபூதங்களைக் குறிப்பதாகக் கொண்டு இங்குப் பொருத்தி விவரிக்கும் ராபே, சிவனுக்கு வலது கோடியிலிருக்கும் இசை வல்லுநர் என்று கிம்புருடர்களை எடுத்துக்கொண்டுள்ளார். கிம்புருடர்கள் பதினெண்கணத்தவருள் ஒருவரான தேவ வகுப்பினரே அன்றி சிவனது பூதகணத்தைச் சேர்ந்தவரல்லர்.

வயிறு பருத்த பூதகணம் பிராணசக்தியை உட்கொண்டதால் வந்த விளைவு என்று காற்றுடன் தொடர்புபடுத்தியுள்ளார். ஆனால், அந்த ஒரு பூதம் மட்டுமன்றி, எல்லாப் பூதகணங்களுமே பெருவயிறுடன் தோன்றுகின்றன. ஆகவே, ஒன்றினை மட்டும் சுட்டிக் கூறுவது பொருந்தி வரவில்லை.

ஒரு பூதம் கையில் பானையை வைத்திருப்பதும் கீழே ஆமை இருப்பதும் நீரைக் குறிப்பன என ராபே கொள்வதாகத் தெரிகிறது. சிற்பத்தொகுதியில் ஓர் ஆமை மட்டுமன்று, மற்றொரு ஆமையும் யோகபட்டம் அணிந்த தவசிக்குக் கீழாக, மூக்கினைச் சொறிந்துகொண்டிருக்கும் மானின் முன்பாகக் காட்டப்பட்டுள்ளது. இவற்றை குரங்கு, பன்றி, முயல், உடும்பு, மான், சிங்கம் முதலிய விலங்குகளுடன் சேர்த்து இயல்பாக அங்குக் காணப்படும் விலங்குகளாகக் கொள்வதே பொருத்தமுடையது.

மேலும், பூதகணங்களைப் பஞ்சபூதங்களின் குறியீடாகக் கருதி விவரிக்கும் ராபே, இடது மேல் பகுதியில் பறந்துசெல்லும் கின்னர இணைகள் வானத்தையும் காற்றையும் குறிப்பன என்கிறார். கின்னரர்களும் தேவகணத்தினரேயன்றிப் பூதகணத்தினரல்லர்.

மேலும், கண்ணாடி ஒன்று சிவனது கரத்திலிருப்பதாகவும் ராபே தெரிவிக்கிறார். சிவபிரானது வலது பின் கரத்தையே ராபே சுட்டுகிறாராதல் வேண்டும். இது அக்கமாலையே ஆகும். அது கைக்கும் தோளுக்குமிடையே மிக மங்கலாகத் தென்படுகிறது. அம்மாலையைச் சுட்டுவிரலும் கட்டை விரலும் அழகுறப் பற்றியுள்ளன. தேய்ந்தோ சிதைந்தோ அல்லது பொரிந்துபோயோ அக்கமாலை தெளிவற்றுத் தோன்றும் நிலையை அடைந்திருக்கவேண்டும். சிவன் தன் முன்வலக்கரத்தில் தாங்கித் தோள்மீது சாய்ந்துள்ள ஆயுதமும் தண்டுப்பகுதியில் சிதைவுற்றிருப்பது இவ்விடத்தில் சேர்ந்தெண்ணத்தக்கது. சிவனது கையிலிருப்பது அக்கமாலையே என்பதை முதலாவது சிற்பத்தொகுதி கொண்டு அறியலாம். அதில் நிற்கும் சிவபிரானது இடது பின்கரத்தில் மழுவாயுதம் விளங்க, வலதுபின் கரத்தில்

அக்கமாலை தெளிவாகக் காணப்படுகிறது. மற்றபடி, மாயையைச் சுட்டும் வட்டமான கண்ணாடியாக உணருகின்ற வடிவம் சிவன் கரத்தில் இரண்டு இடங்களிலுமே இருப்பதாகத் தெரியவில்லை.

அடுத்ததாக, சிற்பத்தொகுதியில் காணப்படும் திருமால் கோயிலுக்கு முன்புறம் தலையில்லா நிலையில் அமர்ந்துள்ள மூன்று உருவங்கள் பற்றி ராபே கூறும் கருத்து ஆய்வு செய்யத்தக்கதாகும்.

> குஷாண வம்சத்தினர் தங்கள் அரசர்களை விஷ்ணுவின் வெவ்வேறு அவதாரங்களின் தோற்றமாகக் கூறுவது வழக்கம். இதே வழக்கத்தைப் பல்லவ அரசர்களும் பின்பற்றி இருக்கலாம். அதன்படி கூர்ம, வராக, நரசிம்ம அவதாரங்களின் மூன்று பல்லவ அரசர்கள் மகேந்திரன், நரசிம்மன், சிம்மவர்மன் ஆகக் கொள்ளுதல் சாத்தியமே. அப்படிப் பார்க்கும்போது, தலையில்லாமல் காணப்படும் இந்த மூன்று சிலைகளும் நரசிம்மன் நடுவில், மகேந்திரவர்மன், சிம்மவிஷ்ணு இருபுறங்களிலும் அமைக்கப்பட்டிருக்கலாம்.[70]

சிற்பத்தொகுதியில் இரு கூறுகளை ராபே இவ்வாறு கருதுகிறார் என்று தோன்றுகிறது:

திருமால் கோயிலுக்கு முன் யோகபட்டத்துடன் உள்ள சிலை நரசிம்மவர்மனைக் குறிக்கிறது. மேலே வராகமும் ஆமையும் உள்ளன. அவை அவதாரங்களாதலால் மகேந்திரனையும் சிம்மவிஷ்ணுவையும் குறிக்கின்றன. அடுத்து, நரசிம்மத்தை ஒட்டியுள்ள இருவரும் மகேந்திரனும் சிம்மவிஷ்ணுமாவார் என்று கொள்கிறார்.

மேலும், தனது இக்கருத்தை வலியுறுத்தி, நரசிம்மவர்மன் இந்தப் பகுதியிலுள்ள மூன்று தலையில்லாச் சிலைகளில் நடுநாயகமாக உள்ள, யோகமுத்திரையோடு இருக்கும் சிலையினால் குறிக்கப்படுகிறான். 'வர்மன்' என்ற சொல் 'காப்பது' என்ற பொருளைக் கொடுக்கிறது. காக்கும் கடவுளான விஷ்ணுவின் சிலை தன் அபயக்கரத்தைக் காட்டி, அனைவரையும் அச்சத்திலிருந்து விடுவிக்கும் தோற்றத்தில் உள்ளது. இந்தக் குறிப்புகளை எடுத்துக்கொண்டு, கோயிலிலிருந்து நடுவாக ஒரு நேர்க்கோடு இழுத்தால், அது மூன்று சிலைகளுக்குப் பக்கத்தில் வருகிறது. அந்நிலையில் பார்க்கும்போது, விஷ்ணுவின் அபயக்கரம் இடையில் உள்ள நரசிம்மன் சிலைக்கு மேல் வருவதுபோல் தோன்றுகிறது. இது நரசிம்மனுக்கு இறையருள் இருக்கிறது என்பதையும் அவன் இறைத் தன்மைகொண்டான் என்பதைக் காட்டும் வகையில் உள்ளது என்று கூறுகிறார். இந்த வாதத்திற்கு வலுச் சேர்க்கும் வகையில் இங்குக் காணப்படும் ஆமை, கூர்ம அவதாரத்தைக் குறிக்க அமைக்கப்பட்டுள்ளது. எனவே நரசிம்மன், நரசிம்ம அவதாரத்தின் பிரதிபலிப்பாக உள்ளான் என்றும் ராபே கருதுகின்றார்.[70]

இக்கருத்துகளை நோக்கும்போது சில ஐயங்கள் எழுகின்றன:

1. சிற்பத்தொகுதியில் உடும்பு, குரங்குகள், முயல், பருந்து, ஆடுகள், மான்கள், சிங்கங்கள் ஆகியன இருக்கும்போது, பன்றியை மட்டும் ஏன் அவதாரமாகக் கருதிப்பார்க்க வேண்டும்?

2. இச்சிற்பத்தொகுதியில் இரண்டு ஆமைகள் இருக்கும்போது, ஏன் ஒன்றை மட்டும் பிரித்து அவதாரக் கோட்பாட்டில் அடக்கிப் பார்க்க வேண்டும்?

3. யோக பட்டத்துடன் இருப்பது நரசிம்மர் எனவும் அது நரசிம்ம வர்மனைக் குறிக்கிறது என்று கருதுவது மிகவும் வலிந்த கருத்தாகும். ஏனெனில், பல்வேறு இடங்களில் நரசிம்மர் உருவம் யோகப் பட்டத்துடன் உள்ளது உண்மையே. ஆனால் யோகபட்டத்துடன் இருப்பதனாலேயே அது நரசிம்மராகிவிட முடியாது. ஏனெனில், தமிழகத்தில் நூற்றுக்கணக்கான கோயில்களில் திருமூலர், மச்சமுனி முதலாகப் பல்வேறு சித்தர்களின் யோக வடிவங்கள் யோக பட்டத்துடன் காட்டப்பட்டுள்ளன. அதுபோல் இதுவும் யோக பட்டத்துடன் தியானத்தில் ஆழ்ந்துள்ள முனிவர் ஒருவரின் வடிவமாகலாம். அன்றியும் அவர் கருத்துப்படி சிம்மவிஷ்ணு, மகேந்திரன் முதலியோரைச் சாதாரணமான துறவிகள் கோலத்தில் காட்டியிருக்கும்போது, நரசிம்மனை மட்டும் நரசிம்ம அவதார வடிவத்தில் காட்டவேண்டிய அவசியமில்லை.

4. ஆதிவாராகர் குகை, தர்மராசர் ரதம், அர்ச்சுனன் ரதம் ஆகிய வற்றில் காட்டப்பட்டுள்ள அரச வடிவங்கள், அரசர்களுக்குரிய ஆடை அலங்காரங்களுடனும் துணைவியருடனும் காட்டியிருக்க, இங்கு மட்டும் ஏன் துறவுக் கோலத்தில் காட்டவேண்டும்?

இச்சிற்பத்தொகுதியின் மையப்பொருள், அர்ச்சுனன் தவமா அல்லது பகீரதன் தவமா? என்பதை விவாதிக்கும் ராபே, பின்வரும் கருத்துகளை முன்வைக்கிறார்:

1. (அர்ச்சுனன் (அ) பகீரதன் என்னும்) இருவாதங்களுமே சிற்பத் தொகுப்பில் உள்ள சிற்பங்களை முழுமையாக விளக்க முடியாமல் உள்ளன.

2. இந்த இரண்டு வாதங்களுமே பொருந்தவில்லை என்ற நிலையில் மூன்றாவதாக ஒரு கருத்தை ஆராய வேண்டியுள்ளது.

3. ஏறக்குறைய இந்தக் காலகட்டத்தில், இரு கருத்துகளை ஒரே பாடலில் சொல்லுதல், இரு கதைகளை ஒரே கதையாக அமைத்துச் சொல்லுதல் என்பன போன்ற, இரண்டினை ஒன்றாகக் கலக்கும் உத்தி, இலக்கியத்தில் புதுமையாகப் பரபரப்பூட்டும் வகையில் வரத்தொடங்கியிருந்தது. பல்லவ அரசவையிலிருந்த தண்டி இத்தகைய நூல்களைப் படைத்துப் பெருமை பெற்றிருந்தார்.

4. பல்லவ காலத்துச் சைவ அடியார்கள் தங்கள் பாடல்களில் அர்ச்சுனனையும் பகீரதனையும் இணைத்துப் பேசியுள்ளனர்.

5. கி.பி.5 ஆம் நூற்றாண்டைச் சார்ந்ததாகக் கருதப்படும் பீகார் ராஜவோனாவில் *(Rajaona)* உள்ள சதுரத் தூண்களில் அர்ச்சுனன் தவம் ஒன்றிலும் அதற்குநேர் எதிரில் உள்ள தூணில் பகீரதன் மண்டியிட்டு வழிபடும் தோற்றமும் காணப்படுகின்றன.

இலக்கியப் புதுமையைச் சிற்பத்திலும் ஏற்றலாம் என்ற கருத்து, பல்லவ மன்னர்களுக்கும் மற்றவர்களுக்கும் தோன்றியிருத்தல் இயல்பே. அப்படி இணைக்கத்தக்க கதைகளாக அர்ச்சுனன் தவமும் பகீரதன் தவமும் தோன்றுவதும் இயல்பே. ஆகவே மாமல்லபுரத்து 'அர்ச்சுனன் தவம்' என்று அழைக்கப்படும் சிற்பத்தொகுதி, அர்ச்சுனன் தவத்தையும் பகீரதன் தவத்தையும் ஒருங்கே காட்டுவதால் 'அர்ச்சுனன் – பகீரதன் தவம்' என்று கொள்ளுவதே இப்பிரச்சனைக்கு உகந்த தீர்ப்பாகும்.[72]

இவ்வாறு இலக்கியத்தில் இடம்பெற்ற சிலேடை என்னும் இரட்டுற மொழிதல் சிற்பத்திலும் இடம்பெற்றுள்ளதாகக் குறிப்பிடுகிற ராபே அத்துடன், இவ்விரண்டு கதைகளும் இச்சிற்பத்தொகுதியில் இடம்பெற்றுள்ளன என்னும் கருத்தினையும் கடந்து மூன்றாவது கருத்தொன்றையும் கண்டடைந்துள்ளார்.

முடிவாக, இப்புடைப்புச் சிற்பத்தொகுதி 'பகீரத – அர்ச்சுனன் தொகுதி' என்று முடிவு கொள்வதற்கு அடிப்படையாக இருப்பது இவ்விரண்டு தொன்மங்களும் பழமையானவை என்பதாகும். ஆனால், இந்த இரண்டில் எதுவுமே புடைப்புச் சிற்பத்தொகுதியின் நடுக் கரு *(Primary Subject)* அன்று . . . பகீரதன், அர்ச்சுனன் இருவருமே முதலாம் மாமல்ல நரசிம்மப் பல்லவனின் (கி.பி.630 – 668) குணங்களைக் கொண்டு அவனுக்காக நிற்கும் குறியீடுகளே. இந்தச் சிற்பத்தொகுதியையும் மாமல்லபுரத்திலுள்ள மற்ற வெற்றிச் சின்னங்களையும் படைப்பித்த புரவலன் என்ற வகையில் மாமல்லன் மட்டுமே இந்தப் புடைப்புச் சிற்பங்களின் ஒரே கருப் பொருளாவான். அதன் பெருமையை ஏற்பதும் அவனே! ஆகவே உண்மையில் இந்தச் சிற்பத்தொகுதி விரிவாக்கப்பட்ட இரு பொருள்தரும் தொன்மங்களின் விளக்கமல்ல. ஆனால், இது மூன்று பொருள் கொடுக்கும் கதை விளக்கமாகும். மூன்றாவது, பல்லவர்களின் தோற்ற வளர்ச்சியைக் காட்டும் புகழாரமாக அமையும் கருத்துக் கருவே ஆகும்.[73] எனக் குறிப்பிடும் ராபே,

> (மாமல்லனாகிய நரசிம்மவர்மன்) பகீரதனைப் போல், புனித நதியாகப் பாய்வதுபோல், தன் மக்களுக்கு அருளைக் கொண்டு வந்து சேர்த்தார். இவை எல்லாவற்றிற்கும் மேலாக அவர் அர்ச்சுனனை நிகர்க்கிறார். அர்ச்சுனன் வெற்றிகளையே பெற்று விஜயனென்றும் பல போர்களில் தொடர்ந்து வெற்றிச்செல்வத்தைப் (சமர – தனஞ்செயன்) பெற்றவன் என்றும் கூறப்படுகிறான். அதே

போல் நரசிம்மன் வெற்றிகளை மட்டுமே பெற்று விஜய, தனஞ் செயனாக விளங்குகிறான்.[74]

என்று குறிப்பிடுகிறார். கூரம் செப்பேடுகளில் நரசிம்மனைப் புகழ்ந்து பேசப்படும், (பல்லவ) இனத்தில் நரசிம்மன், கிழக்கு மலையில் வரும் சூரிய – சந்திரனைப் போலத் தோன்றினான். பகையரசர்களாகிய யானை களுக்குச் சிங்கம் போன்றவன் என்னும் வருணனைகள் இச்சிற்பத்தொகு தியில் இடம் பெற்றிருப்பதாகக்கூறி, அர்ச்சுனன் – பகீரதன் கதைகளை இச்சிற்பத்தொகுதி கூறுகின்றது என்பதினும் நரசிம்மனது வெற்றியையும் இயல்புகளையுமே சுட்டுகிறது என முடிவு செய்துள்ளார்.[75]

இரட்டுற மொழிதலாகச் சிற்பம் அமைக்கப்பெறுவது மிகப் பண்டைக் காலத்து மரபாகும். அதற்கு யானையும் காளையும் இணைந்த கஜரிஷபம் என்னும் வடிவம் தக்க சான்றாகும். ஆனால், அவ்வாறு செய்யப்பட்ட சிற்பங்கள் சிறிய அளவினதாகவும் தூண்களை அழகுறுத்தி நிற்பன வாகவும் உள்ளன.

அர்ச்சுனன், பகீரதன் கதைகள் தனித் தனியாகவே பிற இடங்களில் காட்டப்பட்டுள்ளனவே அன்றி, ஒரே சிற்பக்காட்சி இரண்டு கதையாகப் பொருள்விளக்கம் செய்யும் முறையில் சித்திரிக்கப்பட்டிருப்பதாகத் தெரியவில்லை.

பல்லவச் சிற்பிகள் இச்சிற்பத் தொகுதியில் சிலேடை அணியைப் பயன்படுத்தியுள்ளனர் என்று கருதுவதும் இடர்பாடு மிக்க கருத்தேயாகும். ஏனெனில், இதனை தாங்கள் உருவாக்கிய வேறெந்த ஒரு சிற்பத்திலும் இதனை அவர்கள் பயன்படுத்தியிருப்பதாகத் தெரியவில்லை.

அதுபோலவே, பிற்காலப் பல்லவர்களுக்குப் பின்வந்த சோழர்களிடமும் பாண்டியர்களிடமும் இத்தகைய படைப்பு எங்கும் இருந்ததாகத் தெரிய வில்லை.

இரு கதைகள் மட்டுமின்றி, மூன்று கதைகளை இணைத்துப் பேசும் இலக்கியங்கள் தோன்றிய விசயநகர காலத்தில் கூட, அத்தகைய முயற்சி சிற்பத்தில் மிகப்பெரிய அளவில் மேற்கொள்ளப்பட்டதாகத் தெரியவில்லை.

இவ்வாறு, தனக்கு முன்னும் பின்னும் எவ்வித மரபுத் தொடர்ச்சியும் பெறாமல் இந்த ஒரே ஒரு சிற்பத்தொகுதி மட்டும், அதுவும் உலகிலேயே பெரிய பரந்த புடைப்புச் சிற்பமாக உருவாயிற்று என்பது வரலாற்றுக் கண்ணோட்டத்தில் பொருந்துவதாக இல்லை.

மேலும், அவர் இச்சிற்பத்தொகுதியின் மையப் பொருண்மை நரசிம்ம வர்ம பல்லவனே என்று கொள்வதும் இடர்பாடுமிக்க முடிவாகவே தென் படுகிறது. ஏனெனில், முதற்கண் இச்சிற்பத்தொகுதி நரசிம்மன் காலத்தில் தான் படைக்கப்பெற்றது என்று நிறுவ முதன்மையான சான்றாதாரம் யாதும் இதுவரை கிடைக்கவில்லை.

அடுத்ததாக, இதிலுள்ள பிற கூறுகள் பலவும் அவனையே குறிக்கிறது என்று கொண்டால், சொல்லப்படும் சூரிய – சந்திரர், சிங்கம், யானை ஆகியனவற்றைக் கடந்த பிறவற்றிற்கு கின்னரர், கிம்புருடர், சித்தர், சாரணர், இருடிகள், மான்கள், ஆடுகள் எனப் பலவற்றிற்கு எத்தகு விளக்கங்களைக் கொள்வது ?

அர்ச்சுனன் தவமிருந்து வெற்றியைக் கொணர்ந்ததும் பகீரதன் தவ மிருந்து கங்கையைக் கொணர்ந்ததும் நரசிம்மனுடைய வீரத்திற்கும் குடிகள் மீதுகொண்ட அருளுக்கும் பொருத்திப் பார்த்தல் சரியானது என்றால், இதற்கு அருகிலுள்ள கிருஷ்ணமண்டபத்துக் கோவர்த்தனக் காட்சிக்கும் இதே விளக்கத்தைக் கூறலாம்.

கண்ணன், இந்திரன் சினத்திலிருந்து ஆயர்களையும் ஆநிரைகளையும் காத்ததுபோல் சாளுக்கியர் முதலான பகைவர்களின் சினத்திலிருந்து தன் குடிகளை நரசிம்மன் காத்து நின்றான். ஆகவே, கண்ணனாக நிற்பது நரசிம்மனையும் அருகில் பலராமனாக நிற்பது மகேந்திரனையும் குறிக் கின்றன என்றுகூட விளக்கம் தரலாம். இதே போன்ற விளக்கத்தை மகிஷாசூரமர்த்தினி உள்ளிட்ட பல புராணக் காட்சிகளுக்கும் கூறி விடலாம். ஆகவே அத்தகைய விளக்கங்கள் ஒரு குறிப்பிட்ட காலகட்டத்தின் கலை மரபுகளோடு பொருந்திச் செல்வதில்லை என்பதே உண்மையாகும்.

குறிப்புகள்

1. மேற்கோள், நடன. காசிநாதன், *மாமல்லபுரம்,* பக்.40.
2. மேலது, ப.57.
3. Dr.G. Minakshi, *Administration and Social life under the Pallavas,* p.252.
4. James Fergusson. *Tree and Serpent worship,* p.68.
5. Quotation, N.S. Ramaswami, *Mamallapuram,* p.84.
6. Ananda K.Coomaraswamy, *History of Indian and Indonesian Art,* p.103.
7. Heinrich Zimmer, *Myths and Symbols in Indian Art and Civilization,* pp.117-119.
8. உரையாடலின்போது இந்நூலாசிரியரிடம் தெரிவித்தது. 21.12.2007.
9. மயிலை சீனி.வேங்கடசாமி, *மகாபலிபுரத்து ஜைன சிற்பம்,* பக்.8–14.
10. மேலது, ப.4.
11. மேலது, ப.4.
12. மேலது, ப.10.
13. மேலது, ப.11.
14. மேலது, ப.12.
15. மேலது, ப.15.
16. மேலது, ப.15.
17. மேலது, ப.17.
18. மேலது, ப.16.
19. மேலது, ப.16–18.

20. மேலது, ப.18.
21. மேலது, ப.23.
22. மேலது, ப.20.
23. மேலது, ப.19.
24. N.S. Ramaswami, *Mamallapuram,* p.86.
25. மேற்.நூ., பக்.20–27.
26. மேலது, ப.22.
27. மேலது, பக்.21–22.
28. வை. ராஜகோபால கனபாடிகள் வைதிகஸ்ரீ: *நிதுந்திரர் பித்ரு பூஜனம்,* பகுதி – 1, பக்.101–104.
29. உரையாடலின்போது இந்நூலாசிரியரிடம் கூறியது 21.12.2007.
30. முற்.நூ., ப.24.
31. டாக்டர் மா. இராசமாணிக்கம் பிள்ளை, பல்லவர் வரலாறு, பக்.129 – 130.
32. மேற்கோள், நடன. காசிநாதன், *மாமல்லைபுரம்,* ப.41.
33. கே.ஏ. நீலகண்டசாஸ்திரி, மு.ரா.பெருமாள் முதலியார் (மொ.ஆ.), *தென்னிந்திய வரலாறு,* இரண்டாம் பகுதி, பக். 247–248.
34. N.S. Ramaswami, *Mamallapuram,* p.87.
35. Quotation, Michael D. Rabe, *The Great Penance at Mamallapuram,* p.5.
36. இரா.நாகசாமி, *மாமல்லை,* ப.111.
37. மேலது, பக்.119–120.
38. மேலது, பக்.115–116.
39. மேலது, ப.109.
40. வனபர்வம், தீர்த்தயாத்ரா பர்வம், ப.109.
41. மேற்கோள், மு.நூ.ப.52.
42. மு.நூ., பக்.55 – 63.
43. Hermann Gowtz, *India Five Thousand years of Indian Art,* p.122.
44. மேலது, ப.127.
45. Vincent A. Smith, *A History of Fine Art in India and Ceylon,* p.120.
46. Dr.G. Minakshi, *Administration and Social life under The Pallavas,* p.353-354.
47. Michael Lockwood, *Mamallapuram - A Guide to the Monuments,* pp.22-23
48. மேலது, ப.24.
49. மேலது, ப.42.
50. மேலது, ப.43.
51. மேலது, ப.44.
52. நடன. காசிநாதன், பக்.36 – 37.
53. மேலது, ப.39.
54. மேலது, ப.40.
55. மேலது, பக்.44 – 45.
56. Michael D. Rabe, *The Great Penance at Mamallapuram,* p.5.
57. R.S. Gupte, *Iconography of the Hindus, Buddhists and Jains,* p.4.

58. மேற்.நூ., ப.5.
59. மேலது, ப.5.
60. மேலது, ப.8.
61. மேலது, ப.26.
62. மேலது, ப.20. (முதலாகப் பல பக்கங்கள்).
63. எஸ்.கே. ஸ்வாமி, *புத்தஜாதகக் கதைகள் என வழங்கும் போதி சத்துவர் கதைகள்*, பக்.164–165.
64. மேற்.நூ., ப.30.
65. மேலது, பக்.30 – 31.
66. மேலது, பக்.31 – 32.
67. வனபர்வம், யக்ஷயுத்த பர்வம், ப.12.
68. மு.நூ., ப.89.
69. மேலது, ப.90.
70. மேலது, பக்.124 – 125.
71. மேலது, ப.122.
72. மேலது, பக்.80 – 85.
73. மேலது, ப.103.
74. மேலது, ப.157.
75. மேலது, ப.156.

துணைநூற் பட்டியல்

ஆசார்யாள்	–	ஸந்த்யாவந்தனம், (ஆசார்யாளின் விளக்கம்) ஸ்ரீசாரதா டிரஸ்ட், சிருங்கேரி.
ஆறுமுக நாவலர், கே.	2003	இந்துமத இணைப்பு விளக்கம், அருள்மிகு சுந்தரேசுவரர் திருக்கோயில் வெளியீடு, மதுரை.
இராமச்சந்திர அய்யர், எல்.வி (பதி.ஆ.).	1911	ஸ்ரீமத் ராமாயணம் (தமிழ் வசன காவியம்), சென்னை.
இராசமாணிக்கம் பிள்ளை, மா.	1971	பல்லவர் வரலாறு, கழகம், சென்னை.
இலக்குவன், அரு.(பதி.ஆ.).	1980	அப்பர் பெருமான் வாழ்வும் வாக்கும், பூம்புகார்ப் பேரவைக் கல்லூரி வெளியீடு, மேலையூர்.
எதிராஜன், ஆ.	2000	108, வைணவ திவ்யதேச ஸ்தல வரலாறு, ஸ்ரீவைணவ சித்தாந்த நூற்பதிப்புக் கழகம், காரைக்குடி.
கங்கோபாத்தியாய, மிருணாள் காந்தி. ராமசாமி, ம.ந. (மொ.ஆ.).	1994	பாரவி, சாகித்திய அக்காதெமி, புதுதில்லி.
கதிர்வேற்பிள்ளை, நா.	1981	தமிழ்மொழியகராதி, ஏசியன் எடுகேஷனல் சர்வீஸஸ், புதுதில்லி.
கந்தையாப்பிள்ளை, ந.சி.	2003	இந்து சமய வரலாறு, சந்தியா பதிப்பகம், சென்னை.
காசிநாதன், நடன.	2005	மாமல்லபுரம், மணிவாசகர் பதிப்பகம், சிதம்பரம்.
காளிதாஸர்.	1986	மேகஸந்தேச காவ்யம், தி லிட்டில் ப்ளவர் கம்பெனி, சென்னை.

காளிதாசர், மறைமலையடிகள் (மொ.ஆ.)	1939	*சாகுந்தலம்,* கழகம், சென்னை.
காளிதாஸர், வேங்கடராகவாச்சாரியர், வே.ஶ்ரீ. (மொ.ஆ.)	1952	*ரகுவம்ச மஹாகாவ்யம்,* தி லிட்டில் ப்ளவர் கம்பெனி, சென்னை,
காளிதாசர், (வே.ஶ்ரீ.வேங்கட ராகவாச்சாரியர். தமிழ் உரையுடன்)	1982	*குமாரஸம்பவம்,* தி லிட்டில் ப்ளவர் கம்பெனி, சென்னை.
கிருஷ்ணமாசாரியார், புரிசை நடாதூர். நரஸிம்ஹராகவாசாரியார், திருக்கள்ளம்.	1978	*ஶ்ரீமஹாபாரதம்* (வனபர்வம்), ஶ்ரீந்ருஸிம்ஹப்ரியா வெளியீடு, சென்னை.
கிருஷ்ணராஜ மஹாராஜா, ராஜஶ்ரீ.	1963	*ஶ்ரீதத்துவநிதி* (முதலாவது) தஞ்சை ஸரஸ்வதி மஹாலய நூல் நிலையம், தஞ்சாவூர்.
கிருஷ்ணராஜ மஹாராஜா, ராஜஶ்ரீ.	1963	*ஶ்ரீமஹாபாரதம்* (வனபர்வம் – இரண்டாம் பாகம்), ஶ்ரீந்ருஸிம்ஹப்ரியா வெளியீடு, சென்னை.
கிருஷ்ணன், மா. தியடோர் பாஸ்கரன், சு. (தொ.ஆர்).	2004	*மழைக்காலமும் குயிலோசையும்,* காலச்சுவடு பதிப்பகம், சென்னை.
குப்புசாமி, தி.வெ.	1976	*இந்தியாவின் சிறப்பு வரலாறு* (முதல் பகுதி) தமிழ்நாட்டுப் பாடநூல் நிறுவனம், சென்னை.
குளத்தூரான், க.	2004	*காஞ்சிக் கோயில்கள்,* தமிழ்ப் பல்கலைக்கழகம், தஞ்சாவூர்.
கோஸால், எச்.ஆர். இராஜாராம், பொ. (மொ.ஆ.).	1996	*இந்திய மக்களின் வரலாற்றுச் சித்திரம்,* பப்ளிகேஷன்ஸ் டிவிஷன், செய்தி ஒலிபரப்பு அமைச்சகம், இந்திய அரசு.

சண்முகம் பிள்ளை, மு.	1982	*நிகண்டுச் சொற்பொருட் கோவை – தெய்வப் பெயர்* மதுரை காமராஜர் பல்கலைக் கழகம், மதுரை.
சாமிநாதையர், உ.வே. (பதி.ஆ.).	1994	*பதிற்றுப்பத்து மூலமும் பழைய உரையும்* டாக்டர் உ.வே.சாமிநாதையர் நூல் நிலையம், சென்னை.
சிங்காரவேலு முதலியார், ஆ.		*அபிதான சிந்தாமணி,* ஏசியன் எடுகேஷனல் சர்வீஸஸ், சென்னை.
சுப்பையன், ப.சி.	1974	*இந்திய வனவிலங்குகள்,* தமிழ் நாட்டுப் பாடநூல் நிறுவனம், சென்னை.
ஞானசுந்தரம், தெ.	1984	*பெரிய திருமொழி உரையும் தமிழாக்கமும்,* தமிழ்ப் பல்கலைக் கழகம், தஞ்சாவூர்.
தெட்சிணாமூர்த்தி, பி.	1985	*வடமொழி இலக்கிய வரலாறு,* வளனருள் வெளியீடு, சென்னை.
தெய்வநாயகம், கோ.	1990	*சிற்ப சாஸ்திர செய்தி அடைவு,* தொகுதி–1 தமிழ்ப் பல்கலைக் கழகம், தஞ்சாவூர்.
”	1991	*சிற்ப சாஸ்திர செய்தி அடைவு,* தொகுதி–2 தமிழ்ப் பல்கலைக் கழகம், தஞ்சாவூர்.
சர்மா, தேவானந்தாத்மஜ மகேசானந்த (தொ.ஆ.)	1930	*பதரி மஹாத்மியம்,* (சமஸ்கிருத நூல்) பக்தி ரசாமிருந்த காரியாலயம், நந்தபிரயாக், பத்ரி.
நாகசாமி, இரா.	1968	*மாமல்லை,* தமிழ்நாடு அரசு தொல்பொருள் ஆய்வுத் துறை, சென்னை.
நாராயணசுவாமி, எஸ்.	2004	*தெய்வத் திருமேனிகளின் தியானம் – ரூபம் – யந்திரம் – மந்திரம்,* திருவாவடுதுறை ஆதினம், திருவாவடுதுறை.
நீலகண்ட சாஸ்திரி, கே.ஏ. பெருமாள் முதலியார்,	1973	*தென்னிந்திய வரலாறு* (இரண்டாம் பகுதி), மு.ரா.

(மொ.ஆ.).		தமிழ்நாட்டுப் பாடநூல் நிறுவனம், சென்னை.
பரமேசுவரானந்த,	*1983*	*ஹிந்து தர்ம பரிசயம்,* சுவாமி. மதுரானந்த, சுவாமி. ஸ்ரீகிருஷ்ண மந்திர், கன்னியாகுமரி.
பரிமணம், அ.மா. மற்றும் பலர்.	*1992*	*வாழ்வியற் களஞ்சியம்,* தொகுதி – 12 தமிழ்ப் பல்கலைக் கழகம், தஞ்சாவூர்.
பாலுசாமி, நா. மற்றும் பலர்.	*1991*	*வாழ்வியற் களஞ்சியம்,* தொகுதி–6 தமிழ்ப் பல்கலைக் கழகம், தஞ்சாவூர்.
பாலுசாமி, நா. மற்றும் பலர்.	*1991*	*வாழ்வியற் களஞ்சியம்,* தொகுதி – 7 தமிழ்ப் பல்கலைக் கழகம், தஞ்சாவூர்.
பிள்ளைலோகாகாசார்யர்,		*முமுக்ஷுப்படி* ஸ்ரீநிவாஸம் பிரஸ், திருச்சி.
மகாதேவன், வே. (பதி.ஆ.)	*1988*	*மூவர் தேவாரம், தலமுறை,* (அடங்கல் முறை) ஸ்ரீகாமகோடி ஆய்வு மையம், கும்பகோணம்.
ரவீந்தரன் நாயர், ஜி. சிவராமன், டி. (மொ.ஆ.).	*1999*	*இந்தியாவில் நாக வழிபாடு,* பப்ளிகேஷன்ஸ் டிவிஷன், இந்திய அரசு, புது தில்லி.
ராகுல சாங்கிருத்தியாயன். எத்திராஜுலு, ஏ.ஜி. (மொ.ஆ.).	*2004*	*ரிக் வேதகால ஆரியர்கள்,* அலைகள் வெளியீட்டகம், சென்னை.
ராமச்சந்திரன், எஸ்.பி.	*1986*	*ஸ்ரீமத் மஹாபாகவதம்* தாமரை வெளியீடு, சென்னை.
ராமநாதன், எஸ். (மொ.ஆ.),	*1998*	*அவந்தி சுந்தரி கதை,* பிரேமா பிரசுரம், சென்னை.
ராஜகோபால கனபாடிகள், வை.	–	*வைதிகஸ்ரீ: நிதுந்திரா பித்ருபூஜனம்,* பகுதி –1, (வெளியீட்டு விவரம் கொடுக்கப்படவில்லை)

ராஜன், கே.கே.	1992	*உலகில் உள்ள மான்கள்*, கார்த்திக் பதிப்பகம், சென்னை.
வீரராகவன், டி.என்.சி.	2006	*108 ஸ்ரீவைஷ்ணவ திவ்யதேச வைபவமும் புராண அபிமான ஸ்தலங்களும்*, தி லிட்டில் ப்ளவர் கம்பெனி,சென்னை.
வெங்கடராம எம்.கே. சாஸ்திரிகள், மற்றும் பிறர். (தொ.ஆ.).	2007	*ஸங்க்ஷேப தர்ம சாஸ்திரம்*, ஸ்ரீபகவன் நாமா பப்ளிகேஷன்ஸ், சென்னை.
வேங்கடசாமி, மயிலை சீனி.	1974	*மகாபலிபுரத்து ஜைன சிற்பம்*, தமிழ்நாடு ஜைன சங்கம், சென்னை.
வையாபுரிப்பிள்ளை, எஸ். (பதி.ஆ.).	1985	*நாமதீப நிகண்டு*, தமிழ்ப் பல்கலைக் கழகம், தஞ்சாவூர்.
ஸ்வாமி, துர்க்காதாஸ், எஸ்.கே.	1985	*விஷ்ணு புராணம்* பிரேமா பிரசுரம், சென்னை.
ஸ்வாமி, துர்க்காதாஸ், எஸ்.கே.	1993	*புத்தஜாதகக் கதைகள்* என வழங்கும் போதிசத்துவர் *கதைகள்*, பிரேமா பிரசுரம், சென்னை.
ஸுப்ரம்ஹண்ய சாஸ்திரிகள், கே.எஸ்.	2005	*ஸ்ரீகாசியப சில்ப சாஸ்திரம்* (இரு பாகங்கள்) சரசுவதி மகால் நூலகம், தஞ்சாவூர்.
ஜகதீச அய்யர், பி.வி.	2004	*புராதன இந்தியா என்னும் பழைய 56* தேசங்கள் (இரண்டு பாகங்கள்), சந்தியா பதிப்பகம், சென்னை.
ஜான்சன், மங்கள்ராஜ் ஜே.	1998	*நமது ஆறுகள்*, நேஷனல் புக் டிரஸ்ட், இந்தியா புதுதில்லி.
ஸ்ரீகுமாரர், தேவநாதாச்சாரியார், நாவல்பாக்கம். (பதி.ஆ.).	1998	*சிற்பரத்தினம்*, சரசுவதி மகால் நூலகம், தஞ்சாவூர்.
ஸ்ரீநிவாஸாசார்யர், டி.வி. (மொ.ஆ.). இராமானுஜாசாரியர், ம.வீ. (பதி.ஆ.).	1937	*ஸ்ரீமஹாபாரதம்*, (வெளியீட்டு நிறுவனப் பெயர் கொடுக்கப்படவில்லை). சென்னை.

ஸ்ரீநிவாஸய்யங்கார், பி.தி. – *பல்லவர் சரித்திரம், (முதற்பாகம்) (வெளியீட்டு விபரங்கள் கொடுக்கப்படவில்லை)*

– 1999 *பல்லவர் செப்பேடுகள் முப்பது,* உலகத் தமிழாராய்ச்சி நிறுவனம், சென்னை.

– 2002 *புறநானூறு* (இரு தொகுதிகள்), கழகம், சென்னை.

– 1981 *அகநானூறு,* நியூ செஞ்சுரி புக் ஹவுஸ் பிரைவேட் லிமிடெட், சென்னை.

– 1981 *பரிபாடல்,* நியூ செஞ்சுரி புக் ஹவுஸ் பிரைவேட் லிமிடெட், சென்னை.

– 1967 *நற்றிணை நானூறு* கழகம், சென்னை.

– 1975 *பத்துப்பாட்டு* பி.கே.புக்ஸ், மதுரை.

– 1958 *கலித்தொகை* கழகம், சென்னை.

2006 *108 ஸ்ரீவைஷ்ணவ திவ்யதேச வைபவமும் புராண அபிமான ஸ்தலங்களும்,* தி லிட்டில் ப்ளவர் கம்பெனி, சென்னை.

– 1987 *அறிவியல் களஞ்சியம்,* தொகுதி – 3.தமிழ்ப் பல்கலைக் கழகம், தஞ்சாவூர்.

Abid Husain.S. 2000 *The National Culture of India,* National Book Trust, India.

Adrian & Jimmie Storrs, 1988 *Himalayan Heritage,* Tecpress Service Ltd, Bangkok.

Alfred, J.R.B and others. 2006 *Animals of India - Mammals* Zoological Survey of India, Kolkata.

Ali, S.M. 1966 *Geography of the Puranas,* People's Publishing House New Delhi.

Bhandarkar, D.R.	1940	*Some Aspects of Ancient Indian Culture* University of Madras, Madras.
Bharatha Iyer, K.	1977	*Animals In Indian Sculpture,* D.B.Taraporevala Sons & Co. Private Ltd., Bombay.
Bukk, Major C.H.	1990	*Faiths, Fairs and Festivals of India,* Academic Scientific Technical Publishers Distributors Private Limited, Madras.
Chakravarti, P.C.	1941	*The Art of War in Ancient India,* University of Dacca, Ramana, Dacca.
Coomaraswamy, Ananda K.	1972	*History of Indian and Indonesian Art,* Munshiram Manoharlal Publishers Pvt. Ltd, New Delhi.
Craven, Roy C.	1994	*Indian Art - A Concise History,* Thomas and Hudson Ltd, London.
Darian, Steven, G.	2001	*The Ganges in Myth and History,* Motilal Banarsidass Publishers Private Limited, Delhi.
Dowson, John.	2000	*A Classical Dictionary of Hindu Mythology,* Munshiram Manoharlal Publishers Pvt.Ltd., New Delhi.
Fergusson, James.	1971	*Tree and Serpent worship,* Indological Book House, Delhi.
Fyson, D.R.	1949	*Mahabalipuram or Seven Pagodas,* Higginbothams, Madras.
Gupta, Dharmendra Kumar	1972	*Society and Culture in the time of Dandin,* Meharchand Lachhmandas, Delhi.
Gupta, Shakti M.	1996	*Plants in Indian Temple Art,* B.R.Publishing Corporation, Delhi.
Gupte, R.S.	-	*Iconography of the Hindus, Buddhists and Jains,* D.B.Taraporevala Sons & Co. Private Ltd, Bombay.
Gowtz, Hermann.	1964	*India Five Thousand years of Indian Art* D.P.Taraporevala sons

		and company Private Limited, Bombay.
Gyanai.S.D.	1964	*Agni-Purana,* The Chowkhamba Sanskrit Series Office, Varanasi.
Krishnamurthy, K.	1985	*Mythical Animals in Indian Art,* Abhinav Publication, New Delhi.
Karandikar, M.A. and Shailaja Karandikar,	1950	*Kumarasambhavam of Kalidasa* Booksellers Publishing Co., Bombay.
Law, Bimala Churn.	1954	*Geographical Aspect of Kalidasa's Works,*The Indian Research Institute, Calcutta.
Law, Bimala Churn.	1999	*Sravasti in Indian Literature* Archaeological Survey of India, New Delhi.
Longhurst, A.H.	1938	*The Buddhist Antiquities of Nagarjunakonda,* Madras Presidency, Manager of Publications, Delhi.
	1998	*Pallava Architecture,* Part II, Archaeological survey of India, New Delhi.
Lockwood, Michael.	1993	*Mamallapuram A Guide to the Monuments,* Tambaram Research Associates Madras.
Lockwood, Michael with Dayanandan, P	2001	*Pallava Art* Vishnu Bhat, A.,Gift Siromoney, Tambaram Research Associates. Madras.
McCarthy, Colin.	1997	*Reptiles,* Dorling Kindersley, London.
Minakshi, G.	1977	*Administration and Social life under the Pallavas,*University of Madras, Madras.
Monier - Williams, M.	2003	*A Sanskrit - English Dictionery,* Munshiram Manoharlal Publishers Pvt.Ltd., New Delhi.

Nagar, Shantilal L.	1994	*Siva in Indian Art, Literature and thought,* Indus Publishing Company, New Delhi.
Nagaraja Rao, M.S.	–	*Kiratarjuniyam in Indian Arts,* (with Special reference to Karnataka) Agam Kala Prakshan, Delhi.
Nilakanta Sastri.K.A.	1992	*Development of Religion in South India,* Munshiram Manoharlal Publishers Pvt Ltd, New Delhi.
Nirmal Kumar Bose.	2004	*Tribal life in India* National Book Trust, India.
PadmaTrivikrama Narayanan.	1957	*Mahabalipuram* – Madras.
Patil, Devendrakumar Rajaram.	1946	*Cultural History from the Vayu Purana* Deccan College Post-graduate and Research Institute, Poona.
Peterson, Indira Viswanathan.	2003	*The Kiratarjuniya of Bharavi,* State University of New York Press, Albany, New York.
Pfister, Otto.	2004	*Birds and Mammals of Ladakh* Oxford University Press, Bombay.
Prater,S.H.	2005	*The Book of Indian Animals,* Bombay Natural History Society, Oxford University press, Bombay. New Delhi.
Prithivi Nath Kaul Bamzai.	*1962*	*A History of Kashmir,* Metropolitan Book Co. (Private) Ltd., Delhi.
Priyabala Shah.	1961	*Visudharmottara - Purana,* Third Khanda, Vol.II. Oriental Institute, Baroda.
Purnendu Narayana Sinha.	1950	*A Study of the Bhagavata-Purana or Esoteric Hinduism* The Theosophical Publishing House, Madras.

Rabe, Michael D.	2001	*The Great Penance at Mamallapuram,* Institute of Asian Studies. Chennai.
Ramasami, N.S.	1980	*Mamallapuram,* New Era Publications, Madras.
Ramesh Bedi.	1996	*Elephant* - Lord of the Jungle, National Book Trust, India, New Delhi.
Ramachandra Rao. P.R.	1956	*The Art of Nagarjunakonda,* Rachana, Madras.
Rangaswami Aiyangar, M.K.	1967	*Mahabalipuram - A Guide Book* - Madras.
Ramkrishna Gopal Bhandarkar.	1983	*Vaisnavism, Saivism and Minor Religious Systems,* Asian Education Services, New Delhi.
Raghunadha Rao, P.	1991	*Indian Heritage and Culture.* Sterling Publishers Private Limited, New Delhi.
Salim Ali.	1997	*The Book of Indian Birds,* Bombay Natural History Society, Oxford University Press, Mumbai,
Saleture, R.N.	1985	*Encyclopaedia of Indian Culture,* Vol.I. Sterling Publishers Private Limited, New Delhi.
Saleture, R.N.	1986	*Encyclopaedia of Indian Culture,* Vol.II. Sterling Publishers Private Limited, New Delhi.
Sehgal, S.R.	1966	*Kalidasa's Kumarasambhavam,* Navyug Publications, New Delhi.
Sharma, B.D. and et al.	1993	*Flora of India,* Vol.3. Botanical Survey of India, Calcutta.
Singh, G.P.	1990	*Kiratas In Ancient India,* Gian Publishing House, New Delhi.
Sinha.R.P.N.	1993	*Our Trees,* Publications Division, New Delhi.
Sivaramamurthi,C.	1981	*Rishis in Indian Art and Literature,* Kanak Publication, New Delhi.

Sivaramamurti, C.	1992	*Mahabalipuram,* Archaeological Survey of India, New Delhi.
Sivaramamurthi,C.	1994	*South Indian Paintings,* Publication Division, New Delhi.
Smith, Vincent A.	1969	*A History of Fine Art in India & Ceylon,* D.B.Taraporevala Sons & Co. Private Ltd, Bombay.
Srinivasan,K.R.	1975	*The Dharmaraja Ratha and Its Sculptures Mahabalipuram,* Abhinav Publications, New Delhi.
Sures Chandra Banerji.	1968	*Kalidasa-Kosa,* The Chowkhamba Sanskrit Series Office, Varanasi,
Sures Chandra Banerji.	1991	*Studies In The Mahapuranas,* Punthi Pustak, Calcutta.
Tiwari, S.K.	1998	*Antiquity of Indian Tribes,* Sarup & Sons, New Delhi,
Upadhyaya, Bhagway	1968	*India in Kalidasa,* S. Chand Saran. & Co, New Delhi.
Vettam Mani.	1996	*Puranic Encyclopaedia,* Motilal Banarsidas, New Delhi.
Vidya Dehejia.	1978	*Looking Again at Indian Art,* Publication Division, New Delhi.
Walker, Benjamin.	1983	*Hindu World,* Vol.II. Munshiram Manoharlal Publishers Pvt. Ltd. New Delhi.
Zimmer, Heinrich. Joseph Campbell (ed.)	1946	*Myths and Symbols in Indian Art and Civilization,* Bolligen Series- VI, Princeton University Press, New Jersey.
Zurick, David & Pacheco, Julsun.	2006	*Illustrated Atlas of the Himalaya,* University Press of Kentucky, Lexington and India Research Press, New Delhi.
–	2005	*The New Encylopaedia Britannica* The New Encylopaedia Britannica, Inc. Chicago.

–	1984	*Mountains And Rivers of India,* Vivekananda Kendra Patrika, Vol.13. Madras.
–	1991	*National Geographic Magazine,* Vol.179, No.5. National Geographic Society, U.S.A.
–	2001	*National Geographic Magazine,* Vol.199, No.6. National Geographic Society, U.S.A.

www.google.com

Wikipedia Encylopaedia.

பின்னிணைப்புகள்

பல்லவரும் கடல்மல்லையும்	371
கடற்கரைக் கோயில் சிற்பத் தொகுதி	375
வானவரின் கங்கை வழிபாடு	377
மயில்கள் – வாத்து – நாரைகள்	378
வான்மீகி ராமாயணம் பகீரதன் கதை	385
கங்கை வருகை – மற்றுமொரு கதை	390
பல்லவக் கலை மரபு	391
அர்ச்சுனன் தபசு பாறைமீது அமைத்திருந்த நீர்த்தொட்டியைக் காட்டும் வரைபடம்	403

பின்னிணைப்பு – 1

பல்லவரும் கடல்மல்லையும்

இந்தியக் கலை வரலாற்றில் ஒரு பொன்னேட்டைப் படைத்த வர்கள் பல்லவர்கள். ஆயினும், இவர்கள் யார் என்பது குறித்தும் இவர்களது தோற்றம் குறித்தும் வரலாற்றறிஞர்களிடம் ஒன்றுபட்ட கருத்தில்லை.

பல்லவர் – பஹ்லவர் என்ற சொல் ஒப்புமை கொண்டு அவர்கள் பஹ்லவர் என்னும் பாரசீக மரபினரே என அறிஞர் பலரும் கருதினர். ஆந்திரப் பேரரசனான உருத்திரதாமன் என்பவனின் அமைச்சனான சுவிசாகன் என்பவன் பஹ்லவ மரபினன். ஆகவே, ஆந்திரப்பேரரசு அழிவுற்ற காலத்தில் இவன் மரபினரே பல்லவராக உருப்பெற்றனர் எனவும் சிலர் கருத்துக் கூறினர். ஆந்திரப் பேரரசின் தென்மேற்கு மாகாணத்தை ஆண்டுவந்த ஒருவனே சூட்டுநாகர் பெண்ணை மணந்து பட்டம் பெற்று முதற்பல்லவனானான் என்ற கருத்தும் முன்வைக்கப்பட்டுள்ளது.

இலங்கையை அடுத்துள்ள காரைக் தீவாகிய மணிபல்லவமே பல்லவரது பிறப்பிடமென்றும் அங்கிருந்த நாக குலப்பெண் பீலி வளைக்கும் சோழ அரசனுக்கும் பிறந்த குழந்தையே கடல் அலை களால் தமிழகக் கரைசேர்ந்த முதற் பல்லவனென்றும் அக்குழந்தை தொண்டைக் கொடிகளால் சூழப்பட்டிருந்தமையால் தொண்டை மான் என்றும் திரைகளால் சுற்றப்பட்டிருந்தமையால் திரையன் என்றும் அழைக்கப்பட்டான் எனவும் இலக்கிய உரையாசிரியர்கள் குறித்துள்ளனர்.

சாதவாகனர் என்னும் ஆந்திர அரசமரபிலிருந்து பிரிந்ததோர் மரபினரே பல்லவர் என்றும் கருதப்படுகிறது. ஏனெனில், பல்லவர் என்ற சொல்லிற்கு இலை, கிளை, கொப்பு, கையணி, சாயம், தளிர் எனப் பலபொருட்களும் உள்ளன. பல்லவர்களும் தங்களைப் 'போத் தரையர்' என்றும் அழைத்துக் கொண்டதை ஆவணங்கள் தெரிவிக் கின்றன. 'போத்து' என்பது கிளைத்து வரும் குருத்தின் பெயராக

அமைவதால் சாதவாகனரின் கிளைமரபினரே பல்லவர் எனக் கருதவும் இடமேற்படுகிறது.

பல்லவர்களை முற்கால, இடைக்கால, பிற்காலப் பல்லவர்கள் என வரலாற்றாசிரியர்கள் பகுக்கின்றனர். முதலாம் சிம்மவர்மன், முதலாம் ஸ்கந்தவர்மன், விஷ்ணுகோபன், முதலாம் குமார விஷ்ணு, இரண்டாம் ஸ்கந்தவர்மன், வீரவர்மன், மூன்றாம் ஸ்கந்தவர்மன், இரண்டாம் சிம்ம வர்மன், நான்காம் ஸ்கந்தவர்மன், முதலாம் நந்திவர்மன், புத்தவர்மன், மூன்றாம் குமார விஷ்ணு, மூன்றாம் சிம்மவர்மன் முதலியோர் கி.பி.3ஆம் நூற்றாண்டு முதல் ஆறாம் நூற்றாண்டின் நடுப்பகுதிவரை ஆண்டவர்கள் என ஆவணங்கள் மூலம் அறியவியலுகிறது.

இடைக்காலப் பல்லவ அரசர்களே பல்லவப் பேரரசின் புகழுக்கு மிகுதியும் அடிப்படையாக அமைந்தோராவர்.

சிம்ம விஷ்ணு (555 – 590)

முதலாம் மகேந்திரவர்மன் (590 – 630)

முதலாம் நரசிம்மவர்மன் (630 – 668)

இரண்டாம் மகேந்திரவர்மன் (668 – 672)

முதலாம் பரமேஸ்வரவர்மன் (672 – 700)

இரண்டாம் நரசிம்மவர்மன் (இராசசிம்மன்) (700 – 728)

இரண்டாம் பரமேஸ்வரவர்மன் (705 – 710)

ஆகியோர் காலத்திலேயே பல்லவ நாட்டைச் சூழ்ந்திருந்த அரசுகள் ஒடுக்கப்பட்டு, நெல்லூரிலிருந்து தெற்கே காவிரி வரை பல்லவப் பேரரசு விரிவுபட்டது. இவர்களது தலைநகரமாக காஞ்சிபுரம் திகழ்ந்தது.

இவர்களது ஆட்சிக்குட்பட்ட பகுதிகளில் பல கோயில்கள் எடுக்கப் பெற்றன. செங்கல், மரம் முதலியவற்றால் கட்டப்பட்டிருந்த கோயில் களைக் கல் ஊடகத்திற்கு மாற்றி, கோயில் கலை வரலாற்றில் மாபெரும் திருப்பத்தை இவர்கள் ஏற்படுத்தினர். சிற்பம், ஓவியம், இசை, நாடகம், இலக்கியம் முதலிய கலைகளும் வளர்ந்தோங்கின.

இரண்டாம் நந்திவர்மன், தந்திவர்மன், மூன்றாம் நந்திவர்மன், அபரா ஜித வர்மன் முதலானோர் பிற்காலப் பல்லவர்களில் குறிப்பிடத்தக்கோ ராவர்.

இடைக்காலப் பல்லவர் காலத்தில் மல்லை மாபெரும் துறைமுக நகரமாக உருப்பெற்றது. தமிழிலும் வடமொழியிலும் எழுந்த இலக்கியங் களில் மல்லை புகழ்ந்துரைக்கப்பட்டுள்ளது.

முதலாழ்வார்களுள் ஒருவரான பூதத்தாழ்வாரின் அவதாரத் தலம் மல்லையாகும். அவர் இதனை மாமல்லை எனத் தன் பாசுரத்தில்

(நா.தி.பி.2251) குறிப்பிட்டுள்ளார். நந்திவர்மன் காலத்தவரான திருமங்கை யாழ்வார் கடிபொழில் சூழ்கடல் மல்லை (ஐந்தாம் திருமொழி, திருக்கடல் மல்லை, 1:3) தண்ணார்ந்த கடல்மல்லை (2:1) முதுமுந்நீர்க் கடல்மல்லை என்றெல்லாம் புகழ்ந்து,

> புலங்கொள் நிதிக்குவையோடு புழைக்கைம் மாகளிற்றினமும்
> நலங்கொள் நவமணிக் குவையும் சுமந்து எங்கும் நான்றொசிந்து
> கலங்களியங்கும் மல்லைக் கடல்மல்லை... (2:6)

என வியந்து பாராட்டியுள்ளார்.

அவர்தம் பாசுரங்கள் மல்லையின் மருதநில வளத்தையும் நெய்தல் வளத்தையும் உள்நாட்டு வளத்தாலும் பிறநாட்டு வளத்தாலும் செழித் தோங்கியிருந்த செல்வ வளத்தினையும் துறைமுக நலத்தினையும் ஓவிய மாகத் தீட்டிக் காட்டுகின்றன.

கடல்மல்லையின் அழியாப் புகழுக்குக் காரணமாய் நிற்பவை அதன் கலைச் சின்னங்களே ஆகும். குடைவரைகள், ஒற்றைக் கற்றளிகள், திறந்த வெளிப் புடைப்புச் சிற்பங்கள், கட்டுமானக் கோயில்கள் என அவர்கள் பல்வேறு வடிவங்களில், வகைகளில் கோயில்களைப் படைத்து தமிழகக் கலை வரலாற்றில் புதிய திருப்பத்தை ஏற்படுத்தினர்.

கடல்மல்லைச் சின்னங்கள் யாரால் உருவாக்கப்பட்டவை என்பதற்கு அறிஞர்களிடம் முடிவான கருத்தில்லை. முதலாம் மகேந்திரன், முதலாம் நரசிம்மன் (மாமல்லன்), முதலாம் பரமேஸ்வரவர்மன், இரண்டாம் நரசிம்மன் (இராசசிம்மன்) ஆகியோராலேயே இவை உருவாக்கப் பெற்றன என்பது பலரின் கருத்தாகும். ஆயினும், இங்குள்ள அனைத்துச் சின்னங் களும் இராசசிம்மன் ஒருவனாலேயே உருவாக்கப்பெற்றவை என்ற கருத்தும் அறிஞர்களால் முன்வைக்கப்பட்டுள்ளது.

மாமல்லபுரம் - வரைபடம்

நன்றி : இந்தியத் தொல்லியல் துறை

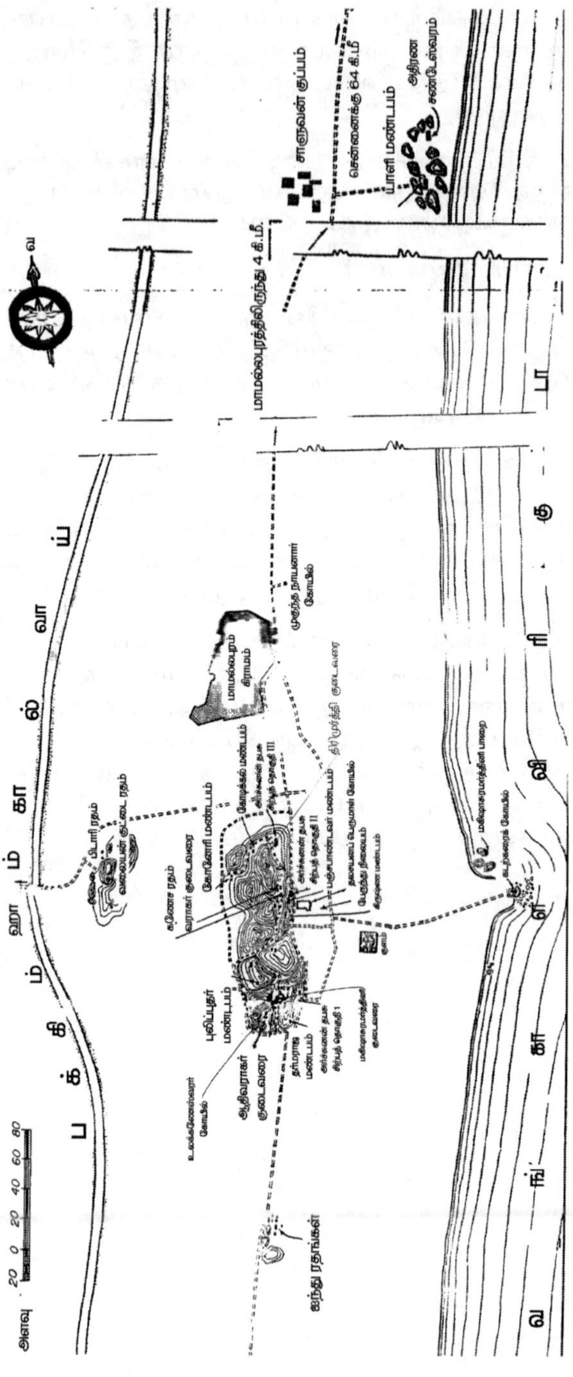

பின்னிணைப்பு – 2

கடற்கரைக் கோயில் சிற்பத்தொகுதி

கடற்கரைக் கோயில் வடப்புற மதிலின் வெளிப்பக்கத்தில், வராகத்திற்கு மேல், சிதைவுற்ற சிற்பத்தொகுதியொன்று காணப்படு கிறது. மேலுள்ள செவ்வக வடிவமான கல்லில் முனிவர் ஒருவர்முன் மூன்றுபேர் அமர்ந்துள்ளனர். முனிவர் ஏதோ கூறுவதுபோலவும் அதனை அவர்கள் கூர்ந்து கேட்பது போலவும் உள்ளது. அவர்களை

கடற்கரைக் கோயில் சிற்பத்தொகுதி

அடுத்து, இடது காலை ஊன்றி வலது காலினை மடித்து, தவம் செய்வதுபோல் இடுப்புவரையிலான ஓர் உருவம் காணப்படுகிறது.

வேட்டி அணிந்துள்ளது. அவ்வாடை கணுக்கால்வரை மடிப்பு களுடன் காணப்படுகிறது. அதனை அடுத்து மண்டியிட்டநிலையில் திரும்பிப்பார்க்கும் உருவம் ஒன்று காணப்படுகிறது. அதன் கையில் ஏதோ ஒரு பொருள் உள்ளதுபோல் தென்படுகிறது.

கீழேஉள்ள கல்லில், அர்ச்சுனன் சிற்பத்தொகுதியில் நிற்கும் பூனை போல் ஓர் உருவம் காட்டப்பட்டுள்ளது. அதனை அடுத்து மான் இணை யொன்று படுத்துள்ளதாகக் காட்டப்பட்டுள்ளது. பூனைக்கு முன் பிறி தொரு கல்லில் ஏதோ ஒரு விலங்கு அமர்ந்துள்ளதுபோல் காட்டப் பட்டுள்ளது. இது மேற்கூறியவற்றுடன் இணைந்ததா எனத் தெரியவில்லை.

பின்னிணைப்பு – 3

வானவரின் கங்கை வழிபாடு

அர்ச்சுனன் தவசு முதலாம் சிற்பத்தொகுதியில் தேவ கணத்தினர் 19 பேரும் இரண்டாம் சிற்பத்தொகுதியில் 6 பேரும் கைகளில் மலர்களை ஏந்தியுள்ளனர். சிலர் மலர் ஏந்தும் பாவனையில் கைகளை வைத்திருப்பதாகவும் தோன்றுகிறது.

இமயத்தில் கங்கைக்கரையில் உள்ள வதரியாசிரமத்தை மங்களா சாசனம் செய்யும் திருமங்கையாழ்வார், புனித கங்கையைப் பலவாறு போற்றுகிறார்.

ஏன முனாகி இருநிலமிடந்து அன்று இணையடி இமையவர்
வணங்க
தான வனாகம் தரணியில் புரளத் தடஞ்சிலை குனித்த
என்தலைவன்
தேனமர் சோலைக் கற்பகம் பயந்த தெய்வநல் நறுமலர்
கொணர்ந்து
வானவர் வணங்கும் கங்கையின் கரைமேல் வதரி யாச்சராமத்
துள்ளானே.

(பெரியதிருமொழி, நாலாம் திருமொழி, பா.எ.1)

என உரைப்பது குறிப்பிடத்தக்கது. தேவலோகத்தில் உள்ள கற்பக மலர்களைக் கொண்டுவந்து தேவகணத்தினர் கங்கையை வழிபடுவர் என்கின்ற இத்தகவல், அவர்கள் கையில் வைத்துள்ள மலர்கள் கற்பக மலர்கள் என்பதனையும் இக்கங்கைக்கரையில் இருப்பது வதரியாசிரமமே என்பதனையும் உறுதிசெய்கின்றது.

பின்னிணைப்பு – 4

மயில்கள் - வாத்து - நாரைகள்

மயில்கள்

முதலாம் சிற்பத்தொகுதியில், வலப்புறப்பாறையில் அன்னங்களுக்குக் கீழாக உள்ள வரிசையில், தேவகணத்தினருக்குக் கீழாக மூன்று மயில்கள் உள்ளன. அவற்றுள் முன்னிற்கும் இரண்டும் நீண்ட தோகைகொண்ட ஆண் மயில்களாகவும் பின்னிற்பது பெண் மயிலாகவும் தோன்றுகின்றன. பாறையின் கீழ்ப்பகுதியில், படுத்துள்ள சிங்கத்திற்கும் நிற்கும் மான்களுக்கும் இடையே இரண்டு மயில்கள் உள்ளன. அவ்விரு மயில்களுள் முன்னிற்பது ஆண் மயிலாகவும் பின்னிற்பது பெண் மயிலாகவும் தோன்றுகின்றன.

மூன்றாவது சிற்பத்தொகுதியிலும் யானைக்கு மேலாக, குரங்குக்கும் தலை மட்டும் காட்டப்பட்டுள்ள யானைக்குமிடையே நீண்ட தோகையுடன் அழகிய மயிலொன்று வடக்கு நோக்கி அமர்ந்துள்ளது.

பாண்டவர்கள் இமயத்தில் பயணம் செய்தபோது,

அங்குள்ள தடாகங்கள் நான்கு பக்கங்களிலும் ... அல்லி, புண்டரீகம், கோகனதம், கருநெய்தல், செங்கழுநீர், கமலம் ஆகிய மலர்கள் நிறைந்து காணப்பட்டன. கலஹம்ஸம், சக்ரவாகம், அன்றில், நீர்க்கோழி, காரண்டவம், வாத்து, அன்னம், கொக்கு, நாரை முதலிய நீர்வாழ்ப் பறவைகளும் தடாகங்களில் காணப்பட்டன ...

கொடிகள் அடர்ந்த புதர்களின்மீது பெண் மயில்களோடு சேர்ந்திருப்பவையும், மேகமாகிய தூர்யவாத்யத்தின் சப்தத்தினால் விருத்தியடைந்திருக்கிற மன்மத விகாரத்தினால் மிகவும் மனம் கலங்கியவையும் இனியகுரலுடன் 'கேகா' என்ற த்வனியினால் மதுரமான பாடல்களைப் பாடிக்கொண்டே பல வண்ணத் தோகைகளை விரித்துக் கொண்டு விலாஸத்துடன் கூடியவையும் ஸந்தோஷத்துடன் நடமாடுகிறவையுமான மயில்களைக் கண்டார்கள். சில மயில்கள் சிறு கொடிகளாலும் பெருங்கொடிகளாலும்

நெருக்கமாகச் சுற்றப்பட்ட வேட்பாலை மரங்களிலுள்ள பொந்து களில் அழகாக வீற்றிருப்பதையும், சில மயில்கள் கிளைகளில் அதிகம் மதம்கொண்டும், சில மயில்கள் தோகைகளின் அழகிய ஆடம்பரங்களால் கவரப்பட்டு மரங்களுக்குக் கிரீடம்போல் வீற்றிருப்பதையும் பார்த்தார்கள்.

(வனபர்வம், இரண்டாம் பாகம், பக்.11-12)

என்று வருணிக்கப்பட்டுள்ளது.

மயில்கள்

இமயத்தில் வேட்டையாடச் சென்ற தசரதன் மயில்களைக் கண்டதை, தசரதர் தமது குதிரையினருகினின்று உயரே எழுகின்ற தாயினும் ஒளிர்கின்ற தோகையையுடைய மயிலை, பல நிறமுள்ள புஷ்பஸரங்கள் இடையிலே செறுகப்பட்டுள்ளதும் கலவியினால்

அவிழ்ந்த முடிச்சையுடையதுமான அன்பான மனைவியின் சிறந்த கூந்தலில், உடனே மனம் சென்றவராக, தமது அம்பிற்கு இலக்காகச் செய்யவில்லை.

(ரகுவம்ச மஹாகாவ்யம், IX. 67.)

என்று காளிதாசர் குறிப்பிடுகிறார். மேலும் அவர் தனது குமார ஸம்பவத்தில்,

கங்கை அருவிகளின் ஜலத்திவலைகளை எடுத்து வருவதும், தேவ தாரு மரங்களை அசைப்பதும், மயில்களின் தோகைகளைக் கலைக் கின்றதுமான, ஹிமாலயக்காற்று, மிருகங்களைத் தேடிய வேடுவர் களால் மிகவும் அனுபவிக்கப்படுகிறது.

(குமார ஸம்பவம், பா.எ.26)

என்று குறிப்பிட்டுள்ளார்.

திருப்பிரதியை மங்களாசாசனம் செய்யும் திருமங்கையாழ்வார்,

... நல் இமயத்துள்
ஆலிமா முகிலதிர்தர அருவரை அகடுமுகடேறி
பீலிமாமயில் நடஞ்செய்யும் தடஞ்சுனை
(பெரிய திருமொழி, இரண்டாம் திருமொழி –1)

என்று இமயத்தில் மயில்கள் நல்கும் அழகிய காட்சியைப் பாடியுள்ளார்.

இம்மயில் Common Peafowl என ஆங்கிலத்தில் அழைக்கப்படுகிறது. இதன் விலங்கியல் பெயர் Pavo cristatus Linnaeus என்பதாகும். வளர்ச்சியுற்ற ஆண்மயில் 1 முதல் 1.5 மீட்டர் நீளமுள்ள, ஒளிமிக்க வண்ணங்கள் கொண்ட அழகிய தோகையைப் பெற்றிருக்கும். ஆண்மயிலைப் போலவே பெண்மயிலும் தலையில் கொண்டை யினைக் கொண்டிருக்கும். ஆனால், ஆணுக்குள்ளதைவிடச் சற்று சிறியதாக இருக்கும். கழுத்தின் கீழ்ப்புறம் பளபளப்பான பச்சை வண்ணம் பழுப்புநிறத்துடன் கலந்து காணப்படும். இவை கூட்டமாக இலையுதிர் காடுகளில் காணப்படும்...

இந்தியா முழுவதும் காணப்படும் இம்மயில்கள், இமயத்தில் ஆயிரத்து எட்டுநூறு மீட்டர் உயரம் வரை காணப்படுகின்றன. அடர்ந்த காடுகளிலும் குறுங்காடுகளிலும் இலையுதிர் காடுக ளிலும் ஆறுகள், ஓடைகளின் அருகில் இவை வாழ்கின்றன.
(Salim Ali, *The Book of Indian Birds*, p.126)

வாத்து

சிற்பத்தொகுதியில், வலதுபுறப் பாறையில் கீழ்ப்பகுதியில், படுத்த வண்ணம் திரும்பிப் பார்க்கும் சிங்கத்திற்குப் பின்புறமும் படுத்துள்ள மற்றொரு சிங்கத்திற்கு மேலாகவும் நாரையின் அருகில் வாத்தொன்று காணப்படுகிறது.

நாரையுடன் வாத்து

தனது இலக்கியங்களில் 'சக்ரவாகம்' என்னும் பறவையை காளிதாசர் குறிப்பிடுகிறார். அது இமயத்துடன் இணைத்து அவரால் வருணிக்கப்படு கிறது *(குமார ஸம்பவம், ப.26).*

> சிவபெருமானை மணம் செய்ய பார்வதி அலங்கரிக்கப்படுகின்ற போது, அவளது சரீரத்தில் வெண் அகில் சாந்தைப் பூசிய பின் கோரோசனைத் திரவத்தினால் கொடி, இலை, பூ இவை போன்ற வரிகளை எழுதி அலங்கரித்தனர். வெண்ணிறமான சரீரமும், பொன்னிறமான வரிகளையுமுடைய பார்வதி, பொன் னிறமான சக்ரவாகப் பக்ஷிகள் அமர்ந்திருக்கும் வெண்மையான மணல் திட்டுக்களையுடைய கங்கையைவிடச் சிறந்த தோற்றம் பெற்றிருந்தாள். *(குமார ஸம்பவம், VII .15)*

என்று வருணித்துள்ளார்.

அதாவது, பார்வதியின் வெண்மையான உடலுக்கு கங்கையின் மணல்திட்டும் அதில் செய்யப்பட்ட கோரோசனை அலங்காரத்திற்கு சக்ரவாகப் பறவைகளும் காளிதாசரால் உவமிக்கப்பட்டுள்ளன. கங்கை தனது மணற்பாங்கான இடங்களில் சக்ரவாகப் பறவைகளால் அழகு

பெறுவது இதனால் பெறப்படுகிறது. ஆகவே, சிற்பத்தொகுதியில் இடம் பெறும் இப்பறவையினை சக்ரவாகம் எனக் கருதுவது பொருத்தமாகப் படுகிறது.

இப்பறவையை *Brahminy Duck* என சுரேஷ் சந்திர பானர்ஜி அடையாளப்படுத்தியுள்ளார். (*Kalidasa - Kosa*, p.15)

பிராமண வாத்து (சக்ரவாகம்)

இளஞ்செந்நிற (செம்மண் நிறம்) வாத்து (*Ruddy Shelduck*) அல்லது பிராமண வாத்து *Brahminy Duck* என அழைக்கப்பெறும் இதன் விலங்கியல் பெயர் *Tadorna ferruginea* என்பதாகும். இது வீட்டு வாத்து அளவுடையது. செம்மஞ்சள் – பழுப்பு நிற வெளிரிய கழுத்தின் அடியில் வண்ணம் தீட்டியது போன்ற கருப்பு நிறப் பட்டைக் காணப்படுகிறது. இதன் இறகுகள் வெண்மை, கருமை மற்றும் பளபளப்பான பச்சை நிறங்கள் கொண்டவை. வால் கருமையானது. பெரும்பாலும் குளங்கள், ஆற்றங்கரைகளிலும் இணையாகவும் கூட்டமாகவும் காணப்படுகிறது. பெரும்பாலும் மண்திட்டுகளிலும் மணற்கரைகளிலும் நீரிலும் காணப்படுகின்றன. ஏப்ரல் முதல் ஜூன் வரை லாடக், நேப்பாளம், திபெத் ஆகிய பகுதிகளில் கூடமைத்து இனப்பெருக்கம் செய்கின்றன.

(Salim Ali, *The Book of Indian Birds*, p.85)

நாரைகள்

திரும்பிப் பார்க்கும் சிங்கத்திற்குப் பின்புறம், வாத்திற்கு முன்னாக ஒரு நாரையும் படுத்துள்ள சிங்கத்திற்குக் கீழாக மற்றொரு நாரையும் காட்டப்பட்டுள்ளன.

இச்சிற்பத்தொகுதியில் காட்டப்பட்டுள்ள நாரை *Lesser Flamingo* என அழைக்கப்படும் வகையினதாகலாம். இதன் விலங்கியல் பெயர் *Phoeniconaias minor* என்பதாகும். இது 'சின்ன அரச அன்னம்' *(Chhota rajhans)* என இந்தியில் வழங்குகிறது. நிற்கும் நிலையில் இது 3 முதல் 3.5 அடிவரை உயரம் இருக்கும். மேல் மூக்கின் மேல்பகுதி கீழ்பகுதியைவிட அகண்டு இல்லாமல்

பூ நாரை

இருக்கும். கழுத்து அடர்ந்த நிறமுடையது. ஆழ்சிவப்புச் சிறகுகள் உள்ளன. *Flamingo*க்கு இருப்பதைவிட இதன் இறக்கைப் பகுதியில் ஆழ்ந்த ரோஜா நிறமும் கருஞ்சிவப்பு நிறமும் காணப்படுகிறது. கருஞ்சிவப்பு நிறத்தில் காணப்படுகிறது. அளவில் இது சிறியது...

குட்டையான, தொங்கி வருகின்ற கால்கள், பறக்கும்போது இதன் இரு சிறுகால்கள் பின்புறம் நீண்டு அமையும் கச்சி *(kutch)*

பூ நாரைகள்

கால் வாய் பகுதி, குஜராத், சாம்ஹர், உப்பு ஏரி (இராஜஸ்தான்), கோடிக்கரை, சில்கா ஏரி (ஒரிசா), மற்றும் உள்நாடுகளில் பல நீர்நிலைகள் முதலியவற்றில் கூட்டமாக வாழுகின்றன. பெருங் கூட்டத்தில் நாரையோடு (Flamingo) இருக்கும். உப்பு நீரும் நன்னீரும் கலந்த இடங்களில் அதிகமாகக் காணப்படும்.

(Salim Ali, *The Book of Indian Birds*, p.83)

உலைவின்றி உறுதியாகப் பாய்ந்து செல்லுவதற்கு அம்புகளில் பறவைகளின் இறகுகள் இணைக்கப்படுகின்றன. கொக்கு (heron) வாத்து (goose) பழுப்புநிற பருந்து (brown hawk) விரால் அடிப்பான் எனத் தமிழில் வழங்கும் கடற்பறவை (osprey) மயில், கழுகு, காட்டுச் சேவல் (wild cock) ஆகியவற்றின் இறகுகள் அம்புகளில் அமைக்கப்படும் என்று சிவ – தனுர் வேதம் குறிப்பிடுகிறது. அப்பறவைகளைச் சுட்டும் மகாபாரதம், அவற்றுடன் நாரையின் (Flamingo) இறகும் அம்புகளில் பயன்படுத்தப்படும் எனக் குறிப்பிடு கிறது.

(P.C.Chakravarti, *The Art of War in Ancient India*, p.157)

பின்னிணைப்பு – 5

வான்மீகி ராமாயணம் – பகீரதன் கதை

பகீரதன் தன் தவ ஆற்றலால் கங்கையைக் கொணர்ந்த கதை மகாபாரதத்தில் மட்டுமன்றி இராமாயணத்திலும் காணப்படுகிறது. மாமல்லைச் சிற்பத்தொகுதிக்கு அடிப்படையாக பாரதத்தைக் கருதும்போது, ஏன் இராமாயண விவரிப்பை மேற்கொண்டிருக்கக் கூடாது என்பது முக்கியமான வினாவாகும்.

வான்மீகி ராமாயண பாலகாண்டத்தில் 38ஆம் சருக்கம் முதல் 44ஆம் சருக்கம் ஈறாக, சகரன் கதையும் பகீரதன் தவமும் கங்கோற் பத்தியும் விசுவாமித்திரர் இரா – இலக்குவணர்களுக்குக் கூறுவதாக இடம்பெற்றுள்ளது. இதில் பகீரதனின் தவநிகழ்ச்சி பின்வருமாறு விவரிக்கப்பட்டுள்ளது:

> சகரன் இறந்தபின் மந்திரிகள் அம்சுமானுக்குப் பட்டங் கட்டினார்கள். அம்சுமான் சிறப்பாய் அரசு புரிந்தான். அவனுக்குத் திலீபன் பிறந்தான். அம்சுமான் தன் புத்திர னுக்கு மகுடம் சூட்டி வைத்துத் தவத்துக்காக இமய மலையைப் போய் அடைந்தான். முப்பத்தீராயிரம் வருஷம் தவம் செய்தும் கங்கையைக் கொண்டுவர முடியவில்லை. பின் சொர்க்கம் சேர்ந்தான். திலீபனும் சகரர்களுடைய கதியைக் கேட்டு வருந்திக் கங்கையை எப்படி கொண்டு வந்து நம் முன்னோர்களைக் கரையேற்றலாம் என்று யோசித்து வழி தெரியாமல் வருந்தினான். முப்பதி னாயிரம் வருஷம் அரசாண்டான். திலீபனுக்குப் பகீரதன் பிறந்தான். பகீரதனுக்கு முடி சூட்டிவிட்டுத் திலீபன் சொர்க்கம் போனான். பகீரதன் தர்மவான். அவனுக்குப் புத்திரனில்லை. கங்கையைக் கொண்டுவந்து தன் முன்னோர் களைக் கரையேற்றவேண்டு மென்று நிச்சயம் பண்ணிக் கொண்டான். இராஜ்யத்தை மந்திரிகளிடம் ஒப்புவித்துத் தவம் புரிய இமயமலை போய்ச் சேர்ந்தான். இமயமலைச் சாரலில் கோகர்ணம் என்ற இடத்திலிருந்து கொடுமையான

தவம் செய்தான். பஞ்சாக்கினி மத்தியிலிருந்துகொண்டு தவம் புரிந்தான். அநேக வருஷங்களாயின. அதன் பிறகு பிரமதேவர் மகிழ்ந்து பிரசன்னராய் வந்து, பகீரதனைப் பார்த்து அரசனே! உன் தவத்துக்கு மகிழ்ந்தேன். நியமந்தவறாமல் தவம் புரிகிறாய் வேண்டியதைச் சொல் என்றார். பகீரதன், பகவானே! எனது முன்னோர்களாகிய சகர குமாரர்கள் நல்ல கதியை அடைய வேண்டும். அவர்கள் சாம்பலாய்க் கிடக்கிற இடத்துக்குக் கங்கா நதி வரவேண்டும். அவர்கள் சொர்க்கலோகம் அடைய வேண்டும். என் குலமும் சந்ததி அற்றுப்போகாமல் நிலைத்திருக்க வேண்டும். இதுதான் நான் கேட்கும் வரமென்று சொன்னான்.

இதைக்கேட்ட பிரமதேவர் அரசனே! உன் எண்ணம் நல்லதாகவே இருக்கிறது. அதுவும் நிறைவேறும். உனக்கு க்ஷேமம் உண்டாகும். கங்கை பூமியில் இறங்கி வருவதனால் பூமி கங்கையின் வேகத்தைத் தாங்காது. பரமசிவன் ஒருவரே கங்கையைத் தாங்க வல்லவர். அவர் அதற்குச் சம்மதித்தால் கங்கை பூமியில் வரத் தடையில்லை என்றார். கங்கயினிடத்தில் பகீரதனைப் புகழ்ந்து கூறினார். பின் தமது உலகம் போய்ச் சேர்ந்தார்.

பிரமதேவன் போனபின் பகீரதன் கால் கட்டை விரல் நுனியால் நின்றுகொண்டு பரமசிவனை நோக்கி நூறு வருஷம் தவம் செய்தான். எல்லாரும் வணங்குகிற உமாபதியான பசுபதி பிரத்தி யட்சமானார். பகீரதனைப் பார்த்து வேந்தனே! நீ மனிதருக்குள் உத்தமன். உன் தவத்தால் மகிழ்ந்தேன். உன் கவலையை ஒழிக் கிறேன். கங்கையை நான் என் சிரசில் தாங்கிக் கொள்ளுகிறேன் என்றார். அதன்பின் கங்கை மஹா வேகத்தோடு இறங்கினாள். நான் பாதாளம் போகும்போது, பரமசிவனையும் அடித்துக் கொண்டு போவேனென்று கருவத்தால் எண்ணிக்கொண்டாள். சகல ஜீவான்மாக்களுடைய எண்ணத்தையும் அறியும் சிவபிரான் கங்கையின் உள்ளத்தையறிந்து, அவளுடைய கருவத்தை அடக்கக் கருதினார். கங்கை சிவபெருமான் சடையிலேயே அடங்கிவிட்டாள். அநேக வருஷம் சடையிலேயேயிருந்தாள். அதைக் கண்ட பகீரதன் மறுபடியும் தவம் செய்தான். பரமசிவன் மகிழ்ந்து, கங்கையைச் சிரசினின்றும் இறக்கிப் பிந்து சரோவரத்தில் போகச் செய்தார். கங்கை ஏழு நதி வடிவமாய்ப் பரந்தாள். அவைகளுள் ஹலாதினி, பாவணி, நளினி என்ற மூன்று நதிகள் கிழக்கு முகம் நோக்கி ஓடின. ஸுசட்சு, ஸீதா, ஸிந்து என்ற மூன்று நதிகள் மேற்கு முகமாக ஓடின. ஏழாவது கங்கையென்று பேர்பெற்றது. பகீ ரதனைப் பின்தொடர்ந்து போயிற்று. இவ்வாறு, கங்கை ஆகாயத்தி லிருந்து சிவபெருமான் சிரசில் இறங்கிப், பின் பகீரதனைத் தொடர்ந்து சென்றது. கங்கை ஓடுவதனால் உண்டாகும் தொனி இடி முழக்கம் போலிருந்தது. ஆமை, மீன், முதலைகள் முதலிய ஜந்துக்களும் கங்கையுடன் வந்தன. தேவர், கந்தர்வர், ரிஷிகள்,

சித்தர்கள் முதலான எல்லாரும் அந்த விநோதத்தைப் பார்க்கும் படி தங்கள் தங்கள் வாகனத்தில் மேல் வந்து நின்றார்கள். அவர்களுடைய தேக ஒளியாலும் ஆபரணங்களாலும் ஆகாயம் அநேக சூரியர்கள் உதித்ததுபோல விளங்கிற்று. கங்கை இறங்கும் போது, மீன்கள் முதலைகள், பாம்புகள் புரளுவதாலும் ஆகாயத்தில் மின்னற்கொடி பாய்வது போலிருந்தது. வெள்ளிய நுரைகள் காணப்படுவது நீருண்ட மேகங்களும் அன்னங்களும்போல விளங்கிற்று. கங்கை ஓடும்போது, சில இடங்களில் வேகமாகவும் சில இடங்களில் மெதுவாகவும் கோணலாகவும் நேராகவும், அலைகளையெறிந்து முழங்கிக்கொண்டும் ஓடிற்று. ஆகாயத்தி லிருந்து சிவபிரான் சிரசிலிறங்கிப் பூமியில் பரவுதலால் மஹா பரிசுத்தமென்ற தேவர்களும், ரிஷிகளும் புகழ்ந்தார்கள். சிவபிரான் சரீரத்திலிருந்து விழுந்தபடியால் சகல பாவங்களையும் போக்கு மென்று கொண்டாடினார்கள். பாவத்தினால் சொர்க்கத்தை விட்டுப் பூமியில் பிறந்த சிலர், கங்கையில் ஸ்நானம் பண்ணிப் பாவமொழிந்து மீண்டும் சொர்க்கம் போய்ச் சேர்ந்தார்கள். எல்லாரும் அதில் முழுகிப் பாப மொழிந்தார்கள், பகீரதன் பின் கங்கை சென்றது. தேவர்கள் முதலானவர்கள் அது ஓடும் அழகைப் பார்த்துக்கொண்டே பின் சென்றார்கள்.

கங்கை பகீரதன் பின்னாலே போகும்போது, ஜந்ஹு என்ற ஒரு மஹாரிஷி யாகம் பண்ணிக்கொண்டிருந்தார். அவருடைய யாக சாலையினுள்ளே கங்கை புகுந்தது. அதையுணர்ந்த முனிவர் கங்கையைக் குடித்துவிட்டார். அந்தச் செய்கையைக் கண்ட தேவரும் முனிவரும் கங்கை உமது மகளாக இருக்கட்டும். அவளை வெளிவிட வேண்டும் என்று முனிவரை வேண்டினார்கள். அம்முனிவர் அவர்களுடைய பிரார்த்தனைப்படியே கங்கையைத் தமது காதின் வழியாக வெளிவிட்டார். கங்கை ஜந்ஹு முனி வரது காதிலிருந்து வந்தபடியால் ஜந்ஹு மகளென்று அர்த்தம் தரும் ஜாந்ஹவியென்று பெயராயிற்று. கங்கை பகீரதன் பின் போய்ச் சமுத்திரம் சேர்ந்து பாதாளம் போயிற்று. சகர குமாரர் களுடைய சாம்பல் குவியில் கங்காஜலம் பட்டவுடனே அறுபதி னாயிரம் பேரும் பாவம் நீங்கிச் சொர்க்கம் அடைந்தார்கள்.

(எல்.வி. இராமச்சந்திர அய்யர் (பதி.ஆ.), வால்மீகி மஹரிஷியால் சொல்லப்பட்டபடி *ஸ்ரீமத் ராமாயணம்* (தமிழ் வசன காவியம்), சென்னை, *1911, பக்.84 – 87.)*

1. சிற்பத்தொகுதியின் பல்வேறு கூறுகளுக்கும் இராமாயண விவரிப் புக்கும் பல வேறுபாடுகள் காணப்படுகின்றன.

1. நான்கு தந்தங்களைக் கொண்ட யானை குறித்தும் அதன் கூட்டம் குறித்தும் இராமாயணத்தில் குறிப்பிருப்பதாகத் தெரிய வில்லை.

2. போலித் தவம் செய்யும் பூனையின் கதை வான்மீகியால் கூறப்படவில்லை.

3. பாரதத்தில் வருணனையில் இடம்பெறும் திருமால் திருப்பதி விவரிப்பு இராமாயணத்தில் காணப்படவில்லை.

4. சிற்பத்தொகுதியில் குறிப்பிடத்தக்க வகையில் வேடர்கள் குறித்து இமயமலை வருணனையாக இராமாயணத்தில் இடம் பெறவில்ல.

ஆனால், இவையனைத்தும் பாரதத்திலேயே காணப்படுகின்றன.

2. ‘தேவர், கந்தர்வர், ரிஷிகள், சித்தர்கள் முதலான எல்லாரும் அந்த விநோதத்தைப் பார்க்கும்படி தங்கள் தங்கள் வாகனத்தில் மேல்வந்து நின்றார்கள்’ என்று அமைந்துள்ள இராமாயண வருணனைக்கு ஏற்ப சிற்பத்தொகுதியில் வாகனத்துடன் ஒருவர் கூடக் காட்டப்படவில்லை.

3. சிற்பத்தொகுதியில் கீழே காட்டப்பட்டுள்ள கோயில் இராமாயணப்படி கபிலமகரிஷியின் ஆசிரமமாகக் கருதுவதிலும் இடர் பாடு ஏற்படுகிறது. பாதாளத்திற்குச் சென்ற சகரபுத்திரர்கள் கபில மகரிஷியைக் கண்டநிகழ்ச்சி,

அங்கே ஒரு ரிஷி தவம் செய்துகொண்டிருந்தார். அவர்தான் கபில முனிவர். குதிரையைக் கண்டுபிடிக்க வேண்டுமென்கிற ஒரே எண்ணம் கொண்டிருந்த சகரர்களுக்கு அந்தக் கபில முனிவரை இன்னாரென்று அறிய முடியவில்லை. வெகு நாளாகத் தேடிக்கொண்டிருந்த அசுவமேதக் குதிரை அங்கே மேய்ந்துகொண் டிருந்ததைக் கண்டார்கள். தவம் பண்ணிக்கொண்டிருந்த கபிலரைப் பார்த்து, இவனே நமது குதிரையைத் திருடிக்கொண்டு வந்தவ னென்று நினைத்து அவர்மேல் கோபம் கொண்டார்கள். அவரைப் பார்த்து, அடா துஷ்டா! நீயா எங்கள் குதிரையைத் திருடிக் கொண்டு எங்கள் பிதாவின் யாகத்தைக் கெடுத்தாய். உன்னைக் கொஞ்சத்தில் விடுவதில்லை என்று சொல்லிக் கலப்பை மண் வெட்டி முதலிய ஆயுதங்களையெடுத்துக்கொண்டு அவரை அடிக்க வந்தார்கள். அந்தச் சத்தத்தைக் கேட்ட கபிலர் கண்ணைத் திறந்து பார்த்து ஹூம் என்று அதட்டினார். உடனே சகர குமாரர்கள் அறுபதினாயிரம் பேரும் எரிந்து சாம்பலானார்கள். (மேலது, ப.82)

என்று விவரிக்கப்பட்டுள்ளது. ஆனால், சிற்பத்தொகுதியில் மகரிஷிகள் ஆசிரமம் காட்டப்படவில்லை. மாறாக, முழுமையான திருமால் கோயிலே காட்டப்பட்டுள்ளது. கபிலமகரிஷி என இங்கு ஒருவரைச் சுட்ட முடியாது. ஏனெனில், கோயில் முன் அமர்ந்துள்ள ஒருவரை மகரிஷி எனக்கொண்டால் இன்னும் மூவர் தியானத்தில் உள்ளனர். நிகழ்ச்சியின் முக்கியப் பொருளான குதிரை காட்டப்படவில்லை. ஆகவே, இக்கோயிலும் அதன் சூழ்நிலை களும் பாரதக் கந்தமாதன வருணனையோடே ஒத்திசைந்து செல்லுகிறது.

4. இங்கே அமர்ந்துள்ள முனிவர் ஜந்ஹீ என்று கருதுவதும் பொருத்த மற்றதாகும். ஏனெனில் அவர் செவியில் கைவைத்துள்ள பான்மை கூர்ந்து கேட்பதையே புலப்படுத்துகிறது. அவரும் பிற முனிவர் களும் தவம்புரிவதாகச் சித்திரிக்கப்பட்டுள்ளதேயன்றி வேள்வி புரிவதாகக் காட்டப்படவில்லை.

5. மாமல்லையில் பாகவதம், தேவிமகாத்மியம், சிவபுராணம், விஷ்ணு புராணம் முதலியவற்றிலிருந்தே சிற்பங்களுக்கான கருக்கள் தேர்ந்து கொள்ளப்பட்டுள்ளனவேயன்றி இராமாயணத்திலிருந்து ஒரு காட்சிக்கூடத் தேர்ந்து கொள்ளப்படவில்லை என்பது எண்ணிப்பார்க்க வேண்டிய ஒன்றாகும். ஆகவே பாரதத்திலிருந்த இச்சிற்பத்தொகுதிக்கான அடிப்படைக் கூறுகள் தேர்ந்து கொள்ளப் பட்டுள்ளன என்பதில் ஐயமில்லை.

பின்னிணைப்பு – 6

கங்கை வருகை – மற்றுமொரு கதை

திருமங்கை மன்னனின் பெரிய திருமொழி – முதற்பத்து – நான்காம் திருமொழியில்

> ... காரணம் தன்னால் கடும்புனல் தகைத்த
> கருவரை பிளவெழக் குத்தி
> வாரணம் கொணர்ந்த கங்கையின் கரைமேல்
> வதரியாச் சிராமத்துள் ளானே   (பா.எ.6)

என்னும் பாசுரத்திற்கு உரை வகுத்த பெரியவாச்சான் பிள்ளை,

'பகீரதன் தன்னுடைய தவவலிமையாலே, நீறாய்க் கிடந்த தன்னுடைய பாட்டன்மார் நன்னிலை அடைவதற்காகக் கங்கையைப் பெற வேண்டும் என்று தவம் இயற்றினான்; அந்தப் பழமையாலே வந்த மிடுக்கையுடைய நீர் நிறைந்த கங்கை, கருவரையானது இரண்டு பிளவாகுமாறு குத்தியும், அங்கு உள்ள ஆனைகளைத் தள்ளிக் கொண்டும் வந்து இழிகிறது. அல்லது, அம்மலை தகைந்தபோது, பகீரதன் இந்திரனை நோக்கித் தவம் புரிந்தான்; பின்னர் இந்திரன் தன் நாற்கொம்பனைக் கொண்டு அம்மலை இரு பிளவாகுமாறு குத்துவித்தான். அதனால் அவ்வானை கங்கையைக் கொண்டுவந்த தாகச் சொல்லும் பெருவழக்கும் உண்டு. அதனைச் சொல்லிய தாகவும் கொள்ளலாம்.

எனக் குறிப்பிட்டுள்ளார்.

(தெ.ஞானசுந்தரம், பெரியதிருமொழி உரையும் தமிழாக்கமும், ப .173)

பின்னிணைப்பு – 7

பல்லவக் கலை மரபு

இரு ஒப்பீடுகள்

அஜந்தா, நாகார்ச்சுனகோண்டா, பர்ஹூத் ஆகிய இடங்களில் வளர்ந்த கலைமரபுகள் பல்லவர்களிடம் தொடர்வதற்குச் சான்றுகள் சிலவற்றை ஈண்டுக் காணலாம்.

பல்லவர்கள் காலத்தில் ஓவியக்கலை உன்னத வளர்ச்சியைப் பெற்றிருந்தது. தன்னை 'சித்திரகாரப்புலி' எனப் பெயரிட்டுப் பெருமைப் பட்டது மட்டுமன்றி 'தட்சிண சித்திரா' எனும் ஓவிய நூலையும் முதலாம் மகேந்திரவர்மன் இயற்றினான். ஆயினும், பல்லவ காலத்தில் எழுதப்பட்டு இன்று எஞ்சியுள்ளவை காஞ்சியும், பனைமலை, ஆர்மாமலை ஆகிய இடங்களில் கிடைக்கும் ஓவியத் துணுக்குகளேயாகும்.

இவற்றுள் பனைமலையிலுள்ள பனைமலைநாதர் திருக்கோயில் இராசசிம்மன் காலத்தையதாகும். அதன் சுற்றுக்கோயில் சுவரில் உமை யன்னை நிற்கும் ஓவியமொன்று எஞ்சியுள்ளது.

கொற்றத்தைக் குறிக்கும் குடையின் கீழ் உமையன்னை நிற்கிறாள். அவள் தலையில் மகுடம் காணப்படுகிறது. சிவன் ஆடும் நடனத்தைக் கண்டு வியக்கும் பாவம் அவளது முகத்தில் தெரிகிறது. தன் இடதுகாலினை மடித்துப் பின்புறம் வைத்துக்கொண்டு மிக்க ஒயிலாக அவள் நிற்கிறாள்.

அஜந்தா 17ஆம் குகையில் வாகாடர்களால் படைக்கப்பட்ட ஓவியத்தில் உள்ள பெண் இத்துடன் இணைத்துப் பார்க்கத்தக்கவள். தோழியின் அருகில் நிற்கும் அரசமகள் தலைசாய்த்து நிற்கிறாள். தலையின்மீது கொற்றத் தைக் குறிக்கும் குடையுள்ளது. தலையில் அணிகலன்கள் பலவாகக் காணப் படுகின்றன. கழுத்திலும் தோளிலும் கையிலும் பச்சை நிறமுடைய அணி கலன்கள் காணப்படுகின்றன.

உமை, பனை மலை

அரசக்குல பெண் – அஜந்தா

அர்ச்சுனன் தபசு

இவ்விரண்டின் உருவ அமைதியிலும் உள்ள ஒப்புமைப் பண்புகள், அஜந்தாவின் மரபு பல்லவக் கலையில் தொடர்வதைக் காட்டுகின்றன. சிங்கங்களும் யாளிகளும் வீரர்கள் அமர்ந்துசெல்லும் யாளிகளும் சிங்கங் களில் பல்சேர்க்கையில் உருவான கற்பனை வடிவங்களும் பர்ஹூத், சாஞ்சி, மதுரா, அமராவதி, நாகார்ச்சுனகோண்டா எனத் தொடர்ந்து வந்துள்ளன. அத்தகு உருவங்கள் பலவற்றைப் பல்லவச் சிற்பங்களிலும் பார்க்கவியலுகிறது. கீழ்க்காணும் உருவங்கள் பர்ஹூத்தில் *(Bharhut)* காணப்படுகின்றன.

பல்லவச் சின்னங்களில் யாளிகளும் அவற்றின் வேறுபட்ட வடிவங் களும் ஏராளம். யாளிகளைக்கொண்டே யாளிக்குகையை (அது புலிக்குகை என வழக்கப்படுகிறது) சாளுவன்குப்பத்தில் அமைத்துள்ளனர். அர்ச்சுனன் தவச் சிற்பத்தொகுதியிலும் இரண்டு யாளிகளின் உருவங்கள் உள்ளன.

கிருஷ்ண மண்டபத்தில் தென்புறமாகக் கீழே அமைந்துள்ள சிற்பங்கள் இவ்வகையில் முக்கியமானவை. அமர்ந்துள்ள சிங்கத்தின் முகத்தில் பறவை யின் அலகு அமைந்துள்ளது. அடுத்துள்ள சிங்கத்தின் உடம்பு விலங்காகவும் முகம் மட்டும் மனிதமுகமாகவும் அமைந்துள்ளது.

நாகார்ச்சுனகோண்டாவின் இரண்டாவது ஸ்தூபியிலிருந்து பெறப் பட்ட புடைப்புச் சிற்பம் மாமல்லை ஆதிவராகர் குகையிலுள்ள வராக அவதாரச் சிற்பத்தோடு ஒப்புமைப்படுத்திக் காணத்தக்கதாகும்.

ஓர் அரசன் அல்லது இளவரசன் தனது வலது குதிகாலால் சிவலிங்கத் தைச் சிதைப்பதுபோல் அதில் சித்திரிக்கப்பட்டுள்ளது. இலிங்கத்தின் அடிப்பகுதியைச் சுற்றி வளைத்துள்ள ஏழு தலைகொண்ட நாகம் சினத் துடனும் மிகுந்த வலியுடனும் காணப்படுகிறது. வலதுபக்கத்தின் மேற் பகுதியில் பிராமணர்கள் அரசனது செயலை எதிர்ப்பது காட்டப்பட்டுள்ளது.

(A.H. Longhurst, *The Buddhist Antiquities of Nagarjunakonda, Madras Presidency,* Plate xxx)

சினத்துடனும் உறுதியாகவும் வலதுகாலினை முன்னூன்றி நிற்கும் அரசனும் அவனுடைய காலடியில் மிதிபட்டிருக்கும் நாகமும் வலது ஓரத்தில் உள்ள உருவங்கள் வரிசைப்படுத்தப்பட்டுள்ள முறையும் மாமல்லை வராகர் குகையிலுள்ள வராக அவதாரத்தில் உருவங்கள் படைக்கப் பட்டுள்ள பான்மையை ஒத்துள்ளன. பாதாள உலக அரசனாகிய நாகரா சனின் தலையின்மீது காலினை ஊன்றிப் பூமியை உயரத்தூக்கி நிற்கும் வராகம், காட்சித்தொகுதியின் மையத்தில் பெரிதாக அமைக்கப்பட்டு, மார்க்கண்டேயர் முதல் சூரியன் முதலான தேவர்களும் நான்முகனும் இருபுறமும் காட்சிப்படுத்தப்பட்டுள்ளனர். அவர்களும் மார்க்கண்டேய மகரிஷியும் நான்முகனும் திருமாலும் அடுத்த நிலையிலான முக்கியத் துவத்தைப் பெற்றுள்ளனர். ஏனையோர் சிற்பத்தொகுதியின் மேற்பகுதியில் திருமாலுக்கு இருபுறங்களிலும் காட்சிப்படுத்தப்பட்டுள்ளனர். இவ்வொழுங் கமைவுக்கு ஒரு மரபுத்தொடர்ச்சியிருப்பதை உணரமுடிகிறது.

இலிங்கத்தைச் சிதைக்கும்
இளவரசன்,
நாகார்ச்சுனகோண்டா

வராக அவதாரம், கடல் மல்லை

அர்ச்சுனன் தபசு

கடல்மல்லைச் சிற்பங்களுள் உலகப்புகழ்பெற்ற சிற்பங்களில் ஒன்று மகிடாசுரமர்த்தினி சிற்பமாகும். கொற்றவை, மகிடனோடு போர்புரியும் காட்சி இச்சிற்பத்தில் உள்ளது. இக்காட்சி நாகார்ச்சுனகோண்டாவிலுள்ள போர்க்காட்சிச் சிற்பமொன்றுடன் இணைத்தெண்ணத்தக்கது. இத்தொகுதி குறித்து, இதில் காணப்படும் தாக்கும் வடிவங்களில் உள்ள உணர்ச்சி வேகம் போர்க்களத்தின் அமளியை முழுமையாகப் படம்பிடித்துக் காட்டுகிறது. இந்தப் பகுதி முகமூடித் தரித்த போர்வீரர்களாலும் பாயத்துடிக்கும் மிருகங்களின் வடிவங்களாலும் உயிர் பெறுகிறது என்று கூறப்பட்டுள்ளது.

போர்க்காட்சி, நாகார்ச்சுனகோண்டா

குதிரைமீது அமர்ந்து ஒருவன் போரிடுகிறான். இரு கால்களையும் உயர்த்திய வண்ணம் தாவிப்பாய்ந்து வருகிறது குதிரை. அரசனது இடதுகரம் உயர்த்தப்பட்டுள்ளது. மற்றொரு கையில் குதிரையின் கடிவாளம் உள்ளது.

எதிர்த்து நிற்கும் வீரன் தரைமீது உள்ளான். அவன், தனது இடது காலினைக் குதிரையின்மீது வைத்துத் தடுத்து நிறுத்தும் பாவனையில் உள்ளான். வலது கையில் கூரிய வாள் குத்துக்கத்திபோல் உட்புறமாகத் திருப்பப்பட்டுள்ளது. இடதுகை முகத்தை நோக்கியுள்ளது.

அவனுக்கு முன்னால் இரண்டு வீரர்கள், ஒற்றைக்கால் ஊன்றி மண்டியிட்ட நிலையிலும் பின்னால் ஐந்து வீரர்கள் ஆயுதங்களுடன் பாய்ந்து வருகின்ற நிலையிலும் காட்டப்பட்டுள்ளனர். அதில் கீழே தரையில் முதன்மை வீரனுக்குப் பின்னால் உள்ளவன், முழு உருவமாகவும் மேலுள்ள நால்வரில் மூவர் இடைவரையிலான அரையுருவாகவும் காட்டப்பட்டுள்ளனர். மேல் உள்ள ஒருவன் தலைப்பகுதி மட்டும் காட்டப்பட்டுள்ளான்.

குதிரை வீரனுக்குப் பின்புறம் ஐந்து வீரர்கள் சித்திரிக்கப்பட்டுள்ளனர். கீழே நிற்கும் ஒருவன் வலதுகையினைக் கீழே இறக்கியும் இடது கையினை இடையில் வைத்தும் நிற்கிறான். அவனுடைய வலதுகால் ஊன்றி நிற்க, இடதுகால் சற்று மடித்து நிற்கிறது. மேலே இருவரில் ஒருவர் இடைவரையிலும் மற்றொருவர், தலைப்பகுதி மட்டும் காட்டப்பட்டு நிற்கிறார். அவர்களுக்கு மேல் சற்று, பின்புறம் சாய்ந்த நிலையில் ஒருகையுயர்த்தி ஒருவன் காணப்படுகிறான். குதிரைக்கு மேல் யானையொன்று தலைப்பகுதி மட்டும் காட்டப்பட்டு நிற்கிறது. அதன்மீது அமர்ந்து போரிட்ட வீரன் அடிபட்டுக் கீழே சரிகிறான். தலை சாய்ந்து அவன் விழுவது உயிரற்ற நிலையில் என்பதைத் தளர்ந்து தொங்குகிற அவனது கை காட்டுகிறது.

ஒரு போரின் உச்சகட்ட நிகழ்ச்சியாக இச்சிற்பக்காட்சி உள்ளது. மிகக்கடுமையான போரின் முடிவில், தரையில் நின்று போராடும் குழுவினர் ஆறாத சினத்துடன் வெற்றிபெற்று முன்னேறுகின்றனர். அவர்களது வேகத்தையும் முன்னோக்கிச் செல்லும் வெற்றியினையும் அவர்களது புடைத்து முன்நோக்கியுள்ள மார்புகளும் ஆயுதத்தைச் சுழற்றுகின்ற கையின் அசைவுகளும் காட்டுகின்றன. உயர்ந்துள்ள முகங்கள், அவர்தம் கடுமையினையும் வேகத்தையும் வீரத்தின் பெருமிதத்தினையும் உணர்த்துகின்றன.

குதிரைமீது அமர்ந்துள்ள வீரனின் பிற வீரர்கள் பின் நிற்கின்றனர். கீழ்நிற்கும் வீரனின் இடதுகால், அவன் பின்வாங்குவதைக் குறித்து நிற்கிறது. ஆயுதமுள்ள அவனது கை தளர்ந்து கீழ்நோக்கியுள்ளது. செயலின்றி அவனது கை இடுப்பில் உள்ளமையும் முகபாவமும் தோல்வியினால் நேர்ந்த திகைப்பினைக் காட்டுகின்றன. அவனது மார்பு இடது பக்கம் சாய்ந்த நிலையில் காட்டப்பட்டுள்ளமை அவன் போர்க்களத்திலிருந்து வெளியேறும் முடிவிற்கு வந்துவிட்டதை உணர்த்துகிறது. அவனுக்கு மேலுள்ள வீரர்கள் செயலிழந்து நிற்கின்றனர். அவர்தம் கைகள் உயர்ந்தோ ஆயுதம் கொண்டோ காணப்படவில்லை. தளர்ந்து சாய்ந்துள்ள தலைகள் தோல்விக் குறிப்பினைத் தருகின்றன. அவர்களுக்கு மேலுள்ள வீரன் இடது கையினைப் பின்புறமாகத் தூக்கியுள்ளான். எவ்வித இயக்கமும் இல்லாமல் அவனது உடல் காணப்படுகிறது. யானை மீதிருந்து உயிரற்று வீழ்கின்றவன் போரின் தோல்வியைப் புலப்படுத்துகிறான்.

மாமல்லையின் மகிடாசுரமர்த்தினி சிற்பமும் இத்தகைய போர்க்காட்சியாகும்.

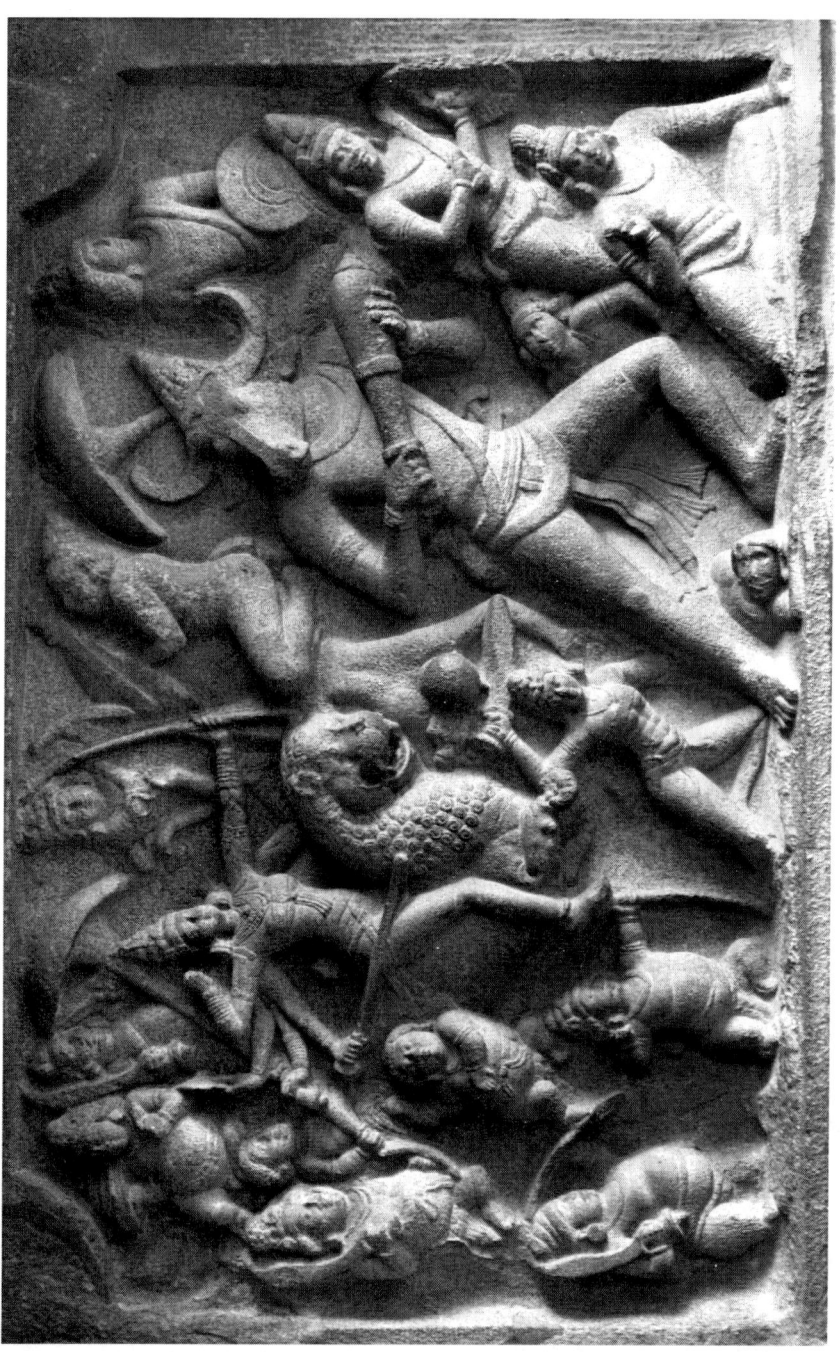

கொற்றவை – மகிடன் போர், கடல் மல்லை

சிங்க வாகனத்தில் எட்டுக்கைகளுடன் கொற்றவை வருகிறாள். அவள் அமர்ந்துள்ள சிங்கம், முன்புறமாக இருந்து காணுகின்ற கோணத்தில், பாறையின் உள்ளிருந்து பாய்ந்து வருவது போன்று காட்சி தருகிறது. சிங்கம் தன் முன்னிரு கால்களையும் நீட்டியவண்ணம் தாவி வருகிறது.

சிம்மவாகினியான கொற்றவை, அதன்மீது கம்பீரமாக அமர்ந்துள்ளாள். மகுடமும் மேலுள்ள குடையும் அவள்தம் கொற்றத்தைக் குறிக்கின்றன. நேராக நீட்டிய இடதுகையில் வில் உள்ளது. வலதுகை அம்பறாத் தூணியிலிருந்து அம்பினை எடுக்க எத்தனிக்கிறது. மற்றொரு வலக்கையில் ஏந்திய வாள், தயாரான நிலையில் நீண்டுள்ளது. ஏனைய கரங்களில் ஆயுதங்கள் உள்ளன.

சிங்கத்தின் காலடியில் கொற்றவையின் பெண் கணமான பைரவி சண்டையிடுகிறாள். கீழ் விழுந்துள்ள நிலையில் ஒரு கையினையும் ஒரு காலினையும் ஊன்றி, வாளினைத் தலைமீது ஓங்கிவெட்ட முயற்சிக்கிறாள். கொற்றவையின் பின்புறமாகவும் தலைக்குமேலும் ஏழு பூதகணங்கள் போரிடுகின்றன. கீழிருந்து மேலாக ஐந்து பூதகணங்கள் முழு உருவமாகச் சித்திரிக்கப்பட்டுள்ளன. இடதுபுறம் மூலையில் உள்ள பூதகணம் பாத்திரமொன்றைத் தாங்கியுள்ளது. கொற்றவையின் வில்லேந்திய கரத்தின் மேல் காணப்படும் பூதகணம், ஒருகையில் வாளும் மறுகையில் கேடயமும் தாங்கி அசுரனுடன் போரிடுகிறது. சிங்கத்தின் பக்கத்தில் மேலிருந்து ஓர் அசுரன் குத்துப்பட்டுச் செத்துத் தலைகீழாக வீழ்கிறான்.

மகிடன் தலைமீதுள்ள மகுடமும் கொற்றக்குடையும் அவனது அதிகாரத்தைக் குறிக்கின்றன. வலதுகை பற்றியுள்ள கதையினை இடது கை தாங்கியுள்ளது.

இடதுகால் பின்னோக்கி வைக்கப்பட்டுள்ளது. ஊன்றியுள்ள வலது காலும் ஏறக்குறைய மேலே எடுக்கப்படும் பாவனையில் உள்ளது. அவனது இருகால்களுக்கிடையே உயிரற்று வீழ்ந்து கிடக்கும் அசுர வீரனது உடல் காணப்படுகிறது.

மகிடாசுரனது இடதுகாலுக்கு அருகில் ஓர் அசுரன் கீழே விழுந்துள்ளான். இடது கையினைத் தரையில் ஊன்றி எழ முயற்சி செய்கிறான். வலது கையில் ஆயுதமில்லை. அது போரில் கீழே வீழ்த்தப்பட்டிருக்க வேண்டும். அவனுக்கு மேலே கேடயமும் வாளும் தாங்கியுள்ள அசுர வீரன் ஏறக்குறைய முக்கால் பங்கு பின்திரும்பிவிட்டான். அவன் போர்க்களத்திலிருந்து பின்வாங்குவது தளர்ந்தும் பின்னோக்கியும் திரும்பியுள்ள உடல் பாவனையிலும் ஆயுதத்தை எதிரியை நோக்கிச் சுழற்றாமல் மார்பருகில் செயலாற்றுப் பற்றியுள்ள நிலையிலும் எதிரிகளின் தாக்குதலிலிருந்து பின்வாங்கிச் செல்லும் தோல்விநிலையை உணர்த்துகின்றன. இன்னும் மேலுள்ளவனோ மார்பருகில் பிடித்திருக்க வேண்டிய கேடயத்தை இடுப் பருகில் பிடித்து, முழுமையாகப் பின்னோக்கிப் பார்க்கிறான். போர்க் களத்திலிருந்து பின்வாங்கி, எந்தவழியே, எவ்வளவுதூரம் ஓட வேண்டும் எனப் பார்ப்பதுபோல் அவனது பாவனை உள்ளது.

நாகார்ச்சுனகோண்டா, மாமல்லைச் சிற்பங்களிரண்டையும் ஒப்பிட்டு நோக்கும்போது, பல ஒப்புமைகளை உணர முடிகிறது.

1. இரண்டு சிற்பங்களும் மிகக்கடுமையான போரின் இறுதி நிலையைச் சித்திரிக்கின்றன. இருந்தபோதிலும் போரின் வெற்றி தோல்வியை மிகநுட்பமாக இவை வெளிப்படுத்துகின்றன.
2. இந்தியக் கலை மரபுப்படி, காட்சியின் முதன்மைப் பாத்திரங்கள் தொகுதியின் மையத்திலும் ஏனையவற்றினும் வடிவத்தில் பெரியன வாயும் உள்ளன.
3. சிற்பத்தொகுதியை இரண்டாக, நடுமையத்தில் பிரிக்கும்போது, இருதரப்பும் சரிபாதியில் பிரிகின்றன.
4. முதன்மை நபர்களின் பின்புறமாகவும் மேற்புறமாகவும் ஏனைய மாந்தர்கள் சித்திரிக்கப்பட்டுள்ளனர்.
5. தரைப்பகுதி தொடங்கி மேற்செல்லச் செல்ல குறையும்வண்ணம் கீழே முழு உருவங்களும் பின்னர் பாதி உருவங்களும் மேலே தலைகள் மட்டும் சித்திரிக்கப்பட்டுள்ளன. இது பார்வையாளன் நின்று பார்க்கும் பார்வைக் கோணத்திற்கேற்ப அமைந்துள்ளது எனலாம்.
6. உடல்கள் நிற்கும்நிலை மார்பு, கைகள், முகம் ஆகியவற்றினை அமைத்திருக்கும் தன்மையால் தோல்வியும் வெற்றியும் நுட்பமாக உணர்த்தப்பட்டுள்ளன.
7. நாகார்ச்சுனகோண்டாச் சிற்பத்தில் குதிரையில் வருகின்றவன் தோல்வியைத் தழுவ, கீழே நின்று போரிடுகின்றவன் வெற்றி பெறுகிறான். மாமல்லைச் சிற்பத்தொகுதியில் சிங்கத்தின்மீது அமர்ந்து வரும் கொற்றவை வெற்றி பெறுகிறாள், தரையில் நிற்கும் மகிடன் தோல்வியுறுகிறான்.
8. குதிரை வீரன் அருகில் கீழே நிற்போன் பின்வாங்கும் பான்மையில் நிற்பதுபோல், மாமல்லையில் மகிடனுக்குப் பின்னால் கேடயமும் வாளும் ஏந்திய வீரனது பாவனை உள்ளது.
9. நாகார்ச்சுனகோண்டாச் சிற்பத்தில் கீழே ஒற்றைக்கால் மண்டியிட்டுள்ள இருவரின் உருவங்கள்போல் மாமல்லைச் சிற்பத்தில் பைரவியின் உருவமும் வலதுமூலையில் உள்ள அசுரனின் உருவமும் உள்ளன. நாகார்ச்சுனகோண்டாச் சிற்பத்தில் நின்று போரிடும் முதன்மை வீரனுக்குப் பின்னுள்ள வீரனைப்போல், மாமல்லைச் சிற்பத்தில் வில்லேந்திய பூதகணம் காணப்படுகிறது.
10. சிற்பத்தின் நடுப்பகுதியின் மேலே நாகார்ச்சுனகோண்டாவில் யானைத் தலை பெரிதாகக் காட்டப்பட்டுள்ளது. அந்த இடத்தை இருதரப்பு வீரர்களின் நேரடியான மோதல் காட்சியாக மல்லைச் சிற்பிகள் பயன்படுத்தியுள்ளனர்.

11. நாகார்ச்சுனகோண்டாச் சிற்பத்தில் யானையின் மீதிருந்து உயிரற்றுச் சாயும் ஒருவன், போர்க்களத்தில் ஒரு பிரிவினர் பெறும் தோல்வியை உணர்த்துவதுபோல் கடல்மல்லைச் சிற்பத்தில் சிங்கத்தின்முன், மேலிருந்து தலைகீழாக ஒருவன் கீழேவிழுவது காட்டப்பெற்றுள்ளது. அத்துடன், மகிடன் கால்களுக்கு இடையேயும் மற்றொரு உடல் காட்டப்பட்டுள்ளது.

இரண்டு சிற்பத்தொகுதிகளுக்கும் உருவங்களை அமைப்பதில் உள்ள ஒற்றுமையை, இவ்வாறு ஒப்பிட்டுக் காணும்போது, எளிதில் உணரவியலுகிறது. ஆகவே, இத்தகையதொரு இந்தியச் செவ்வியல் மரபே மாமல்லை அர்ச்சுனன் தபசுச் சிற்பத்தொகுதியின் அழகியலுக்கு அடிப்படையாக அமைந்துள்ளது என்பது உணரத்தக்கதாகும்.

ஒரு விவாதம்

கார்மல் பர்க்ஸன் *(Carmel Berkson)* என்னும் அம்மையார் இஸ்ரேலில் உள்ள கய்சார்யா என்னுமிடத்தருகில் தெல் மிவேராக்கில் கண்டுபிடிக்கப்பட்ட அமேசான் மாச்சி சார்கோ பாகுஸ் எனும் போர்க்காட்சிச் சிற்பத்தொகுதியை மகிடாசுரமர்த்தினி சிற்பத்துடன் ஒப்பிட்டு, 1988 நவம்பர் 23தேதியிட்ட *லலித் கலா* இதழில் ஒரு கட்டுரை வெளியிட்டுள்ளார். அந்தக் கட்டுரை கிரேக்க – ரோமானியக் கலைக்கும் பல்லவக் கலைக்குமான தொடர்பினை மிகச்சிறப்பாக உணர்த்துவதாகக் குறிப்பிட்டு, மைக்கேல் லாக்வுட் மறுவெளியீடு செய்துள்ளார். *(Pallava Art, pp.259-61)*

உருவங்கள் அக்காட்சியில் அமைக்கப்பட்டுள்ள முறை, போர்க்காட்சி எனும் உள்ளடக்கம், கோணங்கள், இரண்டு பண்பாட்டின் குறியீட்டுக் கூறுகள் ஆகியன இஸ்ரேல் சிற்பத்திற்கும் (கி.பி.180) மாமல்லைச் சிற்பத்திற்கும் ஒன்றுபட்டுள்ளதாகக் குறிப்பிட்டுள்ளார். இது கிரேக்க – ரோமானியக் கலைகள் பல்லவக் கலைகள்மீது செலுத்திய செல்வாக்கைக் காட்டுவதாகவும் தெரிவித்துள்ளார்.

இந்தியச் சிற்பங்களுக்கும் கிரேக்கச் சிற்பங்களுக்குமான உறவு அறிஞர்களால் காலகாலமாக எடுத்துரைக்கப்பட்டு வந்துள்ளது. அதனை, அவ்வாறே ஏற்கத் தயங்குவோரும் இருந்துள்ளனர். எனினும், கலைகள் பிற பாணிகளை உட்கொண்டு தங்களை வளப்படுத்திக் கொள்வது இயல்பாக நிகழும் ஒன்று. ஆயினும் இங்கு இவ்வம்மையார் காட்டும் ஒற்றுமை மகிடாசுரமர்த்தினி சிற்பத்திற்கு மட்டுமே உரியதாகும். அவ்வகையில், அவர்தம் கருத்துமிக்க மறுப்பிற்கு உரியதாகும். இரண்டும் போர்க்காட்சிகள் என்பதும் இரண்டிலும் பெண்கள் போரில் ஈடுபடுகின்றனர் என்பதும் உண்மை. ஆயினும், அடிப்படையில் அச்சிற்பத்திற்கும் பல்லவச் சிற்பத்திற்கும் வேறுபாடுகள் பலவாகும்.

1. உருவ அமைதி அடிப்படையில் இச்சிற்பங்களுக்கு உறவில்லை.
2. மாமல்லைச் சிற்பங்கள் உருவங்கள் அமைக்கப்படும் பாணி தெளிவானது. காட்சியின் மையப்பொருள் நடுவிலும் ஏனையவை

போர்க்காட்சி, இஸ்ரேல்

அதனைச் சூழ்ந்தும் அமைக்கப்பெறுகின்றன. இதனை வராகர் குகையிலுள்ள வராக அவதாரம், திரிவிக்கிரம அவதாரம், கொற்றவை உருவம் ஆகியவற்றில் தெளிவாகக் காணலாம். மகிடாசுரமர்த்தினி சிற்பத்திலும் போரிடும் இருவரைச் சூழ்ந்து பிறர் அமைக்கப் பெற்றிருப்பது தெளிவு. ஆனால் இசுரவேல் சிற்பத்தில் நிற்போர், கிடப்போர் என இரண்டாக நேர்க்கோட்டில் பகுக்கலாம். மேலும் உருவங்களின் அடுக்குமுறையில் கொடுக்கப்படும் இடைவெளி பல்லவச் சிற்பத்தில் அழகியல் ரீதியாகவும் பார்வைக் கோண ரீதியாகவும் உன்னதமானது. வடிவமைப்பில் ஒப்பற்றது. இசுரேலியச் சிற்பத்தில் உருவங்கள் நெருக்கப்பட்டுள்ள பான்மையும் இடை வெளியற்ற தன்மையும் பல்லவச் சிற்பத்திலிருந்து முற்றிலும் வேறுபட்டது.

3. சாதாரணமாக ஒரு போர்க்காட்சி சித்திரிக்கப்படும் இயல்பில் தான் இசுரவேல் சிற்பம் உள்ளதன்றிப் பல்லவ அழகியலோடு தொடர்புபடுத்தி நோக்கும் வாய்ப்பற்றது.

4. பல்லவக் கலைமரபு அஜந்தா, அமராவதி, நாகார்ச்சுனகோண்டா வழியாக உருப்பெற்று, வளர்ந்த பன்மை சிற்பம் ஒன்றில் மற்று

மன்றி அவர்தம் கட்டடம், ஓவியம் என அனைத்திலும் காணலாம் என்பது இங்கு எடுத்துக்காட்டப்பட்டது. அவ்வாறின்றி, ஒரே ஒரு சிற்பம் இசுரவேல் சிற்பத்துடன் தொடர்பு கொண்டதெனக் கருதுவது முறை சார்ந்ததன்று.

இவ்விரண்டு சிற்பங்களும் வேறுவேறு மரபுகளைச் சார்ந்தவை என்பதை சென்னைக் கவின்கலைக் கல்லூரி முதல்வர் ஜி.சந்திரசேகரன் *(சந்ரு),* உருவங்களின் ஒழுங்கமைவு, பஞ்சபூதங்களுள் வானும் மண்ணும் இந்தியக் கலைகளில் இடம்பெறும் வகை ஆகியன கொண்டு நுட்பமாக விளக்கியுள்ளார். (காண்க: *The Hindu,* Magazine, Nov.4, 2007)

பின்னிணைப்பு – 8

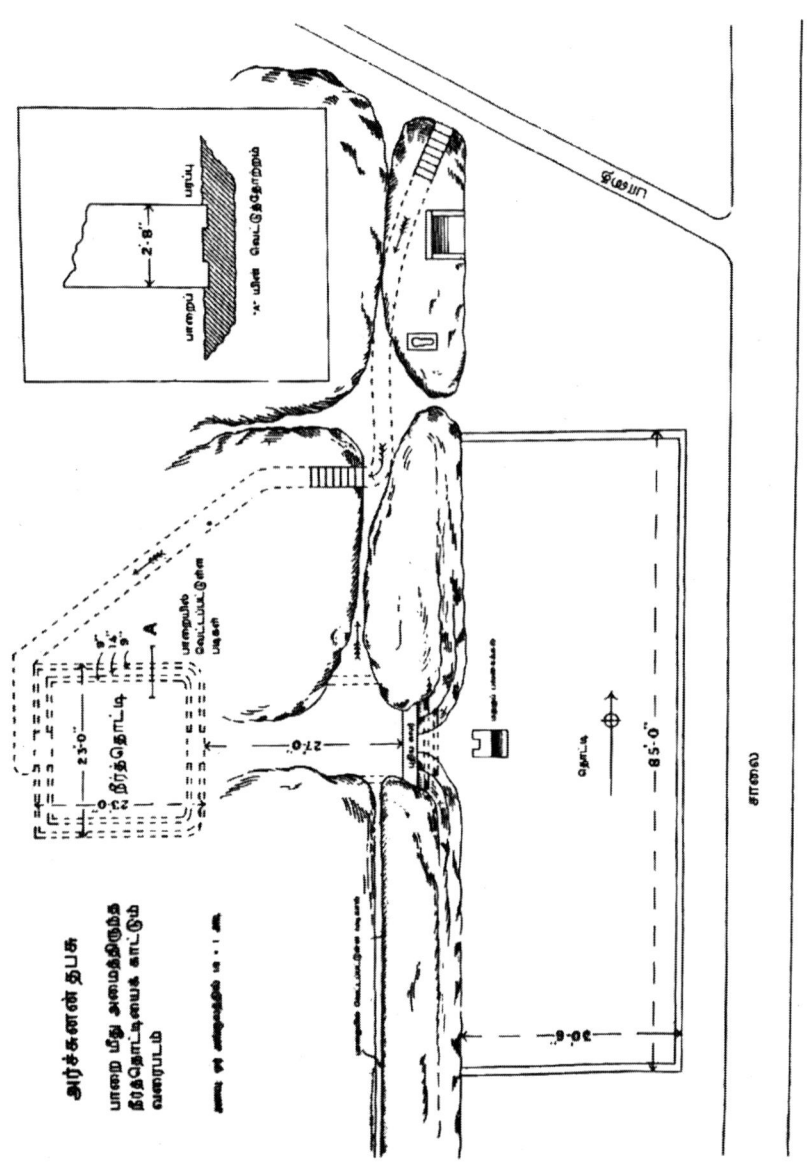

சொல்லடைவு

அக்கினி 26, 31, 253
அசுவமேதம் 26, 27, 31, 24
அசுவமுகி 139
அசுவமுகர் 139
அசுரர் 175, 240
அசோகர் 27
அசாமி மெகர்கா 187
அதர்வண வேதம் 116
அந்தார்த்தானாஸ்திரம் 241
அப்சரஸுகள் 52, 55, 58, 89, 90, 106 — 118
அப்பர் 31
அமராமம் 30
அமராவதி 275
அமராவதி பீமபுரம் 30
அய்ஹோளே 30
அர்த்தநாரீஸ்வரர் 32
அரக்கர் 115
அரியரர் 32
அருணாசலப் பிரதேசம் 48, 187
அலகநந்தா 90, 244
அலி எஸ். எம். 51, 74, 144, 243
அலெக்ஸாண்டர் ஹண்டர் 309
அன்னங்கள் 36 — 38, 45, 212 — 214, 249 — 253, 255
அன்னபூர்ணா 48, 49

அனுசாசன புராணம் 257
அனுமக் குரங்கு 184
அஸ்திரம் 241, 247
அஸ்தினாபுரம் 125
அஜந்தா 275
ஆகாயகங்கை 75
ஆடுகள் 43, 198 – 200
ஆமை 41, 210, 211
ஆதிசங்கரர் 86
ஆதிவராகர் குகை 32
ஆவூர் மூலங்கிழார் 52
ஆரியர்கள் 26, 50, 155, 302
ஆரிய நாகரிகம் 50
ஆறுகள் 48
ஆனந்த குமாரசாமி 313
இமயமலை 46, 47, 51, 58, 63, 65, 139, 266
இந்தியச் சிங்கம் 182
இந்திய யானை 174
இந்திரன் 26, 239, 241
இந்திரகீலமலை 239, 244, 304
இந்துகுஸ் 46
இந்தோ – ஐரோப்பியர் 49
இந்தோ – மங்கேலாயிடு 161
இயக்கர் 134
இயங்கு சிற்பம் 262
இரகுவம்சம் 54, 195, 201
இராசசிம்மன் 31
இராச சூயம் 26, 27
இராசமாணிக்கனார், மா. 328
இராட்சதர் 242
இராட்டிரர் 30
இராமச்சந்திரன் தி. நா. 329, 330
இராமன் 103
இராமாயணம் 29, 118

இராவண அனுகிரக மூர்த்தி 32
இராஜ ஹம்சம் 211
இருடிகள் 42, 90, 91, 145 – 147, 251
இலங்கை 208
இலந்தை மரம் 90, 94
இலிங்கபுராணம் 177
இஷ்வாகுகள் 272
உடும்பு 40, 207 – 209
உத்திரப் பிரதேசம் 221
உமாதேவி 51
உறநர் 59, 122 – 127
உறையூர் ஏணிச்சேரி முடமோசியார் 191
உஷாஸ் 26
எண்காற்புள் 178
எமன் 241, 244
எயினந்தையார் மகனார் இளங்கீரனார் 224
எல்லோரா 30
எலிகள் 42, 67, 234 – 238, 279, 286, 296, 314, 334
எலி – முயல் 204 – 206
எவரெஸ்ட் 48, 50
ஏம கூடம் 139
ஐராவதம் 173, 175
ஒற்றைக் கற்றளி 32
ஒரிசா 158, 174, 254, 255, 384
கங்கர் 27
கங்காத்வாரம் 57, 88
கங்காதரர் 31, 32
கங்காதேவி 242
கங்காளர் 31
கங்கை 45, 46, 48, 58, 59, 63, 70, 72 – 76, 88, 90, 236, 269, 271
கங்கைக்கரை 277
கஞ்சன்சங்கா 48
கடம்பர் 127
கடம்பு 55, 231

கடியலூர் உருத்திரங்கண்ணனார் 73
கண்ணன் 31, 34, 92, 93
கணபதி 29, 31
கந்தமாதனம் 55, 90, 93, 246
கந்தமாதன மலை 221
கந்தமாதன வனம் 56, 57
கந்தர்வர் 36, 37, 52, 56 – 59, 87, 90, 106, 108 – 116
கந்தர்வ இணை 38, 41 – 43, 63, 64
கந்தல் 223
கஸ்தூரிமான் 54, 227
கபில மகரிஷி 240, 242
கபிலர் 208
கபிலேச்வரன் 249
கயமனார் 225
கயிலாயம் 51, 320
கருடாந்திகர் 32
கரேயி ஹம்சம் 213
கரோ 229
கலிங்கம் 254
கலித்தொகை 53
கட்டுமானக் கோவில் 32
கஜலட்சுமி 31
கன்வர் 27
கஜேந்திர அனுகிரகர் 32
கார்த்திகேயன் 29, 31, 32, 52
கார்த்தவீரியன் 103
காளிதாசர் 29, 54, 73
காடுகள் 48
காஷ்மீரப் பள்ளத்தாக்கு 47, 195
காட்டுக் கோழிகள் 45, 68
காசிநாதன், நடன. 399
காட்டுப் பன்றிகள் 38
காளாமுகம் 31
காபாலிகம் 31

காந்தாரக் கலை 29
காளிய மர்த்தனர் 32
கிம்புருடர் 42 – 44, 57 – 59, 61, 64, 66, 67, 68, 125, 128, 134, 169, 234, 237, 248, 252, 262, 268, 270, 271, 274, 275, 277, 323, 340
கிராதர் 61, 89, 149 – 163, 282
கிராதார்ச்சுனீயம் 249, 331, 332, 334
கிருஷ்ணன் 236
கிருஷ்ணன், மா. 183
கிருஷ்ண மண்டபம் 264
கிரௌளஞ்ச மலை 52, 251, 253
கின்னரர் 51, 55, 56 – 58, 59, 64, 65, 67, 68, 87, 89, 90, 109, 110, 129 – 136, 139
கின்னரி 52, 129 – 133
கின்னர இணை 36, 37, 38, 40, 42
கின்னரர் நகரங்கள் 51
கீழை சாளுக்கியர் 30
குச்சிதநரர் 134
குப்தர் 27, 28, 30, 81
குப்தா D.K., 33, 273
குபேரன் 140, 241, 244 – 246
குமட்டூர் கண்ணனார் 192
குமணன் 72
குமாரசம்பவம் 175, 197
குமுதபிரபா மலை 144
குரங்கு 43, 184 – 188, 281
குருஷேத்திரம் 73
குள்ளபூதம் 36, 37, 79
குஷாணர் 27
குஷிகர் 91
குஜராத் 182
கேவாதப் பெருந்தச்சன் 275
கைலாயம் 51, 115, 245
கைலாசம் 76
கொல்லிமலை 226

கொற்றவை 29, 32, 297
கோதாவரி 272, 275
கோமதி 72, 269
கோராக்பூர் 223
கோலிகம் 237
கோவர்த்தனதாரி 32
கோவர்த்தன மலை 264
கோழிகள் 215 – 217
கௌதமபுத்ர சதகர்ணி 27
கௌரவர் 221
சாரணர் 37, 42, 57, 67, 68, 142, 143, 281, 291, 303
சாளுக்கியர் 30
சாதவாகனர் 27, 274, 371
சாளக் கிராமம் 86
சம்புத்தீபம் 51
சரபம் 55, 59, 177 – 79
சண்டே சாண்டிகர் 32
சந்திரசேகரமூர்த்தி 32
சாமுண்டி 31
சப்த மாதர் 31
சப்தரிஷி 103
சிங்கம் 41, 55, 59, 63, 68
சித்தர் 37, 42, 55, 67, 68, 142 – 143
சிங்கங்கள் 38, 54, 180 – 183
சிவபிரான் 36, 40, 79, 293, 333
சிவபுராணம் 29, 32
சிவன் 29, 31, 32, 77
சிவகணங்கள் 80, 81
சிந்துவெளி 28
சிவமூர்த்தி 74, 103
சிவபெருமான் 46, 96, 330, 333
சுப்பிரமணியர் 32
சுபர்ணர் 57
ஸுப்ரமணியர் 253

ஸுபர்ணர் 59
சூரபன்மன் 74
ஞெமை 224 – 227
டயாஸ் 26
தட்சிணாமூர்த்தி 32
தாந்திரீகம் 30
தாண்டவர் 32
திரிமூர்த்தி குடைவரை 36
திருமகள் 32, 90
திரௌபதி அம்மன் 32
திருமால் 29, 32, 83, 94, 120, 164, 316
திரிவிக்கிரமர் 32
திரி விக்கிரமம் 31
திரி புராந்தகர் 31, 32
திரிப்பிரிதி 53
திரிவிக்கிரம அவதாரம் 74
திராவிடர் 28
திராவிட சமுதாயம் 50
திராவிடக்கலை 302
திருமங்கையாழ்வார் 53, 89, 180
திருநாவுக்கரசர் 79, 270
திருவிக்கிரமன் 299
துர்க்கை 31, 32
தேவகணங்கள் 38
தேவிபாகவதம் 29, 32
தேவகன்னியர் 117
தேவமகள் 106, 108 – 113, 115
நாரை 45
நாரைகள் 38, 383, 384
நாகம் 42
நாகங்கள் 45
நாகசாமி 331 – 333
நாகர் 119 – 127
நாகர்கள் 59, 284

நரசிம்மம் 31
நரசிம்மர் 32
நல்லழிசியார் 73
நற்றிணை 72, 73
நாரணர் 57, 58
நந்தி அனுக்கிரகர் 32
நாகஇணை 64, 119, 120
நரநாராயணர்கள் 86, 87, 92, 93
நாகார்ச்சுண கோண்டா 275
நமேரு 227 – 229
பரணர் 53, 72, 213
பதிற்றுப்பத்து 53, 72, 172, 192
பறவைகள் 48, 212 – 220, 378
பண்ணகர்கள் 59
பன்றி 40, 43, 201 – 203
பதரி 57, 86, 87, 90
பட்டக்கல் 30
பரிபாடல் 73
பருந்து 218, 219
பலா 221 – 223, 289
பதரிநாராயணன் 90
பதரிகாசிரமம் 88
பல்லவர் 30 – 32, 270, 274, 277, 309, 371 – 373
பதரியாசிரமம் 261
பாசுபதர் 32
பாசுபதம் 31, 46, 246, 257
பாகவதம் 32
பாக்வத சமயம் 27
பாகீரதி 268
பார்வதி 74
பாதாமி 30
பாரவி 331, 332, 333
பிரகலாதன் 236
பிரம்மன் 74

பிரம்மா 29, 32
பிரிதிவு 26
பிங்களன் 258
பிரம்மகபாலம் 169
பிராகிருதம் 79
பிருகுமுனி 88
பீஷ்மர் 74, 103, 267
புத்தர் 25, 325
புருஷோத்தமன் 88
புருரவஷ் 88
புருஷமேதம் 26
புலஸ்தியர் 267
பூதகணம் 40, 43, 79, 248
பூதன் தேவனார் 225
பூனை 42, 70, 234 – 238, 256, 296, 328
பெருஞ்சித்திரனார் 72
பேய்கள் 52
மகேந்திரவர்மன் 29, 270, 302, 372
மகாபாரதம் 29, 32, 54, 63
மகாநாகர் 57
மகேந்திரமலை 103
மான்கள் 37, 38, 190 – 197
மகிஷாசுரமர்த்தினி குகை 32, 347
மச்சயபுராணம் 80
மயிலை சீனி. வேங்கடசாமி 317, 322
மக்கள் 48
மயில்கள் 37, 38, 45
மந்தாகினி 115, 244, 245
மாத்யானீகம் 164, 300, 304
மதுரை ஓலைக்கடையத்தார் 73
மானஸரோவர் 76, 250, 255, 304
மாநோகத்து நப்பசலையார் 52
மீனாட்சி சி. 335
முயல் 40, 204 – 206

முசுகுந்தன் 93
மும்மூர்த்திகள் 28
மைக்கேல் டி. ராபே 323, 341 – 343
மைக்கேல் லாக்வுட் 336 – 338
மௌரியப் பேரரசு 27
மேகசந்தேசம் 54, 73
மேரு 57, 74, 75, 100
யக்ஷர் 244
யுதிர்ஷ்டன் 236, 237
விலங்குகள் 48
விஷ்ணு 28, 30, 74, 88, 89, 91
விஷ்ணுபுராணம் 29, 32
விசாலை 89
வியாசர் 87
வித்யாதரர் 57
விருஷாந்திக மூர்த்தி 32
விஷ்ணுதர்மோத்திரம் 104
விக்டர் கோலோபவ் 312
வின்சென்ட் எ. ஸ்மித் 334
வாயு 26
வாயு புராணம் 118
வாத்து 38, 212 – 214
வானரம் 40
வாஜபேயம் 26, 31
வராகர் 32
வராகர்குகை 32
வதரியாசிரமம் 59, 85, 90, 93
வதரி மகாத்மியம் 90
வருணன் 26
வர்த்தமான மகாவீரர் 25
வராகம் 31
வேடர் 37, 40, 43, 291, 311, 337
வேதமதம் 25, 26, 27
வேதசமயம் 25, 31

ஹர்ஷர் 34
ஹார்மன்கோயெட்ஸ் 333
ஹென்றி ஜிம்மர் 314
ஹென்றி ஹீராஸ் பாதிரியார் 329
ஜேம்ஸ் பெர்குசன் 310
ஜேஷ்டா 31

'அர்ச்
மாமல்லபுரச்

'தபசு'

இமயச்சிற்பம்